ಸುಪ್ರಭಾತದ ಹೊಂಗನಸು

ಸಾಯಿಸುತೆ

ಸುಧಾ ಎಂಟರ್‌ಪ್ರೈಸಸ್

ನಂ. 761, 8ನೇ ಮುಖ್ಯರಸ್ತೆ, 3ನೇ ಬ್ಲಾಕ್
ಕೋರಮಂಗಲ, ಬೆಂಗಳೂರು–560 034.

Suprabhathada Honganasu (Kannada): a social novel written by
Smt. Saisuthe; published by Sudha Enterprises, # 761, 8th Main,
3rd Block, Koramangala, Bangalore - 560 034.

ಪ್ರಥಮ ಮುದ್ರಣ	:	1990
ದ್ವಿತೀಯ ಮುದ್ರಣ	:	2009
ತೃತೀಯ ಮುದ್ರಣ	:	2019
ಪುಟಗಳು	:	176
ಬೆಲೆ	:	ರೂ. 160
ಉಪಯೋಗಿಸಿದ ಕಾಗದ	:	70 ಜಿ.ಎಸ್.ಎಂ. ಮ್ಯಾಪ್‌ಲಿಥೋ
ಮುಖಪುಟ ವಿನ್ಯಾಸ	:	ಅಪಾರ
ಹಕ್ಕುಗಳು	:	ಲೇಖಕಿಯವರದು

ಸಗಟು ಮಾರಾಟಗಾರರು
ವಸಂತ ಪ್ರಕಾಶನ
360, 10ನೇ 'ಬಿ' ಮುಖ್ಯರಸ್ತೆ, 3ನೇ ಬ್ಲಾಕ್,
ಜಯನಗರ, ಬೆಂಗಳೂರು – 560 011
ದೂರವಾಣಿ : 080–22443996
email : vasantha_prakashana@yahoo.com
website: www.vasanthaprakashana.com

ಅಕ್ಷರ ಜೋಡಣೆ :
ಲೇಜರ್ ಲೈನ್ ಗ್ರಾಫಿಕ್ಸ್
ಬೆಂಗಳೂರು

ಮುದ್ರಣ :
ರೀಗಲ್ ಪ್ರಿಂಟ್ ಸರ್ವೀಸ್

ಮುನ್ನುಡಿ

ಪ್ರಿಯ ಓದುಗರಲ್ಲಿ,

ಮಾನವ ಸೃಷ್ಟಿ ಪ್ರಕೃತಿಯಲ್ಲಿನ ಮಹಾನ್ ಅದ್ಭುತ, ಅತ್ಯಂತ ರಹಸ್ಯವೆನಿಸಿದ್ದರು ಬಹು ಪಾಲು ಪ್ರಶ್ನೆಗಳು ವಿಜ್ಞಾನಕ್ಕೆ ಅತೀತವಾಗಿ ಉಳಿದಿಲ್ಲ. ಕೆಲವು ಪ್ರಶ್ನೆಗಳಿಗೆ ಪರಿಹಾರ ಸುಲಭವೆನಿಸಿದ್ದರು ಮಾನವ ತೃಪ್ತನಾಗುವುದಿಲ್ಲ. ಇಲ್ಲಿ ವಿಚಾರ, ಆದರ್ಶಕ್ಕಿಂತ ಭಾವನಾತ್ಮಕ ಭಾವನೆಗಳಿಗೆ ಒಳಗಾಗುತ್ತಾನೆ.

ತನ್ನದೇ ರಕ್ತದ ಮಗುವಿನ ಹಂಬಲ ಶಂಕರ್‌ಗೆ. ವಿಶ್ಲೇಷಿತ ಕಥಾವಸ್ತುವಿದು. ಸಾಕಷ್ಟು ಓದುಗರು ಪ್ರಶ್ನಿಸಿದ್ದಾರೆ. ನಾನು ಶಂಕರ್ ಪರವೇನು ಅಲ್ಲ!

ಈ ಕಾದಂಬರಿಯನ್ನು ಪುನರ್‌ಮುದ್ರಣ ಮಾಡುತ್ತಿರುವ ಸುಧಾ ಎಂಟರ್‌ಪ್ರೈಸಸ್ ಮಾಲೀಕರಾದ ಶ್ರೀ ಕೆ.ಎಸ್. ಮುರಳಿಯವರು ಸಾಹಿತ್ಯಾಭಿಮಾನಿ; ಸಾಧನೆ ಮೆಟ್ಟಲೇರುತ್ತಿರುವ ಉತ್ಸಾಹಿ. ಅವರಿಗೆ ನನ್ನ ಮೊದಲ ಧನ್ಯವಾದಗಳು.

ಅತ್ಯಂತ ಪ್ರೀತಿಯಿಂದ ಮೊದಲ ಮುದ್ರಣಗಳ ಪ್ರತಿಗಳನ್ನು ಕೊಂಡು ಓದಿದ ನಿಮ್ಮನ್ನು ಮರೆಯಲು ಸಾಧ್ಯವೇ? ಕೃತಜ್ಞತೆಗಳು.

– ಸಾಯಿಸುತೆ
"ಸಾಯಿಸದನ"
12, 2ನೇ ಮುಖ್ಯರಸ್ತೆ, 2ನೇ ಅಡ್ಡರಸ್ತೆ,
ಮಾರುತಿನಗರ, ಕೋಗಿಲೆ ಕ್ರಾಸ್, ಯಲಹಂಕ
ಓಲ್ಡ್ ಟೌನ್, ಬೆಂಗಳೂರು – 560064.
Email: saisuthe1942@gmail.com

ನಮ್ಮಲ್ಲಿ ದೊರೆಯುವ ಸಾಯಿಸುತೆಯವರ
ಇತರ ಕಾದಂಬರಿಗಳು

ಸುಪ್ರಭಾತದ ಹೊಂಗನಸು
ಡಾ|| ವಸುಧಾ

ಸಾಯಿಸುತೆಯವರ ಮುಂದಿನ ಹೊಸ ಕಾದಂಬರಿ

'ಈ ಪರಿಯ ಸೊಬಗು'

ಸುಪ್ರಭಾತದ ಹೊಂಗನಸು

ನಿರ್ಮಾಣಗೊಳ್ಳುತ್ತಿರುವ ಐದು ಅಂತಸ್ತಿನ ಕಟ್ಟಡದ ಮೆಟ್ಟಲುಗಳನ್ನು ಲೀಲಾಜಾಲವಾಗಿ ಪಟ ಪಟನೆ ಇಳಿದಾಗ ಅವನ ಸೆಕ್ರೆಟರಿ ಸಿಂಹ, ಇಂಜಿನಿಯರ್, ಮೇಸ್ತ್ರಿ ಮಿಕ್ಕವರು ಸುಸ್ತಾದರು. ಆ ವೇಗಕ್ಕೆ ಹೊಂದಿಕೊಳ್ಳಲಾರದೆ ನಿಟ್ಟುಸಿರುಬಿಟ್ಟರು. ತಮ್ಮ ಯಜಮಾನ ಪಾದರಸವೆಂದು ಅವರಿಗೆ ಗೊತ್ತು.

ಕೆಳಗೆ ನಿಂತ ಶಂಕರ್ ಮೇಲಿನವರೆಗೂ ಒಮ್ಮೆ ನೋಟ ಹರಿಸಿ ಸಿಂಹನ ಕಡೆ ತಿರುಗಿದ. "ಸಿಮೆಂಟ್, ಕಬ್ಬಿಣ ಚೆಕ್ ಮಾಡು" ಎಂದವನು ಕಾರು ಹತ್ತಿದಾಗ ಉಳಿದವರು ಸಮಾಧಾನದ ಉಸಿರುಬಿಟ್ಟರು.

"ನಂಗೆ ಏದುಸಿರು ದಬ್ಬಿಕೊಂಡು ಬಂತು" ಸಿಂಹ ಎದೆ ಸವರಿಕೊಂಡ. ವಡಿವೇಲು ನಕ್ಕ. "ಅಷ್ಟೆ ಅಲ್ಲ, ಮೈ ಕಬ್ಬಿಣ, ಒಂದ್ಸಲ ಅವ್ರ ಕೈಯಲ್ಲಿ ಏಟು ತಿಂದೋನು, ಇಡೀ ಜನ್ಮ ಪೂರ್ತಿ ಯಜಮಾನರಿದ್ದ ಕಡೆ ತಲೆ ಹಾಕಿ ಮಲಗನು" ಪರಿಹಾಸ್ಯ ಮಾಡಿದಂತಿತ್ತು ಅವನ ಮಾತುಗಳು.

ಸಿಂಹ ಉಗುಳು ನುಂಗಿ ತನ್ನ ಸ್ಕೂಟರ್‌ನತ್ತ ನಡೆದ. "ಅದೇನು ಯಜಮಾನ್ರ ಮೇಲಿನ ಭಕ್ತಿನೋ.... ನಿಂಗೆ. ಸ್ವತಃ ಅಯ್ಯಪ್ಪಸ್ವಾಮಿ ನಿನ್ನ ಪಾಲಿಗೆ" ಗೊಣಗಿದ. ವಡಿವೇಲು ಅವನ ಕೈ ಹಿಡಿದು ನಿಲ್ಲಿಸಿದ. "ನಿನ್ನ ಸ್ವಾಮಿಭಕ್ತಿ ಬಗ್ಗೆ ಹೇಳಿದೆ ಅಷ್ಟೆ...." ಮಾತನ್ನು ಸಮರ್ಥಿಸಿಕೊಂಡ. ಅವನನ್ನು ಕಂಡರೇ ಸಿಂಹನಿಗೆ ಭಯ.

ಸ್ಕೂಟರ್ ಸೀಟಿನ ಮೇಲೆ ಕೈಯಾಡಿಸಿ ಮೀಸೆಯಲ್ಲೇ ನಕ್ಕ. ಅದು ಸಿಂಹನ ಸ್ವತಃದ್ದಲ್ಲ, ಕಂಪನಿಯದು. "ತಪ್ಪಾಯ್ತು..." ಕೆನ್ನೆಗೆ ಹಾಕಿಕೊಂಡ.

ಬಾಲ್ಕನಿಯಲ್ಲಿ ಕಾರು ನಿಂತಾಗ ಮೆಟ್ಟಲುಗಳನ್ನು ಹಾರಿಯೇ ಒಳಗೆ ತಲುಪಿದ್ದು.

ಜಗನ್ನಾಥ್ ಕೈಯಲ್ಲಿನ ಪೇಪರ್ ಪಕ್ಕಕ್ಕೆ ಸರಿಯಿತು. "ನಿಂಗೆ ನಿಧಾನವಾಗಿ ನಡೆದೇ ಅಭ್ಯಾಸವಿಲ್ಲ. ಓಡೋರು ಎಡವೋದು ಜಾಸ್ತಿ" ಹೇಳಿದರು. ನಾಲ್ಕು ಹೆಜ್ಜೆ ಮುಂದಕ್ಕೆ ಹೋದ ಶಂಕರ್ ಹಿಂದಕ್ಕೆ ಬಂದ "ನಿಧಾನವಾಗಿ ನಡೆಯೋರು ಕೂಡ ಎಡವುತ್ತಾರೆ. ಬೀಳುವುದು, ಏಳುವುದು ಓಡುವ ವ್ಯಕ್ತಿಯ ಸಾಮರ್ಥ್ಯವನ್ನು ಅವಲಂಬಿಸಿರುತ್ತೆ" ಎಂದು ಪ್ರತಿಕ್ರಯಿಸಿದ.

ಮಗನತ್ತ ಮೆಚ್ಚಿಗೆಯ ನೋಟ ಹರಿಸಿದರು. "ಯುರ್ ಆರ್ ಕರೆಕ್ಟ್. ಪಾರಿಜಾತ ಕಾಯ್ತ ಇರ್ಬಹುದ್ದು" ನೆನಪಿಸಿದರು, ಅದೇನು ಅವನಿಗೆ ಅಗತ್ಯವಿರಲಿಲ್ಲ.

ಫೇಸ್‌ನ ಕೊನೆಯ ಬಾರಿ ಪಾರಿಜಾತ ಟಚಪ್ ಮಾಡುತ್ತಿದ್ದಳು. ಮೇಲಕ್ಕೆ ನೋಟ ಹರಿಸಿ ಉಸಿರು ದಬ್ಬಿದ. "ಐ ಡೋಂಟ್ ಲೈಕ್.... ನಾನು ನಿಂಗೆ ಫೋನ್ ಮಾಡಿ ಎರಡು ಗಂಟೆ ಹತ್ತು ನಿಮಿಷ ನಾಲ್ಕು ಸೆಕೆಂಡ್ ಆಯಿತು. ಇದ್ವರ್ಗೂ ಏನ್ಮಾಡ್ತಾ ಇದ್ದೆ" ಬೇಸರದಿಂದ ಕೂತು ಮ್ಯಾಗಝೀನ್ ಎತ್ತಿಕೊಂಡ.

ಬಂದ ಪಾರಿಜಾತ ಕಿತ್ತೆಸೆದಳು, "ಸ್ವಲ್ಪ... ನೋಡಿ...." ಅವನ ಮುಖವನ್ನು ತನ್ನೆಡೆಗೆ ತಿರುಗಿಸಿಕೊಂಡಳು. ಹತ್ತಿರಕ್ಕೆಳೆದುಕೊಂಡು ಎಚ್ಚರಿಸಿದ, "ನಿನ್ನ ಮುಖದ ಮೇಕಪ್ ಕೆಟ್ಟರೆ ನಾನು ಜವಾಬ್ದಾರನಲ್ಲ.... ಓಕೆ..." ಅವನಿಂದ ಬಿಡಿಸಿಕೊಂಡು ದೂರ ಹೋದಳು.

ವಾಚ್ ಕಡೆ ನೋಡಿದ. "ಇನ್ನು ಒಂದ್ಗಂಟೆ ಇಪ್ಪತ್ತೈದು ನಿಮಿಷಗಳು ಮಾತ್ರ ನಿನ್ನ ಉಪಯೋಗಕ್ಕೆ, ಎಂಟು ಗಂಟೆಗೆ ಒಂದು ಟೆಂಡರ್ ಬಗ್ಗೆ ಡಿಸ್‌ಕಷನ್ ಇದೆ, ಅದ್ರ ಮೇಲೆ ನಿನ್ನಿಷ್ಟ..." ಪೂರ್ತಿ ಸೋಫಾ ಬೆನ್ನಿಗೆ ಒರಗಿ ಕಣ್ಮುಚ್ಚಿದ.

"ನೋ.... ನೋ..." ಅವನ ಕ್ರಾಪ್ ಕೆದರಿದಳು.

ಮತ್ತೆ ಗಡಿಯಾರದ ಕಡೆ ನೋಡಿದ. "ಎಂಟಕ್ಕೆ ಐದು ನಿಮಿಷ ಇರೋವಾಗ ಆಫೀಸ್‌ನಲ್ಲಿ ಇರ್ಬೇಕು. ನಿನ್ನ ಷಾಪಿಂಗ್ ಕ್ಯಾನ್ಸಲ್ ಮಾಡು. ಆರಾಮಾಗಿ ರೊಮಾನ್ಸ್ ಮೂಡಿನಲ್ಲಿದ್ದು ಬಿಡೋಣ." ಅವಳಿಗೆ ಹೇಳಿದ.

ಅವನು ಜವಾಬ್ದಾರಿಯುಳ್ಳ ವ್ಯಕ್ತಿ, ಪ್ರತಿಯೊಂದಕ್ಕೂ ಎಷ್ಟೆಷ್ಟು ಪ್ರಾಮುಖ್ಯತೆಯೋ, ಅಷ್ಟಷ್ಟೆ. ಎಂಟು ದಿನದಿಂದ ಸತಾಯಿಸಿ ಇಂದು ಷಾಪಿಂಗ್ ಹೋಗಲು ಅಪಾಯಿಂಟ್‌ಮೆಂಟ್ ಕೊಟ್ಟಿದ್ದ. ಅದು ತಪ್ಪಿದರೆ ಪಾರಿಜಾತ ಮತ್ತೆ ಕಾಯಬೇಕು.

ರೇಗಿಕೊಂಡೇ ಹೋದ ಪಾರಿಜಾತ ಐದು ನಿಮಿಷದಲ್ಲಿ ಅವನ ಮುಂದೆ ನಿಂತಳು. "ನಾನು ರೆಡಿ, ಇವತ್ತಿನ ಷಾಪಿಂಗ್ ತಪ್ಪಿದರೆ ಇನ್ನಷ್ಟು ಸಾವಿರ ಉಳಿಸಬೇಕನ್ನೊ...." ಆಡಲಾರದೆ ಹೋದಳು. ಅವನೆಂಥ ಧೀಮಂತ ವ್ಯಕ್ತಿಯೆಂದು ಅವಳಿಗೆ ಗೊತ್ತು.

"ರಾತ್ರಿ ಆ ಮಾತುಗಳಿಗೆ ಅವಕಾಶ ಇದೆ. ಈಗ.... ನಡೀ" ಕೆನ್ನೆ ತಟ್ಟಿದ.

ಜಗನ್ನಾಥ್, ದಾಕ್ಷಾಯಿಣಿ ಕಣ್ಣರಳಿಸಿ ಮಗ, ಸೊಸೆಯ ಜೋಡಿಯನ್ನು ನೋಡಿದರು. ಆದರೆ ಅವರೆದೆಯಲ್ಲಿ ಒಂದೇ ನೋವು, ಅದಕ್ಕೆ ಪರಿಹಾರವಿಲ್ಲ!

ಕಾರು ಮನೆ ಬಿಟ್ಟಾಗ ಒಮ್ಮೆ ವಾಚ್‌ನತ್ತ ನೋಡಿದ... ಇಂಪಾರ್ಟೆಂಟ್ ಡಿಸ್‌ಕಷನ್... ಅವನ ಮೂಡೆಲ್ಲ ಅಲ್ಲೇ ಇದ್ದರೂ ಕೈ ಹಿಡಿದವಳನ್ನು ಉದಾಸೀನ ಮಾಡಲಾರ....

"ನಾವೊಂದು ಟ್ರಿಪ್ ಹಾಕಿದರೆ..." ಅವನ ತೋಳು ಮೇಲೆ ಕೈ ಹಾಕಿದಳು. ಕ್ಷಣ ಅವನ ಹಣೆ ನೆರಿಗೆಗಟ್ಟಿದರೂ ಕ್ಷಣಗಳಲ್ಲಿ ಸರಿ ಹೋಯಿತು. "ಈ ವರ್ಷ.... ಅಂದರೆ ಇನ್ನು ಕೇವಲ ಮೂರು ತಿಂಗ್ಳು ಎಲ್ಲೂ ಹೋಗೋ ಹಾಗಿಲ್ಲ. ಆ ಮೇಲಿನ ನಾಲ್ಕು

ತಿಂಗ್ಳು ಬಿಜಿ. ನನ್ನ ಕಾಟ ಇರೋಲ್ಲ. ಆರಾಮಾಗಿ ಅಪ್ಪನ ಮನೆಗೆ ಹೋಗಿ ತಿರುಗಾಡಿಕೊಂಡ್ಬಾ." ಹಾರನ್ ಒತ್ತಿದ ಮುಂದಿದ್ದ ವಾಹನ ಸರಿಯದ್ದು ನೋಡಿ.

ಎರಡು ನಿಮಿಷದಲ್ಲಿ ಇಡೀ ಟ್ರಾಫಿಕ್ ಜಾಮ್ ಆಯಿತು. ಪಕ್ಕದಲ್ಲಿಯೇ ಬಂದು ನಿಂತ ಕಾರಿನಲ್ಲಿದ್ದ ದೀಪಕ್ ಪರಾಶರ ಕೈಯಾಡಿಸಿ ನಕ್ಕ. ಅದೇ ಇವನಿಂದ ವಿನಿಮಯವು ಕೂಡ.

ಕಂಟ್ರಾಕ್ಟ್ ಬಿಜಿನೆಸ್‌ನಲ್ಲಿ ಅವರಿಬ್ಬರೂ ಪ್ರತಿಸ್ಪರ್ಧಿಗಳು. ಅದಲ್ಲದೇ ಹತ್ತಿರದ ಸಂಬಂಧದವ. ಜಗನ್ನಾಥ್ ಚಿಕ್ಕಪ್ಪನ ಮೊಮ್ಮಗ ಅಂದರೆ ಇವನಿಗೆ ದಾಯಾದಿ. ವಯಸ್ಸಿನಲ್ಲಿ ಒಂದು ನಾಲ್ಕು ವರ್ಷ ಹಿರಿಯವ.

ವಿಂಡ್ ಗ್ಲಾಸ್ ಮತ್ತಷ್ಟು ಸರಿಸಿ "ಕ್ಲಬ್‌ನಲ್ಲಿ ಸಿಕ್ತೀಯಾ?" ಕೇಳಿದ. ಇಲ್ಲವೆನ್ನುವಂತೆ ತಲೆಯಾಡಿಸಿದ.

"ಸಿ ಯೂ ಲೇಟರ್...." ಕಾರನ್ನ ಮುಂದಕ್ಕೆ ನುಗ್ಗಿಸಿದ. ಶಂಕರ್ ಹಲ್ಲುಮ್ಡಿಯನ್ನು ಕಚ್ಚಿಡಿದ. ಇವನಿಗೆ ಏಟು ಹಾಕಲು ಸದಾ ಕಾಯುತ್ತಿದ್ದ.

"ನಾಳಿದ್ದು ಅವ್ರ ಮನೆಯಲ್ಲಿ ಮಗುವಿಗೆ ಬರ್ತ್‌ಡೇ ಪಾರ್ಟಿ ಇದೆಯಂತಲ್ಲ" ಪಾರಿಜಾತ ಹೇಳಿದಾಗ ತಲೆದೂಗಿದ.

"ಫೋನ್‌ನಲ್ಲಿ ತಿಳಿಸ್ದ. ಮನೆಗೂ ಬಂದಿರಬೇಕಲ್ಲ. ಹೇಗೆ ನೋಡಿದ್ರೂ ನಾವು ಸಂಬಂಧಿಕರು. ಪ್ರತ್ಯೇಕವಾದ ಇನ್ವಿಟೇಷನ್ ಇದ್ದೇ ಇರುತ್ತೆ" ಅಲ್ಲಿಗೆ ಆ ವಿಷಯ ಮುಗಿಸಲು ಅವನಿಗಿಷ್ಟ.

"ಒಂದು ಅರ್ಧಗಂಟೆ ಕೂತಿದ್ರು, ಪರಾಶರ ಮಿಸಸ್ ವಾಣಿ ಕೂಡ ಮಗುನ ಎತ್ಕೊಂಡ್ ಬಂದಿದ್ರು" ಹೇಳಿದಳು.

ಅವನೇನು ಪ್ರತಿಕ್ರಯಿಸಲು ಹೋಗಲಿಲ್ಲ. ಅವನು ಸ್ವಲ್ಪ ನಿರ್ಲಕ್ಷ ತೋರಿಸಿದರೂ ಪರಾಶರ ಮುಗಿಸಿಬಿಡುತ್ತಾನೆಂದು ಅವನಿಗೆ ಗೊತ್ತು. ಇದಕ್ಕೆ ಅವನ ಇಡೀ ಫ್ಯಾಮಿಲಿಯ ಕುಮ್ಮಕ್ಕು ಇತ್ತು. ಒಂದು ರೀತಿಯ ದ್ವೇಷ ಸಾಧನೆ.

ಮಾರ್ಕೆಟಿಂಗ್ ಸೆಂಟರ್‌ಗೆ ಒಯ್ದು ಕಾರು ನಿಲ್ಲಿಸಿದ.

"ಬೇಗ ಮುಗೀಬೇಕು, ನಿನ್ನ ಷಾಪಿಂಗ್" ಕೀಯನ್ನು ಜೇಬಿಗೆ ಸೇರಿಸಿ ಕೆಳಗಿಳಿದವನು ಅವಳೊಂದಿಗೆ ಹೆಜ್ಜೆ ಹಾಕಿದ.

ಅವಳು ಆಯ್ಕೆ ಮಾಡಲು ಸಹಕಾರ ನೀಡಿದ. ತಾನೇ ಕೆಲವು ಸೀರೆಗಳನ್ನು ಆಯ್ಕೆ ಮಾಡಿ ಪ್ಯಾಕ್ ಮಾಡಿಸಿದವನು.

"ಬೇಗ ನಡೀ..." ಅವಸರಿಸಿ "ಐದು ನಿಮಿಷ ಲೇಟು ಆಯಿತು. ಮ್ಯಾನೇಜ್ ಮಾಡಿಕೊಳ್ಳೋದು ಕಷ್ಟವಾಗುತ್ತೆ" ಕಾರಿನತ್ತ ವೇಗವಾಗಿ ಹೆಜ್ಜೆ ಹಾಕಿದ.

ಕೆಲವು ಲಕ್ಷಗಳ ಆದಾಯಕ್ಕಿಂತ ಪ್ರತಿಷ್ಠೆ ಹೆಚ್ಚಬಹುದಾದ ಕಂಟ್ರಾಕ್ಟ್ ಒದಗಿ ಬಂದಿತ್ತು. ಶತಾಯ; ಗತಾಯ ಪರಾಶರನ ತಂದೆ ಈ ಕಂಪನಿಗೆ ಅಂಥ ಅವಕಾಶ ಬಿಟ್ಟು ಕೊಡೋಲ್ಲ. ಅವರ ಮುಂದೆ ಶಂಕರ್ ಇನ್ನೂ ಮಗು.

ಮನೆಯ ಬಾಲ್ಕನಿಯಲ್ಲಿ ಕಾರು ನಿಲ್ಲುವ ವೇಳೆಗೆ ಸಿಂಹ ಕಾದಿದ್ದ. ಅವನ ಮೇಲೊಂದು ಕಣ್ಣು ಶಂಕರ್‌ಗೆ ಇದ್ದೆ ಇರುತ್ತಿತ್ತು.

ಹುಬ್ಬಿನಲ್ಲಿಯೇ ಏನು ಎನ್ನುವಂತೆ ಪ್ರಶ್ನಿಸುತ್ತ ಕೆಳಗಿಳಿದ. "ಕೀ.... ಬಂಚ್" ಅವನತ್ತ ನೀಡಿದಾಗ ಶಂಕರ್ ಒಂದು ತರಹ ನೋಡಿದ.

"ಬೇರೆಲ್ಲೋ ಹೋಗ್ಬೇಕೂಂದೆ.... ಕಬ್ಬಿಣ, ಸಿಮೆಂಟ್ ಚೆಕ್ ಮಾಡಿದ್ಯಾ?"

"ಆ ವಿಷ್ಯ ನಾನು ತಿಳಿಸಿದ್ನ? ಮರ್ತುಬಿಟ್ಟಿದ್ದೆ. ಕಬ್ಬಿಣ, ಸಿಮೆಂಟ್ ಎಲ್ಲಾ ಸರ್‍ಯಾಗಿದೆ." ಅವನ ಸ್ವರದಲ್ಲಿ ಆದ ಬದಲಾವಣೆಯನ್ನ ಶಂಕರ್ ಗಮನಿಸಿದ.

ಸುದ್ದಿ ಸಿಗಬಹುದೆಂದು ಸಿಂಹ ಕಾದ. ಇನ್ನ ಹೋಗಬಹುದು ಎಂದು ಕಣ್ಣಲ್ಲಿಯೇ ಸನ್ನೆ ಮಾಡಿದ.

ಬಂದ ಪಾರಿಜಾತ ತುಟಿ ಬಿಚ್ಚಿದಳು. "ಏನೋ ಡಿಸ್‌ಕಷನ್ ಇದೆಯೆಂದ್ರಿ..." ಸುದ್ದಿ ಹೊರಬಿದ್ದರೂ ಶಂಕರ್ ಮಾಮೂಲಾಗಿ "ನೀನ್ಹೋಗು ಸಿಂಹ.... ಅದೇನಿದ್ರೂ ನಾನು ನೋಡ್ಕೋತೀನಿ" ಮಡದಿಯತ್ತ ತಿರುಗದೆ ಹೇಳಿದ.

ವಿಷಯ ತಿಳಿಯುವ ಅಗತ್ಯ ಸಿಂಹಗಿತ್ತು. "ಹೋಗೋದೇನು ಅಂಥ ಇಂಪಾರ್ಟೆಂಟ್ ಅಲ್ಲ.... ಇರ್ತೀನಿ, ಸರ್" ಎಂದ.

"ಓಕೇ... ಇರು..." ಒಳಗೆ ನಡೆದುಬಿಟ್ಟ.

ಕೆಲವೊಮ್ಮೆ ಆಫೀಸ್ ಸಿಕ್ರೇಟ್‌ಗಳು 'ಪರಾಶರ ಕಂಪನಿ' ತಲುಪಿದಾಗ ಎಚ್ಚೆತ್ತುಕೊಂಡಿದ್ದ. ಅಂದಿನಿಂದ ಸಿಂಹನ ಮೇಲೊಂದು ಕಣ್ಣು ಇತ್ತು.

* * * *

ಜಗನ್ನಾಥ್ ರಿಟೈರ್ಡ್ ಆದ ಮೊದಲನೆ ದರ್ಜೆ ಆಫೀಸರ್. ಉದ್ದಿಮೆ, ವ್ಯವಹಾರಗಳೆಂದರೆ ಅವರಿಗೆ ಬೇಸರ. ಸದಾ ಲಾಭ, ನಷ್ಟದ ಜೊತೆ ಮೈಯೆಲ್ಲ ಕಣ್ಣಾಗಿರಬೇಕು. ದಿನದ ಬಹು ವೇಳೆ ಅದಕ್ಕಾಗಿ ವ್ಯಯಿಸಬೇಕು. ಅದರಲ್ಲಿ ಪ್ರತಿಸ್ಪರ್ಧಿಗಳು ಹುಟ್ಟಿಕೊಳ್ಳುತ್ತಾರೆ. ಸದಾ ಪೈಪೋಟಿ, ಇವೆಲ್ಲ ತಮ್ಮ ಮಗನಿಗೆ ಬೇಡವಾಗಿತ್ತು ಎನ್ನುವುದು ಅವರ ಅಭಿಪ್ರಾಯ.

ಶಂಕರ್ ಕನ್‌ಸ್ಟ್ರಕ್ಷನ್ ಕಂಪನಿ ಪ್ರಾರಂಭಿಸುವ ಮುನ್ನವೆ ಬೇಸರ ತೋರಿದ್ದರು. "ಇದೆಲ್ಲ ನಮಗ್ಯಾಕೆ? ಕ್ಲಾಸ್ ಬಂದಿರೊ ನಿಂಗೆ ಕೆಲಸ ಸಿಗೋದು ಕಷ್ಟವಲ್ಲ. ಷ್ಯೂರ್‌ಲೀ ಯು ಗೆಟ್ ಎ ಗುಡ್ ಜಾಬ್. ಅಪಾಯಿಂಟ್ ವಿಷಯ ನಂಗೆ ಬಿಟ್ಟು ಆರಾಮಾಗಿರು. ಕಷ್ಟಗಳ ಸರಮಾಲೆ, ರಿಸ್ಕ್ ನಮಗ್ಯಾಕೆ?" ಜಗನ್ನಾಥ್ ಹೇಳಿದ್ರು.

ಅವರಿಗೆ ಮಗ ಸ್ವತಂತ್ರವಾಗಿ ಕಂಟ್ರಾಕ್ಟರ್ ಆಗುವುದು ಸುತರಾಂ ಇಷ್ಟವಿರಲಿಲ್ಲ. ಆದರೆ ಅವನು ಸರ್ಕಾರಿ ಕೆಲಸದತ್ತ ಬೆನ್ನು ಹಾಕಿ ನಡೆದಿದ್ದ. ಶಂಕರ್‌ಗೆ ತನ್ನ ಲಕ್ಷ್ಯದ ಬಗ್ಗೆ ಅತಿಯಾದ ವಿಶ್ವಾಸ.

ಆದರೆ ಮಹೇಂದ್ರ ಪರಾಶರ ಹೆದರಿದ್ದರು. ತಮಗೆ ಪ್ರತಿಸ್ಪರ್ಧಿ ಇವನು ಮಾತ್ರ ಆಗಬಲ್ಲ ಎನ್ನುವುದು ಅವರ ಅಭಿಪ್ರಾಯ. ತಮ್ಮ ಮಗನಲ್ಲಿ ಇಲ್ಲದ ಎಷ್ಟೋ ಉತ್ತಮ

ಲಕ್ಷಣಗಳ ಜೊತೆ ಅತಿಯಾದ ಆತ್ಮಸ್ಥೈರ್ಯ ಅವರನ್ನು ಹೆದರಿಸುತ್ತಿತ್ತು. ಅದಕ್ಕೆ ಪ್ರಯತ್ನಪಟ್ಟು ತಡೆದು ನಿರಾಶರಾಗಿದ್ದರು.

ಫೋನೆತ್ತಿದ ಶಂಕರ್. ಏನೋ ಸೂಚನೆ ಕೊಟ್ಟು ಕೆಳಗಿಳಿದು ಬಂದ ಮಗನತ್ತ ನೋಡಿದರು ಜಗನ್ನಾಥ್.

"ಆಳಸಿಂಗಚಾರ್ಯರು ನಿನ್ನ ನೋಡ್ಬೇಕೂಂದ್ರು..." ಎಂದರು.

ಅವನು ಆರಾಮಾಗಿ ನಕ್ಕುಬಿಟ್ಟ. "ಸದ್ಯಕ್ಕೆ ಪುರಸತ್ತಿಲ್ಲ. ಹಾಗಂತ ಮಾತ್ರ ಅವ್ರಿಗೆ ಹೇಳ್ಬೇಡಿ" ಅಲ್ಲೇ ಕೂತ.

ಬಂದ ಪಾರಿಜಾತ ಪ್ರಶ್ನಾರ್ಥಕವಾಗಿ ಅವನತ್ತ ನೋಡಿದಳು. "ಯಾವ್ದೊ ಡಿಸ್‌ಕಷನ್.... ಇದೆಯೆಂದ್ರಿ" ತಲೆದೂಗಿದ.

ವಾಚ್ ನೋಡುತ್ತಲೇ ಹತ್ತು ನಿಮಿಷ ಪೇಪರ್ ನೋಡಿ ಮೇಲೆದ್ದ. "ಕ್ಲಬ್‌ಗೆ.... ಹೋಗ್ತೀನಿ."

ಉಡುಪು ಬದಲಾಯಿಸಿ ಬಂದು ಕಾರು ಹತ್ತಿದ. ಏನೋ ಹೇಳಲು ಬಂದ ಪಾರಿಜಾತಗೆ ಕೈಬೀಸಿದ. ಕಾರು ವೇಗದಿಂದ ಮುಂದಕ್ಕೆ ಹೋಯಿತು.

ಅಂದಿನ ಇಂಪಾರ್ಟೆಂಟ್ ಡಿಸ್‌ಕಷನ್ ಕ್ಯಾನ್ಸಲ್ ಮಾಡಿದ್ದ.

ಅವನ ಪ್ಲಾನ್ ಸಕ್ಸೆಸ್ ಆಗಿತ್ತು. ಸಿಂಹ ಬಂದ ಕೂಡಲೇ ಜಗನ್ನಾಥ್ ಹೇಳಿದರು. "ಫೋನ್ ಏನಾದ್ರೂ... ಬಂತೇನೋ, ಕ್ಲಬ್‌ಗೆ ಹೋದ. ಏನು.... ವಿಷ್ಯ?" ಅವನನ್ನು ಪ್ರಶ್ನಿಸಿದರು ಕೂಡ.

"ನಂಗೂ... ಗೊತ್ತಾಗ್ಲಿಲ್ಲ! ಯಾರು ಇರ್ಲಿಲ್ಲ. ಅದ್ಕೇ ವಾಪಸ್ಸು ಬಂದೇ" ಫೈಲ್ ಇಟ್ಟು ಹೋದ.

ಅವರು ಸದಾ ಸೀದಾ ಮನುಷ್ಯ. ಕೆಲವೊಮ್ಮೆ ಮಗನ ನಡವಳಿಕೆ ಅವರಿಗೆ ಅರ್ಥವಾಗುತ್ತಿರಲಿಲ್ಲ. ಕೇವಲ ಆರು ವರ್ಷದಲ್ಲಿ ಅವನು ಬೆಳೆದ ಎತ್ತರಕ್ಕೆ ಆಶ್ಚರ್ಯಪಡುತ್ತಿದ್ದರು.

ಹೊರಗೆ ಬಂದ ಸೊಸೆಯನ್ನು ಕೇಳಿದರು. "ಶಂಕರ್ ಏನಾದ್ರೂ... ಹೇಳಿ ಹೋದ್ನಾ?" ಗೊತ್ತಿಲ್ಲವೆನ್ನುವಂತೆ ತಲೆಯಾಡಿಸಿದಳು. ಅವಳ ತಲೆಯ ಮೇಲೆ ಮೊಟಕಿಯೇ ಅವನು ಹೋಗಿದ್ದು.

"ಏನೇನು... ಅರ್ಥವಾಗೋಲ್ಲ. ದೀಪಕ್ ಅಪ್ಪನೇ ಇವ್ನು ಕಂಟ್ರಾಕ್ಟ್‌ಗೆ ಇಳಿದಾಗ ಲಾಸ್ ಆಗ್ಬಿಡುತ್ತೆ. ಮನೆ, ಮಠ ಕಳ್ಕೋತೀವೀಂತ ಹೇಳಿದ್ರು. ಆದ್ರೆ.... ಈಗ ಅವ್ರ ಮೇಲೆ ಸ್ಪರ್ಧೆಗೆ ಇಳಿಯುವಷ್ಟು ನನ್ಮಗ ಬೆಳೆದಿದ್ದಾನೆ" ಹೆಮ್ಮೆಯಿಂದ ಎದೆಯುಬ್ಬಿಸಿದರು.

ದಾರಿಯಲ್ಲಿ ಸದಾನಂದನನ್ನ ನೋಡಿ ಶಂಕರ್ ಕಾರಿನ ವೇಗ ತಗ್ಗಿಸಿದ. "ಹಲೋ ಡಿಯರ್ ಫ್ರೆಂಡ್..." ಕೂಗಿದ. ಅವನು ಇವನ ಕ್ಲಾಸ್‌ಮೇಟ್, ಆತ್ಮೀಯ ಸ್ನೇಹಿತ ಕೂಡ.

ಬಂದ ಸದಾನಂದ ಅವನ ಭುಜ ತಟ್ಟಿದ. ಅವನ ಹಿಂದೆ ನೋಟ ಹರಿಸಿದ. "ಅರರೇ, ಮೊದ್ಲು ಹತ್ತು. ಆಮೇಲೆ ಮಾತು" ಟ್ರಾಫಿಕ್ ಗಮನಿಸಿ ಹೇಳಿದ.

"ಬೇಡ.... ನೀನ್ಹೋಗು.... ಮಾತುಕತೆಯೆಲ್ಲ ಮುಗಿಯಿತಲ್ಲ" ಸದಾನಂದ ಹಿಂದಕ್ಕೆ ಸರಿದ.

"ಮೊದ್ಲು ಹತ್ತುತ್ತೀಯೋ, ನಾನೇ ಇಳ್ದು ಹತ್ತಿಸಲೋ..." ಇಳಿದವನು ಹಿಂದಿನ ಬಾಗಿಲು ತೆಗೆದು "ಹತ್ತಿ... ಸರಳಾ....." ಸ್ನೇಹಿತನತ್ತ ಕೋಪದ ನೋಟ ಬೀರಿದ.

ಅವನು 'ಎಲ್ಲಿಗೆ?' ಎಂದು ಕೇಳುವ ಮುನ್ನ "ನಿನ್ಹತ್ರ 'ಪುರಸತ್ತು' ಅನ್ನೋದು ಏನಾದ್ರೂ.... ಇದ್ದರೇ ನಮ್ಮನೆ ಹತ್ರ ನಡೀ. ಇಲ್ದಿದ್ರೆ.... ಮುಂದಿನ ಆಟೋ ಸ್ಟಾಂಡ್ ಬಳಿ ನಿಲ್ಸಿ ಬಿಡು" ಸದಾನಂದ ಮುಲಾಜಿಲ್ಲದೇ ಹೇಳಿದ. ಶಂಕರ್ ನಕ್ಕು ಕಾರಿನ ವೇಗ ಹೆಚ್ಚಿಸಿದ.

ಮನೆಯ ಮುಂದೆ ಕಾರು ನಿಲ್ಲೋವರೆಗೂ ಇಬ್ಬರು ಮಾತಾಡಲಿಲ್ಲ. ಸದಾನಂದನ ಕೋಪ ಅವನಿಗೆ ಗೊತ್ತು.

"ಅರ್ಧ ಗಂಟೆ ನಿನ್ಹತ್ರ ಮಾತಾಡ್ತೀನಿ..." ಶಂಕರ್ ತಾನೇ ಮೊದಲು ಇಳಿದು ಕೀ ಬಂಚನ್ನ ಮೇಲಕ್ಕೆಸೆದು ಹಿಡಿದ. ಈ ಹಳೆಯ ಮನೆ, ಹಳೇ ಗೇಟು ಅವನಿಗೇನು ಹೊಸದಲ್ಲ. ಒಂದು ರೀತಿಯಲ್ಲಿ ಚಿಕ್ಕಂದಿನ ಆಟದ ಮೈದಾನವಾಗಿತ್ತು ಅವನಿಗೆ.

ಸದಾನಂದ ಕೀ ಬಂಚನ್ನ ಹೆಂಡತಿಯ ಕೈಗೆ ಕೊಟ್ಟು ಅವನ ಹೆಗಲನ್ನ ಬಳಸಿದ. "ಥ್ಯಾಂಕ್ಯೂ ವೆರಿಮಚ್ ಮೈ ಡಿಯರ್ ಫ್ರೆಂಡ್. ಈ ಅರ್ಧ ಗಂಟೆಗೆ ತುಂಬ ವ್ಯಾಲ್ಯೂ ಇದೆ" ತೆರೆದ ಗೇಟನ್ನ ಮತ್ತಷ್ಟು ಸರಿಪಡಿಸಿಕೊಂಡು ಒಳಗೆ ನಡೆದರು.

ಸರಳ ಬೀಗ ತೆಗೆದಾಗ ಅವನ ಹುಬ್ಬುಗಳು ಮೇಲೇರಿತು. "ಯಾರು ಇಲ್ಲವಲ್ಲ, ನಂಗೆ ತಿಳಿಸದೆಯೇ ಭವಾನಿಗೆ ಮದ್ವೆ ಮಾಡಿ ಕಳ್ಸಿಕೊಟ್ಟುಬಿಟ್ಟೆಯಾ" ಎಂದ. ಸದಾನಂದನ ಮುಖ ಮಂಕಾಯಿತು.

"ಹಾಗೇನು ಇಲ್ಲ, ಅದೇ ಪ್ರಯತ್ನ ಮಾಡ್ತಾ ಇದ್ದೀವಿ" ಸೋಫಾ ಮೇಲಿದ್ದ ಪುಸ್ತಕ ತೆಗೆದಿಟ್ಟು ಶಂಕರ ಕೂಡಲು ಅನುವು ಮಾಡಿಕೊಟ್ಟ. "ಕೂತ್ಕೋ ಮಹರಾಯ, ನಮ್ಮ ಮನೆಯಲ್ಲಿ ನೀನು ಅರ್ಧ ಗಂಟೆ ಕಳೆದು ಆರು ವರ್ಷಗಳೇ ಆಗಿಹೋಯಿತು. ನೀನು ಮದ್ವೆ ಇನ್ವಿಟೇಷನ್ ಕೊಡೋಕೆ ಬಂದಾಗ ನಲ್ವತ್ತು ನಿಮಿಷ ಇದ್ದೆ" ಎಂದಾಗ ಶಂಕರ್ ನಕ್ಕುಬಿಟ್ಟ.

"ಯು ಆರ್ ಕರೆಕ್ಟ್, ನಾನು ಈಗಿನಷ್ಟು ಆಗ ಸಮಯಕ್ಕೆ ಪ್ರಾಮುಖ್ಯತೆ ಕೊಡ್ತಾ ಇರ್ಲಿಲ್ಲಾಂತ ಕಾಣಿಸುತ್ತೆ, ಒಂದೆರಡು ನಿಮಿಷಗಳು ಹೆಚ್ಚು ಕಡ್ಮೆ ಆಗಿರಬಹುದು."

ಈಗ ಇಬ್ಬರು ಒಟ್ಟಿಗೆ ನಕ್ಕರು.

"ನಿನ್ನ ಶ್ರೀಮತಿಗೆ ಏನೂ ತೊಂದರೆ ಬೇಡ. ಹಾಯಾಗಿ ಹೂಜಿ ನೀರಿಗೆ ನಿಂಬೆಹಣ್ಣು, ಸಕ್ಕರೆ ಬೆರೆಸಿ ಲೋಟಕ್ಕೆ ಸುರಿದುಕೊಂಡ್ಬಾ. ಅದೂ ಇದೂ ತಿನ್ನೋದು, ಕುಡ್ಯೋದರಲ್ಲಿ ಟೈಮ್ ಹಾಳಾಗೋದ್ಬೇಡ" ಎಂದವನು ಮತ್ತೆ ಸುತ್ತಲೂ ಕಣ್ಣಾಡಿಸಿದ.

"ಭವಾನಿ ಮತ್ತೆ ಓದು ಮುಂದುವರಿಸ್ತಾಳಾ? ಮತ್ಯಾಕೆ ತಡ? ಅಷ್ಟು ಚೆಲುವಾದ ಹುಡ್ಗಿಯನ್ನ ಯಾರಾದ್ರೂ ಹಾರಿಸಿಕೊಂಡು ಹೋದಾರು, ಹುಷಾರ್" ಭವಾನಿಯನ್ನ ನೆನಪಿಸಿಕೊಂಡ.

ಸದಾನಂದ ಭಾರವಾದ ನಿಟ್ಟುಸಿರುದಬ್ಬಿದ.

"ಅಪ್ಪ, ಅವ್ಳು ಮುಂದೆ ಓದೋಕೆ ಒಪ್ಲಿಲ್ಲ. ಎರಡು ವರ್ಷದಿಂದ ಸತತವಾಗಿ ವರಾನ್ವೇಷಣೆ. ಇರೋಳು ಒಬ್ಳೇ. ಒಳ್ಳೆ ಕಡೆ ಕೊಡೊ ಯೋಚ್ನೆ. ಅವ್ರ ಅಂತಸ್ತಿಗೆ ನಾವು ತೂಗೋಲ್ಲ ಇದೇ... ಸಮಸ್ಯೆ" ತೋಡಿಕೊಂಡ.

"ವ್ಹಾಟ್..." ಶಂಕರ್ ಹುಬ್ಬುಗಂಟಿಕ್ಕಿದ. ಸದಾನಂದ್ ಒಂದು ತರಹ ನಕ್ಕ. "ಅಂತಸ್ತಿನ ಬಗ್ಗೆ ಹೇಳಬೇಕಿಲ್ಲವಲ್ಲ, ವ್ಯಕ್ತಿ ಸಮಾಜದಲ್ಲಿ ಚಲಾವಣೆಯಾಗೋದು ಅದರ ಮುಖಾಂತರನೇ, ಡೋಂಟ್ ಮೈಂಡ್... ಸಿಂಪಲ್ಲಾಗಿ ಹೇಳಲಾ? ನಿನ್ಮದ್ವೆ ವಿಷ್ಯ ಬಂದಾಗ ಒಮ್ಮೆಕೂಡ ನಿನ್ನ ನೆನಪಿನಲ್ಲಿ ಭವಾನಿ ಬರ್ಲಿಲ್ಲ. ನಾಲ್ಕಾರು ಹೆಣ್ಣುಗಳನ್ನು ನೋಡೋಕೆ ಹೋಗಿದ್ದೆ. ನನ್ಮುಂದೆ ಕೂಡ ಆವಿಷ್ಯ ಕುರಿತು ಮಾತಾಡಿದ್ದೆ. ನಿನ್ತಂದೆ ಕೂಡ ನನ್ಹತ್ರ ಎಷ್ಟೋ ಸಲ ಮಾತಾಡಿದ್ರು. ಆಗ ಹುಡುಕಿದ್ರಿ, ವಿಚಾರಿಸಿದ್ರಿ.... ನಿಮ್ಮ ಅಂತಸ್ತಿಗೆ ಅನುಗುಣವಾಗಿ ಒಮ್ಮೆ ಕೂಡ ಭವಾನಿ ನಿಂಗೆ ಮದ್ವೆಗೆ ಬಂದ ಹೆಣ್ಣಾಗಿ ಕಾಣ್ಲಿಲ್ಲ. ಅವ್ಳಿಗೆ ರೂಪವಿತ್ತು, ಗುಣವಿತ್ತು, ಒಳ್ಳೆ ಮನೆತನದ ಹುಡ್ಗಿ. ಅದೂ ನಿನ್ನ ಸ್ನೇಹಿತನ ತಂಗಿ. ಅವಳಲ್ಲಿ ಇಲ್ಲದ್ದು ಅಂತಸ್ತು ಮಾತ್ರ. ಆ ಕಾರಣಕ್ಕಾಗಿ ನಮ್ಮ ಸಂಬಂಧ ನಿಮ್ಮಗಳಿಗೆ ಕಾಣ್ಲಿಲ್ಲ" ನಿಷ್ಠುರದ ಹಿಂದೆ ಅಪಾರವಾದ ನೋವಿದ್ದರೂ ಸತ್ಯ ಸ್ಪಷ್ಟವಾಗಿತ್ತು.

ಶಂಕರ್ ಅಚಲನಾದ. ಗಾಳಿ ಕೂಡ ಮೌನವಾದಂತಾಯಿತು. ತಲೆ ಬಗ್ಗಿಸಿ ಕೆಳತುಟಿಯನ್ನು ಹಲ್ಲಿನಡಿಯಲ್ಲಿ ಕಚ್ಚಿಡಿದ. ಒಮ್ಮೆ ಕೂಡ ಅವನ ಮನಸ್ಸಿನಲ್ಲಿ ಆ ವಿಷಯ ಸುಳಿದಿರಲಿಲ್ಲ.

"ಸಾರಿ, ಸದಾ... ನಂಗೆ ಏನು ಹೇಳ್ಬೇಕೂಂತ ಗೊತ್ತಾಗ್ತ ಇಲ್ಲ. ಸಾರಿ... ಸೋ ಸಾರಿ..." ಗೆಳೆಯನ ಕೈಗಳನ್ನ ಹಿಡಿದುಕೊಂಡ. ಸದಾನಂದ ನಕ್ಕುಬಿಟ್ಟ. "ವಿಷ್ಯ ನುಸುಳಿದ್ದರಿಂದ ಹೇಳ್ಬೇಕಾಯಿತು. ಆಗ ನಮ್ಗೆ ಆಸೆ ಇದ್ದರೂ ಕೇಳ್ಲಿಲ್ಲ, ನಮ್ಮ ಮಟ್ಟದ ಅರಿವು ನಮಗಿತ್ತು. ಬಿಡು ಆ ವಿಷ್ಯ.... ನಿಂದು ಏನಾದ್ರೂ ಹೇಳು" ಆ ವಿಷಯದಿಂದ ಮುಕ್ತಿಗೊಳಿಸಲು ನೋಡಿದ.

ಎಷ್ಟೇ ಪ್ರಯತ್ನಿಸಿದರೂ ಶಂಕರ್‌ಗೆ ಗೆಲುವಾಗಲಾಗಲಿಲ್ಲ. ಹಾಗೆ ನಟಿಸಿದ ಅಷ್ಟೆ. ಮೂವತ್ತು ನಿಮಿಷಗಳಲ್ಲ ಅವನು ಇದ್ದಿದ್ದು, ರಾತ್ರಿಯ ಊಟ ಮುಗಿಸಿಯೇ ಹೊರಟಿದ್ದು. ಉಪಯೋಗವಿಲ್ಲದೇ ತನ್ನ ವೇಳೆಯನ್ನ ಎಂದೂ ವ್ಯಯಿಸುತ್ತಿರಲಿಲ್ಲ. ಆದರೆ ಇಂದು ಕಳೆದ ಕಾಲವೇನು ವ್ಯರ್ಥವೆನಿಸಲಿಲ್ಲ.

ಮೂವರು ಬಾಲ್ಕನಿಯಲ್ಲಿಯೇ ಕೂತಿದ್ದರು. ಆರಾಮಾಗಿ ಕೂತಿದ್ದ ಪಾರಿಜಾತ ನಸುಮುನಿಸು ನಟಿಸಿದಳು. ಕಣ್ಣಲ್ಲಿಯೇ ಅಣಕಿಸುತ್ತ ಅವರ ನಡುವೆ ಬಂದು ಕೂತ.

"ನನ್ನ ಊಟ ಆಯ್ತು. ಇವತ್ತು ಸದಾನ ಮನೆಯಲ್ಲಿ ಊಟ. ವರ್ಷಗಳೇ ಕಳೆದುಹೋಗಿತ್ತು, ಅಲ್ಲಿ ಊಟ ಮಾಡಿ" ಎಂದ.

ಜಗನ್ನಾಥ್ ಕನ್ನಡಕ ತೆಗೆದರು. "ಹೇಗಿದ್ದಾರೆ ಅವರೆಲ್ಲ? ಈಚೆಗೆ ಸದಾನಂದ ಬರೋದ್ನ ಬಂದ್ ಮಾಡಿದ್ದಾನೆ. ಅವ್ನ ತಂಗಿಗೆ ಮದ್ವೆ ಆಯ್ತ?" ವಿಚಾರಿಸಿದರು, ಅವರಿಗೆ ಮಾತು ಬೇಕು.

ತಟ್ಟನೇ ಎದ್ದುಬಿಟ್ಟ ಶಂಕರ್.

"ಯಾರ್‍ಗೋ ಫೋನ್ ಮಾಡ್ಬೇಕು..." ಹೊರಟುಬಿಟ್ಟ.

ಫೋನ್ ಮಾಡಬೇಕಿದ್ದುದ್ದು ನಿಜ. ಯಾಕೋ ಇಷ್ಟವಾಗಲಿಲ್ಲ. ಫೋನ್ ಬಂದಾಗಲೂ ಬೇಸರಿಸುತ್ತಲೇ ಎದ್ದ.

"ಬೆಳಿಗ್ಗೆ ಬಂದು ಸ್ವಲ್ಪ ನೋಡೋಕಾಗುತ್ತಾ?"

ಡೈರೆಕ್ಟರ್ ಚಿದಂಬರಂ ಪಿಳ್ಳೆ ಕೇಳಿದರು. "ಓ.ಕೆ..." ಇಟ್ಟುಬಿಟ್ಟ. ಯಾಕೆ, ಏನೂಂತ ಕೇಳುವುದು ಇಷ್ಟವಾಗಲಿಲ್ಲ. ಆದರೆ ಅವರ ಮಾತುಗಳಿಗೆ ಕಾಯುವ ಅವನ ಜಾಣತನವನ್ನು ಕೂಡ ಇಂದು ಜಾರಿಗೊಳಿಸಲಿಲ್ಲ.

ತೀರಾ ಕಮರ್ಷಿಯಲ್ ಆದ ಮಿದುಳು ಕೂಡ ಅವನನ್ನು ಹೃದಯದ ವಶಕ್ಕೆ ಬಿಟ್ಟುಕೊಟ್ಟಿತ್ತು. ಭವಾನಿ ಅವನಿಗೆ ಚೆನ್ನಾಗಿ ಗೊತ್ತು. ನಗಿಸಿದ್ದ, ಗೋಳಾಡಿಸಿದ್ದ. ಅವಳದು ಯಾವಾಗಲೂ ನವಿರಾದ ವರ್ತನೆಯೇ.

"ಶಂಕರ್, ನಿಮ್ಮ ಮದ್ವೆಯಲ್ಲಿ ನಂದೆ ಓಡಾಟ ಖಂಡಿತ. ಅವಕಾಶ ಇರೋಲ್ಲಾಂತ ಕಾಣಿಸುತ್ತೆ" ಮದುವೆ ನಿಷ್ಕರ್ಷೆಯಾದ ನಂತರ ಒಮ್ಮೆ ಹೇಳಿದ್ದಳು, ನಕ್ಕುಬಿಟ್ಟಿದ್ದ.

ಅವಳ ಅನುಮಾನ ನಿಜವಾಗಿತ್ತು. ಇಡೀ ಕುಟುಂಬ ಮದುವೆಗೆ ಬಂದಿದ್ದರೂ ಒಂದು ಕಡೆ ಕೂತಿದ್ದರು. ಯಾರು ಯಾರೋ ಓಡಾಡಿದ್ದರು. ಅಂದು ಏನೂ ಅನ್ನಿಸಿರಲಿಲ್ಲ.

ಏನೂ ಅಲ್ಲದವರೆಲ್ಲ ಮದುವೆಯ ಸಮಾರಂಭ, ರಿಸೆಪ್ಷನ್‌ನಲ್ಲಿ ಅವನೊಂದಿಗೆ ನಿಂತು ಫೋಜು ಕೊಟ್ಟಿದ್ದರು. ಸದಾನಂದ ಉಡುಗೊರೆ ಕೊಟ್ಟು ಹೋಗಿದ್ದ. ಆ ಗಲಾಟೆಯಲ್ಲಿ ನವವಧುವಿಗೆ ಅವನನ್ನ ಪರಿಚಯಿಸುವುದು ಕೂಡ ಆಗಿರಲಿಲ್ಲ. ಅದು ಅವನ ಗಮನಕ್ಕೆ ಬಂದಿರಲಿಲ್ಲ. ಅದನ್ನು ಸದಾನಂದ್ ಕೂಡ ಹೆಚ್ಚಿಗೆ ಭಾವಿಸಿರಲಿಲ್ಲ.

ಕಾಶ್ಮೀರಕ್ಕೆ ಹನಿಮೂನ್‌ಗೆ ಹೋಗುವ ಮುಂದು ಬಂದು ಶುಭ ಹಾರೈಸುವುದರ ಜೊತೆಗೆ ತಾನೇ ಪಾರಿಜಾತಗೆ ಪರಿಚಯ ಹೇಳಿಕೊಂಡು ಒಂದು ಸುಂದರವಾದ ಬೆಲೆ ಬಾಳುವಂಥ ಶಾಲು ಕೊಟ್ಟಿದ್ದ.

"ಇಬ್ರಿಗೂ ಒಂದೇ..." ಕಣ್ಣೊಡೆದಿದ್ದ.

ಎಂದೋ ಒಮ್ಮೆ ಸಿಕ್ಕಾಗ ಅದು ಭವಾನಿಯ ಆಯ್ಕೆಯೆಂದು ತಿಳಿಸಿದ್ದ. ಅವನ ಸ್ನೇಹದಲ್ಲಿ ಎಂತಹ ಬದಲಾವಣೆಯು ಇರಲಿಲ್ಲ.

ಆಮೇಲೆ ಇವನು ಬಿಜಿಯಾದರೂ ಆಗಾಗ ಬಂದು ಒಂದೆರಡು ಮಾತಾಡಿ ಹೋಗುತ್ತಿದ್ದ. ಇಂದಿಗೂ ಶಂಕರ್‌ಗೆ ಅವನೊಬ್ಬನೇ ನಿಜವಾದ ಸ್ನೇಹಿತ. ಅದು ಇವನಿಗೂ ಗೊತ್ತು. ಅದನ್ನ ಪ್ರದರ್ಶಿಸುವುದಕ್ಕಾಗಲಿ, ಹೇಳುವುದಕ್ಕಾಗಲಿ ಪುರುಸತ್ತು ಇರಲಿಲ್ಲ ಅಷ್ಟೆ.

"ಏನೋ ಮಾಡ್ತಾ ಇದ್ದೀರಿ, ಅಂದ್ಕೊಂಡೇ. ಆಗ್ಲೇ ಗುಡ್‌ನೈಟ್... ಹೇಳೋ ಸ್ಥಿತಿಯಲ್ಲಿದ್ದೀರಾ" ಬಗ್ಗಿದವಳನ್ನ ಹತ್ತಿರಕ್ಕೆಳೆದುಕೊಂಡ.

ಅವನೆದೆಯ ಮೇಲೆ ಮೃದುವಾಗಿ ಗುದ್ದಿದಳು. "ನನ್ನ ಎಲ್ಲಾದ್ರೂ ಕರ್ರೊಂಡ್ಹೋಗ್ತೀರಾ.... ಅಂದ್ಕೊಂಡೇ" ಎಂದಾಗ ಬಳಸಿದ ಕೈಯನ್ನ ಪಕ್ಕಕ್ಕೆ ತೆಗೆದುಕೊಂಡು ಮಗ್ಗುಲಾಗಿ ಮಲಗಿ "ಗುಡ್ ನೈಟ್..." ಎಂದ.

"ನನ್ನ ನೀವು ಸರ್ಯಾಗಿ ನೋಡಿಕೋತಾ.... ಇಲ್ಲ" ಅವಳ ಆರೋಪಣೆಗೆ ಎದ್ದು ಕೂತ. "ನೀನು ಎವಿಡೆನ್ಸ್ ಒದಗಿಸ್ಬೇಕಾಗುತ್ತೆ. ಕಮಾನ್... ಎಲ್ಲಿ ಲೋಪವಾಗಿದೆ ಹೇಳು?"

"ನಂಗೆ ಮನೆಯಲ್ಲಿರೋಕೆ... ಬೋರ್" ಮಾತು ಮರೆಸಿದಳು. "ಕೈತುಂಬ ಕೆಲ್ಸವಿದ್ರೆ... ಬೋರ್ ಆಗೋಲ್ಲ. ಇರೋ ಆಳುಗಳ್ನ ಬೇಡಾನ್ನು. ನೀನೇ ಆ ಕೆಲ್ಸಗಳ್ನ ಮಾಡು ಸರಿಹೋಗುತ್ತೆ. ಸದಾ ಕೂತೋ, ನಿಂತೋ ಬೋರ್ ಅನ್ನೋವರನ್ನ ಕಂಡ್ರೆ..." ಉಗುಳು ನುಂಗಿದ.

ಕಣ್ಣಂಚಿಗೆ ಕಂಬನಿ ಬಂದಾಗ ತಾನೇ ಸಂತೈಯಿಸಿ ಮಲಗಿಸಿದ. ಪಾರಿಜಾತ ಅವನಪ್ಪ, ಅಮ್ಮನ ಒಪ್ಪಿಗೆ ಮಾತ್ರವಲ್ಲ, ಅವನ ಸಮ್ಮತಿ ಪಡದೇ ಅರ್ಧಾಂಗಿಯಾಗಿ ಬಂದಿದ್ದಳು.

ಇಂದು ಅವನ ಮನ ಗೊಂದಲಕ್ಕೆ ಒಳಗಾಗಿತ್ತು. ಸಮಾಜದ ಹಿಡಿತದಲ್ಲಿ ವ್ಯಕ್ತಿ ಸದಾ ಇರುತ್ತಾನೆ. ಅಲೆಗಳ ವಿರುದ್ಧ ಈಜುವುದು ಅವನಿಗೆ ಬೇಕಾಗಿರೋಲ್ಲ.

ತಾನು, ಸದಾನಂದನ ಮನೆಯ ಸಂಬಂಧ ಬೆಳೆಸಲು ಇದ್ದ ಒಂದೇ ಒಂದು ಅಡ್ಡಿ-ಅಂತಸ್ತು. ಅದು ಸದಾನಂದ ಹೇಳುವವರೆಗೂ ಅವನ ಅರಿವಿಗೆ ಬಂದಿರಲಿಲ್ಲ. ಪಾರಿಜಾತಗಿಂತ ಭವಾನಿ ಚೆಲುವೆ. ಅವಳ ಮಾತು, ನಡತೆಯೆಲ್ಲ ಕಾವ್ಯಮಯ.

"ನೀನು ಕಳೆದುಕೊಂಡಿದ್ದಕ್ಕಿಂತ ನಾನು ಕಳ್ದುಕೊಂಡಿದ್ದೆ ಹೆಚ್ಚು" ಎಂದ ಜೋರಾಗಿಯೇ ಶಂಕರ್.

ಬಹಳ ಹೊತ್ತಿನ ಮೇಲೆ ನಿದ್ರಿಸಿದ. ಹೊಸ ಹೊಸ ಆಲೋಚನೆಗಳು. ಒಂದು ರೀತಿಯ ಅಪರಾಧದ ಮನೋಭಾವ ಅವನನ್ನು ನೋಯಿಸಿತು. ಈ ಆರು ವರ್ಷಗಳಲ್ಲಿ ಅವನು ಭಾವುಕನಾಗಿ ಯೋಚಿಸಿದ್ದೇ ಇಲ್ಲ.

* * * *

ಅಂದು ಕ್ಲಬ್‌ಗೆ ಹೋದವನು ಬೇಗ ಹಿಂದಿರುಗಿದ. ಯಾವ ಗಂಡೂ

ಸಹಿಸಲಾರದಂಥ ಆರೋಪವನ್ನೊರಸಿ ನಗೆಯಾಡಿದ್ದ ಪರಾಶರ. ಸದಾ ಕಂಟ್ರಾಕ್ಟ್‌ನಲ್ಲಿಯೇ ಮುಳುಗಿರುತ್ತಿದ್ದ ಅವನು ಬೆಚ್ಚಿಬಿದ್ದಿದ್ದ.

ಮನೆಯಲ್ಲಿ ಯಾರೂ ಇರಲಿಲ್ಲ. ಅಪರೂಪಕ್ಕೆ ಸಿಗರೇಟು ಹಚ್ಚಿದ್ದ. ಮರುಕ್ಷಣವೇ ಹೊರಗೆಸೆದು ದೃಢವಾದ ನಿರ್ಣಯ ಕೈಗೊಂಡ.

ಹಾಲ್‌ನಲ್ಲಿ ಆರಾಮಾಗಿ ನಿಂತಿದ್ದ ಮಗನನ್ನ ನೋಡಿ ಜಗನ್ನಾಥ್ ಆಶ್ಚರ್ಯಗೊಂಡರು.

"ನೀನು ಬೇಗ ಮನೆಗೆ ಬರ್ತೀಯಾಂದಿದ್ರೆ ನಾವೆಲ್ಲ ಮನೆಯಲ್ಲೇ ಇರ್ತಿದ್ವಲ್ಲ. ಪಾರಿಜಾತ ಅವ್ಳ ಫ್ರೆಂಡ್ ಜೊತೆ ಹೋದ್ಲು. ಅಲ್ಲಿಗೆ ಫೋನ್.... ಮಾಡ್ಲಾ?" ಕೇಳಿದಾಗ ಬೇಡವೆಂದು ತಲೆಯಾಡಿಸಿದ.

"ನಿಮ್ಮತ್ರ ಸ್ವಲ್ಪ ಪರ್ಸನಲ್ಲಾಗಿ ಮಾತಾಡ್ಬೇಕು" ಎಂದಾಗ ಅವರು ನಿಜವಾಗಿ ಬೆಚ್ಚಿದರು. ಅಂಥ ಸೀರಿಯಸ್ ವಿಷಯವೇನು? ಕಂಟ್ರಾಕ್ಟ್‌ನಲ್ಲಿ ಲಾಸ್ ಆಗಿ ಬ್ಯಾಂಕಿನಲ್ಲಿರೋ ಹಣ ಕೇಳೋಕೆ.... ಬಂದಿದ್ದಾನ?

"ಬನ್ನಿ ಅಪ್ಪ... ಬಾ ಅಮ್ಮ" ತನ್ನ ಕೋಣೆಗೆ ಕರೆದೊಯ್ದ.

ಡ್ರಾಯರ್‌ನಲ್ಲಿದ್ದ ಡಾಕ್ಟರ್ ರಿಪೋರ್ಟ್‌ನ್ನೆಲ್ಲ ತೆಗೆದು ಅವರ ಮುಂದೆ ಹಾಕಿದ. ಅವರಿಗೆ ಗೊತ್ತಿಲ್ಲದ್ದೇನು ಅಲ್ಲ, ನೋಡಿದವರು ಸುಮ್ಮನಿಟ್ಟರು.

"ಹೊಸ್ದಾಗಿ ನೋಡೋದೇನಿದೆ? ಈ ವಿಷ್ಯದಲ್ಲಿ ನಾವು ಅನ್‌ಲಕ್ಕಿ" ಅವರ ಸ್ವರ ಭಾರವಾಯಿತು. ಎಲ್ಲ ಕಡೆಯು ಮುಚ್ಚಿದ ಬಾಗಿಲು. ಈ ವಿಷ್ಯದಲ್ಲಿ ಪಾರಿಜಾತ ತಂಗಿ ಮಗುನೇ ದತ್ತು ತಂದುಕೊಳ್ಳೋಣಾಂತ." ಅವರ ಮಾತು ಕೇಳಿಸಿಕೊಳ್ಳದೆಯೇ ತನ್ನ ನಿರ್ಧಾರ ಪ್ರಕಟಿಸಿದ.

"ನಾನು ಮತ್ತೆ ಮದ್ವೆ ಆಗೋ ತೀರ್ಮಾನ ಮಾಡಿದ್ದೀನಿ."

ಇದು ತೀರಾ ಅನಿರೀಕ್ಷಿತ; ಪಕ್ಕದಲ್ಲಿಯೇ ಬಾಂಬ್ ಸಿಡಿದಂತಾಯಿತು. ಅವರು ಕೂಡ ಅಂಥ ಯೋಚನೆ ಮಾಡಲಾರರು.

"ನೀನೇನು ಹೇಳ್ತಾ ಇದ್ದೀಯಾ! ಅದ್ರಲ್ಲಿ ಪಾರಿಜಾತ ತಪ್ಪೇನಿದೆ? ನಿನ್ನಲ್ಲೇ ದೋಷ ಇದ್ದಿದ್ರೆ..." ಸಿಡಿಮಿಡಿಗೊಂಡರು. "ಆರಾಮಾಗಿ ಡೈವೋರ್ಸ್ ಕೊಟ್ಟು ಅವ್ಳಿಗೆ ಬೇರೆ ಮದ್ವೆ ಮಾಡ್ತಾ ಇದ್ದೆ" ಅವನ ಸ್ವರದಲ್ಲಿ ಕಂಪನವಿರಲಿಲ್ಲ.

ಅವನ ತಾಯಿ ಮಗನಿಗೆ ಬುದ್ಧಿ ಹೇಳಿದರು. "ನಮ್ಗೆ ಅದೃಷ್ಟ ಇಲ್ಲ. ಹಾಗಂತ ಆ ಹೆಣ್ಣನ್ನ ನೋಯಿಸೋದಾ? ಇದು ಮಾನವೀಯತೆ ಅಲ್ಲ. ಪಾರಿಜಾತ ತಂಗಿ ಮಗೂನ ತಂದುಕೊಳ್ಳೋಣ, ಚಿಕ್ಕು ಹೊಂದಿಕೊಂಡ್ರೆ... ನಮ್ದೇ ಆಗುತ್ತೆ."

ಶಂಕರ್ ತಲೆ ಕೊಡವಿಬಿಟ್ಟ.

"ನಂಗೆ ಬೇಕಾಗಿರೋದು ನನ್ಮಗು. ನಾನು ವಂಶದ ಬಗ್ಗೆಯಾಗ್ಲಿ ಮುಂದಿನ ಆಸ್ತಿಯ ಬಗ್ಗೆಯಾಗ್ಲಿ ಯೋಚಿಸ್ತಾ ಇಲ್ಲ. ನಾನು ತಂದೆ ಆಗ್ಬೇಕು. ನಂಗೆ ನನ್ನದೆ ಆದ

ಮಗು ಬೇಕು" ಅತ್ಯಂತ ಸ್ಪಷ್ಟವಾಗಿ ಹೇಳಿದಾಗ ಅವರು ದಂಗು ಬಡಿದು ಹೋದರು. ಇಂಥದೊಂದು ಬಿರುಗಾಳಿ ಏಳಬಹುದೆಂಬ ಕಲ್ಪನೆ ಕೂಡ ಮಾಡಿರಲಿಲ್ಲ.

ದಾಕ್ಷಾಯಿಣಿ ತಮ್ಮೆದೆಯ ವೇದನೆಯನ್ನು ಮಗನ ಮುಂದೆ ತೋಡಿಕೊಂಡರು.

"ನಮ್ಗೂ ಅಂಥ ಆಸೆ ಇಲ್ವಾ! ಏನ್ಮಾಡೋಕಾಗುತ್ತೆ? ಹಾಗಂತ ಪಾರಿಜಾತಗೆ ಒಬ್ಬ ಸವತಿಯನ್ನು ತರೋಕಾಗುತ್ತ? ಅದೆಲ್ಲ.... ಏನು ಬೇಡ. ಪಾರಿಜಾತ ತಂಗಿ ಮಗು ಬೇಡಾಂದ್ರೆ.... ಇನ್ನೊಂದ್ಮಗುನ ತಂದುಕೊಳ್ಳೋಣ."

ತಾಯಿಯತ್ತ ನೇರವಾಗಿ ನೋಡಿದ ಶಂಕರ್.

"ಅಮ್ಮ, ನನ್ನ ನೀವು ಅರ್ಥ ಮಾಡ್ಕೋಬೇಕು. ನಂಗೆ ನನ್ನದೇ ಆದ ಮಗು ಬೇಕು, ಬೇರೆಲ್ಲ ಮಾತುಗಳು ಬೇಡ." ಅವನು ಒಂದಿಂಚು ಅತ್ತಿತ್ತ ಸರಿಯಲಿಲ್ಲ.

ಅವರುಗಳ ಮೈಯಲ್ಲಿನ ಶಕ್ತಿಯುಡುಗಿಹೋಯಿತು.

"ಶಂಕರ್, ನಾವು ಇಂಥ ಪ್ರಪೋಸಲ್ ಮಾಡಬೇಕಿತ್ತು. ನೀನು ವಿರೋಧಿಸಬೇಕಿತ್ತು. ಇಲ್ಲಿ ವಿರೋಧಾಭಾಸ. ನಮ್ಗೆ ಸೊಸೆ, ಮಗಳು ಎರಡು ಪಾರಿಜಾತನೆ. ನಮ್ಮ ವಿರೋಧ ಇದೆ. ನೀನು ಇನ್ನೊಂದು ಹೆಣ್ಣನ್ನ ಈ ಮನೆಗೆ ತರೋದು ನಮ್ಗೆ ಒಪ್ಗೆ ಇಲ್ಲ" ಜಗನ್ನಾಥ್ ಹೊರಗೆ ಹೋದರು.

ದಾಕ್ಷಾಯಿಣಿ ಮಗನ ಕೈಹಿಡಿದು ಬಳಿಯಲ್ಲಿ ಕೂಡಿಸಿಕೊಂಡರು.

"ಪಾರಿಜಾತಗೆ ಮಗು ಆಗೋಲ್ಲಾಂತ ತಿಳಿದ್ಮೇಲೆ, ನಾವು ಭೂಮಿಗಿಳಿದು ಹೋದ್ವಿ. ನಮ್ಗೂ ವಂಶ ಬೆಳೆಯಬೇಕನ್ನೋ ಆಸೆ ಇಲ್ವಾ, ಆದ್ರೂ ನಿಂಗೆ ಇನ್ನೊಂದು ಮದ್ವೆ ಮಾಡ್ಬೇಕೂಂತ ಯೋಚಿಸ್ಲಿಲ್ಲ. ಈಗ್ಲೂ ನಿನ್ನ ನಿರ್ಣಯ ತಪ್ಪೇ. ಜನ ಏನಂದ್ಕೋತಾರೆ? ಎರಡು ಹೆಣ್ಣಿನ ನಡುವಿನ ಬದ್ಕು ತೀರಾ ಘೋರ. ಯಾರೂ ಸುಖಿಗಳಾಗೋಲ್ಲ. ಒಂದ್ಮಗುನ ದತ್ತು ತಂದುಕೊಳ್ಳೋಣ" ಅವನ ಮನ ಸಡಲಿಸಲು ಪ್ರಯತ್ನಿಸಿದರು.

"ನನ್ನ ನಿರ್ಧಾರ ಬದಲಾಗೋಲ್ಲ. ನಂಗೆ ನನ್ನದೇ ಆದ ಮಗು ಬೇಕು. ನಿಮ್ಮ ಮಾತಿಗೆ ಮಣಿದು ಬೇರೆ ಮಗುವಿನ ಭವಿಷ್ಯದ ಸಾಮಾಜಿಕ ಬದ್ಕನ್ನ ಛಿದ್ರಗೊಳಿಸಲಾರೆ" ಅವರ ವಿರೋಧವನ್ನ ತಳ್ಳಿ ಹಾಕಿದ.

ಆಕೆ ಕೂಡ ಅವನನ್ನು ಒಂಟಿಯಾಗಿಸಿ ಹೊರಗೆ ನಡೆದರು.

ವಿರೋಧ ನಿರೀಕ್ಷಿತವೇ ಆಗಿದ್ದರೂ ಅದರ ಪ್ರಬಲತೆಯ ಅರಿವಿರಲಿಲ್ಲ ಶಂಕರ್‌ಗೆ. ಸಮರವನ್ನೇ ಸಾರಿಯಾರೆಂದುಕೊಂಡ.

ಅಷ್ಟರಲ್ಲಿ ಫೋನ್ ಸದ್ದಾಯಿತು. ಎತ್ತಿದ. ಪಾರಿಜಾತಳ ಸ್ವರ. "ನೀವು ಫ್ರೀಯಾಗಿದ್ದೀರಾ, ಸ್ವಲ್ಪ.... ಬನ್ನಿ" ಅವನು ಬರಬೇಕಾದ ಸ್ಥಳ ತಿಳಿಸಿದಳು.

ಶಂಕರ್ ಹುಬ್ಬುಗಳು ಬೆಸೆದುಕೊಂಡವು. "ಮೊದ್ಲು ವಿಷಯ ಏನೂಂತ ತಿಳ್ಸು. ನಾನು ಬರೋದು, ಬಿಡೋದು ಯೋಚಿಸ್ತೀನಿ" ಗುಡುಗಿದ.

"ಬನ್ನಿ, ಕಾಯ್ತಾ... ಇರ್ತೀನಿ" ಫೋನಿಟ್ಟುಬಿಟ್ಟಳು.

ಕೋಪ ಬಂದರೂ ಅದುಮಿಟ್ಟ. ಅವಳ ಕೆಲವು ಸ್ವಭಾವಗಳ ಬಗೆಗೆ ಅವನಿಗೆ ಇರಸು ಮುರುಸು. ಆದರೂ ಪಾರಿಜಾತಳ ಮನ ನೋಯಿಸಲಾರ. ಮಕ್ಕಳಾಗುವುದಿಲ್ಲವೆಂದು ತಿಳಿದ ಮೇಲಂತು ತೀರಾ ಮೃದುವಾಗಿದ್ದ ಅವಳ ಬಗೆಗೆ.

ಕಾರಿನ ಕೀಯನ್ನು ಜೇಬಿಗೆ ಸೇರಿಸಿ ಕೆಳಗಿಳಿದು ಬಂದ. ಜಗನ್ನಾಥ್, ದಾಕ್ಷಾಯಿಣಿ ಒಂದೊಂದು ದಿಕ್ಕಿಗೆ ಮುಖ ಮಾಡಿದ್ದರು. ಕ್ಷಣ ಅವನೆದೆಯ ಮೇಲೆ ಬಂಡೆಯೇರಿದಂತಾದರೂ ಮುಗುಳ್ನಕ್ಕ.

"ನೀವುಗಳು ಏನಾದ್ರೂ ಜಗಳ ಆಡಿಕೊಂಡಿದ್ದೀರಾ? ಪಾರಿಜಾತ ಫೋನ್ ಮಾಡಿದ್ಲು. ಹೋಗಿ ಕರ್ಕೊಂಡುಬರ್ತೀನಿ" ಹೊರ ನಡೆದುಬಿಟ್ಟ.

ಹಾರನ್ ಮಾಡಿ ಅವರ ಮನೆಯ ಮುಂದೆ ನಿಲ್ಲಿಸಿದ. ಮೊದಲು ಹೊರಬಂದಿದ್ದು ದೀಪಕ್ ಪರಾಶರನ ಮಡದಿ. ಹಲ್ಲು ಕಾಣುವಂತೆ ನಗುತ್ತ ಕಾರಿನ ಬಳಿ ಬಂದಳು.

"ಹೇಗಿದ್ದೀರಾ?" ಕೇಳಿದಳು.

"ಕ್ವೈಟ್ ಓಕೇ... ಬಾಬೀ. ಎಲ್ಲಿ ಪಾರಿಜಾತ?" ಎನ್ನುವ ವೇಳೆಗೆ ನಾಲ್ಕು ಜನರ ಜೊತೆ ಪಾರಿಜಾತ ಬಂದಳು.

"ಈ ನೆಕ್ಲೆಸ್ ನೋಡಿ..." ಜೊತೆಯಲ್ಲಿದ್ದವಳ ಕುತ್ತಿಗೆಯತ್ತ ನೋಡಿದಳು. "ನಂಗೆ ಇಂಥದ್ದೇ... ಬೇಕು" ಹಲ್ಮುಡಿಯನ್ನು ಕಚ್ಚಿಡಿದ.

ಆಯಾ ಕೈಯಲ್ಲಿನ ಮಗುವನ್ನೆತ್ತಿಕೊಂಡ. ವಾಣಿ ಅವನ ಮುಂದಿಡಿದಳು. "ಒಡವೆಗಳ್ನ ಸುಲಭವಾಗಿ ಕೊಂಡುಕೊಳ್ಳಬಹುದು..." ಮಾತು ಪೂರೈಸುವ ಮುನ್ನವೇ ಪಾರಿಜಾತಗೆ ಹೇಳಿದ. "ಕಾರು... ಹತ್ತು" ಡೋರ್ ದೂಡಿದ.

"ಅಂಕಲ್‌ಗೆ.... ಟಾಟಾ... ಮಾಡು" ವಾಣಿ ಹೇಳಿದಳು.

ಕಾರಿನ ಚಕ್ರಗಳು ಮುಂದಕ್ಕೆ ಉರುಳಿದವು. ಹತ್ತಿಕ್ಕಲಾರದಂಥ ಕೋಪ.

"ಬರೀ ನಿನ್ನ ಗೆಳತಿ ಕುತ್ತಿಗೆಯಲ್ಲಿನ ನೆಕ್ಲೆಸ್ ನೋಡೋಕೆ ನನ್ನ ಕರಿಸಿದ್ಯಾ? ನಿಂಗೆ ಬೇಕೂಂತ ಅನ್ನಿಸಿದ್ದು ನೀನು ತಗೋ...." ಪರೋಕ್ಷವಾಗಿ ಅವಳ ತಪ್ಪನ್ನು ಹೇಳಿದ.

ಬೇರೆಡೆಗೆ ಮುಖ ತಿರುಗಿಸಿಕೊಂಡು ಕೂತಳು.

ಕಾರಿನಿಂದ ಇಳಿಯುವ ಮುನ್ನ ಹೇಳಿದ. "ನಾಳೆ ಹೋಗಿ ತಗೋ. ನಂಗೆ ಇಷ್ಟ ಬಂದಿದ್ದು ನಾನು ತಂದುಕೊಡ್ತೀನಿ. ನಿಂಗೆ ಬೇಕೂನ್ನಿಸಿದ್ದು ನೀನು ತಗೋ" ಕಾರಿನ ಕೀ ಅಲ್ಲಿಯೇ ಬಿಟ್ಟುಹೋದ.

ಇದೇನು ಮೊದಲ ಸಲವಲ್ಲ. ಹೊರಗೆ ಬದುಕು ಯಾಂತ್ರಿಕವೆನಿಸಿದರೂ ಕುಟುಂಬದ ಪ್ರೀತಿಯನ್ನು, ಕರ್ತವ್ಯಗಳನ್ನು ಅವನೆಂದು ಉದಾಸೀನ ಮಾಡಿದವನೇ ಅಲ್ಲ, ಮಾಡೋದು ಇಲ್ಲ. ಅವನ ಮನೋನಿಶ್ಚಯಕ್ಕೆ ಅಷ್ಟೊಂದು ದೃಢತೆ ಇತ್ತು.

ಎಲ್ಲರು ಜೊತೆಯಾಗಿಯೇ ಊಟಕ್ಕೆ ಕೂತರು. ಜಗನ್ನಾಥ್, ದಾಕ್ಷಾಯಿಣಿ ಮಾತಾಡಲಿಲ್ಲ. ಮಾಮೂಲಿಯಾಗಿದ್ದವರು ಪಾರಿಜಾತ, ಶಂಕರ್.

"ಯಾಕೆ ಒಂದು ತರಹ ಇದ್ದೀರಾ, ಅತ್ತೆ?" ಅವಳ ಪ್ರಶ್ನೆಗೆ ದಾಕ್ಷಾಯಿಣಿ ಉತ್ತರಿಸಲಾರದೆ ಹೋದರು. "ಏನಿಲ್ಲ, ಒಂದಿಷ್ಟು ತಲೆನೋವಿತ್ತು" ಆಕೆ ಎದ್ದು ಹೋಗಿಬಿಟ್ಟರು.

ಮಗುವಿಲ್ಲವೆಂಬ ಕೊರಗು ಇದ್ದರೂ ಮನೆ ನೆಮ್ಮದಿಯಾಗಿತ್ತು. ಮುಂದಿನ ಕಾರ್ಮೋಡಗಳನ್ನು ನೆನೆಸಿಕೊಂಡು ಕೊರಗಿದರು.

ಮಗ ಕೋಣೆಗೆ ಹೋಗುವ ಮುನ್ನ ಹೊರಗೆ ಕರೆದೊಯ್ದರು. "ಪಾರಿಜಾತ ಮುಂದೆ ಈ ವಿಷಯ ಎತ್ತಬೇಡ. ದಿಢೀರ್ ನಿರ್ಧಾರ ಬೇಡ. ಒಂದೆರಡು ದಿನ ಯೋಚಿಸಿದ್ರೆ.... ನಿನ್ನ ತಪ್ಪಿನ ಅರಿವಾಗುತ್ತೆ" ತಾಯಿಯ ಮಾತುಗಳಿಗೆ ನಸುನಕ್ಕ.

"ವ್ಯಕ್ತಿ ತನ್ನ ಸಾಮಾನ್ಯ ಆಸೆ, ಆಕಾಂಕ್ಷೆ, ಹಕ್ಕುಗಳಿಗೆ ಕೂಡ ಹೊಡೆದಾಡಬೇಕಾದ ಪ್ರಸಂಗ ಬರುತ್ತೆ. ನನ್ನ ನಿಲುವು ಅಚಲ. ನನಗೆ ನನ್ನ ಮಗುನೇ ಬೇಕು. ಅರ್ಥ ಮಾಡಿಕೊಳ್ಳೋಕೆ ನಿಮ್ಗೆ ಕಷ್ಟವಾಗೋಲ್ಲ" ನಡೆದುಬಿಟ್ಟ.

ಹಾಸಿಗೆಯ ಮೇಲೆ ಬೋರಲು ಮಲಗಿ ಮ್ಯಾಗಝೀನ್ ಹಿಡಿದಿದ್ದ ಪಾರಿಜಾತನ ನೋಡಿದ, ತೆಳು ಮ್ಯಾಕ್ಸಿಯಲ್ಲಿನ ಅವಳ ಅಂಗಾಂಗಗಳಲ್ಲಿ ಸೊಬಗು ಉಕ್ಕಿ ಹರಿಯುತ್ತಿದ್ದರೂ ಯಾವುದೋ ಕೊರತೆ ಎದ್ದು ಕಾಣುತ್ತಿತ್ತು. ಬೇಲೂರು, ಹಳೇಬೀಡು ಪ್ರವಾಸಕ್ಕೆ ಹೋದಾಗ ಅವನಿಗೆ ಅರಿವಾಗಿತ್ತು. ಅವಳ ತುಂಬು ಪರಿಪೂರ್ಣತೆಗೆ ಉಬ್ಬು ಎದೆಗಳ ಕೊರತೆ ಇತ್ತು.

ಹಾಸಿಗೆಯ ಮೇಲೆ ಉರುಳಿಕೊಂಡು ಕಣ್ಮುಚ್ಚಿದ.

"ವಾಣಿ ಯಾವಾಗ್ಬಂದ್ರು?" ಕೇಳಿದ.

"ನಾನು ಹೋದ್ಮೇಲೆ ಬಂದಿದ್ದು" ಮ್ಯಾಗಝೀನ್‌ನ ಪುಟ ತಿರುವಿದಳು.

"ಏನೇನು ಮಾತಾಡಿದ್ರಿ?" ಕೇಳಿದ.

ಅವಳು ಒದರಿದ ಮಾತುಗಳನ್ನ ಲಕ್ಷ್ಯವಹಿಸಿ ಕೇಳಿದ. ಒಡವೆ, ಸೀರೆ, ತಮ್ಮ ಗಂಡಂದಿರ ಬಗ್ಗೆ ಮಾತ್ರ ಮಾತಾಡಿದ್ದರು.

"ಒಂದು ರೀತಿಯಲ್ಲಿ ರಿಕ್ರಿಯೇಷನ್..." ಎನ್ನುತ್ತ ಓರೆಗಣ್ಣಿಂದ ಅವಳ ಮುಖ ನೋಡಿದ. ಏನೋ ಮುಚ್ಚಿಡುತ್ತಿದ್ದಾಳೆನಿಸಿತು. ತಟ್ಟನೇ "ನಾವು ಅಮೆರಿಕಾಗೆ ಹೋಗ್ಬಂದ ವಿಷಯ ತಿಳಿದಿದೆ" ಅವಳ ಸ್ವರವೇ ಒಣಗಿತು.

"ವಾಣಿ ವಿಚಾರಿಸಿದ್ರು.... ನೀವು ನಿಮ್ಮ ದೊಡ್ಡಪ್ಪನ ಹತ್ತಿರ ಹೇಳಿದಿರಂತಲ್ಲ" ಎದ್ದು ಕೂತ ಶಂಕರ್. ಕೋಪದಿಂದ ಅವನ ಮೂಗಿನ ಹೊಳ್ಳೆಗಳು ಅದರುತ್ತಿದ್ದವು.

"ಆಕೆ ಹೇಳಿದ್ಲು, ನೀನು ನಂಬಿದೆ. ನಿನ್ನ ಗಂಡನ ಸ್ವಭಾವದ ಬಗ್ಗೆ ನಿಂಗೇನು ಗೊತ್ತಿಲ್ಲ, ಥೆ..." ಮಲಗಿಬಿಟ್ಟ.

ಅವನಿಗೆ ಅನ್ನಿಸಿತು. ಓದಿದವರೆಲ್ಲ ಬುದ್ಧಿವಂತರಲ್ಲ. ಓದದವರೆಲ್ಲ ದಡ್ಡರಲ್ಲ. ಇವಳದು ಮಾಸ್ಟರ್ ಡಿಗ್ರಿ. ಆದರೆ ಸಾಮಾನ್ಯ ತಿಳಿವಳಿಕೆ ಇಲ್ಲ. ಇದಕ್ಕೆ ಅಲ್ಲಿವರೆಗೂ ಓದಬೇಕಾದ ಅಗತ್ಯವಿತ್ತಾ?

ಅಳು ಶುರು ಮಾಡಿದಾಗ ಸಂತೈಯಿಸಿ ಮಲಗಿಸಿದ.

"ನಮ್ಗೆ ಮಕ್ಳು ಆಗೋಲ್ಲಾಂತ ವಾಣಿ ಹೇಳಿದ್ರಾ?" ತಟ್ಟುತ್ತ ಕೇಳಿದ.

"ಹೌದು, ಯಾವುದಾದ್ರೂ ಒಂದ್ಮಗುನ ದತ್ತು ತೆಗೆದುಕೊಳ್ಳೋ ಸಲಹೆ ಕೂಡ ಕೊಟ್ರು" ಪಾರಿಜಾತ ನಿಶ್ಚಿಂತಳಾಗಿ ನುಡಿದವಳು, ತನ್ನ ತಂಗಿಯ ಮಗುವನ್ನು ದತ್ತಕವಾಗಿ ಪಡೆಯುವ ನಿರ್ಧಾರವನ್ನು ತಿಳಿಸಿದಳು.

"ಪಾರಿಜಾತ ಗಿಡ ನೆಟ್ಟು ಪೋಷಿಸಿ ಅದರ ಪ್ರತಿಯೊಂದು ಹಂತವನ್ನು ಗಮನಿಸಿ, ಸುಖಿಸಿ ಪಡೆದ ಹೂವಿನಿಂದ ಸಿಗುವ ಆನಂದ ಅಪೂರ್ವ. ಅದರಲ್ಲಿ ಲಿಂಗ ಭೇದವಿಲ್ಲ. ನಂಗೆ ನನ್ನದೇ ಆದ ಮಗು ಬೇಕು" ಹಿಂಜರಿಯದೇ ತನ್ನ ಯೋಚನೆಯನ್ನು ಅವಳ ಮುಂದಿಟ್ಟ.

ಮಲಗಿದ್ದವಳು ದಢಕ್ಕನೇ ಎದ್ದು ಕೂತಳು.

"ನಂಗೆ ಮಕ್ಳು ಆಗೋಲ್ಲ ಅಂದರಲ್ಲ..." ಅಲೆ ಅಲೆಯಾಗಿ ಎದ್ದ ನೋವನ್ನು ನುಂಗಿಕೊಂಡ. "ನಂಗೆ ಆಗೋಲ್ಲಾಂತ ಹೇಳಿಲ್ವಲ್ಲ. ಹೆಣ್ಣಿಗೆ ಸಮಾಜದಲ್ಲಿ ಬಂಜೆಯೆನ್ನಿಸಿಕೊಳ್ಳೋದು ಎಷ್ಟು ಕಷ್ಟವೋ, ಗಂಡು ಅದನ್ನ ಅರಗಿಸಿಕೊಳ್ಳೋದಿಕ್ಕೆ ಇಡೀ ವ್ಯಕ್ತಿತ್ವ ಬಲಿಕೊಟ್ಟರೂ ಸಾಲದು. ನಂಗೆ ಮಕ್ಳೂಂದ್ರೆ ಎಷ್ಟು ಇಷ್ಟಾಂತ ನಿಂಗೆ ಗೊತ್ತು. ನಂಗೆ ನನ್ನದೇ ಮಗು ಬೇಕು... ಪಾರಿಜಾತ...." ಉದ್ವಿಗ್ನತೆಯನ್ನು ನುಂಗಿ ನುಡಿದ.

ಪ್ರಳಯವಾದಂತಾಯಿತು. ಅವನ ಕ್ರಾಪ್ ಕೆದರಿದಳು. ದಿಂಬುಗಳನ್ನು ಎತ್ತಿ ಎಸೆದಾಡಿದಳು. ಅವಳನ್ನು ಅವಳ ಪಾಡಿಗೆ ಬಿಟ್ಟ. ಹೆಣ್ಣು ತನ್ನ ಗಂಡಿನ ಪ್ರೀತಿಯನ್ನ ಇನ್ನೊಂದು ಹೆಣ್ಣಿನೊಂದಿಗೆ ಹಂಚಿಕೊಳ್ಳಲಾರಳು.

ಆಮೇಲೆ ಪಾರಿಜಾತ ನಿದ್ರಿಸಿದರೂ ಶಂಕರ್ ನಿದ್ರಿಸಲಿಲ್ಲ. ಅವನ ಇಂಜಿನಿಯರಿಂಗ್ ಕೋರ್ಸು ಕಂಪ್ಲೀಟ್ ಆದಕೂಡಲೇ ಮದುವೆಯ ಮಾತುಕತೆಗಳು ಶುರುವಾದವು. ಸ್ವಲ್ಪ ಭಿನ್ನವಾಗಿ ಯೋಚಿಸತೊಡಗಿದ. ಗಂಡು, ಹೆಣ್ಣಿನ ಪ್ರೇಮದಲ್ಲಿ ಅರಳುವ ಹೂ ಬಗ್ಗೆ ಅವನಿಗೆ ಅಪರಿಮಿತವಾದ ಆಸಕ್ತಿ.

ನಾಲ್ಕು ವರ್ಷದ ದಾಂಪತ್ಯ ಅತ್ಯಂತ ಮಧುರವೆ. ಆಮೇಲೆ ಮನೆಯಲ್ಲಿ ಶುರುವಾದ್ದುದ್ದು ಮಗುವಿನ ಗಲಾಟೆ. ಸಣ್ಣಪುಟ್ಟ ಡಾಕ್ಟರಿಂದ ಹಿಡಿದು ನುರಿತ ತಜ್ಞರವರೆಗೂ ತಪಾಸಣೆಯಾಯಿತು. ಎಲ್ಲರು ತಲೆಯಾಡಿಸುವವರೇ. ಗರ್ಭ ಧರಿಸಲು, ಗರ್ಭ ಹೊರಲು ಅವಳು ಶಕ್ತಳಲ್ಲ.

ಪೂಜೆ, ಹೋಮ ಬಲವಂತದಿಂದ ಮಾಡಿಸಿದರು ಸೊಸೆಯ ಕೈಯಲ್ಲಿ. ಅವನು ನಕ್ಕುಬಿಡುತ್ತಿದ್ದ.

"ಇದೇನಮ್ಮ, ಒನಕೆ ಚಿಗುರಿಸುವ ಪ್ರಯತ್ನ. ಎಲ್ಲಾ ತಿಳಿದೂ ಕೂಡ ಅವಳನ್ನು ಯಾಕೆ ಹಿಂಸೆ ಪಡಿಸ್ತೀಯಾ!" ತಾಯಿಗೆ ಬುದ್ಧಿ ಹೇಳುತ್ತಿದ್ದ. ಅವನ ಮಾತುಗಳಲ್ಲಿ ದಟ್ಟವಾದ ನಿರಾಸೆಯ ನೆರಳಿತ್ತು.

ಆದರೆ ಶಂಕರ್ ಆ ಬಗ್ಗೆ ಪಾರಿಜಾತಳಲ್ಲಿ ಪ್ರಸ್ತಾಪ ಎತ್ತುತ್ತಲೇ ಇರಲಿಲ್ಲ. ಮಾಮೂಲಾಗಿದ್ದ ಶಂಕರ್.

ಆಮೇಲೆ ತನ್ನ ಪೂರ್ಣ ಗಮನವನ್ನು ಕಂಪನಿಯತ್ತ ಹರಿಸಿದ. ಛಾಲೆಂಜ್ ಆಗಿ ಮುನ್ನಗ್ಗಬೇಕಾಗಿತ್ತು.

ವಿದೇಶದಿಂದ ಮರಳಿದ ಒಬ್ಬ ಡಾಕ್ಟರ್ ಸಲಹೆ ಕೊಟ್ಟರು. "ಒಮ್ಮೆ ಅಮೇರಿಕಾಗೆ ಹೋಗ್ಬನ್ನಿ. ಇಂಥ ಸಮಸ್ಯೆಗೆ ಅಲ್ಲಿ ಪರಿಹಾರ ಸಿಗ್ಬಹ್ದು. ನನ್ನ ಫ್ರೆಂಡ್ ಡಾಕ್ಟರ್ ಟೆಡ್ಡಿಗೆ ಲೆಟ್ಟರ್ ಕೊಡ್ತೀನಿ" ಭರವಸೆಯ ಬೆಳಕು ಚೆಲ್ಲಿದರು.

"ಬೇಡ, ನಂಗೆ... ಭಯ" ದನಿಯೆತ್ತಿದಳು ಪಾರಿಜಾತ. "ಎಂಥದ್ದು ಇಲ್ಲ. ಈ ರೀತಿಯಾದ್ರೂ ಅಮೆರಿಕಾ ನೋಡಿದಂತಾಗುತ್ತೆ" ಮಡದಿಯನ್ನು ಹುರಿದುಂಬಿಸಿದ.

ಎರಡು ಲಕ್ಷಗಳಷ್ಟು ದೊಡ್ಡ ಮೊತ್ತವನ್ನ ಖರ್ಚು ಮಾಡಿಕೊಂಡು ಅಮೆರಿಕಾಗೂ ಹೋಗಿಬಂದ. ಯಾವುದೇ ಸ್ಥಿತಿಯಲ್ಲಿ ಗರ್ಭವನ್ನು ಸ್ವೀಕರಿಸುವಂತೆಯೂ ಇರಲಿಲ್ಲ, ಹೊರುವಂತೆಯೂ ಇರಲಿಲ್ಲ. ಆಸೆ, ಆಕಾಂಕ್ಷೆಗಳು ಕುಸಿದು ಬಿದ್ದಿದ್ದವು. ಅವನೊಳಗಿನ ಚೈತನ್ಯ ಬತ್ತಿದ್ದರೂ ಹೊರ ಮುಖಕ್ಕೆ ಮಾತ್ರ ಮಾಮೂಲಿ ಶಂಕರ್.

ದೀಪಕ್ ಪರಾಶರ ಅವನ ಪುರುಷತ್ವವನ್ನ ಸಂಶಯದಿಂದ ನೋಡಿದ್ದ ಮಾತ್ರವಲ್ಲ ಅವಹೇಳನದ ವಸ್ತುವನ್ನಾಗಿಸಿದ್ದ. ಧೈರ್ಯಕ್ಕೆ, ದಿಟ್ಟತನಕ್ಕೆ ಶಂಕರ್ ಇನ್ನೊಂದು ಹೆಸರಾಗಿದ್ದ. ಅವನ ಕಟ್ಟುಮಸ್ತಾದ ದೇಹ, ನಿರಂತರ ವ್ಯಾಯಾಮ, ಜಾಗ್ಗಿಂಗ್, ಸ್ವಿಮಿಂಗ್‌ನಿಂದ ನಿರ್ಮಿತವಾಗಿದ್ದು.

ಗಂಟೆಕಾಲ ಈಜಾಡಿ ಮೇಲೆ ಬಂದರೆ ಅವನ ಗೆಳೆಯರು ಕೂಡ ಅಸೂಯೆಪಡುತ್ತಿದ್ದರು.

"ಗಂಡು.... ಅಂದರೆ ನೀನೇ ಗಂಡು. ನಿನ್ನ ದೇಹ ಸಿರಿ ನೋಡಿದ ಹೆಣ್ಣು ವರ್ಷಗಳು ಕಳೆದರೂ ಮರೆಯಲಿಕ್ಕಿಲ್ಲ. ನಿನ್ನ ಮಿಸಸ್.... ಲಕ್ಕಿ" ಭುಜತಟ್ಟಿ ಒಂದು ರೀತಿಯ ಅಭಿಮಾನವನ್ನು ಬೆಳೆಸಿಬಿಟ್ಟಿದ್ದರು.

ಕಿಟಕಿಯ ಬಳಿಯಲ್ಲಿ ನಿಂತು ಹೊರಗೆ ನೋಡತೊಡಗಿದ. ಅರಳು ಚೆಲ್ಲಿದಂಥ ಬೆಳದಿಂಗಳು ಹೊರಗೆ. ದೂರದ ಮರಗಳಲ್ಲಿ ಹೂಗಳು ತುಂಬಿಹೋಗಿದ್ದವು. ಸೃಷ್ಟಿಯ ವಿಕಾಸದ ಕೊನೆಯ ಹಂತ. ಕಣ್ಣರಳಿಸಿದ. ಅವನ ಮೈ ಮನಸ್ಸು ಮುದಗೊಂಡಿತು. ಇಂಥ ಸ್ಥಿತಿಯಲ್ಲಿ ತನ್ನವಳನ್ನ ನೋಡುವ ಆಸೆ ಅವನಿಗೆ.

ಹಿಂದಕ್ಕೆ ಬಂದು ನಿದ್ರಿಸುತ್ತಿದ್ದ ಪಾರಿಜಾತಳ ಬಳಿಯಲ್ಲಿ ಕೂತ. ಮದುವೆಯಾಗಿ ಆರು ವರ್ಷದ ನಂತರವು ಅವಳ ಸೌಂದರ್ಯ ಕುಂದಿರಲಿಲ್ಲ. ಮತ್ತಷ್ಟು ಪರಿಪೂರ್ಣವಾಗಿತ್ತು. ಈಚೆಗಿನ ಒಂದುಗೂಡುವಿಕೆಯಲ್ಲಿ ಅವನಿಗೆ ಅರ್ಥವೇ ಕಾಣುತ್ತಿರಲಿಲ್ಲ. ತುಮುಲ ಕಾಣಿಸಿಕೊಳ್ಳುತ್ತಿತ್ತು.

ಮಾತೃವಿನ ಲಾವಣ್ಯ ಹೊಂದದ ತಾರುಣ್ಯ... ಊಹಿಸಲಾರದೆ ಎದ್ದು

ಹೋದವ ಮತ್ತೆ ಬಂದ. ಅವನ ಮನಸ್ಸು ಬೆಣ್ಣೆಯಷ್ಟು ಮೃದುವಾಯಿತು. ಪಾರಿಜಾತಳ ಬಗ್ಗೆ ಕರುಣೆ ಉಕ್ಕುಕ್ಕಿ ಹರಿಯಿತು. ಅವಳ ಅಸಹಾಯಕತೆಗಾಗಿ ನೊಂದ.

"ಹೆಲ್ಪ್‌ಲೆಸ್ ಮಿಸ್ಟರ್ ಶಂಕರ್, ಯಾವುದೇ ವೈಜ್ಞಾನಿಕ ಪ್ರಯತ್ನಗಳು ಪ್ರಯೋಜನವಾಗದ ಸ್ಥಿತಿ. ನಿಮ್ಗೆ ಮಗು ಬೇಕೆಂದರೆ ಬೇರೆ ರೀತಿಯ ಪ್ರಯತ್ನ ಮಾಡ್ಬೇಕು. ಬಾಡ್ಗೆ ಅಮ್ಮಂದಿರು ಕೂಡ ದೊರೆಯುತ್ತಾರೆ." ಡಾಕ್ಟರ್ ಸಕ್ಸೇನಾ ಅಸಹಾಯಕತೆಯ ಜೊತೆ ಸಲಹೆಯನ್ನೂ ಕೊಟ್ಟಿದ್ದರು.

ತಲೆ ತಗ್ಗಿಸಿಕೊಂಡು ಎದ್ದು ಬಂದಿದ್ದ. ಬರೀ ಹಣಕ್ಕಾಗಿ ಮಗುವನ್ನು ಹೊರುವ ಸ್ತ್ರೀಯರ ಬಗ್ಗೆ ಮರುಕದ ಜೊತೆ ಅಂಥ ಮಕ್ಕಳ ದಯನೀಯ ಸ್ಥಿತಿಯ ಬಗ್ಗೆ ಕೂಡ ತಲೆ ಕೆಡಿಸಿಕೊಂಡ.

"ಅಂಥ ಮಗು ನಂಗ ಬೇಡ" ಅವನ ನಿರ್ಣಯ ಸ್ಪಷ್ಟವಾಗಿತ್ತು. ಅಂದೇ ಅವರು ಮತ್ತೊಂದು ನಿರ್ಣಯ ಮುಂದಿಟ್ಟಿದ್ದರು. "ಮತ್ತೊಂದು ಮದ್ವೆಯಾಗಿ". ಮಗುವಿನ ಹಂಬಲ ಬರೀ ಹೆಣ್ಣಿಗೆ ಮಾತ್ರವಲ್ಲ ಪುರುಷತ್ವದ 'ಅಹಂ' ಕೂಡ. "ಯು ಮ್ಯಾರಿ ಎಗೇನ್..." ತಲೆ ಕೊಡವಿದ್ದ.

ತನ್ನನ್ನು ಪೂರ್ಣವಾಗಿ ವ್ಯವಹಾರದಲ್ಲಿ ತೊಡಗಿಸಿಕೊಂಡಿದ್ದರೂ ಆಗಾಗ ತೊನೆಯಾಡುವ ಗಿಡ, ಬಳ್ಳಿಗಳನ್ನು ಕಂಡಾಗ ಪುಲಕಿತನಾಗುತ್ತಿದ್ದ.

ಇಡೀ ರಾತ್ರಿ ಕಣ್ಣು ಮುಚ್ಚಲಾಗಲಿಲ್ಲ. ಪಾರಿಜಾತಳಿಗೆ ಮಾಡುವ ಅನ್ಯಾಯ-ತೊಳಲಾಟದಲ್ಲಿ ಸಿಕ್ಕಿ ನರಳಿದ. ಮಗುವಿನ ಆಕಾಂಕ್ಷೆ ಎಲ್ಲಕ್ಕೂ ಮೀರಿ ನಡೆದಿತ್ತು.

ಅವನು ಸ್ನಾನ ಮುಗಿಸಿ ಬರುವ ವೇಳೆಗೆ ದಾಕ್ಷಾಯಿಣಿಗೆ ತೆಕ್ಕೆ ಬಿದ್ದು ಅಳುತ್ತಿದ್ದಳು ಪಾರಿಜಾತ. ಜಗನ್ನಾಥ್ ಕೂಡ ಅಲ್ಲೇ ಇದ್ದರು. 'ಈಗ... ನೋಡಿದ್ಯಾ?' ಎನ್ನುವಂತಿತ್ತು ಅವರ ನೋಟ.

ಮನೆಯಲ್ಲಿ ಒಂದು ರೀತಿಯ ಬಿಗುವಿನ ವಾತಾವರಣ ಸೃಷ್ಟಿಯಾಯಿತು. ಸಮರ ಸಾರಿದ್ದರು, ಅವನೊಂದಿಗೆ ಪ್ರತಿಯೊಬ್ಬರು. ಮಾತುಕತೆ ಬಂದ್. ಆದರೂ ಶಂಕರ್ ನಾರ್ಮಲ್ಲಾಗಿಯೇ ಇದ್ದ. ತನಗೇ ಬೇಕಾದಾಗ ಎಲ್ಲರೊಂದಿಗೂ ಮಾತಾಡುತ್ತಿದ್ದ.

ನಾಲ್ಕನೆಯ ದಿನ ಪಾರಿಜಾತಳ ತಂಗಿಯ ಗಂಡ ಎರಡೂವರೆ ವರ್ಷದ ನಿತೀಶ್‌ನ ತಂದುಬಿಟ್ಟು ಹೋದ. ಹಿನ್ನೆಲೆ ಗೊತ್ತಿದ್ದರೂ ಸುಮ್ಮನಿದ್ದ.

ಅಂದು ಊಟದ ಸಮಯದಲ್ಲಿ ದಾಕ್ಷಾಯಿಣಿಯೇ ಪ್ರಸ್ತಾಪಿಸಿದರು. "ನಿತೀಶ್‌ನ ನೋಡಿದ್ಯಾ, ತುಂಬ ಮುದ್ದಾಗಿದ್ದಾನೆ. ಅವನನ್ನೆ ದತ್ತು ತಗೋಳೋದೂಂತ ತೀರ್ಮಾನ ಮಾಡಿದ್ದೀವಿ."

ಎಸ್ಟಿಮೇಟ್ ನೋಡುತ್ತಿದ್ದವನು ತಲೆಯೆತ್ತಲಿಲ್ಲ. "ನಿಮ್ಮಿಷ್ಟ, ನಂಗೇನು ತೊಂದರೆ ಇಲ್ಲ" ಪಾರಿಜಾತ ಮಗುವನ್ನು ತಂದಿಟ್ಟುಕೊಳ್ಳುವುದರಲ್ಲಿ ಅವನ ವಿರೋಧವೇನು ಇರಲಿಲ್ಲ.

"ಸ್ವಲ್ಪ ನೋಡು, ಶಂಕರ್..." ಎಂದರು.

ಎಸ್ಟಿಮೇಟ್ ಪಕ್ಕಕ್ಕೆ ಸರಿಸಿಟ್ಟು ಸರಿಯಾಗಿ ಕೂತ. "ಹೇಳಮ್ಮ, ಆದ್ರೆ... ಬೇಗ ಮುಗ್ಸಬೇಕು" ಕ್ರಾಪ್‌ನ ಕೂದಲನ್ನು ಹಿಂದಕ್ಕೆ ತಳ್ಳಿ ಭಾರವಾದ ಉಸಿರು ದಬ್ಬಿದ.

"ಯಾವಾಗ ಇಟ್ಟುಕೊಳ್ಳೋಣ ದತ್ತುಶಾಸ್ತ್ರ? ನಿನ್ನ ಪುರಸತ್ತು ನೋಡ್ಕೊಂಡೇ ದಿನ ನಿಶ್ಚಯಿಸಬೇಕು."

ತುಟಿ ಕಚ್ಚಿ ಮೇಲೆದ್ದ. ಪರಾಶರ ನಕ್ಕಂತಾಯಿತು. ತಮಗೆ ಮಕ್ಕಳ ಸಾರ್ಥತೆ ಇಲ್ಲವೆಂದು ಸಾಬೀತು ಪಡಿಸೋಕೆ ಒಂದು ದೊಡ್ಡ ಸಮಾರಂಭ.

ಆಕೆ ಹೇಳುತ್ತಲೇ ಇದ್ದರು. ನಿತೀಶ್‌ನ ಅಮ್ಮ, ಅಪ್ಪ ದತ್ತು ಕಾರ್ಯಕ್ರಮ ಬೇಗ ಮುಗಿಸುವುದು ಒಳ್ಳೆಯದೆಂಬ ಒತ್ತಾಯ ತಂದಿರುವುದನ್ನು ಕೂಡ ಮಾತಿನ ನಡುವೆ ಹೊರಗೆ ಹಾಕಿದರು.

"ನನ್ನ ವಯಸ್ಸು ಮುವತ್ತು, ನಂಗೆ ಅಂತ ಯೋಚ್ನೆ ಇಲ್ಲ. ಬೇಕಾದ್ರೆ... ನೀವು ದತ್ತು ತಗೋಬಹ್ದು. ಆ ಕಾರ್ಯಕ್ರಮದಲ್ಲಿ ಭಾಗವಹಿಸೋಕೆ ನನ್ನ ಅಭ್ಯಂತರವಿಲ್ಲ." ಎಸ್ಟಿಮೇಟ್‌ಗಳನ್ನು ಫೈಲ್‌ಗೆ ಸೇರಿಸಿ ಉಡುಪು ತೊಟ್ಟು ನಡೆದುಬಿಟ್ಟ.

ಆ ಇಡೀ ದಿನ ಅವನಿಗಾಗಿ ಇಪ್ಪತ್ತು ಸಲ ಫೋನ್. ಒಂದೆರಡು ಸಲ ಅವನೇ ತಗೊಂಡರೂ ಇಟ್ಟುಬಿಟ್ಟ.

ಛೇಂಬರ್‌ನಲ್ಲಿ ಕುಸಿದವನು ಫೋನ್ ತೆಗೆದಿಟ್ಟ. ಯಾವ ಸದ್ದನ್ನೂ ಆಲಿಸುವ ಸ್ಥಿತಿಯಲ್ಲಿರಲಿಲ್ಲ ಅವನ ಮಿದುಳು. ಅವನು ಮತ್ತೆ ಮದುವೆಯಾಗುವುದು, ಮಗುವನ್ನು ಪಡೆಯುವುದಕ್ಕೆ. ಮನೆಯವರ ವಿರೋಧದ ಜೊತೆ ಸಮಾಜದ ಕೆಂಗಣ್ಣು ಸಹಾನುಭೂತಿಯೆಲ್ಲ ಹೆಣ್ಣಿನ ಪಾಲಿಗೆ. ಅದನ್ನು ಸ್ವೀಕರಿಸಲು ಅವಳು ಎಷ್ಟು ಆತುರ ಪಡುತ್ತಾಳೋ ಅಷ್ಟೇ ಅವಮಾನವೆಂದು ಭಾವಿಸುತ್ತಾಳೆ. ಗಂಡು ವಿರೋಧಿಸುತ್ತಾನೆ.

ಮನೆಗೆ ಬಂದಾಗ ಒಂದು ರೀತಿಯ ಸ್ಮಶಾನ ಮೌನ. ಸಮರ ವಿಕೋಪ ಪರಿಸ್ಥಿತಿಯನ್ನು ಮುಟ್ಟಿತ್ತು. ಯುದ್ಧದ ಅಂತಿಮ ಘಟ್ಟದ ಸ್ಥಿತಿ.

"ಆರ್ ಯು ಫ್ರೀ?" ಬಹಳ ಸೀರಿಯಸ್ಸಾಗಿ ಕೇಳಿದರು ಜಗನ್ನಾಥ್. "ವೈ ನಾಟ್? ನಾನು ಯಾವಾಗ್ಲೂ ಸಂಬಂಧಗಳ್ನ ನೆಗ್ಲೆಟ್ ಮಾಡಿದವನೇ ಅಲ್ಲ" ಎಂದ ನಸುನಗುತ್ತ.

ಮಗನನ್ನು ತಮ್ಮ ಕೋಣೆಗೆ ಕರೆದೊಯ್ದರು. ಅಲ್ಲಿ ದಾಕ್ಷಾಯಿಣಿ, ಪಾರಿಜಾತ ಕೂತಿದ್ದರು. ಅವರಿಬ್ಬರ ನಡುವೆ ಹೋಗಿ ಕೂತ. ವಿರುದ್ಧ ದಿಕ್ಕಿಗೆ ಮುಖಗಳನ್ನು ತಿರುಗಿಸಿಕೊಂಡರು.

"ನಾವು ನಿತೀಶ್‌ನ ದತ್ತು ತಗೋಬೇಕೂಂತ ತೀರ್ಮಾನ ಮಾಡಿದ್ದೀವಿ" ಎಂದರು ಜಗನ್ನಾಥ್. "ಆ ಪ್ರಶ್ನೆಗೆ ಉತ್ತರ ಹೇಳಿಯಾಗಿದೆ, ಮತ್ತೆ ಮತ್ತೆ ಅದೇ ಮಾತುಗಳು ಬೇಡ". ಸಮತೋಲನ ಕಳೆದುಕೊಳ್ಳದೇ ಹೇಳಿದ.

"ನೀನು ಮತ್ತೆ ಮದ್ವೆಯಾಗೋದು ನಮ್ಗೆ ಇಷ್ಟ ಇಲ್ಲ" ನಿಷ್ಠುರವಾಗಿತ್ತು ಅವರ ದನಿ.

"ಆಫ್‌ಕೋರ್ಸ್, ನಿಮ್ಮ ಮಾತಿನ ಬಗ್ಗೆ ಗೌರವವಿದೆ. ನಂಗೂ ಸಂವಿಧಾನ ಕೆಲವು ಹಕ್ಕುಗಳ್ನ ಕೊಟ್ಟಿದೆ. ನಾನು ಖಂಡಿತ ಮದ್ವೆ ಆಗ್ತೀನಿ. ಕಾರಣದ ಬಗ್ಗೆ ಪದೇ ಪದೇ ಪ್ರಸ್ತಾಪ ಮಾಡೋದು ನಂಗಿಷ್ಟವಿಲ್ಲ. ಇಂಥ ಪರಿಸ್ಥಿತಿ ನಂಗೂ ಬೇಕಾಗಿರಲಿಲ್ಲ. ಆದರೆ.... ಅನಿವಾರ್ಯ" ಎಂದ.

"ಕುಟುಂಬ ಸೌಖ್ಯ ಹಾಳಾಗುತ್ತೆ..." ಅಬ್ಬರಿಸಿದರು.

"ನಂಗೇನು ಆ ಇಷ್ಟ ಇಲ್ಲ. ಹೊರ್ಗೆ ದುಡಿಯೋ ಗಂಡ್ಸು ಸುಖಿಯಾಗಿರಬೇಕು. ಆಗ ಸಮಾಜಕ್ಕೆ ಉಪಯೋಗ. ಇಡೀ ಕುಟುಂಬಕ್ಕೂ ನೆಮ್ದಿ. ನನ್ನ ನಿರ್ಣಯ ಬದಲಾಗೋಲ್ಲ. ಮತ್ತೆ ಮದ್ವೆಯಾದ ಮಾತ್ರಕ್ಕೆ ಪಾರಿಜಾತನ ಉದಾಸೀನ ಮಾಡ್ತೀನೀಂತ ಯಾರೂ ತಿಳೀಬಾರ್ದು" ಇನ್ನಷ್ಟು ಸ್ಪಷ್ಟವಾಗಿ ಹೇಳಿದ.

ಮೂರೂ ಜನ ಮುಖ ಮುಖ ನೋಡಿಕೊಂಡರು.

ಪಾರಿಜಾತಳ ಕಣ್ಣಿಂದ ಕಂಬನಿ ಧುಮುಕಿತ್ತು. ಅವನೆದೆಗೆ ಕೊಳ್ಳಿ ಇಟ್ಟಂತಾಯಿತು. ಅಪ್ಪಿ ಸಂತೈಯಿಸಬೇಕೆಂಬ ಹಂಬಲಿಕೆಯನ್ನು ಅದುಮಿಟ್ಟ.

"ನೀನು ಮದ್ವೆಯಾದ್ರೆ ಆ ಹೆಣ್ಣಿಗೆ ಈ ಮನೆಯಲ್ಲಿ ಜಾಗ ಇರೋಲ್ಲ..." ತಂದೆಯ ನುಡಿ ಸುತ್ತಿಗೆಯ ಪೆಟ್ಟಿನಂತೆ ಅಪ್ಪಳಿಸಿತು. ಅಚಲನಾಗಿದ್ದ, "ನಾವು ಯಾರೂ ಮದ್ವೆಗೆ ಬರೋಲ್ಲ" ದಾಕ್ಷಾಯಿಣಿ ಕೂಡ ಒಂದು ಮಾತು ಸೇರಿಸಿದರು.

ತಾಯಿಯತ್ತ ಅಭಿಮಾನದಿಂದ ನೋಡಿದ.

ಸೊಸೆಯನ್ನು ಸೀಮೆಎಣ್ಣೆ ಹಾಕಿ ಸುಡುವಂಥ ಸಮಾಜದಲ್ಲಿ ಅವಳಿಗಾಗಿ ಮಗನನ್ನು ಎದುರಿಸುವ ಅತ್ತೆಯ ಬಗ್ಗೆ ಮೆಚ್ಚಿಗೆ ಮೂಡಿತು.

"ನಿತೀಶ್‌ನ ನಾವು ದತ್ತು ಮಾಡ್ಕೋತೀವಿ. ನಾಳೆ ನಿಮ್ಗೆ ಮಕ್ಳು ಆದರೂ ಅವರಾರು ಇಲ್ಲಿಗೆ ಬರಕೂಡ್ದು. ಇಲ್ಲಿನ ಆಸ್ತಿ ಯಾವ್ದು ಕೊಡೋಲ್ಲ" ರೋಷದಿಂದ ಪಾರಿಜಾತ ದನಿಯೆತ್ತರಿಸಿದಳು.

"ಮನೆಯ ಸಂಪೂರ್ಣ ಖರ್ಚು ವೆಚ್ಚ ನಿಂದೇ. ಆದ್ರೂ ನೀನು ಕಂಟ್ರಾಕ್ಟ್ ಪ್ರಾರಂಭಿಸುವ ಮುನ್ನ ನನ್ನಿಂದ ಪಡೆದ ಹಣ ನಂಗೆ ಹಿಂದಿರುಗಿಸಿಬಿಡ್ಬೇಕು. ನನ್ನ ಸ್ವಂತ ಸಂಪಾದನೆಯಾದ ಬ್ಯಾಂಕ್ ಬ್ಯಾಲೆನ್ಸ್, ಇರೋ ಮನೆ, ಹತ್ತು ಎಕರೆ ಜಮೀನು ಪಾರಿಜಾತಳದು. ನಿನ್ನ, ನಿನ್ನ ಮದ್ವೆಯಾಗೋ ಹೆಣ್ಣು, ಅವಳಿಗೆ ಹುಟ್ಟುವ ಮಕ್ಕಳಿಗೆ ಏನೂ ಸಿಕೋಲ್ಲ. ಹಕ್ಕೆ ಇರೋಲ್ಲ. ಕಾಗ್ದ ಪತ್ರಗಳ್ನ ರೆಡಿ ಮಾಡಿಸ್ತೀನಿ" ಜಗನ್ನಾಥ್ ಘೋಷಿಸಿಬಿಟ್ಟರು. ಬಂಡೆಯಂತಿದ್ದ ಶಂಕರ್.

"ರೈಟೋ... ಮತ್ತೇನಾದ್ರೂ..." ಮೂವರ ಕಡೆಯೂ ನೋಡಿದ.

"ಪಾರಿಜಾತನ ಮೊದ್ಲಿನ ಹಾಗೇ ನೋಡ್ಕೋಬೇಕು. ನೀನು ಮನೆಬಿಟ್ಟು ಹೋಗ್ಬಾರ್ದು." ದಾಕ್ಷಾಯಿಣಿ ಜೋರಾಗಿ ಅತ್ತುಬಿಟ್ಟರು.

"ಓಕೇ... ಓಕೇ... ಓಕೇ...." ಮೂರು ಸಲ ಹೇಳಿದ. "ಇದು ಇಲ್ಲಿಗೆ ಮುಗಿದ ಪ್ರಸ್ತಾಪ. ನೀವುಗಳು ಯಾರು ಮತ್ತೆ ಪ್ರಸ್ತಾಪಿಸ್ಬಾರ್ದು. ನಾನು ಏನು ಹೇಳೋಲ್ಲ." ಹೊರಗೆ ನಡೆದುಬಿಟ್ಟ.

ಅಂದಿನ ಸಂಜೆಯೇ ತಂದೆಯಿಂದ ಪಡೆದ ಸಂಪೂರ್ಣ ಹಣವನ್ನು ಚೆಕ್ ಮೂಲಕ ಹಿಂದಿರುಗಿಸಿದ. ದಾಕ್ಷಾಯಿಣಿ ಅಂಜಿದರು. ಜಗನ್ನಾಥ್ ಕಾಗದ ಪತ್ರಗಳನ್ನು ರೆಡಿ ಮಾಡಿಸಿ ಮಗನ ಮುಂದಿಟ್ಟರು.

ಬಾಯಲ್ಲಿ ಹೇಳಿದನ್ನೆಲ್ಲ ನಮೂದಿಸಿದ್ದರು. ಸಹಿ ಹಾಕಿ ಅವರಿಗೆ ಹಿಂದಿರುಗಿಸಿ ಕೋಣೆಯತ್ತ ಹೊರಟವನು ನಿಂತ.

"ಕೆಲವು ವಿಷ್ಯಗಳನ್ನು ಹೇಳೋಲ್ಲ. ನೀವು ಕೇಳ್ಬಾರ್ದು ಮಾತ್ರವಲ್ಲ ಯಾರಲ್ಲೂ ಪ್ರಸ್ತಾಪಿಸ್ಬಾರ್ದು" ಒಂದು ಗೆರೆಯನ್ನು ಎಳೆದುಬಿಟ್ಟ.

ಅವನ ಹೃದಯ, ಮನಸ್ಸುಗಳ ಮಾತುಗಳನ್ನು ಕೇಳಲು ಯಾರಿಲ್ಲ. ಅವನು ಒಂಟಿ. ಆದರೆ ಅದಕ್ಕೆಲ್ಲ ಹೆದರುವಂಥ ದುರ್ಬಲ ಎದೆಯಲ್ಲ ಅವನದು.

ಮಾಮೂಲಿಯಂತೆ ಗೋಡೋನ್‌ಗೆ ಹೋದ. ಕನ್‌ಸ್ಟ್ರಕ್ಷನ್‌ನಲ್ಲಿದ್ದ ಬಿಲ್ಡಿಂಗ್ಸ್ ಬಳಿಗೆ ಹೋಗಿ ಬಂದವನು ನೇರವಾಗಿ ಸದಾನಂದನನ್ನು ಅರಸಿಕೊಂಡು ಅವನ ಮನೆಗೆ ಹೋದ.

ಸ್ವೆಟರ್ ಹೆಣೆಯುತ್ತಿದ್ದ ಭವಾನಿ ಕಣ್ಣರಳಿಸಿದಳು. "ಇವತ್ತಾದ್ರೂ... ತಮ್ಮ ಶ್ರೀಮತಿಯವರನ್ನ ಕರ್ಕೊಂಡ್ಬರಬಹುದಿತ್ತು" ಅವಳ ಮಾತಿಗೆ ನಸುನಕ್ಕು "ಅಂತು ನಾನು ಜೇಬಿನಲ್ಲಿಟ್ಕೊಂಡ್ ಓಡಾಡ್ಬೇಕಷ್ಟೆ. ಎಲ್ಲಿ ಸದಾನಂದ್ ?" ಒಳಗೆ ಬಂದ.

"ಅತ್ತಿಗೇನಾ, ನರ್ಸಿಂಗ್‌ಹೋಂಗೆ ಚೆಕ್‌ಅಪ್‌ಗೆ ಕರ್ಕೊಂಡ್ಹೋಗಿದ್ದಾನೆ. ಬರ್ತಾನೆ... ಕೂತ್ಕೊಳ್ಳಿ" ಹೆಣೆಯುತ್ತಿದ್ದ ಸ್ವೆಟರ್ ಮತ್ತು ಉಲ್ಲನ್‌ನ ಉಂಡೆಯನ್ನು ಅಲ್ಲಿಯೇ ಇಟ್ಟು ಒಳಗೆ ಹೋದಳು.

ತಿಳಿ ನೀಲಿ ಬಣ್ಣದ ಪುಟ್ಟ ಸ್ವೆಟರ್ ಎಲ್ಲಾ ಮುಗಿದಿತ್ತು. ತೋಳುಗಳನ್ನು ಕೂಡಿಸುತ್ತಿದ್ದಳು. ತುಂಬು ಚಟುವಟಿಕೆಯ ಚೂಟಿ ಹೆಣ್ಣು ಭವಾನಿ.

ಒಂದು ಪ್ಲೇಟ್‌ನಲ್ಲಿ ರಸಾಯನ ತಂದು ಅವನ ಮುಂದಿಟ್ಟಳು. "ದೇವರ ಪ್ರಸಾದ. ಅಪ್ಪ ವಿನಾಯಕನಿಗೆ ಅಭಿಷೇಕಕ್ಕೆ ಕೊಟ್ಟಿದ್ರು, ತಗೊಳ್ಳಿ" ಅಲ್ಲಿಯೇ ಕೂತಳು.

ಹಾಕುತ್ತಿದ್ದ ಸ್ವೆಟರ್, ಉಲ್ಲನ್ ಉಂಡೆ ಜಾಗ ಬದಲಾಯಿಸಿದ್ದನ್ನು ನೋಡಿ.

"ಇದು ಮುಗಿಯಿತು. ಮುಂದಿಂದು ನಿಮ್ಮ ಮಗುವಿಗೆ ಹಾಕಿಕೊಡ್ತೀನಿ. ಪುಟ್ಟ ಪ್ರಸೆಂಟೇಷನ್"–ನಿರ್ಮಲ ನಸುನಗುವಿನ ಮಧ್ಯೆ ತುಳುಕಿದ ಅವಳ ಮಾತುಗಳನ್ನೇ ಆಸಕ್ತಿಯಿಂದ ಕೇಳಿದ. ಒಂದು ರೀತಿಯ ನಗು ಅವನ ತುಟಿಗಳ ಮೇಲೆ ಹಾದುಹೋಯಿತು.

"ಇದನ್ನೆ... ಕೊಟ್ಟುಬಿಡು" ತಟ್ಟೆ ಕೈಗೆತ್ತಿಕೊಳ್ಳುತ್ತ ಹೇಳಿದ. ತಟ್ಟನೇ ತಲೆ ಎತ್ತಿದಳು.

"ಹಾಗೂ ಮಾಡ್ಬಹುದು. ನಿಮ್ಮ ಮಿಸಸ್ ಡೆಲಿವರಿ ಡೇಟ್ ಯಾವ್ದು. ಈ ತಿಂಗ್ಳು ಹನ್ನೆರಡು ಹದಿಮೂರಕ್ಕೆ ಅತ್ತಿಗೆಗೆ ಡೇಟ್ ಕೊಟ್ಟಿದ್ದಾರೆ. ನಿಮ್ಮ ಮಗುವಿಗೆ ಅಂದರೇ.... ಇನ್ನು ಸ್ವಲ್ಪ ದೊಡ್ಡದ್ದೇ ಬೇಕು" ಸಹಜವಾಗಿ ಹೇಳಿದಳು.

ಅಷ್ಟರಲ್ಲಿ ಸದಾನಂದ ಬಂದ. ಉಬ್ಬಿದ ಹೊಟ್ಟೆಯ ಸರಳ ನಾಚಿಕೊಂಡು ಒಳಗೆ ಹೋಗಿಬಿಟ್ಟಳು.

"ಅರೆ ಯಾರ್, ಎಷ್ಟೊತ್ತು ಆಯ್ತು ಬಂದು, ಇದೇನು ಈ ಕಡೆ ಗಾಳಿ ಬೀಸಿದ್ದು" ತುಂಬು ಸ್ನೇಹದಿಂದ ಅವನ ಬೆನ್ನು ಮೇಲೊಂದು ಗುದ್ದಿಯೇ ಕೂತಿದ್ದು.

"ಒಂದಿಷ್ಟು ಮಾತಾಡೋದು ಇತ್ತು. ಹೊರಗಡೆ ಹೋಗೋಣ" ಎದ್ದೆಬಿಟ್ಟ.

ಭವಾನಿ ಸ್ವೆಟರ್ ಸುತ್ತಿದ ಪ್ಯಾಕೆಟ್ ಹಿಡಿದುಬಂದಳು.

"ತಗೊಂಡ್ಹೋಗಿ, ನಾನು ಇನ್ನೊಂದು ಹಾಕ್ತೀನಿ" ಆ ಪ್ಯಾಕೆಟ್, ಅವಳ ಮುಖವನ್ನು ಬದಲಿಸಿ ಬದಲಿಸಿ ನೋಡಿದ.

"ಇದು ಸದಾನ ಮಗುವಿಗೆ ಇರಲೀ. ನನ್ನ ಮಗುವಿಗೆ ಬೇರೆ ಹಾಕಿಕೊಡು" ಎಂದ.

"ನಿಮ್ಗೆ ಬಹುಶಃ ಕಲರ್ ಹಿಡಿಸಿರಲಿಕ್ಕಿಲ್ಲ. ತಿಳಿ ಗುಲಾಬಿ ಬಣ್ಣದ ಉಲ್ಲನ್‌ನಲ್ಲಿ ಹಾಕಿಕೊಡ್ತೀನಿ" ತಲೆ ಕುಣಿಸಿದಳು.

ಕಾರು ಒಂದು ಪಾರ್ಕ್ ರೆಸ್ಟೋರೆಂಟ್‌ನ ಬಳಿಯಲ್ಲಿ ನಿಂತಿತು. ಸದಾನಂದನಿಗೆ ಆಶ್ಚರ್ಯ. ಅವನ ವೇಳೆ ತೀರಾ ಬೆಲೆಯುಳ್ಳದ್ದು–ಕ್ಷಣ ವ್ಯಯಿಸಲು ಹಿಂದೂಮುಂದೂ ಯೋಚಿಸುವಂಥ ಜಾಯಮಾನದ ಅಭ್ಯಾಸ ಮಾಡಿಕೊಂಡಿದ್ದ.

ತೀರಾ ಮೂಲೆಯಲ್ಲಿದ್ದ ಸೀಟುಗಳ ಮೇಲೆ ಕೂತರು. ಬಂದ ಬೇರರ್‌ನ ಆಮೇಲೆ ಬರುವಂತೆ ಸನ್ನೆ ಮಾಡಿದ.

"ಪಾರಿಜಾತಗೆ ಮಕ್ಳು ಆಗೋಲ್ಲ" ಎಂದ.

ಸದಾನಂದ ಮುಖ ಒಂದು ತರಹ ಮಾಡಿದ. ಇದು ಅವನಿಗೆ ಅನ್ಯಾಯವಾಗಿ ಕಂಡಿತು.

"ನನಗೆ ನನ್ನದೇ ಮಗು ಬೇಕು. ಅದ್ಕೆ ಬೇರೆ ಮದುವೆ ಆಗೋಕೆ ತೀರ್ಮಾನ ಮಾಡಿದ್ದೀನಿ" ನೇರವಾಗಿಯೇ ಹೇಳಿದ.

ಇದೇನು ಅತಿಶಯವೆನಿಸದಿದ್ದರೂ ಪಾರಿಜಾತಗೆ ತೀರಾ ಅನ್ಯಾಯ ವಾಗುತ್ತಿದೆಯೆನಿಸಿತು.

"ಅಂತು ಪಾರಿಜಾತಗೆ ಅನ್ಯಾಯ!" ಸಂತಾಪ ವ್ಯಕ್ತಪಡಿಸುವಂತಿತ್ತು ಸದಾನಂದನ ದನಿ.

"ನನ್ನಿಂದ ಸರಿಪಡಿಸೋಕ್ಕಾಗೋಲ್ಲ!" ಖಚಿತವಾಗಿತ್ತು ಶಂಕರ್ ನುಡಿ.

"ಆಸ್ತಿ, ಅಂತಸ್ತು, ವಂಶ.... ಒತ್ತಡಗಳು ಇದ್ದೇ ಇರುತ್ತೆ" ಸದಾನಂದ ಭಾವಿಸಿದ್ದೇ ಬೇರೆ. "ಯೂ ಈಡಿಯಟ್, ಇದ್ರಲ್ಲಿ ಯಾರ ಒತ್ತಾಯವು ಇಲ್ಲ. ಎಲ್ಲರ

ವಿರೋಧ ಮಾತ್ರ ಇದೆ. ಬರೀ ಮಗು ಬೇಕಾಗಿರೋದು ನನಗೆ ಮಾತ್ರ. ಆಸ್ತಿ, ವಂಶ ಯಾವುದೂ ಅಲ್ಲ. ನನ್ನ ಸಂತೃಪ್ತಿಗೋಸ್ಕರ, ನನ್ನ ಸಂತೋಷಕ್ಕೋಸ್ಕರ. ಈಗ ಕೇಳ್ತಾ ಇದ್ದೀನಿ ಭವಾನಿನ ನಂಗೆ ಕೊಟ್ಟು ಮದುವೆ ಮಾಡೋಕೆ ಸಾಧ್ಯನಾ? ಆಗ ಅಂತಸ್ತಿನ ಅಮಲು ಗುಪ್ತವಾಗಿ ಇತ್ತೇನೋ, ನನ್ನಲ್ಲಿ. ಈಗ ಎರಡನೇ ಮದ್ವೇ... ನಂಗೆ ಹೆಣ್ಣು ಸಿಕ್ಕೋಲ್ಲಾಂತ ನಿನ್ನ ಕೇಳ್ತಾ ಇಲ್ಲ. ಅಂದಿನ ಲಾಸ್ ಇಂದು ತುಂಬಿಕೊಳ್ಳೋಕೆ ಸಾಧ್ಯವೇನೋ ಎನ್ನುವ ಪ್ರಯತ್ನ ಮಾತ್ರ" ಎಂದವ ಬೇರರ್‌ನ ಸನ್ನೆ ಮಾಡಿ ಕರೆದ.

ಏನೋ ಹೇಳಲು ಹೋದ ಸದಾನಂದನ ಕೈತಟ್ಟಿ "ಈಗೇನು ಹೇಳೋದ್ಬೇಡ. ನಾಳೆ ಸಂಜೆ ಹೇಳಿದ್ರೆ.... ಸಾಕು. ನಿನ್ನ ಅಭಿಪ್ರಾಯ ತಿಳ್ದ ಮೇಲೆ ನಾನೇ ಭವಾನಿ ಹತ್ರ ಮಾತಾಡ್ತೀನಿ. ನಿನ್ನ ನಿರಾಕರಣೆ ಬಗ್ಗೆ ಕೂಡ ನಂಗೆ ಬೇಸರ ಇಲ್ಲ. ಮೈಂಡ್ ಇಟ್..." ಮಾತಾಡದಂತೆ ತಡೆದ.

ಬಿಸಿ ಸಮೋಸ, ಟೀ ಕುಡಿದು ಇಬ್ಬರು ಕಾರಿನ ಬಳಿಗೆ ಬಂದರು. ಶಂಕರ್ ಮಾಮೂಲಾಗಿದ್ದ. ಅದು ಅವನಿಗೆ ಸಿದ್ಧಿಸಿತ್ತು.

"ಹತ್ತು, ನಿನ್ನ ಡ್ರಾಪ್ ಮಾಡಿ ಹೋಗ್ತೀನಿ" ಸ್ಟೇರಿಂಗ್ ವ್ಹೀಲ್ ಮುಂದೆ ಕೂತ. ಸದಾನಂದ್ ಅನುಮಾನಿಸಿದ. "ನಾನು ಹೋಗ್ತೀನಿ...." ಅವನತ್ತ ನೋಡಿದ ಶಂಕರ್ ಅಧಿಕಾರದ ದನಿಯಲ್ಲಿ "ಬೇಗ ಹತ್ತು..."

ಮೋಡಿಗೆ ಒಳಗಾದವನಂತೆ ಹತ್ತಿ ಕೂತ.

ಮನೆಯ ಮುಂದೆ ಕಾರು ನಿಂತಾಗ ಗೆಳೆಯನತ್ತ ತಿರುಗಿದ. "ಈ ವಿಷಯದಲ್ಲಿ ನಿನ್ನ ಸಲಹೆ ನಂಗೆ ಬೇಕಿಲ್ಲ. ಯಾವುದೇ ಒತ್ತಡ ಕೂಡ ಹೇರಿಲ್ಲ. ಯೋಚನೆ ಮಾಡೇ... ತಿಳಿಸು" ಸದಾನಂದ ಮೌನವಾಗಿ ಇಳಿದ.

ಕಾರಿನ ಚಕ್ರಗಳು ಮುಂದಕ್ಕೆ ಉರುಳಿದವು. ಕಾರಿನ ವೇಗದ ಗತಿಯನ್ನು ನೋಡಿಯೇ ಅವನು ಉದ್ವಿಗ್ನನಾಗಿಲ್ಲವೆಂದು ತಿಳಿದ.

ಒಂದು ಕಡೆ ಮಂಕಾಗಿ ಕೂತುಬಿಟ್ಟ. ಶಂಕರ್‌ನ ಸ್ವಭಾವ ಚೆನ್ನಾಗಿ ಬಲ್ಲ. ಅವನಿಂದ ಪಡೆದ ಸಹಾಯಕ್ಕೆ ಲೆಕ್ಕವಿರಲಿಲ್ಲ. ಎಷ್ಟೇ ಶ್ರೀಮಂತ ಜನ ಅವನ ಜೊತೆಯಲ್ಲಿದ್ದರೂ ಆತ್ಮೀಯತೆಯಿಂದ ಅವನ ಹೆಗಲ ಸುತ್ತ ಕೈಹಾಕಿ ಸ್ನೇಹ ಪ್ರದರ್ಶಿಸುತ್ತಿದ್ದ.

ಒಮ್ಮೆ ಶಂಕರ್ ಸಿಕ್ಕಾಗ "ಹಣದ ಬಗ್ಗೆ ಯೋಚನೆ ಮಾಡ್ಬೇಡ. ಒಳ್ಳೆ ಕಡೆ ಗಂಡು ಹುಡುಕು. ತೀರಾ ಸೆನ್ಸೆಟಿವ್ ಹುಡ್ಗಿ ಭವಾನಿ... ಅವಳು ಸುಖವಾಗಿರಬೇಕು" ಎಂದಿದ್ದ. ಅವನ ತಿಳಿಮಾತುಗಳು ಸ್ಫಟಿಕದಷ್ಟು ಸ್ಪಷ್ಟವಾಗಿದ್ದವು.

ಶಂಕರ್ ಈಗ ಮದುವೆ ಗಂಡಾದರೂ ಹೆಣ್ಣು ಹೆತ್ತವರು ತುದಿಗಾಲಿನಲ್ಲಿ ನಿಲ್ಲಬಲ್ಲರು. ಅವನದೇನು ಕೆಟ್ಟ ಯೋಚನೆಯಲ್ಲ. ಆದರ್ಶದ ಹೆಸರಿನಲ್ಲಿ ತನ್ನನ್ನು ವಂಚಿಸಿಕೊಳ್ಳುವುದು ಅವನಿಗಿಷ್ಟವಿಲ್ಲ.

"ನನಗೆ ಮಗುವಿನ ಆಸೆಯ ಜೊತೆ ಕಾತರ, ಕುತೂಹಲಗಳು ಇವೆ. ಕೆಲವು

ಮನುಷ್ಯನಿಗೆ ಗಿಫ್ಟ್ ಮಾತ್ರವಲ್ಲ, ಹಕ್ಕು ಕೂಡ. ನಾನು ಸನ್ಯಾಸಿಯಲ್ಲ. ತಂದೆಯಾಗೋದು ಒಂದು ಕೊಡುಗೆ" ಶಂಕರ್ ಎದುರು ನಿಂತು ವಾದಿಸಿದಂತಾಯಿತು.

ಏಕಾಂತದಲ್ಲಿ ವಿಷಯವನ್ನು ತಂದೆಯ ಮುಂದಿಟ್ಟ.

"ಏನಂದ್ಕೊಂಡ್ರು ಎರಡನೇ ಸಂಬಂಧ. ಇರೋದು... ಒಂದು ಹೆಣ್ಣು" ರಾಗ ಎಳೆದರು. ಆದರೂ ಈಚೆಗೆ ಗಂಡುಗಳನ್ನು ಹುಡುಕಿ ಸೋತುಹೋಗಿದ್ದರು.

ಕಡೆಗೆ ಅವರನ್ನು ಒಪ್ಪಿಸುವಲ್ಲಿ ಸಫಲನಾದ.

ಆಫೀಸ್‌ಗೆ ಹೋದ ಕೂಡಲೇ ಸದಾನಂದ್ ಫೋನ್ ಮಾಡಿದ.

"ಶಂಕರ್-ನಮಗೆಲ್ಲ ಒಪ್ಗೆ. ಭವಾನಿ ಒಪ್ಕೋಬೇಕು. ಅವಳಿಗೆ ಏನು ಹೇಳಿಲ್ಲ" ತಿಳಿಸಿದ.

"ಥ್ಯಾಂಕ್ಯೂ ವೆರಿಮಚ್.... ಸಂಜೆ ನಾನೇ ತಿಳಿಸ್ತೀನಿ. ಒಂದಿಷ್ಟು ಮಾತಾಡೋದಿದೆ. ಒತ್ತಡವೇರೊಲ್ಲ" ವಿಚಾರಿಸಿ ಫೋನಿಟ್ಟ. ಭವಾನಿ ನಿರ್ಣಯ ತಿಳಿಯದ ಹೊರತು ಹೆಜ್ಜೆ ಮುಂದಕ್ಕೆ ಇಡಲಾರ.

ರಾತ್ರಿಯ ಪ್ರಕರಣ ನೆನಪಾಯಿತು ಅವನಿಗೆ.

ನಿತೀಶ್‌ನ ಕರೆತಂದ ಪಾರಿಜಾತ ಪಕ್ಕದಲ್ಲಿ ಮಲಗಿಸಿಕೊಂಡಳು. ತುಂಟತನದಷ್ಟೆ.... ಮುದ್ದಾಗಿದ್ದ. ಅಷ್ಟೇ ಕೆಟ್ಟ ಹಟ. ಶಂಕರ್ ಎದೆಯ ಮೇಲೆ ಕೂಡಿಸಿಕೊಂಡು ಮಾತಾಡಿಸತೊಡಗಿದ.

"ನಿತೀಶ್... ಹೇಗಿದ್ದಾನೆ?"

ಮಡದಿಯ ಪ್ರಶ್ನೆಗೆ ನಸುನಕ್ಕ. "ನಿನ್ನಷ್ಟೆ ಮುದ್ದಾಗಿದ್ದಾನೆ..." ಕಣ್ಣೊಡೆದ.

ದುರದುರನೆ ಅವನನ್ನು ನೋಡಿದಳು. ಅವ್ನು ಇಲ್ಲೇ ಇರ್ತಾನೆ..." ತಟ್ಟನೇ ನುಡಿದಳು.

ಅವನಿಗೆ ಅರ್ಥವಾಯಿತು. ಎರಡು ಕೈಗಳನ್ನು ಬೆಸೆದು ತಲೆಯ ಕೆಳಗಿಟ್ಟುಕೊಂಡ. "ಯಾರು ಬೇಡಾಂದ್ರು. ನಿಂಗಿಷ್ಟವಾದ್ರೆ... ಸಾಕು" ಎಂದವ ಪಕ್ಕಕ್ಕೆ ಹೊರಳಿಕೊಂಡ.

ಅವನ ತೋಳಿಡಿದು ಈ ಕಡೆಗೆ ತಿರುಗಿಸಿಕೊಂಡಳು.

"ಈ ಪತ್ರಕ್ಕೆ ಸಹಿ... ಹಾಕಿ..."

ಎದ್ದು ಕೂತು ನೇರವಾಗಿ ಅವಳನ್ನೆ ನೋಡಿದ. "ಪಾರಿಜಾತ ಏನೇನೋ ಯೋಚ್ನೇ ಮಾಡಬೇಡ. ನಿನ್ನ ಮೇಲಿನ ಪ್ರೀತಿ ಯಾವತ್ತೂ ಕಡಮೆ ಆಗೋಲ್ಲ. ಡೈವರ್ಸ್ ಪಡೆದ ಮಾತ್ರಕ್ಕೆ ಬೆಸೆದ ನಮ್ಮ ಹೃದಯಗಳು ಬೇರೆಯಾಗುತ್ತ?" ಅವನಿಗೆ ನಿಜವಾಗಿಯೂ ಗಾಬರಿಯಾಗಿತ್ತು.

"ಡೈವರ್ಸ್ ಪತ್ರವಲ್ಲ..." ಎಂದಾಗ ತೆಗೆದುಕೊಂಡ. ಓದಿ ಮುಗಿಸಿದಾಗ

ಅವನೆದೆಯೊಡೆದಂತಾಗಿತ್ತು. "ಒಂದಿಷ್ಟು ನಂಬಿಕೆ, ಅಭಿಮಾನ ಇದೆಯೆಂದು ಕೊಂಡಿದ್ದೆ, ಸೋ ಸ್ಯಾಡ್..." ಕೆಳಗೆ ಸಹಿ ಹಾಕಿ ಅವಳಿಗೆ ಕೊಟ್ಟ.

ಅವಳಪ್ಪ ಅವಳ ಹೆಸರಿಗೆ ಬೆಲೆಬಾಳುವ ಒಂದು ಸೈಟು ಬರೆದಿದ್ದರು. ಸಾಕಷ್ಟು ಒಡವೆನೂ ಕೊಟ್ಟಿದ್ದರು. ಅದರ ಮೇಲೆ ಶಂಕರ್‌ಗಾಗಲಿ, ಅವನಿಗೆ ಸಂಬಂಧಪಟ್ಟವರಿಗಾಗಲೀ ಯಾವುದೇ ಅಧಿಕಾರವಿಲ್ಲವೆಂದು ಸ್ಟ್ಯಾಂಪ್ ಪೇಪರಿನಲ್ಲಿ ಮುದ್ರಿಸಲಾಗಿತ್ತು.

ಭದ್ರವಾಗಿ ಕಣ್ಮುಚ್ಚಿಕೊಂಡು ಮಲಗಿದ. ಯೋಚಿಸಿದಂತೆ ಅತಿಶಯವೆನಿಸಲಿಲ್ಲ.

ನಿತೀಶ್ ಮಾತು ನಂತರ ಅಳು ಶುರುವಾಯಿತು. ಪಾರಿಜಾತಗೆ ಅಭ್ಯಾಸವಿಲ್ಲ. ಅವನನ್ನು ದಾಕ್ಷಾಯಿಣಿ, ಜಗನ್ನಾಥ್ ಮಲಗಿಸಿಕೊಳ್ಳುತ್ತಿದ್ದರು. ಮುಜುಗರದ ನಂತರ ಸಿಡಿಮಿಡಿ ಶುರುವಾಯಿತು.

ಅವನನ್ನು ಎತ್ತಿಕೊಂಡು ಬಾಲ್ಕನಿಗೆ ಬಂದ ಶಂಕರ್. ಎರಡೂವರೆ ವರ್ಷದವ. ಚೆನ್ನಾಗಿ ತಾಯ್ತಂದೆಯವರ ನೆನಪಿತ್ತು. ಹೇಗೋ ಹೊಂದಿಸಿಕೊಂಡಿದ್ದರು. ಆದರೆ ಅವನಿಗೆ ಸುಧಾರಿಸುವಲ್ಲಿ ಸಾಕು ಸಾಕಾಯಿತು. ತನ್ನ ಪಕ್ಕದಲ್ಲಿಯೇ ಮಲಗಿಸಿಕೊಂಡ.

ಇಡೀ ರಾತ್ರಿ ನಿದ್ರಿಸದೆ ಅವನು ಬೆಳಿಗ್ಗೆ ಬೇಗನೇ ಎದ್ದ. 'ಶಂಕರ್ ಕನ್‌ಸ್ಟ್ರಕ್ಷನ್' ದೊಡ್ಡ ಮೊಕಾಂ ಆರ್.ಟಿ.ಓ. ಆಫೀಸ್ ಬಿಲ್ಡಿಂಗ್‌ಗೆ ಅಂದು ಮೋಲ್ಡ್ ಹಾಕುವುದಿತ್ತು.

ಸ್ವಿಮ್ಮಿಂಗ್ ಮುಗಿಸಿಕೊಂಡು ಬಂದ ಅವನು ಉಡುಪು ತೊಟ್ಟು ಹೊರಟು ನಿಂತ.

"ಡ್ಯಾಡಿ, ನೋಡು..." ಪಾರಿಜಾತ ನಿತೀಶ್‌ನ ಅವನ ಬಳಿಗೆ ಎತ್ತಿಕೊಂಡು ಬಂದಳು. "ಡ್ಯಾಡಿ ಅಲ್ಲ, ಅಂಕಲ್..." ಅವನ ಕೆನ್ನೆ ತಟ್ಟಿ ಬಾಗಿಲವರೆಗೂ ಬಂದವನು ಹಿಂದಿರುಗಿ ನೋಡಿ.

"ಮಧ್ಯಾಹ್ನ ಊಟಕ್ಕೂ ಬರೋಕಾಗೋಲ್ಲ. ಸಿಂಹ ಏನಾದ್ರೂ ಬಂದರೆ.... ನೇರವಾಗಿ ಕಾಂಕ್ರೀಟ್ ಹಾಕೋ ಜಾಗಕ್ಕೆ ಬರೋಕೆ ತಿಳ್ಸು" ಮೆಟ್ಟಲು ಇಳಿದು ಹೊರಟುಬಿಟ್ಟ.

ಪೇಪರ್ ಓದುತ್ತಿದ್ದ ಜಗನ್ನಾಥ್‌ಗೂ ತಿಳಿಸಿ ಕಾರು ಹತ್ತಿಬಿಟ್ಟ. ಸಿಂಹ ಬರುವುದಕ್ಕೆ ಅರ್ಧ ಗಂಟೆ ಮೊದಲು ಮನೆ ಬಿಟ್ಟಿದ್ದ.

"ಅಲ್ಲಿಗೆ ಹೋಗೇ ಬಂದೆ. ವಡಿವೇಲ್ ಇದ್ದಾನೆ" ಸಿಂಹ ತಲೆ ತುರಿಸಿಕೊಂಡ. ಎಷ್ಟೇ ಪ್ರಯತ್ನಪಟ್ಟರೂ ಕೆಲವು ವಿಷಯಗಳು ರಹಸ್ಯವಾಗಿಯೇ ಉಳಿದುಬಿಡುತ್ತಿತ್ತು.

ಆಮೇಲೆ ಹತ್ತು ನಿಮಿಷಕ್ಕೆ ದೀಪಕ್ ಪರಾಶರನ ಅಪ್ಪ ಫೋನ್‌ನಲ್ಲಿ ವಿಚಾರಿಸಿದರು. "ಶಂಕರ್ ಮತ್ತೆ ಮದ್ವೆ ಮಾಡಿಕೊಂಡಾನೇಂತ ತಿಳೀತು. ಅಂಥ ಅಗತ್ಯವೇನಿತ್ತು? ಇದ್ರಿಂದ ಪಾರಿಜಾತಗೆ ಎಷ್ಟು ಅನ್ಯಾಯವಾಗುತ್ತೆ. ಮಕ್ಳು ಬೇಕನ್ನೋ ಆಸೆಯಿದ್ದರೆ ಒಂದು ಅನಾಥಾಶ್ರಮದ ಮಗುನ ದತ್ತು ತಂದುಕೊಳ್ಳೋದು. ನಿನ್ನ ಆದರ್ಶದ ಮಾತುಗಳು ಇಲ್ಲಾದ್ರೂ ಉಪಯೋಗವಾಗ್ಲಿ"

ಅವರ ಮಾತುಗಳನ್ನು ಜಗನ್ನಾಥ್ ಬಹಳ ತಾಳ್ಮೆಯಿಂದ ಕೇಳಿಸಿಕೊಂಡರು. "ಥ್ಯಾಂಕ್ಯೂ ವೆರಿ ಮಚ್ ಫಾರ್ ಯುವರ್ ಕೈಂಡ್ ಸಜೆಷನ್" ಫೋನಿಟ್ಟುಬಿಟ್ಟರು. ವಾರಿಗೆಯಲ್ಲಿ ಅಣ್ಣ ವ್ಯಂಗ್ಯಕ್ಕೆ ದೊಡ್ಡಸ್ಥಿಕೆಗೆ ಹೆಸರಾದವ.

ಇವರ ತಾತ ಜಿಲ್ಲೆಗೆ ದೊಡ್ಡ ಕಂಟ್ರಾಕ್ಟರ್. ಜಗನ್ನಾಥ್ ಅಪ್ಪ ಶಿಕ್ಷಣದ ಕಡೆ ಗಮನಕೊಟ್ಟು ಸರಕಾರಿ ಕೆಲಸ ಹಿಡಿದಿದ್ದರು. ಅವರಣ್ಣ ಕಂಟ್ರಾಕ್ಟರ್ ಮುಂದುವರಿಸಿಕೊಂಡು ಮಗನ ಕಾಲಕ್ಕೆ ದೊಡ್ಡದಾಗಿಸಿದ್ದರು. ದೀಪಕ್ ಪರಾಶರನ ಕಾಲಕ್ಕೆ ಮತ್ತಷ್ಟೂ ಬೆಳೆದಿತ್ತು.

ಕೆಲವು ದೊಡ್ಡ ಸೇತುವೆಗಳ ಕಂಟ್ರಾಕ್ಟ್ ಕೂಡ ಇವರದೇ ಆಗಿತ್ತು.

ನಾಲ್ಕಕ್ಕೆ ಸರಿಯಾಗಿ ಇನ್‌ಡೋರ್ ಡೆಕೋರೇಷನ್ ಸೆಂಟರ್ ಬಳಿ ಬರುವ ವೇಳೆಗೆ ಭವಾನಿ, ಇನ್ನಿಬ್ಬರ ಜೊತೆಯಲ್ಲಿ ಹೊರಗೆ ಬಂದಳು. ಕಾರಿನ ವೇಗ ತಗ್ಗಿಸಿ ಹಾರನ್ ಮಾಡಿದ.

ಇತ್ತ ನೋಡಿದವಳು ಬಂದಳು. ಎಂದಾದರೂ ಅವನ ಕಾರು ಎದುರಾಗುತ್ತಿದ್ದುದೇ ಅಪರೂಪ. ನೋಡಿದರೂ ಮುಗುಳ್ನಗೆ ಮಾತ್ರ. ಇಂದೇನು... ವಿಶೇಷ?

"ಭವಾನಿ.. ಕಾರು ಹತ್ತು?" ಹೇಳಿದ,

ಅವಳಿಗೆ ಆಶ್ಚರ್ಯಕ್ಕಿಂತ ಗಾಬರಿಯೇ ಜಾಸ್ತಿಯಾಯಿತು.

"ಯಾಕೆ?" ಅಲ್ಲೇ ನಿಂತಳು.

"ಹತ್ತು.... ಆಮೇಲೆ ಹೇಳ್ತೀನಿ. ಇದು ಪಾರ್ಕಿಂಗ್ ಸ್ಥಳವಲ್ಲ" ಅವಸರಿಸಿದ.

ಅವರುಗಳಿಗೆ ಏನೋ ಹೇಳಿ ಬಂದು ಹಿಂದಿನ ಡೋರ್ ತೆಗೆಯಲು ಪ್ರಯತ್ನಿಸಿದಾಗ ತಾನೇ ತೆಗೆದ. ಅಣ್ಣನ ಫ್ರೆಂಡ್‌ಯೆಂಬ ಗೌರವ ಇರಬಹುದು. ಕೆಲವೊಮ್ಮೆ ತನ್ನ ಕುಟುಂಬಕ್ಕೆ ನೆರವಾದವನೆನ್ನುವ ಕೃತಜ್ಞತೆ ಇರಬಹುದು. ಬೇರೆ ರೀತಿಯಲ್ಲಿ ಯೋಚಿಸಿರಲಾರಳು.

ಕಾರು ಸರ್ಕಲ್ ಬಳಸಿ ಹಿಂದಕ್ಕೆ ತಿರುಗಿಕೊಂಡಾಗ ಕೇಳಿದಳು.

"ಎಲ್ಲಿಗೆ ಹೋಗ್ತಾ ಇರೋದು? ನಿಮ್ಮನೆಗಾದ್ರೆ... ಬೇಡ. ನಂಗೆ ಅಲ್ಲೆಲ್ಲ ಮಾತಾಡೋಕೆ ಸಂಕೋಚ"

ಅವನೇನು ಹೇಳಲೇ ಇಲ್ಲ.

ಶಂಕರ್ ಕಾರಿನ ವೇಗವನ್ನು ನಿಯಂತ್ರಿಸಲಿಲ್ಲ.

"ಪ್ಲೀಸ್, ಎಲ್ಲಿಗೆ ಹೇಳಿ?" ಗಾಬರಿಗೊಂಡಳು.

"ಯಾರಾದ್ರೂ ಹಾರಿಸಿಕೊಂಡು ಹೋಗೋರು ಇಂಥ ಸ್ಥಳಕ್ಕೆಂತ ಹೇಳ್ತಾರೇನು? ನಂಗೆ ಇಷ್ಟವಾದ ಸ್ಥಳಕ್ಕೆ"

ಅವನ ಮಾತುಗಳನ್ನು ಕೇಳಿ ಅವಳೆದೆಯ ಬಡಿತ ಸ್ತಬ್ಧವಾಯಿತು. ತನ್ನ ಕಿವಿಗಳು ಕೇಳಿದ್ದು ನಿಜವೇ ಎಂದು ಚಿಂತಿಸುವಂತಾಯಿತು.

ದಾರಿಯಲ್ಲಿ ವಾಹನ, ಜನಗಳು ಕಮ್ಮಿಯಾಗಿ ಮರಗಿಡಗಳು ಕಾಣಿಸಿಕೊಂಡಾಗ ಪೂರ್ತಿ ಹೆದರಿಬಿಟ್ಟಳು.

"ಶಂಕರ್, ಪ್ಲೀಸ್ ಎಲ್ಲಿಗೆ ಹೋಗ್ತಾ ಇರೋದ್ದೇಳಿ?" ಇನ್ನು ಅವಳು ಅಳಬೇಕಷ್ಟೆ.

"ಆಗಲೇ ಹೇಳಿದ್ನಲ್ಲ, ನಂಗೆ ಇಷ್ಟವಾದ ಜಾಗಕ್ಕೆ. ಒಂದು ಸುಂದರವಾದ ಪ್ರದೇಶಕ್ಕೆ, ಮಧುರವಾದ ವಾತಾವರಣಕ್ಕೆ" ಎಂದ ತುಂಟತನದಿಂದ.

ಭವಾನಿ ಪೂರ್ತಿ ಸುಸ್ತಾದಳು. ಅವಳು ಕಾಲೇಜು ಸೇರಿದ ಮೊದಲ ದಿನಗಳಲ್ಲಿ ಎಷ್ಟೋ ಸಲ ಅವನ ಬೈಕ್ ಮೇಲೆ ಬಂದಿದ್ದಳು. ಅತಿರೇಕ ವರ್ತನೆಯೇನು, ಮಾತು ಕೂಡ ಆಡಿದವನಲ್ಲ.

"ನಂಗೆ ಭಯ ಆಗುತ್ತೆ?" ಉಸುರಿದಳು.

"ಯಾಕೆ ಭಯ? ಅದು ಭಯ ಅಲ್ಲ ಬಿಡು, ಒಂದು ರೀತಿಯ ರೋಮಾಂಚನ" ಎಂದ ನಗುತ್ತಾ.

ಅವಳು ಪೂರ್ತಿ ಬೆವತುಬಿಟ್ಟಳು. ನಾಲಿಗೆಯಲ್ಲಿನ ಪಸೆಯಾರಿತು. ಅವಳ ಮಿದುಳು ಚುರುಕಾಗುವ ಮುನ್ನ ಒಂದೆಡೆ ಕಾರು ನಿಂತಿತು.

ಅವಳಿನ್ನು ಷಾಕ್‌ನಿಂದ ಚೇತರಿಸಿಕೊಂಡಿರಲಾರಳೆಂದು ಅವನಿಗೆ ಗೊತ್ತು. ಇಳಿದು ತಾನೇ ಹಿಂದಿನ ಡೋರ್ ಓಪನ್ ಮಾಡಿದ.

"ಇನ್ನು ಇಳಿಬಹುದ್ದು. ಅತ್ಯಂತ ಸುಂದರವಾದ, ರಮ್ಯವಾದ ಪ್ರದೇಶ. ಏಕಾಂತಕ್ಕೆ ತೊಂದರೆ ಇಲ್ಲ" ಚುರುಕು ಮುಟ್ಟಿಸಿದ.

ಗಂಟಲಲ್ಲಿ ಏನೋ ಸಿಕ್ಕಿ ಹಾಕಿಕೊಂಡಂತಾಯಿತು, ಪ್ರಯಾಸದಿಂದ ಉಗುಳು ನುಂಗಿ ಇಳಿದಳು. ಸುತ್ತಲೂ ನೋಟ ಹರಿಸಿದಳು.ಒಂದು ರೀತಿ ನಿರ್ಜನವೆ.

"ಕೆಂಪಾದ ಕೆನ್ನೆಗಳು, ಕಂಪಿಸುವ ತುಟಿಗಳು, ಗಲಿಬಿಲಿಗೊಂಡ ಕಣ್ಣುಗಳು ಏನು ಸೂಚಿಸುತ್ತೆ, ಗೊತ್ತಾ? ಎಂದಾಗ ಪೂರ್ತಿ ಚೇತರಿಸಿಕೊಳ್ಳಲಾರದೆ ಹೋದಳು.

"ಸಾರಿ ಭವಾನಿ, ಸುಮ್ನೆ ತಮಾಷೆ ಮಾಡಬೇಕೆನಿಸಿತು. ಒಂದಿಷ್ಟು ಮಾತನಾಡೋಣ, ಸದಾನಂದನಿಗೆ ಹೇಳೇ ನಿನ್ನ ಕರ್‍ಕೊಂಡ್ಬಂದಿದ್ದೀನಿ" ದೂರ ನಡೆದ.

ಮತ್ತಷ್ಟು ವಿಸ್ಮಯ ಅವಳಿಗೆ. ಆದರೆ ಈಗ ಚುರುಕಾಗಿ ಹಿಂಬಾಲಿಸಿದಳು. ಅಲ್ಲೇ ಇದ್ದ ಒಂದು ಕಲ್ಲಿನ ಮೇಲೆ ಕೂತು ಎದುರಿಗಿದ್ದ ದಿಣ್ಣೆಯ ಕಡೆ ತೋರಿಸಿದ.

"ನಿನ್ನ ಯಾಕೆ ಕರ್‍ಕೊಂಡ್ಬಂದಿದ್ದೀನಿ. ಒಂದಿಷ್ಟು ಊಹಿಸೋಕೆ ಸಾಧ್ಯವೇ?" ಅವಳನ್ನೆ ದಿಟ್ಟಿಸುತ್ತ ಕೇಳಿದ.

ಅವಳ ನೋಟ ಪಕ್ಕಕ್ಕೆ ಸರಿಯಿತು. ಗೊತ್ತಿಲ್ಲವೆಂದು ತಲೆಯಾಡಿಸಿದಳು.

"ನಾನು ಇನ್ನೊಂದು ಮದ್ವೆ ಆಗೋ ತೀರ್ಮಾನ ಮಾಡಿದ್ದೀನಿ."

ಅವನ ಮಾತಿಗೆ ಚಕಿತಳಾದಳು. ಶಂಕರ್ ಸಹಜ ಸ್ವಭಾವ ಬಲ್ಲವರು ಎಂಥ

ಪ್ರಬಲವಾದ ಕಾರಣವಿದ್ದುದರಿಂದಲೇ ಇಂಥ ಬಲವಾದ ನಿರ್ಧಾರಕ್ಕೆ ಬಂದಿರಬಹುದು ಎಂದು ತಿಳಿಯಬಹುದು.

"ನೀನು ಇದ್ನ ಅನ್ಯಾಯ ಅನ್ನಬಹ್ದು. ನನ್ನ ರೀತಿಯಲ್ಲಿ ನ್ಯಾಯವಾದುದ್ದೆ. ಯಾರದೇ ಹಣದ ಗಂಟನ್ನ ಏಕಾಏಕಿ ತನ್ನದೆಂದು ಹೇಳಿಕೊಳ್ಳುವುದರಲ್ಲಿ, ಅನುಭವಿಸುವುದರಲ್ಲಿ ಸಿಕ್ಕೋ ಸಂತೋಷ ಅಲ್ಪ, ಅದು ಸಹಜವಾದುದ್ದಲ್ಲ. ಒಬ್ಬ ವ್ಯಕ್ತಿ ಒಂದೊಂದೆ ರೂಪಾಯಿಯನ್ನು ಸೇರಿಸುತ್ತ, ಪ್ರತಿದಿನ ಅದರ ಎಣಿಕೆ ಮಾಡುತ್ತ, ತನ್ನ ಬೆವರಿನ ಬಿಂದುಗಳು ದೊಡ್ಡ ಮೊತ್ತವಾದಾಗ ಅವನ ಆನಂದ ಅವ್ಯಕ್ತವಾದುದು. ನಾನು ಬಯಸೋದು ಅಂಥದ್ದು. ನನಗೆ ನಂದೇ ಆದ ಮಗು ಬೇಕು."

ಗೊಂಬೆಯಂತೆ ಕೂತ ಅವಳತ್ತ ನೋಡಿದ.

"ನಾನು ನಿನ್ನ ಮದ್ವೆ ಮಾಡ್ಕೋಬೇಕೂಂತ ತೀರ್ಮಾನ ಮಾಡಿದ್ದೀನಿ. ನಿನ್ತಂದೆ, ಸದಾನಂದ ಒಪ್ಪಿದ್ದಾರೆ. ನೀನು ಒಪ್ಪಿದ್ರೆ... ಮಾತ್ರ" ಎಂದ.

ಭವಾನಿ ಎರಡು ಕೈಯಲ್ಲು ಮುಖ ಮುಚ್ಚಿಕೊಂಡಳು.

ಹಿಂದೆ ಶಂಕರ್‌ನ ನೋಡಿದಾಗ ವಯಸ್ಸಿಗೆ ಅನುಗುಣವಾದ ಹಂಬಲಿಕೆಗಳು ಚಿಗುರಿದ್ದವು. ಎಟುಕದ ದ್ರಾಕ್ಷಿಯತ್ತ ಕೈಚಾಚುವಂಥ ತಪ್ಪು ಮಾಡಬಾರದೆಂದು ಕೊಂಡಿದ್ದಳು.

ಅವನ ನಿಡಿದಾದ ತೋಳುಗಳು, ಹರವಾದ ಎದೆಯಲ್ಲಿ ಹುದುಗಿಹೋಗಬೇಕೆಂದು ಬಯಸದ ತರುಣಿಯರೇ ಅಪರೂಪ.

"ಭವಾನಿ ನೀನು ನಾಳೆ ಸಂಜೆವರ್ಗೂ ಯೋಚ್ಸಿ ಹೇಳ್ಬಹ್ದು. ಒತ್ತಾಯವೇರೋಲ್ಲ. ನನ್ನ ಸಮಸ್ಯೆಗಳನ್ನು ಮ್ಯಾನೇಜ್ ಮಾಡಿಕೊಳ್ಳುವಂಥ ಸಾಮರ್ಥ್ಯವಿದ್ದರೂ... ಉತ್ತಮ ಸಂಗಾತಿಯ ಅಗತ್ಯವಿದೆ. ಈ ಮದ್ವೆಗೆ ಮನೆಯವ್ರ ಪೂರ್ಣ ವಿರೋಧವಿದೆ. ಅವ್ರುಗಳು ನಮ್ಮ ಮದ್ವೆಗೆ ಬರೋದಾಗ್ಲಿ, ನೀನು ಅಲ್ಲಿಗೆ ಹೋಗೋದಾಗ್ಲಿ ಸಾಧ್ಯವಿಲ್ಲ" ಇನ್ನಷ್ಟು ವಿವರಿಸಿದ.

ಭವಾನಿ ತುಟಿಕ್ ಪಿಟಿಕ್ ಎನ್ನಲಿಲ್ಲ.

"ಪ್ಲೀಸ್, ಮುಖವೆತ್ತಿ ನನ್ನಕಡೆ ನೋಡು ಭವಾನಿ. ನನ್ಮೇಲೆ ನಂಬ್ಕೆ ಇದ್ದರೆ ಮಾತ್ರ ಮದ್ವೆ ಮಾಡ್ಕೋ" ಅವಳ ಕಣ್ಣುಗಳು ಮತ್ತಷ್ಟು ಭರವಸೆಯನ್ನು ಕೊಟ್ಟಿತು.

ಆದರೆ ಅವಳು ಅಯೋಮಯ ಸ್ಥಿತಿಯಲ್ಲಿದ್ದಳು.

ಕಾರಿನ ಹತ್ತಿರ ಬಂದಾಗ ಶಂಕರ್ ಹಿಂದಿನ ಡೋರ್ ತೆಗೆದು ಕೂಡುವಂತೆ ಸನ್ನೆ ಮಾಡಿದ.

ಜೇಬಿನಿಂದ ಒಂದು ಪುಟ್ಟ ಬಾಕ್ಸ್ ತೆಗೆದು ಅವಳ ಮುಂದಿಡಿದ. "ಇದ್ರಲ್ಲಿ ಒಂದು ಉಂಗುರ ಇದೆ. ಮದ್ವೆಗೆ ಒಪ್ಪಿಕೊಂಡ್ರೆ...ಬೆರಳಿಗೆ ಹಾಕ್ಕೋ. ಇಷ್ಟವಿಲ್ಲದಿದ್ರೂ ಹಿಂದಿರುಗಿಸೋದೇನು ಬೇಡ. ಅದು ನಿನ್ಮದ್ವೆಗೆ ನನ್ನ ಉಡುಗೊರೆಯಾಗಿ ನಿನ್ಹತ್ರನೇ ಇರಲಿ. ಕೈ ಹಿಡ್ದ ಪುಣ್ಯಾತ್ಮನ ಕೈಯಿಂದ ತೊಡಿಸ್ಕೋ. ಒಕೇ... ನಿನ್ನ

ನಿರ್ಧಾರವೇನಿದ್ರೂ... ನಂಗೆ ಬೇಸರವಿಲ್ಲ. ಆಗ ಕಾಡಿದ್ದು ಒಂದು ರೀತಿಯ ಅಂತಸ್ತಿನ ಪ್ರಶ್ನೆಯೇ, ಈಗ್ಲೂ ಅಂತಸ್ತಿನ ತಾರತಮ್ಯವೇ" ನಡುಗುವ ಕೈಯಿಂದ ಭವಾನಿ ತೆಗೆದುಕೊಂಡಳು.

ಮತ್ತೆ ಶಂಕರ್ ಮಾತಾಡಲಿಲ್ಲ, ಮನೆಯ ಮುಂದೆ ಇಳಿಸಿ ಹೋಗಿಬಿಟ್ಟ.

* * * *

ರಾತ್ರಿ ಇವನು ಮನೆ ತಲುಪುವ ವೇಳೆಗೆ ಮನೆ ಗದ್ದಲದಿಂದ ಕೂಡಿದ್ದು ಪಾರಿಜಾತ ಅಪ್ಪ, ಅಮ್ಮನ ಜೊತೆ ತಂಗಿ ಮತ್ತು ಅವಳ ಗಂಡ ನಿತೀಶ್ ಬಿಟ್ಟು ಇಬ್ಬರು ಮಕ್ಕಳು ಇದ್ದರು ಗುಂಪಿನಲ್ಲಿ.

ಮಾಮೂಲಾಗಿ ಬಂದವರಲ್ಲ. ಇವರಿಗೆಲ್ಲ ವಿಷಯ ಮುಟ್ಟಿದ್ದು ಹೇಗೆ?

ಬಟ್ಟೆ ಬದಲಾಯಿಸಿ ಬಂದವನು ಎಂದಿನಂತೆಯೇ ಆತ್ಮೀಯತೆಯಿಂದ ಮಾತಾಡಿಸಿ ಎದ್ದು ಹೊರಟವನು ನಿಂತ ಹೇಳಿದ.

"ನಂಗೆ ಏನೇ ಹೇಳೋಕೆ ಮೊದ್ಲು ಯೋಚ್ಸಿ. ಇಲ್ಲಿ ಪರ, ವಿರೋಧದ ಪ್ರಶ್ನೆ ಇಲ್ಲ. ನಂಗೆ ನನ್ನ ತಂದೆ, ತಾಯಿ ಹೇಗೋ, ನೀವೂ ಅಷ್ಟೆ"

ಗುಸು ಗುಸು, ಪಿಸಿ ಪಿಸಿ ಎಂದರೂ ಯಾರಿಗೂ ಅವನ ಮುಂದೆ ವಾದಮಾಡುವ, ಬುದ್ಧಿ ಹೇಳುವ ಧೈರ್ಯ ಮಾಡಲಾಗಲಿಲ್ಲ. ಶಂಕರ್ ಎಷ್ಟು ಸೂಕ್ಷ್ಮಬುದ್ಧಿಯವನೋ, ಅಷ್ಟೇ ದಿಟ್ಟತನದ ವ್ಯಕ್ತಿ.

"ಡೈವರ್ಸ್ ಕೊಡ್ತೀನಿ, ನಿಮ್ಮ ಮಗಳನ್ನ ಕರ್‍ಕೊಂಡ್ಹೋಗಿ ಅಂದರೇ ಏನು ಹೇಳೋದು" ಸುಮ್ಮನಾಗಿಬಿಟ್ಟರು.

ಬರೀ ಮಗಳ ಕಣ್ಣು ಮಾತ್ರ ಒರೆಸಿದರು.

"ಇದು ತೀರಾ ಪರ್ಸನಲ್, ನಾವುಗಳು ಮಧ್ಯೆ ಬಂದರೆ ಕೆಡುತ್ತೆ. ಯಾರಿಂದಲೂ ವಿವೇಕ ಹೇಳಿಸಿಕೊಳ್ಳುವಂಥ ಹುಡ್ಗನಲ್ಲ ಶಂಕರ್" ಮಧ್ಯೆ ಪ್ರವೇಶಿಸಲು ಒಪ್ಪಲಿಲ್ಲ ಪಾರಿಜಾತ ತಂದೆ.

* * * *

ಬೆಳಿಗ್ಗೆ ಡ್ಯಾಮ್ ಹತ್ತಿರ ಹೋಗಿದ್ದ ಶಂಕರ್ ಆಫೀಸ್‌ಗೆ ಬಂದಾಗ ಐದು ಗಂಟೆ ಆಗಿತ್ತು. ಕೆಲವು ಕಡೆ ಬಟವಾಡೆಯ ದಿನ. ಅಲ್ಲಿನ ಮೇಸ್ತ್ರಿಗಳು ಬಂದು ಕಾಯುತ್ತಿದ್ದರು. ಕ್ಯಾಷಿಯರ್‌ಗೆ ಕೊಡುವಂತೆ ಸೂಚಿಸಿ ಒಳ ಕೋಣೆಗೆ ಹೋಗಿ ಸೋಫಾಗೆ ಒರಗಿದ.

ಹೋಗುವಾಗಲೇ ಪರಾಶರನ ಕಾರು ಎದುರಾಗಿತ್ತು. ಎಂದಿನ ಹಾಗೇ ಕೈಬೀಸಲು ಅವಕಾಶ ಕೊಡದೇ ಅವನೇ ಇಳಿದುಬಂದ. ಇವನು ಇಳಿಯುವುದು ಅನಿವಾರ್ಯವಾಗಿತ್ತು.

"ಹಲೋ.... ಶಂಕರ್" ವಿಶ್ವಾಸದಿಂದ ಹೆಗಲ ಮೇಲೆ ಕೈ ಹಾಕಿದ "ನೀನು ಲಕ್ಕಿ,

ಸರ್ರ್ಯಾಗಿ ಬಿಲ್‌ಗಳು ಆಗ್ದೇ ದೊಡ್ಡ ದೊಡ್ಡ ಕೆಲಸಗಳೆಲ್ಲ ವರ್ಷಾನುಗಟ್ಲೆ.... ಎಳೆಯುತ್ತೆ. ನಿಂದು ಪರ್ವಾಗಿಲ್ಲ" ಹೊಗಳಿದರೂ ಈರ್ಷ್ಯೆ ಎಷ್ಟಿದೆಯೆಂದು ಶಂಕರ್‌ಗೆ ಗೊತ್ತು.

ಈ ಟೆಂಡರ್ ಇವನಿಗೆ ಸಿಕ್ಕಬಾರದೆಂದು ಎಷ್ಟೋ ಪ್ಲಾನ್ ಮಾಡಿ ಸೋತು ಹೋಗಿದ್ದ. ಲಕ್ಷಗಳ ನಷ್ಟದ ಜೊತೆ ಪ್ರಬಲ ಸ್ಪರ್ಧಿಯಾದನಲ್ಲ ಎನ್ನುವ ಕೋಪ.

"ಮಾಮೂಲಿ.... ತಾನೇ. ಎಲ್ಲಿಂದ ಬರೋಣವಾಯ್ತು?" ಪ್ರಶ್ನಿಸಿದ. ಅವನ ಎರಡನೇ ಸಂಸಾರ ಗೆಸ್ಟ್‌ಹೌಸ್‌ನಲ್ಲಿದೆಯೆಂದು ಅವನಿಗೆ ಗೊತ್ತು. ಜೋರಾಗಿ ನಕ್ಕುಬಿಟ್ಟ. "ತಲೆ ಕೆಟ್ಟುಹೋಗುತ್ತೆ. ರಿಲ್ಯಾಕ್ಸ್‌ಗೆ... ಬೇಕಲ್ಲ. ಮನೆಗೆ ಹೋದ್ರೆ... ಆ ಬಟ್ಟೆ ಈ ಒಡ್ವೆ... ಪಾರ್ಟಿಗೆ ಕರ್ಕೊಂಡ್ಹೋಗ್ಲಿಲ್ಲ. ಪಿಕ್‌ನಿಕ್ ಹೋಗ್ಬೇಕು ಅದೂ ಇದೂ... ಇದೇ ಪಂಚಾಯಿತಿಗಳು ತಾನೇ!" ಎಂದವ ಮಾತು ಬದಲಾಯಿಸಿ ಮೆಲುದನಿಯಲ್ಲಿ ಉಸುರಿದ "ದತ್ತು ತಗೋತಿಯಂತೆ. ಗ್ರಾಂಡಾದ ಏರ್ಪಾಟುಗಳು ನಡೀತಾ ಇರೋ ವಿಷ್ಯ ತಿಳೀತು. ಇನ್ನೊಂದು..." ಮುಂದೆ ಮಾತಾಡದಂತೆ ತಡೆದ.

"ನಂಗೆ ಅರ್ಜೆಂಟಾಗಿ ಹೋಗ್ಬೇಕಿದೆ. ನಾಳಿನ ವಿಷ್ಯ ಇಂದು ಮಾತಾಡೋ ಬದ್ಲು ನಾಳೆಗಾಗಿ ಕಾಯೋಣ. ಸಿ ಯೂ ಎಗೇನ್" ಕಾರು ಹತ್ತಿ ಹೊರಟುಬಿಟ್ಟಿದ್ದ.

ಎಷ್ಟು ಬೇಗ ಹರಡಿಹೋಗಿದೆ ವಿಷಯ, ಅವನು ಕೂಡ ಗುಟ್ಟಾಗಿರಲೀಯೆಂದು ಬಯಸಿರಲಿಲ್ಲ.

ಸದ್ದು ಕೇಳಿ "ಯೆಸ್, ಕಮಿನ್..." ಎಂದ.

ಒಳಗೆ ಬಂದ ಸಿಂಹ ವಿನಮ್ರತೆಯಿಂದ "ಯಾಕೋ ಡಿಪ್ರೆಷನ್ ಆಗಿ ಕಾಣ್ತೀರಲ್ಲ, ಸರ್. ಕುಡಿಯೋಕೆ ಜ್ಯೂಸ್..." ಅವನು ಪೂರ್ತಿ ಮಾಡುವ ಮುನ್ನವೇ ತಡೆದು "ಏನಿಲ್ಲ, ನೀನಿನ್ನು ಹೋಗು." ಹೇಳಿದ. ಆದರೆ ಅವನು ಹೋಗದೇ ಇಲ್ಲೆಲ್ಲೋ ಹೊಂಚು ಹಾಕುವನೆಂದು ಅವನಿಗೆ ಗೊತ್ತು. ಅವನು ಪರಾಶರ ಕಡೆಯ ವ್ಯಕ್ತಿಯೆಂದು ತಿಳಿದರೂ ಇಟ್ಟುಕೊಂಡಿದ್ದ.

ಹತ್ತು ನಿಮಿಷ ಬಿಟ್ಟು ಆಫೀಸ್‌ನಿಂದ ಕೆಳಗಿಳಿದು ಬಂದ. ಬೀಗ ಹಾಕಿದ ವಡಿವೇಲು ಅವನನ್ನ ಹಿಂಬಾಲಿಸಿಕೊಂಡು ಬಂದ.

ಕಾರಿನ ಒಳಗೆ ಬಂದವನು ನೂರರ ಐದು ನೋಟುಗಳನ್ನ ಅವನ ಕೈಯಲ್ಲಿಟ್ಟು "ಮಗುಗೇ ಒಳ್ಳೆ ಟ್ರೀಟ್‌ಮೆಂಟ್ ಕೊಡ್ಸು. ದುಡ್ಡು ಬಗ್ಗೆ ಯೋಚ್ನೇ ಬೇಡ. ನಾಳೆ ನಾನು ಬಂದುನೋಡ್ತೀನಿ" ಸ್ಟೀರಿಂಗ್ ವ್ಹೀಲ್ ಮುಂದೆ ಕೂತ. ಅವನು ನಂಬುತ್ತಿದ್ದುದ್ದು ಅವನೊಬ್ಬನನ್ನು ಮಾತ್ರ.

ಯಾವ ನಿರ್ಣಯ ತೆಗೆದುಕೊಂಡಿರಬಹುದು ಭವಾನಿ? ಆಗ ಮದುವೆಯ ವಿಷಯ ತಾವಾಗಿ ಪ್ರಸ್ತಾಪಿಸಲು ಅಂತಸ್ತು ಸಾಲದೆಂದುಕೊಂಡರು. ಈಗ ನನ್ನ ಅಂತಸ್ತು ಕಡಿಮೆ. ನಾನೀಗ ಎರಡನೇ ವರ. ಆದರೂ ಕೇಳಿದ್ದಾಗಿದೆ. 'ಬೇಡ' ಅಂದರೂ ಹೆಚ್ಚಿಗೆ ಭಾವಿಸಬೇಕಾದ್ದಿಲ್ಲ.

"ಏಯ್ ಶಂಕರ್..." ಸದಾನಂದನ ದನಿ, ಆಟೋದಲ್ಲಿ ಕೂತಿದ್ದವನು

"ಮುಂದೆ ಸೈಡ್‌ನಲ್ಲಿ ನಿಲ್ಲಿಸ್ಕೋ..." ಹೇಳುತ್ತಿರುವಂತೆಯೇ ಹಸಿರು ದೀಪ ಹತ್ತಿಕೊಂಡಿತು.

ಕಾರು ಮುಂದಕ್ಕೆ ಒಯ್ದು ನಿಲ್ಲಿಸಿದ. ಆಟೋ ಇಳಿದ ಸದಾನಂದ ಓಡಿಬಂದು ಕಾರು ಹತ್ತಿದ. ಚಕ್ರಗಳು ನಿಧಾನವಾಗಿ ಮುಂದಕ್ಕೆ ಉರುಳಿದವು.

"ಎರಡ್ಮೂರು ಸಲ ಫೋನ್ ಮಾಡ್ದೆ." ಹೇಳಿದ.

"ಇರ್ಲಿಲ್ಲ, ನಾನು ಆಫೀಸ್‌ಗೆ ಬಂದಿದ್ದೆ ಲೇಟಾಗಿ" ಹೋಟೆಲ್ ಮುಂದೆ ಕಾರು ಒಯ್ದು ನಿಲ್ಲಿಸಿದ. "ಮೊದ್ಲು ಏನಾದ್ರೂ ಕುಡ್ಯೋಣ" ಕೆಳಗಿಳಿದ.

ಇಬ್ಬರು ಕೋಲ್ಡ್ ಜ್ಯೂಸ್ ತರಿಸಿ ಕುಡಿದರು. ಸದಾನಂದ ಯಾಕೋ ಚಡಪಡಿಸುತ್ತಿದ್ದಾನೆಂದುಕೊಂಡ.

"ಬಿ ಫ್ರಾಂಕ್. ಸ್ನೇಹಕ್ಕಿಂತ ಯಾವ ಸಂಬಂಧಾನೂ ದೊಡ್ಡದಾಗೋಲ್ಲ. ಅವಳ ಜೀವನ ರೂಪಿಸಿಕೊಳ್ಳೋಕೆ ಅವ್ಳಿಗೆ ಅಧಿಕಾರವಿದೆ. ಭವಾನಿ ಹ್ಞೂ ಅಂದರೂ ಓಕೇ....ಉಹ್ಞೂ ಅಂದರೂ ಓಕೇ... ಏನ್ಹೇಳಿದ್ಲು?" ಮಾಮೂಲಾಗಿ ಹೇಳಿದ.

ಉಂಗುರದ ಬಾಕ್ಸ್‌ನ ತೆಗೆದು ಟೇಬಲ್ಲು ಮೇಲಿಟ್ಟ.

"ಅಂತೂ ಮದ್ವೆಯ ಉಡುಗೊರೆಯಾಗಿ ಸ್ವೀಕರಿಸೋಕೆ ಅವ್ಳಿಗೆ ಇಷ್ಟವಿಲ್ಲ. ನಾನೇ ಕಾದಿರಿಸಿ ಅಂದೇ ಪ್ರಸೆಂಟ್ ಮಾಡ್ತೀನಿ ಬಿಡು. ಭವಾನಿ ವರಾನ್ವೇಷಣೆ ಎಲ್ಲಿವರ್ಗೂ ಬಂತು?" ಬೇರೆ ವಿಷಯಕ್ಕೆ ಹೊರಳಿಕೊಂಡ. ಅವನ ಮುಖಭಾವದಲ್ಲಿ ಯಾವುದೇ ಬದಲಾವಣೆ ಇಲ್ಲ.

"ಅಂದು ನಿನ್ನ ಕೈಯಿಂದಲೇ ತೊಡಿಸ್ಕೋತಾಳಂತೆ. ಅವ್ಳಿಗೆ ಒಪ್ಗೆ ಇದೆ. ನನ್ನ ಕೆಲವು ಮಾತುಗಳಿವೆ" ಎಂದ ಸ್ವಲ್ಪ ಗಂಭೀರವಾಗಿ.

ತಂದೆಯ ಕಂಡೀಷನ್‌ಗಳನ್ನು ನೆನಪಿಸಿಕೊಂಡ. ಸಂಬಂಧಗಳೇ ಅರ್ಥ ಶೂನ್ಯವೆನ್ನುವಂತೆ ಕಠಿಣವಾಗಿ ನಡೆದುಕೊಂಡರು.

ಮಹಾಭಾರತದ ಭೀಷ್ಮನಿಗೆ ಸತ್ಯವತಿಯ ತಂದೆ ಕೆಲವು ನಿರ್ಬಂಧನೆಗಳನ್ನೇರಿ ಘೋರ ಪ್ರತಿಜ್ಞೆ ಮಾಡುವಂತೆ ಮಾಡಿ ಮುಂದಿನ ದುರಂತಕ್ಕೆ ಸಾಕ್ಷಿಯೆನ್ನುವಂತೆ ನಿಲ್ಲಿಸಿಬಿಟ್ಟ. ಈಗ.... ನಮ್ಮೆಂದೆ... ಒಂದಷ್ಟು ಹಣ ನನ್ತಂಗಿ ಹೆಸರಿನಲ್ಲಿ ಡಿಪಾಜಿಟ್ ಮಾಡು, ನಿನ್ನ ಸಂಪಾದನೆಯಲ್ಲಿ ಭವಾನಿಗೆ ಸೇರತಕ್ಕುದ್ದು ಇತ್ಯಾದಿ.... ಇತ್ಯಾದಿ....

"ಏನ್ಹೇಳು, ಈ ಮದ್ವೆ ಸುದ್ದಿ ಎತ್ತಿದ್ಮೇಲೆ ನಾನು ಕೆಲವುಗಳ ಮೇಲಿನ ಹಕ್ಕು ಕಳೆದುಕೊಂಡಿದ್ದು ಮಾತ್ರವಲ್ಲ, ಕೆಲವು ಪತ್ರಗಳಿಗೂ ಸಹಿ ಹಾಕ್ದೆ ಮಿಸ್ಟರ್ ಸದಾನಂದ್.... ನಾವು ವಾಸಿಸೋ ಬಂಗ್ಲೆ, ನಮ್ಮಪ್ಪನ ಹೆಸರಿನಲ್ಲಿರೋ ಡಿಪಾಸಿಟ್... ಇತರೆಯೆಲ್ಲ ನನ್ನದಲ್ಲ. ಬರೀ ನೀನು ನನ್ಮೇಲೆ ಭರವಸೆ ಇಟ್ಟು ನಿನ್ತಂಗಿನ ಧಾರೆಯೆರೆದು ಕೊಡ್ಬೇಕು. ಈಗ ನಿನ್ನ ಮತ್ತು ಭವಾನಿಯ ಕಂಡೀಷನ್‌ಗಳೇನು? ಯಾವ್ದೇ ಸಂದರ್ಭದಲ್ಲಿ ನಾನು ನನ್ನ ಮನಸ್ಸು, ಹೃದಯಕ್ಕೇನೆ ಹೆಚ್ಚು ಬೆಲೆ ಕೊಡೋದು. ಈಗ್ಹೇಳು..." ದೃಢವಾಗಿತ್ತು ಅವನ ಸ್ವರ.

ಎರಡು ನಿಮಿಷ ಸುಮ್ಮನಿದ್ದ ಸದಾನಂದ ಅವನ ಕೈಹಿಡಿದುಕೊಂಡ "ಭವಾನಿ ಏನು ಹೇಳಿಲ್ಲ, ಕೇಳಿಲ್ಲ. ಅವಳಿಗೆ ಇದು ಮೊದಲ್ನೆ ಮದ್ವೆ, ಅವಳೆದೆಯ ನೂರು ಕನಸುಗಳು ಬಾಡಬಾರ್ದು" ಅವನೆದೆ ಭಾರವಾಯಿತು. ಶಂಕರ್ ಅವನಿಡಿದ ಕೈಮೇಲೆ ತನ್ನ ಕೈಯಿಟ್ಟ. ಬಾಯಿ ಮಾತಾಡುವುದು ಬೇಡವಾಗಿತ್ತು.

ಇನ್ನಷ್ಟು ಮನಸ್ಸುಗಳು ಹತ್ತಿರವಾದುವು. ಮದುವೆಯ ಏರ್ಪಾಟೆಲ್ಲ ಸದಾನಂದ್‌ಗೆ ಬಿಟ್ಟ.

"ನಿನ್ತಂಗಿ ಮದ್ವೆ ಹೇಗೆ ನಡೀಬೇಕು ಅಂದ್ಕೊಂಡಿದ್ದಿಯೊ ಹಾಗೇ ಮಾಡು. ಇದು ಹೆಚ್ಚು ಸ್ಪಷ್ಟ. ಮುಚ್ಚುಮರೆಯ ಪ್ರಶ್ನೆಯೇ ಇಲ್ಲ. ಸಮಾಜದಲ್ಲಿ ಪಾರಿಜಾತಗೆ ಎಷ್ಟು ಸ್ಥಾನವಿದೆಯೋ ಭವಾನಿಗೂ ಅಷ್ಟೇ ಅಧಿಕಾರ, ಪ್ರೀತಿ ಎಲ್ಲದರಲ್ಲೂ ಸಮ" ದೃಢವಾಗಿ ನುಡಿದ.

ಶಂಕರ್ ಮನೆಗೆ ಬಂದಾಗ ಪಾರಿಜಾತ ಇರಲಿಲ್ಲ. ದಾಕ್ಷಾಯಿಣಿ ಮಗನ ಜೊತೆ ಮಾತಾಡಲಿಲ್ಲ. ಆದರೆ ಅವನೇ ವಿಚಾರಿಸಿದ.

"ಪಾರಿಜಾತ... ಎಲ್ಲಿ?" ಆಕೆ ಒಂದು ತರಹ ಮಗನನ್ನು ನೋಡಿದರು "ನಿತೀಶ್‌ನ ಸಿಟ್ಟಿಂಗ್ ಸೆಂಟರ್‌ಗೆ ಸೇರಿಸೊಕೇಂತ ಹೋದ್ಲು." ಅವುಡುಕಚ್ಚಿದ. ಅಂಥ ಅಗತ್ಯವೇನು?

"ತಾಯಿ ಮಡಿಲಿನಲ್ಲಿ ಹಾಯಾಗಿದ್ದ ಮಗೂನ ಇಲ್ಲಿ ಬೇಬಿ ಕೇರ್ ಸೆಂಟರ್‌ಗೆ ಸೇರಿಸೋಕೆ ಕರ್ಕೊಂಡ್ಬಂದ್ರಾ? ಮಗುವೊಂದು ಮನೆಯಲ್ಲಿರಲಿ ಅನ್ನೋ ಉದ್ದೇಶವೇನು ನಿಮಗಿಲ್ಲ. ಬರೀ ನನ್ನ ಹೆದರಿಸೋಕೆ ಈ ಏರ್ಪಾಟು" ರೇಗಿ ಮೇಲಕ್ಕೆ ಹೋದ.

ದಾಕ್ಷಾಯಿಣಿ ಕೂಡ ಸುಮ್ಮನಾಗಿಬಿಟ್ಟರು.ಮಗನ ಮಾತನ್ನ ಜಗನ್ನಾಥ್ ಸಮರ್ಥಿಸಿಕೊಂಡರು.

"ಅವ್ನು ಹೇಳಿದ್ರಲ್ಲಿ ಅರ್ಥವಿದೆ. 'ಬಿಕೋ' ಅನ್ನೋ ಮನೆಗೆ ಮಗುವೊಂದು ಬೇಕು. ಅತ್ತೆ, ಸೊಸೆ ಆ ಮಗುನ ಸಂಭಾಳಿಸಿಕೊಂಡು ಹೋಗೋಕ್ಕಾಗೋಲ್ವ? ಪಾರಿಜಾತಗೆ ಬುದ್ಧಿ ಹೇಳ್ಬೇಕಿತ್ತು" ಚುರುಕು ಮುಟ್ಟಿಸಿದಂತಾಯಿತು ಆಕೆಗೆ.

ಮಡದಿ ಬಂದ ಕೂಡಲೇ ಅವನು ವಿರೋಧಿಸಿದ. "ನಿತೀಶ್‌ನ ನೋಡಿಕೊಳ್ಳೋಕೆ ನಿಂಗೆ ಆಗೋಲ್ವಾ? ಮಗುವಿನ ಆಟ, ಪಾಟ ಮುದ್ದು ಮಾತುಗಳ್ನ ಆನಂದಿಸೋದ್ಬಿಟ್ಟು... ಬೇಬಿ ಕೇರ್ ಸೆಂಟರ್‌ಗೆ ಸೇರಿಸೋಕೆ ಹೋಗಿದ್ದೀಯಲ್ಲ. ಹಕ್ಕಿಗೋಸ್ಕರ ನಿನ್ನ ಹೊಡೆದಾಟ. ಮಗು ಮನೆಯಲ್ಲೇ ಇರಲೀ" ನಿತೀಶ್‌ನ ಎತ್ತಿಕೊಂಡು ಬಾಲ್ಕನಿಗೆ ಹೋಗಿ ಕೂತ.

ಜಗತ್ತಿನ ಸೌಂದರ್ಯ, ಸೃಷ್ಟಿಯ ರಹಸ್ಯ ಅಡಗಿರುವುದು ಪ್ರಕೃತಿಯಲ್ಲಿ. ಮುದ್ದು ಮಗುವಿನ ಲಾಲನೆ ಪಾಲನೆಯಲ್ಲಿ ನಿರಾತಂಕವಾಗಿ, ಸಂತೋಷವಾಗಿ ಒಂದು ಗಂಟೆ ಕಳೆದುಬಿಟ್ಟ. ಒಂದು ರೀತಿಯ ರಿಲ್ಯಾಕ್ಸ್.

"ಮುಗೀತಾ?" ಅಸಹನೆಯಿಂದ ಉರಿದುಬಿದ್ದಳು ಪಾರಿಜಾತ "ಹೇಗೆ ಮಾತಾಡ್ತಾನೆ, ನೋಡು" ಅವಳಿಗೆ ಕೊಟ್ಟು ಒಳಗೆ ಹೋದ.

ಪೇಪರ್‌ಗಳ ಮುಖಾಂತರ ಸಂಬಂಧಗಳನ್ನ ಉಳಿಸಿಕೊಳ್ಳಲು ಸಾಧ್ಯವೇ? ಅವು ಸಂಕೋಲೆಗಳಾಗಬಹುದೇ ವಿನಹ ಪ್ರೀತಿಯ ಬಂಧನವಾಗಲಾರದು.

ನಿತೀಶ್‌ನ ಒಯ್ದು ಕೆಳಗೆ ಮಲಗಿಸಿಬಂದಳು. ಅವನೆಷ್ಟು ಓಲೈಸಿದರೂ ಅಭಿಮುಖವಾಗಿ ಮಲಗಿದಾಗ ನಿಶ್ಚಿಂತೆಯಿಂದ ಮಲಗಿಬಿಟ್ಟ.

ಪರಾಶರ ಹೇಳಿದ 'ರಿಲ್ಯಾಕ್ಸ್' ನೆನಪಾಯಿತು ಮಡದಿಯರು ಬರೀ ಹಕ್ಕುಗಳಿಗಾಗಿ ಹೊಡೆದಾಡುತ್ತಾರೆಯೇ? ಸದಾ ಬೇಕು, ಬೇಡಗಳ ಗೊಣಗಾಟ, ಕಿರಿ ಕಿರಿ. ಗಂಡಸನ್ನ ಆದಷ್ಟು ಹೊರಗೆ ಉಳಿಸುವುದು ಮಾತ್ರವಲ್ಲ ತಮ್ಮ ನೆಮ್ಮದಿಗಾಗಿ ಹುಡುಕಾಟ ನಡೆಸುತ್ತಾರೆ. ಇವರುಗಳಿಗೆ ಕರ್ತವ್ಯ ಪ್ರಜ್ಞೆ ಇರದೇ? ಹೊರಗೆ ಓಡಾಡುವ ಅವನ ಸಮಸ್ಯೆಗಳ ಬಗೆಗೆ ಕಾಳಜಿ ಬೇಡವೇ? ಬರೀ ಮೈ ಹಂಚಿಕೊಂಡರೆ ಸಾಕೇ?

ಮಧ್ಯರಾತ್ರಿಯ ವೇಳೆಗೆ ಪಾರಿಜಾತ ತಂದೆಯಿಂದ ಫೋನ್ ಬಂತು "ಹುಷಾರಿಲ್ಲ, ಬೇಗ ಹೊರಟು ಬನ್ನಿ" ಯಾರಿಗೆ, ಏನು ಒಂದೂ ಅರ್ಥವಾಗಲಿಲ್ಲ.

"ಅಪ್ಪ, ನಾವು ಹೊರಡ್ತೀವಿ. ನಾಳೆ ಸಂಜೆ ಹೊತ್ಗೆ ವಾಪಸ್ಸು ಬರ್ತೀವಿ. ಬೆಳಿಗ್ಗೆ ಸಿಂಹ ಬಂದ ಕೂಡ್ಲೇ ಹೇಳಿ" ಆಗಲೇ ಹೊರಟುಬಿಟ್ಟ.

ಇನ್ನೂರ ಐವತ್ತು ಕಿಲೋಮೀಟರ್‌ನಷ್ಟು ದೂರ ಕತ್ತಲೆಯೆನ್ನುವುದನ್ನು ಕೂಡ ಯೋಚಿಸಲಿಲ್ಲ.

ಕಾರು ಊರಿನಿಂದ ಹೊರಗೆ ಬಂತು. ವೇಗವಾಗಿ ಚಕ್ರಗಳು ಉರುಳುತ್ತಿದ್ದರೂ ಅವನ ನೋಟ ರಸ್ತೆಯುದ್ದಕ್ಕೂ ಚುರುಕಾಗಿ ಓಡುತ್ತಿತ್ತು.

ಒಂದು ಮೂರು ನಾಲ್ಕು ಗಜಗಳು ಇದ್ದಾಗಲೇ ಅಡ್ಡಲಾಗಿದ್ದ ಕಲ್ಲುಗಳು ಕಾಣಿಸಿದವು. ಅಷ್ಟೇ ವೇಗವಾಗಿ ಹಿಂದಕ್ಕೆ ತಿರುಗಿಸಿಬಿಟ್ಟ.

ಮಂಪರಿನಲ್ಲಿದ್ದ ಪಾರಿಜಾತ ಕಾರಿಗೆ ಬ್ರೇಕ್ ಬಿದ್ದಾಗಲೇ ಎಚ್ಚೆತ್ತಿದ್ದು.

"ಯಾಕೆ.... ನಿಲ್ಲಿಸಿದ್ರಿ?" ಅವಳ ಪ್ರಶ್ನೆಗೆ ದೀರ್ಘವಾಗಿ ಉಸಿರೆಳೆದು ದಬ್ಬಿದ. "ಇಂಥ ಸಂದರ್ಭಗಳಲ್ಲಿ ಎಚ್ಚರವಾಗಿರಬೇಕು ಪಾರಿಜಾತ. ಗಂಡನ ಹೆಗಲ ಮೇಲೆ ತಲೆಯಿಟ್ಟು ನಿದ್ರಿಸೋಕೆ ಬೇರೆ ವೇಳೆ ಇರುತ್ತೆ. ಹೆಣ್ಣು ಅನ್ನೋ ಒಂದು ಕಾರಣಕ್ಕೆ ಮಿತಿಗಳು ಹೇರಿಕೊಂಡು ಆರಾಮಾಗಿರೋಕೆ ಪ್ರಯತ್ನಿಸ್ತಾರ್ದು" ಇಂದು ಆಕ್ಷೇಪಿಸಿದ ಕೂಡ.

ಮತ್ತೊಂದು ರೋಡಿಗೆ ತಿರುಗಿಸಿ ಕಾರನ್ನ ಮೊದಲಿನ ವೇಗಕ್ಕೆ ತರುವ ವೇಳೆಗೆ ಪಾರಿಜಾತ ಮಲಗಿಬಿಟ್ಟಳು. ಪಕ್ಕಕ್ಕೆ ಸರಿಸಿ ಶಾಲನ್ನ ಹೊದಿಸಿದ.

ಕತ್ತಲಿನ ರಾತ್ರಿ, ನಿರ್ಜನ ಪ್ರದೇಶ, ಪಾರಿಜಾತ ಜೊತೆಗಿದ್ದರೂ ತೀರಾ ಒಂಟಿಯೆನಿಸಿತು. ಇಂಥ ಸಂದರ್ಭಗಳಲ್ಲಿ ಏಕಾಂತ ಬೇಡ.

ಬೆಳಕು ಹರಿದ ಮೇಲೆ ಒಂದು ಹೋಟೆಲ್ ಮುಂದೆ ಕಾರು ನಿಲ್ಲಿಸಿ ಕಾಫಿ ತರಿಸಿ ಅವಳನ್ನ ಎಬ್ಬಿಸಿದ.

"ಒಂದಿಷ್ಟು ಎಚ್ಚರ ಮಾಡ್ಕೊಂಡ್.... ಕಾಫಿ ಕುಡಿ."

ಅವಳೇ ಪೂರ್ತಿ ಸುಸ್ತಾದಂತೆ ಕಂಡಳು. ಅವನದು ಬಿಡುವಿಲ್ಲದ ಕೆಲಸ. ಒಂದಿಷ್ಟು ಮಾತಾಡಿಯಾದರೂ ಬೇಸರ ನಿವಾರಿಸಿಕೊಳ್ಳಬಹುದು.

ಕಾಫಿ ಕುಡಿದವಳು ಮಲಗಿಬಿಟ್ಟಳು. ಈ ಸಂದರ್ಭದಲ್ಲಿ "ನಾನು ಸ್ವಲ್ಪ ಡ್ರೈವ್ ಮಾಡ್ತೀನಿ. ನೀವೊಂದಿಷ್ಟು ವಿಶ್ರಾಂತಿ ತಗೊಳ್ಳಿ" ಎಂದೋ, ಮತ್ತೇನಾದರೂ ಹರಟೆಯಾದರೂ ಅವನಿಗೆ ಜೊತೆಯಾಗಬಹುದಾಗಿತ್ತು.

ಇಂದು ಬಹಳ ಗಂಭೀರವಾಗಿ ಯೋಚಿಸಿದ. ಭಾರತದಲ್ಲಿ ಕೂಡ ದಾಂಪತ್ಯ ಎಷ್ಟು ಸುಖಮಯವಾಗಿದೆ? ತಮ್ಮ ಮನಸ್ಸನ್ನು ತೆರೆದ ಪುಸ್ತಕದಂತೆ ಓದಿ ಸುಖವಾಗಿಟ್ಟುಕೊಳ್ಳುವಂಥ ಗಂಡಂದಿರು ಬೇಕು-ಹೆಣ್ಣುಮಕ್ಕಳ ಅಹವಾಲು. "ಕ್ಷಣ ಕ್ಷಣಕ್ಕೂ ಬದಲಾಗುವ ಹೆಣ್ಣಿನ ಮನಸ್ಸನ್ನ ಓದುವುದಾದರೂ ಹೇಗೆ?" ಅಂಥದಕ್ಕೆ ಕೆಲವರಿಗೆ ಪುರಸತ್ತು ಸಿಗದು ಕೂಡ.

"ಸಂಜೆ ಫಿಲಂಗೆ ಹೋಗ್ಬೇಕು" ಅವನ ಕೆಲಸಕಾರ್ಯಗಳ ಒತ್ತಡ ತಿಳಿಯದೆ ಪಾರಿಜಾತ ಡಿಮ್ಯಾಂಡ್ ಮಾಡಿದಾಗ "ಸೋ ಸಾರಿ ಡಿಯರ್, ಇವತ್ತು ಬೇಡ ನಾಳೆ ಹೋಗೋಣ" ಕೆನ್ನ ತಟ್ಟಿದಾಗ ಕೋಪದಿಂದ ಸಿಡುಕುತ್ತಿದ್ದಳೆ ವಿನಹ ಯಾಕೆಂದು ಯೋಚಿಸುವ ತಾಳ್ಮೆ ಇರುತ್ತಿರಲಿಲ್ಲ.

ಮೊದ ಮೊದಲು ಅವನ್ನ ವಿವರಿಸಲು ಪ್ರಯತ್ನಿಸಿದ್ದ. "ನಂಗೆ ಅವೆಲ್ಲ ಬೇಡ. ಅಷ್ಟೆಲ್ಲ ಯಾಕೆ ಹೊತ್ತುಕೋತೀರಾ? ನಮ್ಮಪ್ಪ ಒಂದಷ್ಟು ಕೊಟ್ಟಿದ್ದಾರೆ. ನಿಮ್ಮಪ್ಪನದು ಒಂದಷ್ಟು ಇದೆ. ನಮ್ಗೆ ಆಗೋಷ್ಟು ಸಂಪಾದ್ನೆ ಸಾಕು" ಹಾರಾಡಿದಾಗ ತಲೆಗೆ ಕೈಯೊತ್ತಿಕೊಂಡಿದ್ದ. ಅವಳ ಸಾಮಾನ್ಯ ಮನಸ್ಥಿತಿಯ ಬಗ್ಗೆ ಬೇಸರವು ಕೂಡ.

"ಸ್ವಲ್ಪ ಅರ್ಥ ಮಾಡ್ಕೋ ಪಾರಿಜಾತ. ನಮ್ಮ ಶಂಕರ್ ಕನ್‌ಸ್ಟ್ರಕ್ಷನ್ ಆಡಳಿತಕ್ಕೆ ಒಳಪಟ್ಟಂತೆ ಎಷ್ಟು ಜನ ಕೆಲ್ಸ ಮಾಡ್ತಾ ಇದ್ದಾರೆ ಗೊತ್ತ? ಅವ್ರಿಗೆ ಸದಾ ಕೆಲ್ಸ ಕೊಡೋದಲ್ಲದೆ... ಹಣ ಸಂಪಾದ್ನೇ ಜೊತೆ ನಮ್ಮ ಪ್ರತಿಷ್ಠೆ ಕೂಡ ಉಳಿಸ್ಕೋಬೇಕು" ಮನದಟ್ಟು ಮಾಡಲು ಯತ್ನಿಸುತ್ತಿದ್ದ.

"ನಂಗೆ ಅವೆಲ್ಲ ಕಟ್ಟಿಕೊಂಡು ಆಗ್ಬೇಕಾದ್ದು ಏನಿಲ್ಲ. ನನ್ನ ಸುಖವಾಗಿಟ್ಟುಕೊಂಡ್ರೆ.... ಸಾಕು"

ಅವನ ಅರ್ಥಕ್ಕೆ ಸಿಗದೆ ಅವಳೇ ದೂರ ನಿಲ್ಲುತ್ತಿದ್ದಳು. ಕಟ್ಟಿಕೊಂಡ ಹೆಂಡತಿಯನ್ನ ಸದಾ ಸುಖಿಯನ್ನಾಗಿ ಮಾಡುವ ಯಂತ್ರ-ಅವನ ಒಂದು ಪೂರೈಕೆಗೆ ಮಾತ್ರ ಅವಳು ಜವಾಬ್ದಾರಳು. ಅವನಿಗೆ ನಗು ಬಂತು.

ಇವರುಗಳು ತಲುಪಿದಾಗ ಅಲ್ಲಿ ಆತಂಕ ಪರಿಸ್ಥಿತಿ ಕಮ್ಮಿಯಾಗಿತ್ತು. ಸಂಜೆ ಪ್ರಜ್ಞೆ ತಪ್ಪಿ ಬಿದ್ದ ಪಾರಿಜಾತಳ ತಾಯಿಗೆ ಬೆಳಗಿನ ಜಾವಕ್ಕೆ ಪ್ರಜ್ಞೆ ಮರಳಿತ್ತು.

"ಒಂದಿಷ್ಟು ರೆಸ್ಟ್ ಬೇಕೂಂದ್ರು, ಸುಮ್ನೇ ಫೋನ್ ಮಾಡಿ ಗಾಬ್ರಿ ಮಾಡಿಬಿಟ್ಟೆನೇನೋ." ನೊಂದುಕೊಂಡರು ಪಾರಿಜಾತ ತಂದೆ. "ಪರ್ವಾಗಿಲ್ಲ, ಸಧ್ಯ ಹುಷಾರಾದರಲ್ಲ ಅಷ್ಟೆ ಸಾಕು, ನಾವು ಈಗ್ಲೇ ಹೊರಟುಬಿಡ್ತೀವಿ. ಎಗ್ಸಿಕ್ಯೂಟಿವ್ ಇಂಜಿನಿಯರ್ ಡ್ಯಾಮ್ ಇನ್ಸ್‌ಪೆಕ್ಷನ್‌ಗೆ ಬರಲಿದ್ದಾರೆ" ಎಂದ. ಅವರು ಮಾತಾಡಲು ಸಂಕೋಚಿಸಿದರು.

ಅವನು ಬೆಳೆದ ರೀತಿಯ ಬಗೆಗೆ ಅಭಿಮಾನದ ಜೊತೆಗೆ ಹೆಮ್ಮೆ ಕೂಡ. ಅವನ ವೇಳೆಗೆ ಬೆಲೆ ಇತ್ತು.

ಸ್ನಾನ, ಊಟ ಮುಗಿಸಿ ತಾಯಿಯ ಬಳಿಯಲ್ಲಿ ಕೂತಿದ್ದ ಪಾರಿಜಾತಗೆ ಹೇಳಿಬಿಟ್ಟ. "ಇನ್ನೊಂದ್ಗಂಟೆಗೆ ಫ್ಲೈಟ್ ಇದೆ, ಹೋಗ್ಬಿಡೋಣ. ಸ್ವಲ್ಪ ಛೇಂಜ್ ಸಿಕ್ಕಿದಂಗಾಗುತ್ತೆ. ಅತ್ತೆ, ಮಾವ ಕಾರಿನಲ್ಲಿ ಬಂದುಬಿಡ್ಲಿ" ಅವಳು ತಲೆಯಾಡಿಸಿಬಿಟ್ಟಳು.

"ಸಾಯೋಷ್ಟು ಸುಸ್ತು. ನನ್ಕೈಯಲಾಗೋಲ್ಲ. ನಾಲ್ಕು ದಿನ ಬಿಟ್ಟುಬರ್ತೀನಿ."

ಎಷ್ಟೆಷ್ಟೋ ಹೇಳಿ ನೋಡಿದ. "ನಿತೀಶ್‌ನ ಯಾರು ನೋಡ್ಕೋತಾರೆ?" ಪಾರಿಜಾತ ತಲೆ ಕೊಡವಿದಳು. "ಅತ್ತೆ, ಮಾವ ನೋಡ್ಕೋತಾರೆ" ಸುಮ್ಮನಾದ. ಅವನು ಹಿಂದಿರುಗುವುದು ಅನಿವಾರ್ಯವಾಗಿತ್ತು.

ಅಂದು ಅವನು ಹಿಂದಿರುಗಿದಾಗ ನಿತೀಶ್‌ಗೆ ಜ್ವರ. ಕ್ಲಬ್‌ಗೆ ಹೋದ ಜಗನ್ನಾಥ ಹಿಂದಿರುಗಿರಲಿಲ್ಲ.

"ಮಧ್ಯಾಹ್ನದಿಂದ ಮಗು ಜ್ವರದಿಂದ ನರಳ್ತಾ ಇದೆ. ಯಾವ್ದೋ ಫಂಕ್ಷನ್‌ಗೆ ಹೋದವ್ರು... ಕ್ಲಬ್‌ಗೆ ಹೋಗ್ಬಿಟ್ಟಿದ್ದಾರೆ. ಫೋನ್ ಸರಿಯಾಗಿಲ್ಲ" ತೋಡಿಕೊಂಡರು.

ಸಣ್ಣ ಮಕ್ಕಳ ಲಾಲನೆ ಪಾಲನೆ ಮಾಡಿ ಅವರಿಗೆ ಮರತೇಹೋಗಿತ್ತು. ಶಂಕರ್‌ನ ನಂತರ ಮಕ್ಕಳೇ ಆಗಿರಲಿಲ್ಲ. ಮೊಮ್ಮಕ್ಕಳಾಗಿದ್ದರೆ ರಕ್ತಸಂಬಂಧದ ವಾತ್ಸಲ್ಯವಾದರೂ ಆಕರ್ಷಣೆಯಾಗುತ್ತಿತ್ತೇನೋ! ಮುದ್ದುಮಾತಿಗೆ, ನಗುವಿಗೆ ಹರ್ಷಿಸುತ್ತಿದ್ದವರು ಸ್ವಲ್ಪ ಹಟ ಮಾಡಿದರೆ ಬೇಸರ ಪಟ್ಟುಕೊಂಡುಬಿಡುತ್ತಿದ್ದರು.

ನಿತೀಶ್‌ನ ಮೈ ಮುಟ್ಟಿ ನೋಡಿದ. ಕೆಂಡಮಂಡಲ ಕಾಯುತ್ತಿತ್ತು. ತಾನೇ ಒಯ್ದು ಇಂಜಕ್ಷನ್ ಕೊಡಿಸಿಕೊಂಡು ಬಂದು ರಾತ್ರಿಯೆಲ್ಲ ಸುಧಾರಿಸಿದ.

ಬೆಳಿಗ್ಗೆ ಹೊರಡುವಾಗ ತಂದೆಗೆ ಹೇಳಿದ. "ಇವತ್ತು ಎಲ್ಲೂ ಹೋಗ್ಬಿಡ್ಬೇಡಿ. ನಿತೀಶ್‌ಗೆ ಜ್ವರ ಇದೆ. ಡಾಕ್ಟ್ರು.... ಬರ್ತೀನೀಂತ ಹೇಳಿದ್ದಾರೆ."

ಜಗನ್ನಾಥ್ ಮುಖ ಒಂದು ತರಹ ಮಾಡಿದರು.

"ಬ್ಲಡ್ ಡೋನರ್ಸ್‌ಗೆ ಸರ್ಟಿಫಿಕೇಟ್ ಕೊಡೋಕೆ ಒಂದು ಫಂಕ್ಷನ್ ಇಟ್ಕೊಂಡಿದ್ದಾರೆ. ಅದಕ್ಕೆ ನಾನೇ ಚೀಫ್‌ಗೆಸ್ಟ್" ತಮ್ಮ ಅಸಹಾಯಕತೆ ತೋಡಿಕೊಂಡರು.

ಬಾಗಿಲವರೆಗೂ ಹೋದವನು ನಿಂತ. "ಬರೋಕ್ಕಾಗೋಲ್ಲಾಂತ ಫೋನ್

ಮಾಡಿ. ಇಡೀ ರಾತ್ರಿ ಮಗು ನರಳಿದೆ. ನೀವು ಹೋಗದಿದ್ರೂ ಫಂಕ್ಷನ್ ನಡೆಯುತ್ತೆ" ಎಂದ ಸ್ವಲ್ಪ ಖಾರವಾಗಿಯೇ.

ಒಂದು ಅನಾಥ ಮಗುನ ತಂದಿಟ್ಟುಕೊಂಡು ಅದಕ್ಕೆ ಲೈಫ್ ಕೊಡಬಹುದು. ಹಾಗೇ... ಹೀಗೇಂತ ಆದರ್ಶದ ಮಾತುಗಳನ್ನ ಆಡುತ್ತಿದ್ದುದ್ದ ಕೇಳಿದ್ದ. ಕೆಲಸಕ್ಕೆ ಬರದ ಮಾತುಗಳು. ಮಾತಿಗೂ, ಆಚರಣೆಗೂ ಯಾವುದೇ ಸಂಬಂಧವಿಲ್ಲ-ಗೊಣಗಿಕೊಂಡೇ ಕಾರು ಹತ್ತಿದ.

ಸಂಜೆಯ ವೇಳೆಗೆ ಎರಡು ಸಲ ವಿಚಾರಿಸಿಕೊಂಡ. ಆದರೆ ರಾತ್ರಿ ಇವನು ಮನೆಗೆ ಬರುವ ವೇಳೆಗೆ ನಿತೀಶ್‌ನ ಬಿಟ್ಟುಬರಲು ಜಗನ್ನಾಥ್ ಕರೆದೊಯ್ದಿದ್ದರು.

ಅವನು ಸಹನೆ ಕಳೆದುಕೊಂಡುಬಿಟ್ಟ.

"ಜ್ವರ ಬರೋ ಮಗೂನ ಯಾಕೆ ಕರೆದುಕೊಂಡು ಹೋಗಿದ್ದು? ಇಲ್ಲಿ ಡಾಕ್ಟುಗಳು ಇರಲ್ಲಿಲ್ವಾ? ನೋಡಿಕೊಳ್ಳೋಕೆ ಜನ ಇರಲಿಲ್ವಾ"

"ಪಾರಿಜಾತ ಇರಲಿಲ್ಲ! ನಂಗೆ ದಿಕ್ಕೆ ತೋಚಲಿಲ್ಲ!"

ಅವರ ಅಸಹಾಯಕತೆಯನ್ನ ಅವನು ಒಪ್ಪಿಕೊಳ್ಳಲು ಸಿದ್ಧವಿಲ್ಲ.

"ಅವ್ಳು ಇಲ್ಲದಿದ್ರೇನಾಯ್ತು! ನೀವುಗಳು ಇರಲಿಲ್ವಾ? ನಾನು ಮಗುವಾಗಿದ್ದಾಗ ಜ್ವರ ಬಂದೇ ಇರಲಿಲ್ವಾ? ಆಗ ಎಲ್ಲಿಗೆ ಕರೆದೊಯ್ದು ಬಿಟ್ಟುಬಂದಿದ್ರಿ?"

ಮಗನ ಯಾವ ಪ್ರಶ್ನೆಗೂ ಅವರಲ್ಲಿ ಉತ್ತರವಿಲ್ಲ. ಫೋನ್ ಮಾಡಿ ನಿತೀಶ್‌ನ ತಂಗಿಯ ಗಂಡನನ್ನ ಸಂಪರ್ಕಿಸಿದ.

"ಡಾಕ್ಟು.... ಬಂದಿದ್ರು, ಏನು ಗಾಬರಿ ಇಲ್ಲ" ತಿಳಿಸಿದ. ಆದರೆ ನಾಚಿಕೆಯಿಂದ ತಲೆ ಬಗ್ಗಿಸುವಂತಾಯಿತು ಅವನಿಗೆ.

* * * *

ಭವಾನಿ, ಶಂಕರ್‌ನ ಮದುವೆ ಅತ್ಯಂತ ವಿಜೃಂಭಣೆಯಿಂದಲೇ ನಡೆಯಿತು. ಅವನ ಉದ್ದಿಮೆದಾರರು, ಸ್ನೇಹಿತರು ಎಲ್ಲರೂ ಬಂದಿದ್ದರು. ಅವನು ಅಳುಕಲಿಲ್ಲ, ಅಂಜಲಿಲ್ಲ. ದೀಪಕ್ ಪರಾಶರ ಹೆಂಡತಿಯೊಂದಿಗೆ ಮಾತ್ರವಲ್ಲ, ತಂದೆಯ ಜೊತೆಯಲ್ಲಿಯೇ ಬಂದಿದ್ದ.

ಪುರೋಹಿತರು, ಅವರ ಪತ್ನಿಯೇ ಶಂಕರ್‌ನ ತಾಯ್ತಂದೆಯರ ಸ್ಥಾನದಲ್ಲಿ ನಿಂತು ಧಾರೆಯೆರೆಸಿಕೊಂಡಿದ್ದು. ಭವಾನಿ ಕಣ್ಣಂಚಿನ ಬಿಂದುಗಳು ಕೆಳಗೆ ಜಾರಲಿಲ್ಲ. ಮೊದಲೇ ಎಲ್ಲಾ ತಿಳಿಸಿ ಅವಳ ಸಹಕಾರ ಕೋರಿದ್ದ.

ದೀಪಕ್ ಪರಾಶರ ತಂದೆಯೊಂದಿಗೆ ಅಪರೂಪಕ್ಕೆ ಬಂದಾಗ ಶಂಕರ್ ಮನೆಯಲ್ಲಿದ್ದದ್ದು ಮಾತ್ರವಲ್ಲ ಅವನೇ ಎದುರುಗೊಂಡಿದ್ದು ಕೂಡ. ಬೆಳಗ್ಗೆಯೇ ಅವನಿಗೆ ಇನ್‌ಫರ್ಮೇಷನ್ ಸಿಕ್ಕಿದ್ದು.

"ಅಂತೂ ಅಪರೂಪವಾಗಿಯಾದ್ರೂ... ದೊಡ್ಡಪ್ಪ ಬಂದಿದ್ದು ಸಂತೋಷ"

ಅವರನ್ನು ಹಾಲ್‌ನಲ್ಲಿ ಕೂಡಿಸಿಯೇ ತಂದೆಯನ್ನ ಕರೆತಂದಿದ್ದು. 'ಇಲ್ಲಿಗೆ ಈ ಪ್ರಸ್ತಾಪ ಬಂದ್. ಹೊರಗಿನವರೊಡನೆ ಕೂಡ ಪ್ರಸ್ತಾಪಿಸಬಾರದು' ಮಗ ಹೇಳಿದ್ದು ತಲೆಯ ಮೇಲೊಡೆದಂತೆ ಅವರ ನೆನಪಿನಲ್ಲಿತ್ತು.

'ಪರಾಶರ ಕನ್‌ಸ್ಟ್ರಕ್ಷನ್ ಲಿಮಿಟೆಡ್" ಹುಟ್ಟಿಕೊಂಡ ಮೇಲೆ ಅದು ಹೆಸರಿನೊಂದಿಗೆ ಸೇರಿ ಹೋಗಿತ್ತು. ಅದು ತಮ್ಮ ಮನೆತನದ ಮರ್ಯಾದೆ ಎನ್ನುವ ಮಟ್ಟಿಗೆ 'ಪರಾಶರ"ನ ನೋಡಿಕೊಂಡಿದ್ದರು.

"ಮಧ್ವೆ ಮನೆಯಲ್ಲಿ ನಿನ್ನ ನೋಡ್ಲಿಲ್ಲ" ಅವರೆಂದಾಗ

ಶಂಕರ್‌ನೇ ಹೇಳಿದ್ದು. "ಸ್ವಲ್ಪ ಬಿ.ಪಿ. ಜಾಸ್ತಿ ಇದೆ. ಬೆಡ್ ರೆಸ್ಟ್‌ಗೆ ಹೇಳಿದ್ದಾರೆ ಡಾಕ್ಟು" ಅವರು ಕೇಳಬೇಕೆಂದುಕೊಂಡ ಮಾತುಗಳಿಗೆ ಫುಲ್ ಸ್ಟಾಪ್ ಹಾಕಿದ.

ಜಗನ್ನಾಥ್ ಕೆಲಸದಲ್ಲಿದ್ದ ದಿನಗಳಲ್ಲಿ ಒಂದೆರಡು ಸಲ ಬಂದಿದ್ದರು. ಇವನು ಕಂಟ್ರಾಕ್ಟ್ ಪ್ರಾರಂಭಿಸಿದ ಮೇಲೆ ಇತ್ತ ಸುಳಿದಿರಲಿಲ್ಲ. ತಮ್ಮ ಬುದ್ಧಿಮಾತುಗಳನ್ನು ಗ್ರಹಿಸಲಿಲ್ಲವಲ್ಲ ಎನ್ನುವ ಕೋಪದ ಜೊತೆ ತಮ್ಮಲ್ಲಿಯೆ ಒಬ್ಬ ಪ್ರತಿಸ್ಪರ್ಧಿ ಬೆಳೆದುಬಿಟ್ಟನಲ್ಲ ಎನ್ನುವ ಅಸೂಯೆ ಬೇರೆ.

ಇಂದು ಬೆಸ್ತುಬಿದ್ದರು. ಅವರ ಮನೆಯ ವೈಭವಕ್ಕೆ ಸರಿದೂಗುವಂಥ ಸ್ಥಿತಿಯನ್ನು ನೋಡಿ ಅವರು ಪೆಚ್ಚಾಗಿಬಿಟ್ಟರು.

ಊಟ ಮುಗಿಸಿಕೊಂಡೇ ಹೊರಟರು.

"ಬರೋ ವರ್ಷದ ವೇಳೆಗೆ ಒಬ್ಬ ಮೊಮ್ಮಗ..." ನಗೆ ಬೀರಿದರು.

ಹಲ್ಲು ಕಡಿದ ಶಂಕರ್, "ಅವ್ನ ಮೈನ ದಷ್ಟಪುಷ್ಟ ಮಾಂಸಖಂಡಗಳ್ನ ಏನು ನೋಡ್ತೀರಾ! ಅವ್ನಿಗೆ ಪುರುಷತ್ವವೇ ಇಲ್ಲ" ದೀಪಕ್ ಪರಾಶರ ಕೆಲವರಲ್ಲಿ ಹೇಳಿಕೊಂಡಿದ್ದ. ಅದು ಅನಿರೀಕ್ಷಿತವಾಗಿ ಇವನ ಕಿವಿಗೆ ಬಿದ್ದಿದ್ದು. ನೇರವಾಗಿ ಹೇಳದಿದ್ದರೂ ಹಂಗಿಸುವಂತೆ ಮಾತನಾಡುವುದನ್ನು ಅಭ್ಯಾಸ ಮಾಡಿಕೊಂಡಿದ್ದ.

ಆಮೇಲೆ ಜಗನ್ನಾಥ್ ಹಾರಾಡಿದರು.

"ನನ್ನ ಹಂಗಿಸೋಕೋಸ್ಕರಾನೇ ಇಲ್ಲಿವರ್ಗೂ ಬಂದಿದ್ದು. ನಿನ್ನ ಹಟದಿಂದ ನಾವು ಕೆಟ್ವಿ" ನೇರವಾಗಿ ಅನ್ನಲು ಹಿಂಜರಿದರು. ನೋವಿನ ಮಾತುಗಳನ್ನಾಡಿದರು.

"ನಮ್ಗೂ ಅಂಥ ಯೋಚ್ನೆ ಬರ್ದೇ ಇಲ್ಲ ಶಂಕರ್. ಮನೆ ನೆಮ್ದಿ ಕೆಡುತ್ತೆ. ಸಂಸಾರ ಸುಖವಾಗಿದ್ದರೇನೇ... ಸಮಾಜದ ಸ್ವಾಸ್ಥ. ಎರಡು ಹೆಣ್ಣುಗಳ ನಡುವಿನ ಬದುಕು ಘೋರ. ನಿನ್ನ ಸಾಮಾಜಿಕ ಅಭಿವೃದ್ಧಿಯನ್ನೆ ತಡೆದುಬಿಡುತ್ತೆ."

ಅದು ಎಂಥ ಬಿಸಿಯೆಂದು ಅವನಿಗೆ ಗೊತ್ತು. ಆದರೆ ಅವಮಾನಕ್ಕಿಂತ ಪ್ರಬಲವಾದ ಬಿಸಿಯಾಗಲಾರದು.

"ಐಯಾಮ್ ದಿ ಮಾಸ್ಟರ್ ಆಫ್ ಮೈ ಫೇಟ್, ಸ್ವತಂತ್ರ. ಸ್ವಾಭಿಮಾನನ ಗೌರವಿಸೋನು ನಾನು. ನಿಮ್ಮ ಭದ್ರತೆಗೆ ಏನು ಬೇಕೋ ಅದನ್ನ ಮಾಡಿಕೊಂಡಿದ್ದೀರಿ. ನನ್ನ ಹಣೆ ಬರಹದಲ್ಲಿ ಪಾಲು ಹಂಚೋಲ್ಲ" ಉದ್ವಿಗ್ನನಾಗದೇ ನುಡಿದ.

ಹೊರಡುವ ಮುನ್ನ ತಾಯಿಗೆ ಹೇಳಿದ. "ಅಮ್ಮ, ಎಂಟು ದಿನ ಇರೋಲ್ಲ, ಊಟಿಗೆ ಹೋಗ್ತಾ ಇದ್ದೀನಿ. ಪಾರಿಜಾತಗೂ ಫೋನ್‌ನಲ್ಲಿ ತಿಳಿಸಿದ್ದೀನಿ" ಕೀ ಬಂಚ್‌ನ ಜೇಬಿನಿಂದ ಹೊರಗೆ ತೆಗೆದ.

ಮದುವೆಯಾದ ಸಮಾಚಾರ ಅವರಿಗೆ ಗೊತ್ತಿತ್ತು. ಈಗ ಹೋಗುತ್ತಿರುವುದು ಹನಿಮೂನ್‌ಗೆ. ಅವನು ಹೇಳಲಾರ, ಇವರು ಕೇಳಲಾರರು.

ಎಲ್ಲಾ ವ್ಯವಸ್ಥೆ ಮಾಡಿದ್ದ. ಸಿಂಹಗೆ ಆಫೀಸ್‌ನ ಜವಾಬ್ದಾರಿ ಒಪ್ಪಿಸಿದ್ದರೂ ಅವನ ಮೇಲೆ ಕಣ್ಣಿಡಲು ವಡಿವೇಲುಗೆ ಹೇಳಿದ್ದ.

ಸದಾನಂದನ ಮನೆಯ ಮುಂದೆ ಕಾರು ನಿಂತಾಗ ಅವನೇ ಮೊದಲು ಬಂದಿದ್ದು.

"ರೆಡೀನಾ, ಶ್ರೀಮತಿಯವರು" ಕೀ ಬಂಚನ್ನು ಮೇಲಕ್ಕೆಸೆದು ಹಿಡಿದ. ಕಣ್ಣಗಲಿಸಿ ನೋಡಿದ. ಅದೇ ಉತ್ಸಾಹ, ಉಲ್ಲಾಸ.

"ಓಹೋ..." ಕೈಹಿಡಿದು ಕರೆದೊಯ್ದ.

"ವ್ಹಾಟ್ ಮೇಮ್ ಸಾಬ್... ಲೇಟಾಯ್ತ?" ಕೋಣೆಗೆ ನುಗ್ಗಿ ಸೂಟ್‌ಕೇಸ್‌ಗೆ ಬಟ್ಟೆ ತುಂಬುತ್ತಿದ್ದವಳ ಮೇಲೆ ಬಗ್ಗಿದ. ರಾಚಿದ ಬಿಸಿಯುಸಿರಿಗೆ ಅವಳೆದೆಯ ಪ್ರೀತಿಯ ರಾಗಗಳೆಲ್ಲ ಒಟ್ಟಿಗೆ ತುಂಬುಗೆನ್ನೆಗಳ ಮೇಲೆ ನಾಟ್ಯವಾಡಿದುವು. ಬಗ್ಗಿದ ಮುಖವನ್ನು ತೋರು ಬೆರಳಿನಿಂದೆತ್ತಿ "ಹೊರಡೋಣ...." ಕಣ್ಣಲ್ಲಿ ಕಣ್ಣಿಟ್ಟು ನೋಡಿದ. ಆ ಕಣ್ಣುಗಳನ್ನು ನೋಡುತ್ತಲೇ ಇರಬೇಕೆನಿಸಿತು.

ಎಚ್ಚೆತ್ತು ಕೆಮ್ಮಿ ಹೊರಗೆ ಬಂದ. ಭವಾನಿ ಹೆಣೆದ ಸ್ವೆಟರ್‌ನ ತೊಟ್ಟಿದ್ದ ಪುಟ್ಟ ಮಗು ತೊಟ್ಟಿಲಿನಲ್ಲಿತ್ತು. ಪಿಳಿ ಪಿಳಿ ಕಣ್ಣುಗಳು, ಕೆಂಪು ಛಾಯೆ-ನೋಡಲೇ ಚೆನ್ನೆನಿಸಿತು. ಕೆನ್ನೆ ಸವರಿದ.

ಮನೆಯವರೆಲ್ಲ ಕಾರಿನವರೆಗೂ ಬಂದು ಬೀಳ್ಕೊಟ್ಟರು. ಶಂಕರ್ ಮುಖದ ಹೊಚ್ಚತನ ಹಿಂದಿನ ಆಸೆ, ಅಭಿಲಾಷೆ ನೆನೆಸಿಕೊಂಡರೇ ಒಂದು ರೀತಿಯ ಭಯವಾಗುತ್ತಿತ್ತು.

"ಶಂಕರ್, ಭವಾನಿಗೂ ಮಕ್ಕಳು ಆಗಲಿಲ್ಲಾಂದ್ರೆ..." ಕೇಳಬೇಕೆನಿಸಿತು. ಆದರೆ ಕೇಳಲಿಲ್ಲ.

"ಹ್ಯಾವ್ ಎ ಹ್ಯಾಪಿ ಟೈಮ್..." ಕೈ ಬೀಸಿದ.

ಕಾರು ಸಿಟಿಯನ್ನು ಬಿಟ್ಟು ಮುಂದಕ್ಕೆ ಸಾಗಿದಾಗ ಭವಾನಿಯ ಕಡೆ ನೋಡಿದ. ಪಾರಿಜಾತಳೊಂದಿಗೆ ಹನಿಮೂನ್‌ಗೆ ಹೊರಟ ದಿನವನ್ನು ನೆನಪು ಮಾಡಿಕೊಂಡ-ತಟ್ಟನೆ ಅಳಿಸಿ ಹಾಕಿದ.

"ಭವಾನಿ, ನಿಂಗೆ ಮಾತು ಬರೋಲ್ವಾ?" ಕೇಳಿದ.

ಮೃದುವಾಗಿ ಅವಳ ತೋಳಿಗೆ ಕೆನ್ನೆಯುಜ್ಜಿದ. ತುಟಿ ತೆರೆಯುವ ಅವಳ ಪ್ರಯತ್ನವೇ ಫಲಿಸಲಿಲ್ಲ.

ಬ್ರೇಕ್ ಒತ್ತಿ ಇಂಜಿನ್ ಆಫ್ ಮಾಡಿ ಸುಮ್ಮನೆ ಕೂತ.

"ಆಗಿನ ಭವಾನಿ ಪಟ ಪಟ ಮಾತಾಡ್ತಾ ಇದ್ಲು. ಈ ನವವಧು ಮಾತುಗಳ್ನ ಯಾರಿಗಾದ್ರೂ ಒತ್ತೆಯಿಟ್ಟಳೇನೋ... ಕೇಳ್ಬೇಕು" ಅವಳ ಭುಜದ ಮೇಲೆ ಕೆನ್ನೆಯೂರಿದ. ಮುಡಿದ ಮಲ್ಲಿಗೆಯ ಸುವಾಸನೆ ಮೈ ಮರೆಯುವಂತಿತ್ತು. "ಏನು ಕೊಟ್ಟು ಬೇಕಾದ್ರೂ... ಬಿಡ್ಸಿಕೊಂಡ್ಬರ್‍ತೀನಿ"

ಫಳಕ್ಕನೇ ಚಿಮ್ಮಿತ್ತು ಅವಳ ಕಣ್ಣಿಂದ ಎರಡು ಕಂಬನಿಯ ಮುತ್ತುಗಳು. ತೋರು ಬೆರಳಿನಿಂದ ತೊಡೆದ.

"ಇದು ಆನಂದಬಾಷ್ಪಗಳು ಅಂದ್ಕೊತೀನಿ. ಅಳು ದೌರ್ಬಲ್ಯದ ಲಕ್ಷಣ ಅಂತಾರೆ" ಬಳಸಿ ಹಣೆಗೆ ಚುಂಬಿಸಿದ.

ಕಾರಿನ ಇಂಜಿನ್ ಜೀವ ತುಂಬಿಕೊಂಡು ನಡೆಯಿತು.

ಊಟಿಯಲ್ಲಿ ರೋಮ ಬುಕ್ ಆದುದರಿಂದ ತೊಂದರೆ ಇರಲಿಲ್ಲ.

7500 ಅಡಿ ಎತ್ತರವಿರುವ ಈ ನೀಲಗಿರಿ ಸುಂದರ ಗಿರಿಧಾಮ. ಅಪೂರ್ವವಾದ ಮರಗಿಡಗಳನ್ನು ಹೊಂದಿರುವ ಸಸ್ಯೋದ್ಯಾನ. ಹೊಸ ಲೋಕಕ್ಕೆ ಕಾಲಿಟ್ಟ ಭವಾನಿಗೆ ಸುತ್ತಲೂ ಹಸುರಿನ ಹಬ್ಬ.

"ಹೇಗಿದೆ?" ಕತ್ತಾಳೆಯ ಮರದ ಬಳಿ ಅವಳನ್ನು ನಿಲ್ಲಿಸಿ ಪ್ರಶ್ನಿಸಿದ. ಮೇಲಿನವರೆಗೂ ನೋಟ ಹರಿಸಿದವಳು ಅದ್ಭುತವನ್ನ ಕಂಡಂತೆ ವಿಸ್ಮಿತಳಾದಳು. ''1901ರಲ್ಲಿ ಅಮೇರಿಕದಿಂದ ತಂದು ನೆಟ್ಟ ಯೂಕಾ ಗ್ಲೋರಿ ಒಸಾ ಮೌಂಡ್ ಲಿಲ್ಲಿ ಜಾತಿಯ ಕತ್ತಾಳೆ ಮರ" ಅಲ್ಲೇ ಅವಳನ್ನು ನಿಲ್ಲಿಸಿ ಫೋಟೋ ತೆಗೆದ. ಸೆಲ್ಫ್ ಟೈಮರ್‌ನ ಅಡ್ಜಸ್ಟ್ ಮಾಡಿ ಅವಳೊಂದಿಗೆ ನಿಂತ.

ಇಪ್ಪತ್ತೆರಡು ಹೆಕ್ಟೇರ್ ವಿಸ್ತೀರ್ಣವನ್ನ ತೋಳಿಗೆ ತೋಳು ಬಳಸಿ ಸುತ್ತಾಡಿದರು. ಎಂಟು ದಿನದ ಅನುಭವವೇ ಹೆಣ್ಣಿನ ಬಗೆಗಿನ ಅವನ ಭಾವನೆಗಳನ್ನು ಬದಲಾಯಿಸಿತು.

"ಈ ಡ್ರೆಸ್‌ನಲ್ಲಿ ನನ್ನ ನೋಡಿ, ಹೇಗೆ ಕಾಣ್ತೀನಿ" ಕನ್ನಡಿಯ ಮುಂದೆ ನಿಂತು ಹತ್ತು ಸಲ ಪ್ರಶ್ನಿಸುತ್ತಿದ್ದಳು.

"ಇದು ನನ್ನ ಆಯ್ಕೆ, ನೀವು ತೊಟ್ಟುಕೊಳ್ಳಿ" ಎಂದು ಎಂದೂ ಪಾರಿಜಾತ ಹೇಳಿದವಳೇ ಅಲ್ಲ.

"ಹೊರ್ಗೇ ತುಂಬ ಚಳಿ" ಸ್ವೆಟರ್ ತೆಗೆದು ಅವನ ಮುಂದಿಡಿಯುತ್ತಿದ್ದಳು ಭವಾನಿ. "ಈ ಶಾಲು ಹೊದ್ದುಕೊಳ್ಳಿ" ತಾನೇ ಹೊದ್ದಿಸುತ್ತಿದ್ದಳು. ಇಲ್ಲಿ ಹಕ್ಕು, ಅಧಿಕಾರಗಳ ಸಮ್ಮಿಲನ.

ಊಟಿಯಿಂದ ಹಿಂದಿರುಗಿದ ಕಾರು ನೇರವಾಗಿ 'ಪುಷ್ಪಕ್' ಮುಂದೆ ನಿಂತಿತು. ಎರಡು ವರ್ಷದ ಹಿಂದೆ ತನ್ನ ಅಭಿರುಚಿಗೆ ಅನುಗುಣವಾಗಿ ಕಟ್ಟಿಸಿದವನು ಬಾಡಿಗೆಗೆ ಕೊಟ್ಟಿದ್ದ. ತಂದೆ ಹೇಳಿದಂತೆ ಬಾಡಿಗೆಯವರಿಗೆ ತಾನೇ ಬೇರೆ ಮನೆ ಕೊಡಿಸಿ ಖಾಲಿ ಮಾಡಿಸಿದ್ದ.

ಫರ್ನೀಚರ್ ಜೊತೆ ಪ್ರತಿಯೊಂದು ಉಪಕರಣಗಳಿಂದ ಸಜ್ಜಾಗಿತ್ತು. ವಡಿವೇಲು ಹೆಂಡತಿ ಆರತಿ ಬೆಳಗಿ ಸೇರಕ್ಕಿಯನ್ನು ಹೊಸಲು ಮೇಲಿಟ್ಟು ಚಿಮ್ಮಿಸಿದಳು.

ಮೊದಲು ಪರಿಚಯಿಸಿದ್ದು ಆ ದಂಪತಿಗಳನ್ನ.

ತಕ್ಷಣ ಹೊರಟುನಿಂತ. "ಎಂಟು ದಿನ ನಿರಂತರವೇ ಆಗ್ಬಾರ್ದ ಅನ್ನೋದು ಮೂರ್ಖತನ ಅಲ್ವಾ!" ನಕ್ಕು ಕೆನ್ನೆ ಸವರಿ ಅವನ ನೇಮ್ ಕಾರ್ಡ್‌ನ ಅವಳ ಕೈಯಲ್ಲಿಟ್ಟ. "ಈ ಮೂರು ನಂಬರ್‌ಗಳಿಗೆ ಫೋನ್ ಮಾಡು. ಎರಡು ದಿನ ನಿಂಗೆ ರೆಸ್ಟ್" ಕಣ್ಣು ಮಿಟುಕಿಸಿ ಕೈ ಬೀಸಿ ಪಾದರಸದಂತೆ ಕಾರತ್ತಿ ಹೋದ.

ಒಂದು ಗೆಸ್ಟ್‌ಹೌಸ್‌ದು, ಒಂದು ಗೋಡೋನ್ ಕಂ ಆಫೀಸ್‌ದು. ಮತ್ತೊಂದು ಆಫೀಸ್‌ದು. ರೆಸಿಡೆಂಟ್ ಫೋನ್ ನಂಬರ್ ಕೆಳಗೆ ಅಂಡರ್‌ಲೈನ್ ಮಾಡಿದ್ದ. ಅಲ್ಲಿಗೆ ಮಾತ್ರ ಫೋನಾಯಿಸುವ ಹಾಗಿರಲಿಲ್ಲ.

ಅವಳ ಮುಂದೆ ಎಲ್ಲವನ್ನೂ ಬಿಡಿಸಿಟ್ಟಿದ್ದ "ಅವ್ರ ಪ್ರಕಾರನೇ ಇರಲೀ. ಭವಾನಿ ಬರೀ ನನ್ನವಳಾಗಿಯೇ ಉಳಿಯಲಿ. ಅದನ್ನೆಲ್ಲ ಪೂರ್ತಿ ತುಂಬಿಕೊಡಲು ನನ್ನಿಂದ ಸಾಧ್ಯವಿಲ್ಲದಿದ್ರೂ..." ಅವಳನ್ನು ಬಲವಾಗಿ ಅಪ್ಪಿಕೊಂಡಿದ್ದ. ಪ್ರೀತಿಯ ಮಹಾಪೂರದ ಜೊತೆ, ಸಾವಿರ ಭರವಸೆಗಳು ಇದ್ದವು.

ಮಧ್ಯಾಹ್ನ ಸದಾನಂದ ಬಂದಾಗ ವಡಿವೇಲು ತಂದಿಟ್ಟು ಹೋದ ಫೈಲುಗಳನ್ನ ಮುಂದಿನ ಕೋಣೆಯ ಬೀರುವಿನಲ್ಲಿ ತಾನೇ ಜೋಡಿಸಿಡುತ್ತಿದ್ದಳು.

"ಹೇಗಿದ್ದೀಯಾ, ಭವಾನಿ?" ಅವಳ ಕಣ್ಣಲ್ಲಿ ನೋವು, ನಿರಾಸೆಯನ್ನ ಮೊದಲು ಹುಡುಕಲು ಪ್ರಯತ್ನಿಸಿದ "ಚೆನ್ನಾಗಿದ್ದೀನಿ. ಅಪ್ಪ ಯಾಕೆ ಬರ್ಲಿಲ್ಲ?" ಅವಳು ಮಾಡಿದ ಆಫೀಸ್ ಕೋಣೆಯ ಏರ್ಪಾಟನ್ನೆಲ್ಲ ತೋರಿಸಿದಳು.

'ಅಪ್ಪ ಯಾಕೆ ಬರ್ಲಿಲ್ಲ' ಅನ್ನೋ ಪ್ರಶ್ನೆಗೆ ಅವನು ಉತ್ತರಿಸಲಿಲ್ಲ. ಈಗಲೂ ಅವರು ವ್ಯಥೆಪಡುತ್ತಿದ್ದರು. "ನಾವು ತಪ್ಪು ಮಾಡ್ಬಿಟ್ಟೆವೇನೋ ಸದಾ, ಸಂಬಂಧ ಉತ್ತಮವಿರಬಹ್ದು, ಆದರೆ ಎರಡನೆ ಸಂಬಂಧ ಅನ್ನೋದು ಮರ್ಯ್ಯೋ ಹಾಗಿಲ್ಲ, ಮೂಕವಾಗಿ ಭವಾನಿ ಕಣ್ಣುಗಳು ಈ ಪ್ರಶ್ನೆ ಕೇಳಿದರೆ?" ಮಗಳ ಕಣ್ಣನ್ನೆದುರಿಸಲು ಅಂಜುತ್ತಿದ್ದರು.

ಅವನು ಕೆಲವು ಸಲಹೆಯನ್ನು ಕೊಟ್ಟ.

"ಶಂಕರ್ ನೆನ್ನೆ ರಾತ್ರಿ ಬಂದಿದ್ನಾ?" ಕಂಪಿಸುವ ಸ್ವರದಲ್ಲಿ ಪ್ರಶ್ನಿಸಿದ. "ಎರ್ಡು ದಿನ ಬರೋಲ್ಲಂತ ಹೇಳಿ ಹೋಗಿದ್ರು. ಬೆಳಿಗ್ಗೆ ಫೋನ್ ಮಾಡಿದ್ರು.... ಸಂಜೆ ಬರ್ತಾರೆ" ಸರಳವಾಗಿ ಉಸುರಿದಳು.

ನೋವಿನ ಉಗುಳನ್ನು ಬಲವಂತವಾಗಿ ನುಂಗಿದ.

* * * *

ಊಟಿಯಿಂದ ಆಫೀಸ್‌ಗೆ ಬಂದ ಕೂಡಲೇ ಎಸ್.ಟಿ.ಡಿ. ಕಾಲ್ ಮಾಡಿದ. ಪಾರಿಜಾತ ತಂದೆ ಫೋನಿತ್ತಿದ್ದರು. "ಹೇಗಿದ್ದೀರಾ?" ಕುಶಲೋಪರಿಯ ನಂತರ

ಅತ್ತೆಯವರ ಆರೋಗ್ಯ ವಿಚಾರಿಸಿ "ಇಲ್ಲಿಗೆ ಕರ್ಕೊಂಡ್ಬನ್ನಿ. ಇಲ್ಲ, ನಾನೇ ಬಂದು ಕರ್ಕೊಂಡ್ಬರ್ತೀನಿ, ಪಾರಿಜಾತನ ಯಾವಾಗ ಕಳ್ಸಿಕೊಡ್ತೀರಾ?" ಅವರಿಂದೇನು ಹೇಳಲಾಗಲಿಲ್ಲ.

"ಅವ್ಳೇ.... ಮಾತಾಡ್ತಾಳೆ" ಎಂದರು.

ಐದು ನಿಮಿಷಗಳ ನಂತರವೇ ಅವಳು ಲೈನಿಗೆ ಬಂದಿದ್ದು ಅಥವಾ ಬಲವಾಗಿ ಅವಳಪ್ಪ ಎಳೆತಂದಿದ್ದು.

"ಏಯ್, ಸ್ವೀಟಿ ಹೇಗಿದ್ದೀಯಾ? ಐದು ನಿಮಿಷ ಎರ್ಡು ಸೆಕೆಂಡ್ ರಿಸೀವರ್ ಹಿಡಿದು ಕಾಯುವಂತೆ ಮಾಡ್ದೆ. ಯಾವಾಗ ಬರ್ತೀಯಾ?" ಬಡ ಬಡ ಮಾತಾಡಿದ. ಅವಳ ರಾಗಗಳಿಗೆ ಅವಕಾಶ ನೀಡುವುದು ತಪ್ಪೆಂದು ಅವನಿಗೆ ಗೊತ್ತು.

"ನನ್ನ ಫ್ರೆಂಡ್ ಜೊತೆ ಮಾತಾಡ್ತಾ ಇದ್ದೆ. ಈಗ ನೆನಪಾಯ್ತು?" ಅವಳ ದನಿಯಲ್ಲಿನ ಅಸಹನೆಯನ್ನು ಗಮನಿಸಿದಂತೆ,

"ಯಾವಾಗ್ಬರ್ತೀಯಾ...?" ಅವಳೇನು ಹೇಳಲಿಲ್ಲ.

"ನಿಮ್ತಂದೆ ಕೈಗೆ ಫೋನ್ ಕೊಡು" ರೇಗಿದ.

ಅವರು ಲೈನ್ ಮೇಲೆ ಬಂದಾಗ "ಪಾರಿಜಾತ ಬರೋ ವಿಷ್ಯ ನಿಮ್ಗೇ ಬಿಟ್ಟಿದ್ದಾಳೆ. ನಾಳಿನ ಫ್ಲೈಟಿನಲ್ಲಿ ಕಳ್ಸಿಬಿಡಿ" ರಿಸೀವರ್ ಇಟ್ಟುಬಿಟ್ಟ.

ಇವನ್ನೆಲ್ಲ ಎದುರಿಸಲು ಸಜ್ಜಾಗಿಯೇ ಮುಂದಕ್ಕೆ ಹೆಜ್ಜೆ ಇಟ್ಟಿದ್ದ.

ಊಟದ ವೇಳೆಗೆ ಮನೆಗೆ ಬಂದವನು ಹೇಳಿದ.

"ನಾಳೆ ಬರ್ತಾಳೆ ಪಾರಿಜಾತ. ಅಕಸ್ಮಾತ್ ಅವರಮ್ಮ ಬರಬಹ್ದು. ಮುಂದಿನ ಕೋಣೆ ರೆಡಿ ಮಾಡಿಸಮ್ಮ. ಒಂದಷ್ಟು ದಿನ ಇಲ್ಲೆ ಟ್ರೀಟ್‌ಮೆಂಟ್ ಜೊತೆ ರೆಸ್ಟ್ ತಗೊಳ್ಳಿ."

ಆಕೆಯೇನು ಹೇಳಲಿಲ್ಲ. ಇಂಥದ್ದು ಕೆಲವು ದಿನವೇನು, ಕೆಲವು ತಿಂಗಳು ಅಥವಾ ಒಂದೆರಡು ವರ್ಷ, ಮಿಕ್ಕಿ ನಿರಂತರವಾಗಿ ಉಳಿದು ಬಿಡಬಹುದು. ಅದಕ್ಕೆ ಅಡ್ಜಸ್ಟ್ ಆಗಲು ಅವನು ಸಿದ್ಧನಿದ್ದ.

ಹೊರಡುವ ಮುನ್ನ ತಾಯಿಗೆ ಹೇಳಿದ.

"ನಾಳೆ ಬೆಳಿಗ್ಗೆನೇ ಬರೋದು. ಏನಾದ್ರೂ ಬೇಕಾಗಿದ್ಯಾ?" ಪ್ರತಿಕ್ರಿಯೆ ತೋರಿಸದೇ ಸರಿದುಹೋದರು.

ಸಂಜೆಯೇ ಅವನು ಪುಷ್ಪಕ್‌ಗೆ ಹೋಗಿದ್ದು. ಭವಾನಿಯ ತುಂಬು ನಗುಮುಖ ನೋಡಿದ ಕೂಡಲೇ ಅವನ ಮೈಯ ಆಯಾಸವೆಲ್ಲ ಪರಿಹಾರವಾಯಿತು.

ಹಣೆಯಲ್ಲಿನ ಬೊಟ್ಟು, ಕಣ್ಣುಗಳಿಗೆ ಹಚ್ಚಿದ ಕಪ್ಪು. ಸರಳವಾದ ಉಡುಪು-ಈ ನಿರಾಭರಣ ಸುಂದರಿಯಲ್ಲಿ ಎಷ್ಟೊಂದು ಸೌಮ್ಯ ಚೆಲುವು ಅಡಗಿದೆಯೆಂದು ಹೆಮ್ಮೆಗೊಂಡ.

ಇಲ್ಲೇ ಇರಲು ಕೂಡ ಬಂದಿರಲಿಲ್ಲ. ಮನದ ಸೆಳೆತವನ್ನು ತಡೆದಿಟ್ಟಿದ್ದ.

ಬ್ಯಾಲೆನ್ಸ್‌ನಲ್ಲಿ ಮೂವ್ ಆಗಬೇಕಿತ್ತು. ಸ್ವಲ್ಪ ವಾಲಿದರೂ ಅಪಾಯ ತಪ್ಪಿದಲ್ಲವೆಂದು ಅವನಿಗೆ ಗೊತ್ತುಂಟು.

ತೋಳುಗಳಿಂದ ಎತ್ತಿ ಮೂರು ಸುತ್ತೊಡೆಸಿ ಇಳಿಸಿದ. ಅವನ ತೋಳಿಗೆ ಕೆನ್ನೆಯೊತ್ತಿ ಕಣ್ಮುಚ್ಚಿದಳು.

"ನಂಗೆ ಭಯವಾಯ್ತು!"

"ಯಾಕೆ... ಭಯ?" ಬಳಸಿ ತುಂಬು ಮುಖವನ್ನು "ಯು ಆರ್ ಸ್ವೀಟ್, ನಿನ್ನ ಅನುಪಮ ಚೆಲುವಿನಲ್ಲಿ ಒಂದು ವಿಧವಾದ ಚೇತನ ಅಡಗಿದೆ" ತುಟಿಗೆ ತುಟಿ ಬೆರೆಸಿದ. ಆ ಮೇಲಿನ ಕ್ಷಣಗಳು ಅತ್ಯಂತ ರಮ್ಯ.

ಮಾರನೇ ದಿನ ಅವನೇ ಏರ್‌ಪೋರ್ಟ್‌ಗೆ ಹೋದ. ಅವನ ನಂಬಿಕೆ ಸುಳ್ಳಾದರೂ.... ಬಹಳ ತಾಳ್ಮೆಯಿಂದ ಕಾದ. ಬಂದಿದ್ದು ಪಾರಿಜಾತ ಒಬ್ಬಳೆ.

ಕಾರು ಹತ್ತಿದವಳೇ ಆಳೋಕೆ ಶುರು ಮಾಡಿದಳು. ತುಟಿ ತೆರೆಯಲು ಪ್ರಯತ್ನಿಸಿದವಳನ್ನು ತಡೆದ.

"ಆ ಮಾತುಗಳ ಪ್ರಸ್ತಾಪ ನಮ್ಮಿಬ್ಬರ ಮಧ್ಯೆ ಆಗ್ಬಾರ್ದು ಅನ್ನೋ ತೀರ್ಮಾನವಾಗಿದೆ. ಅದು ಜಾರಿಯಲ್ಲಿರೋದು ನಂಗಿಷ್ಟ" ಅವಳ ಪಾಡಿಗೆ ಅವಳನ್ನು ಬಿಟ್ಟು ಕಾರು ಸ್ಟಾರ್ಟ್ ಮಾಡಿದ.

ರಾತ್ರಿಯವರೆಗೂ ಅಳು ನಂತರ ಕೋಪದ ಪ್ರದರ್ಶನವಾಯಿತು. ಊಟದಲ್ಲೂ ತುಟಿ ಬಿಚ್ಚಲಿಲ್ಲ.

ಸಿಂಹ, ವಡಿವೇಲು ಒಟ್ಟಿಗೆ ಬಂದಿದ್ದರಿಂದ ಮುಂದಿನ ರೂಮಿಗೆ ಹೋದ ಶಂಕರ್.

"ನೀವು ಮದ್ವೆ ಆಗೋಕೆ ಬಿಡ್ಬಾರ್ದಿತ್ತು, ಅತ್ತೆ" ದಾಕ್ಷಾಯಣಿಯನ್ನು ಅಪ್ಪಿಕೊಂಡು ರೋಧಿಸತೊಡಗಿದಳು.

"ಹೇಗಿದ್ದಾಳೆ.... ಅವ್ಳು?" ಅಸೂಯೆ ಭುಸ್ಸೆಂದಿತು.

"ನಮ್ಗೆ ಗೊತ್ತಿಲ್ಲ. ಅಂದು ಮಾತುಕತೆ ಮುಗಿದ್ಮೇಲೆ ನಮ್ಗೆ ಯಾವ್ದು ಹೇಳ್ಲಿಲ್ಲ. ನಮ್ಮ ಬಾಯಿಗೆ ನಾವೇ ಬೀಗ ಹಾಕಿಕೊಂಡಿದ್ವಿ. ಹಣ ಇಸುಕೊಂಡು, ಪತ್ರಗಳಿಗೆ ಸಹಿ ಹಾಕ್ಕಿಕೊಂಡು ಅವ್ನ ದಾರಿಯನ್ನು ನಾವೇ ಚೊಕ್ಕಟ ಮಾಡಿ ಕೊಟ್ಟಿದ್ವಿ" ಆಕೆಯ ಕಣ್ಣೀರು ಬೆರೆಯಿತು.

ಇಲ್ಲಿಂದ ಹೊರಡುವ ಮಧ್ಯ ರಾತ್ರಿಯ ಆತುರದಲ್ಲೂ ಕೂಡ ಅವಳು ಎಲ್ಲಾ ಒಡವೆಗಳನ್ನು ಬೀರುನಲ್ಲಿನ ಲಾಕರ್‌ನಲ್ಲಿಟ್ಟು ಬೀಗದ ಕೀ ಬಂಚನ್ನು ತನ್ನ ವ್ಯಾನಿಟಿ ಬ್ಯಾಗ್‌ಗೆ ಅವನ ಮುಂದೇನೆ ಸೇರಿಸಿದ್ದಳು.

"ಚಿನ್ನ ಬಿಟ್ಟು ಬೇರೇನೂ ಅಮೂಲ್ಯವಾದದ್ದು ನಿನ್ನಲ್ಲಿ ಇಲ್ವಾ! ಅದನ್ನ ಬೀರುನಲ್ಲಿಟ್ಟು ಲಾಕ್ ಮಾಡಿಕೊಂಡ್ಹೋಗು" ವ್ಯಂಗ್ಯವಾಗಿ ಛೇಡಿಸಿದ್ದ. ಮುಖ ತಿರುಗಿಸಿದ್ದಳು.

ಅಂದಿನ ತಪ್ಪು ಮಹಾಪರಾಧವಾಗಿ ಕಾಣದಿದ್ದರೂ ಅವನಿಗೆ ಮಾಡಿದ ಅವಮಾನವೆನಿಸಿತು. ಅದಕ್ಕೆ ತನ್ನ ಮೇಲೆ ಸೇಡು ತೀರಿಸಿಕೊಂಡರೇ?

"ಎಲ್ಲಿ ನಡೀತು, ಮದ್ವೆ?" ಕಣ್ಣೊರೆಸಿಕೊಂಡಳು.

"ಪ್ರಿನ್ಸ್ ಚೌಲ್ಟ್ರಿಯಲ್ಲಿ. ಸಿಂಪಲ್ಲಾಗೇನು ಮಾಡ್ಲಿಲ್ಲ. ಎಲ್ಲರಿಗೂ ಇನ್ವಿಟೇಷನ್ ಕೊಟ್ಟಿದ್ದ. ಭಾರಿ ಗ್ರಾಂಡಾಗಿಯೇ ನಡೆಯಿತಂತೆ. ನೆಂಟರು, ಬಂಧು, ಬಳಗ, ಫ್ರೆಂಡ್ಸ್ ಎಲ್ಲಾ ಹೋಗಿದ್ದರಂತೆ. ಅದು ಎರಡನೇ ಮದ್ವೇಂತ ಯಾರೂ ಅಂದುಕೊಳ್ಳಲಿಲ್ವಂತೆ" ಮನಸ್ಸು ತಡೆಯಲಾರದೆ ಹೇಳಿಬಿಟ್ಟರು.

ಅವಳ ನಿರೀಕ್ಷೆ ಇಲ್ಲಿ ಪೂರ್ತಿ ಸುಳ್ಳಾಗಿತ್ತು. ಈ ಮದುವೆಯನ್ನು ಶಂಕರ್ ಗುಟ್ಟಾಗಿಡುತ್ತಾನೆ. ಆದರ್ಶವಾದಿಯಂತೆ ತನ್ನ ಗ್ಲಾಮರ್ ಉಳಿಸಿಕೊಳ್ಳಲು ಪ್ರಯತ್ನಿಸುತ್ತಾನೆ–ಒಂದು ರೀತಿಯ ಲೆಕ್ಕಾಚಾರ ಹಾಕಿದ್ದಳು. "ಡೋಂಟ್ ಕೇರ್" ಎಂದೊರೆಸಿಹಾಕಿದ್ದ.

ಸಮಾಜದಲ್ಲಿ ತನ್ನ ಮಡದಿಯೆಂಬ ಪೂರ್ಣ ಪ್ರಮಾಣದ ಸ್ಥಾನವನ್ನು ಘೋಷಿಸಿಬಿಟ್ಟಿದ್ದ.

"ಅಂತು ನಂಗೆ ಮಕ್ಳು ಆಗೋಲ್ಲಾಂತ ಎಲ್ಲರಿಗೂ ಗೊತ್ತಾಯಿತು"

ಸೊಸೆಯ ಮಾತಿಗೆ ಅವರು ಮರುಗಿದರು. "ಅವ್ನು ಹಟ ಮಾಡ್ಬಿಟ್ಟ. ಅವ್ನಿಗೆ ಮಕ್ಳೂಂದ್ರೆ... ತುಂಬಾನೇ ಆಸೆ. ನಿತೀಶ್ ಹಚ್ಚಿಕೊಂಡಿದ್ದು ಅವನನ್ನ. ಅವ್ನಿಗೆ ಜ್ವರ ಬಂದಾಗ ಶಂಕರ್ ಒದ್ದಾಡಿಹೋಗಿದ್ದ. ಬೇರೆ ಮಕ್ಕಳನ್ನು ಕಂಡರೆ ಅಷ್ಟೊಂದು ಪ್ರೀತಿ ಮಾಡೋನು ಸ್ವಂತ ಮಗುವಿಗಾಗಿ ಬಯಸೋದೇನು ಅತಿಶಯವಲ್ಲ" ಸತ್ಯವನ್ನು ಒಪ್ಪಿಕೊಂಡಿದ್ದರು.

"ಬರೀ ಎಳೆದರೆ ತುಂಡಾಗುತ್ತೆ, ಪಾರಿಜಾತ. ಸುಮ್ನೆ ಅವನನ್ನ ಕಾಡೋಕೆ ಹೋಗ್ಬೇಡ. ಈಗ ಅವನದೇ ಮನೆ, ಮಡದಿ ಇರೋದ್ರಿಂದ.... ಆರಾಮಾಗಿ ಅಲ್ಲಿಯೇ ಇದ್ದುಬಿಡ್ತಾನೆ" ಸೊಸೆಗೆ ಬುದ್ಧಿ ಹೇಳಲು ಹಿಂಜರಿಯಲಿಲ್ಲ.

ಆದರೂ ಆ ಮನೆಯ ಬಿಗುವಿನ ವಾತಾವರಣ ಕಡಿಮೆಯಾಗಲು ಬಹಳ ದಿನಗಳೇ ಬೇಕಾಗಬಹುದೇನೋ?

* * * *

ಸಂಜೆ ಶಂಕರ್ ಬಂದಾಗ ಅವಳು ರೆಡಿಯಾಗಿದ್ದಳು. ಇಂದೇಕೋ ಬಹಳ ಸುಸ್ತಾಗಿದ್ದ. ಆರಾಮಾಗಿ ಉಡುಪು ಕೂಡ ಬದಲಾಯಿಸದೇ ಕಣ್ಮುಚ್ಚಿ ಮಲಗಿದ್ದ.

"ಫಿಲಂಗೆ ಹೋಗೋಣ.... ಅಂದಿದ್ರಿ" ಪಾರಿಜಾತ ಬಂದು ಪಕ್ಕದಲ್ಲಿ ಕೂತಳು.

"ಶೂರ್, ನಿನ್ನ ಡ್ರೆಸ್ ಮುಗ್ಸು, ಅದುವರ್ಗೂ ನಾನು ರೆಸ್ಟ್ ತಗೋತೀನಿ" ಮತ್ತೆ ಕಣ್ಮುಚ್ಚಿದ.

ಹಿಂದಿನ ದಿನವೇ ಪಾರಿಜಾತಳ ಫೆವರಿಟ್ ಹೀರೋ ಫಿಲಂ ಬಂದಿದೆಯೆಂದು ತಿಳಿಸಿದ್ದಳು.

"ಕ್ಯಾಸೆಟ್ ಬಂದಿರಬಹುದ್ದು. ತರಿಸಿ... ಹಾಕ್ಕೋ" ಹೇಳಿದ. ಅವಳ ನಿರಾಕರಣೆ ಸಿದ್ಧವಾಗಿತ್ತು.

"ಥಿಯೇಟರ್‌ನಲ್ಲಿ ನೋಡಿದ್ರೇನೆ... ಟಿ.ವಿ.ಯಲ್ಲಿ ಇಷ್ಟವಾಗೋಲ್ಲ"

"ಇವತ್ತು ಆಗೋಲ್ಲ, ನಾಳೆ ಹೋಗೋಣ" ಎಂದಿದ್ದ.

ಅದನ್ನು ಎಲ್ಲಾ ದೃಷ್ಟಿಯಿಂದಲೂ ಈಡೇರಿಸಬೇಕಾದ ಅಗತ್ಯವಿತ್ತು.

ಆಕಾಶ ನೀಲಿ ಬಣ್ಣದ ಗಾರ್ಡನ್ ಸೀರೆಯುಟ್ಟ ಅವಳು ತೋಳಿಲ್ಲದ ಬ್ಲೌಸ್ ತೊಟ್ಟು, ಕೂದಲಿಗೆ ಕ್ಲಿಪ್ ಹಾಕಿದ್ದಳು. ಹಿಂದಿನ ಉದ್ದ ಕೂದಲು ಯು ಆಕಾರದಲ್ಲಿ ತುಂಡಾಗಿತ್ತು.

ವಯ್ಯಾರದಿಂದ ಅವನ ಮುಂದೆ ನಿಂತಳು. ಹಾಗೆ ಮಲಗಲು ಬಿಟ್ಟರೆ ಅವನಿಗೆ ಸಾಕಿತ್ತು.

"ಸ್ವಲ್ಪ... ಕಣ್ಣು ತೆಗೀರಿ" ಹೇಳಿದಳು.

ನಿಧಾನವಾಗಿಯೇ ಕಣ್ತೆರೆದ. ಮದುವೆಯ ನಂತರ ಇಂದೇ ಅವಳು ಸ್ವಲ್ಪ ಪ್ರಸನ್ನವಾಗಿದ್ದುದು. ತುಂಬು ಕರುಣೆಯುಕ್ಕಿತು.

"ಯು ಲುಕ್ ವೆರೀ ಬ್ಯೂಟಿ. ಮೂವೀ ಬಿಟ್ಟು ಪ್ರೇಕ್ಷಕರು ನಿನ್ನನ್ನೆ ನೋಡ್ತಾರೆ!" ಮೇಲೆದ್ದ. ಬರೀ ಒಂದು ಜೋಕ್ ಹಾರಿಸಿದ್ದ. ಅದು ಬರೀ ಜೋಕಷ್ಟೆ.

ಸದಾ ರೊಮಾನ್ಸ್ ಮೂಡಿನಲ್ಲಿರುವ ಗಂಡಸರ ಪೈಕಿ ಅವನಲ್ಲ. ಅಂಥ ಗಂಡಸರಿಂದ ಸಮಾಜಕ್ಕೆ ಪ್ರಯೋಜನವಿಲ್ಲ! ಶಂಕರ್‌ನ ದೃಷ್ಟಿಪ್ರಪಂಚ ವಿಶಾಲವಾಗಿತ್ತು.

"ಸ್ವಲ್ಪ ಬೇಗನೆ ಹೋಗೋಣ. ಸ್ಯಾರಿ ಹೌಸ್‌ನಲ್ಲಿ ಒಳ್ಳೆ ಸೀರೆಗಳು ಬಂದಿವೆ. ನಮ್ಮ ಕ್ಲಬ್‌ನಲ್ಲೆಲ್ಲ ತಗೊಂಡ್ಬಿಟ್ಟಿದ್ದಾರೆ" ಗೋಣಾಕಿದ.

ಸೀರೆ, ಒಡವೆ, ಕಾಸ್ಮೆಟಿಕ್ಸ್ ಬಿಟ್ಟು ಬೇರೆ ವಿಷಯಗಳ ಬಗ್ಗೆ ಯಾಕೆ ತಲೆ ಕೆಡಿಸಿಕೊಳ್ಳಬಾರದು? ಕೆಲವರು ಮಾತ್ರ ಆ ಮಟ್ಟಕ್ಕೆ ಬೆಳೆಯುತ್ತಾರೇನೋ!

"ಇದು...." ಹ್ಯಾಂಗರ್‌ಗೆ ಹಾಕಿದ ಡ್ರೆಸ್‌ನ ಅವನ ಮುಂದಿಡಿಯುತ್ತಿದ್ದಳು. "ನೀವು ಕನ್‌ಸ್ಟ್ರಕ್ಷನ್ ಬಿಲ್ಡಿಂಗ್ ಹತ್ರ ತಾನೆ ಹೋಗ್ತಾ ಇರೋದು. ಜೀನ್ಸ್ ಹಾಕ್ಕೊಳ್ಳಿ.... ಮೆಟ್ಟಲು ಹತ್ತೋಕೆ ಆರಾಮ್..."

ಭವಾನಿ ಮಾತು ನೆನಪಾಗಿ ಅವನ ಮೈ, ಮನಸ್ಸು ಆಹ್ಲಾದಕರವಾಯಿತು. ತನ್ನ ಬಗ್ಗೆ ಕಾಳಜಿ ವಹಿಸುವ ಮಡದಿ ಪ್ರತಿ ಗಂಡಿಗೂ ಇಷ್ಟವಾಗುತ್ತಾಳೆ!

ಪಾರಿಜಾತ ತೀರಾ ಭಿನ್ನ. ಸಾಮರಸ್ಯವಲ್ಲ ಅದು, ದಾಸ್ಯತ್ವದ ಸಂಕೇತ. ಅದು ಪಾರಿಜಾತಳ ಮನೋಭಾವ. ಅದು ಕೂಡ ಅವನ ಪ್ರಕಾರ ಕರೆಕ್ಟ್.

ಕ್ರಾಪ್‌ನಲ್ಲಿ ಬಾಚಣಿಗೆಯಾಡಿಸಿ ಕೆಳಗಿಳಿದು ಬಂದವನು ಅವಳಿಗಾಗಿ ಕಾದ. ಒಂದೆರಡು ಸಲವಾದರೂ ತುಟಿಯ ರಂಗನ್ನು ತಿದ್ದಿಯೇ ಅವಳು ಹೊರಡುವುದು.

"ನಿಮ್ಗೆ... ಬೋರಾ!" ಒಮ್ಮೆ ಕೇಳಿದಾಗ ನಕ್ಕುಬಿಟ್ಟಿದ್ದ.

"ತೀರಾ ಸಹಜ, ಯಾರಾದ್ರೂ ಅಂದವಾಗಿ ಬೇರೆಯವ್ರ ಕಣ್ಣಿಗೆ ಕಾಣಬೇಕೆಂದು ಇಷ್ಟಪಡ್ತಾರೆ."

"ಈ ಅಲಂಕಾರ ಎಲ್ಲಾ ನಿಮಗೋಸ್ಕರ" ಪಾರಿಜಾತಳ ವಾದ.

"ನೋ, ಅದು ಮೊದಲ ಕೆಲವು ರಾತ್ರಿಗಳಿಗೆ ಮುಕ್ತಾಯವಾಗುತ್ತೆ. ಆಮೇಲಿನ ಪ್ರದರ್ಶನವೆ ಬೇರೆ" ಅವಳ ನಗ್ನ ಸೊಂಟ ಬಳಸಿ "ಈಗ ಬೇರೆಯವರಿಗಾಗಿ.... ಮನೆಯಲ್ಲೇ ಇರೋವಾಗ ಇಷ್ಟು ಅಲಂಕಾರ ಮಾಡ್ಕೊಂಡ್ ಕೂತ್ಕೋತೀಯಾ? ಇಂಥ ವಿಷ್ಯಗಳ್ನ ಕಾಮೆಂಟ್ಸ್... ಮಾಡ್ಬಾರ್ದು" ಸುಮ್ಮನಾಗಿಸಿದ್ದ.

ಕೋಣೆಯಿಂದ ಬಂದ ಜಗನ್ನಾಥ್ "ವಡಿವೇಲುಗೆ ತುಂಬ ಸ್ವತಂತ್ರ ಕೊಟ್ಟಿದ್ದೀಯ. ಅವ್ನು ಮೇಸ್ತ್ರಿ ಕೆಲ್ಸದೋನು. ಆಫೀಸ್‌ನಲ್ಲಿ ಅವ್ನ ಅಧಿಕಾರವೇನು?" ಕೋಪ ಪ್ರದರ್ಶಿಸಿದರು.

"ಈಗೇನಾಗಿದೆ?" ಅವರನ್ನೇ ಕೇಳಿದ.

"ಮೊನ್ನೆ ಬ್ಯಾಂಕ್‌ಗೆ ಅವನನ್ನೆ ಕಳಿಸಿದ್ದೆಯಂತೆ. ಲಕ್ಷಾಂತರ ತರಿಸೋದು... ಎಲ್ಲಾದ್ರೂ ತಗೊಂಡ್ಹೋಗಿ ಕಾಡು ಸೇರಿಬಿಡ್ಲಿ, ಆನೆ ಕೊಲೆಗಾರ ವೀರಪ್ಪನ್‌ನ ಹಿಡಿದಂಗಾಗುತ್ತೆ."

ಕೆಲವು ವಿಷಯಗಳನ್ನ ಅವರಿಗೆ ಮುಟ್ಟಿಸಿದ್ದಾರೆ. ಯಾರಿರಬಹುದೆಂದು ಕೊಂಡರೂ ಕೇಳಲಿಲ್ಲ.

"ಆಯ್ತು...." ಅಷ್ಟೆ ಹೇಳಿದ್ದು.

ಕೆಲವು ವಿಷಯಗಳ್ನ ಮೊಟಕು ಮಾಡುವುದು ಸೂಕ್ತ. ಆಫೀಸರ್ ಆಗಿ ಛೇರ್ ಮೇಲೆ ಕೂತು ಕೆಲಸ ನಿರ್ವಹಿಸಿಕೊಂಡು ಬಂದ ಅವರಿಗೆ ಕೆಲವು ಅರ್ಥವಾಗದೆಂದು ಅವನಿಗೆ ಗೊತ್ತು.

ಪಾರಿಜಾತ ಬಂದ ಮೇಲೆ "ಹೊರ್ಗಡೆ ಹೋಗ್ತಾ ಇದ್ದೀವಿ. ಊಟಕ್ಕೇನು ಕಾಯೋದ್ಬೇಡ" ನಡೆದುಬಿಟ್ಟ.

ಮಡದಿಯೊಡನೆ ಮಗ ಮಾಮೂಲಿಯಾಗಿರುವುದು ಅತ್ಯಂತ ಸಮಾಧಾನದ ಸಂಗತಿ. ಒಂದು ರೀತಿಯ ನೀತಿ, ನಿಯಮಗಳನ್ನ ರೂಪಿಸಿಕೊಂಡಿದ್ದ. ಬೆಳಿಗ್ಗೆ ಇಲ್ಲಿಂದ ಹೊರಟರೆ ಅವನು ನಾಳೆ ರಾತ್ರಿಯ ಊಟಕ್ಕೆ ಮನೆಗೆ ಬರುತ್ತಿದ್ದುದು. ಅನಿರೀಕ್ಷಿತವಾಗಿ ಬಂದರೂ ಒಂದರ್ಧ, ಮುಕ್ಕಾಲು ಗಂಟೆ. ಒಂದು ರಾತ್ರಿ ಇಲ್ಲಿ ಉಳಿದರೆ ಮರುರಾತ್ರಿ ಬರುತ್ತಿರಲಿಲ್ಲ. ಅವನ ಮದುವೆಯಾಗಿ ಎರಡು ತಿಂಗಳಾಗಿ ಹೋದರೂ ಇದರಲ್ಲಿ ಯಾವ ವ್ಯತ್ಯಾಸವು ಇರಲಿಲ್ಲ.

ಮದುವೆ, ಪಾರ್ಟಿಯೆಂದು ಪಾರಿಜಾತನ್ನ ಮಾತ್ರವಲ್ಲ ಹಿಂದಿನಂತೆಯೇ ಅವರನ್ನೂ ಕರೆದೊಯ್ಯುತ್ತಿದ್ದ. ಅವನ ನಡವಳಿಕೆಯಲ್ಲಿ ವ್ಯತ್ಯಾಸ ಹುಡುಕಿದರೂ ಸಿಕ್ಕದು.

ಸ್ಕ್ಯಾರಿ ಹೌಸ್ ಮುಂದೆ ಕಾರು ನಿಲ್ಲಿಸಿದ. "ನಾನು ಇಲ್ಲೇ ವೆಯಿಟ್ ಮಾಡೋದು

ಉತ್ತಮ. ಅನಾವಶ್ಯಕವಾಗಿ ಟೈಮ್ ವೇಸ್ಟ್ ಮಾಡೋದು ನಂಗಿಷ್ಟವಿಲ್ಲ" ಇದನ್ನ ಎಷ್ಟೋ ಸಲ ಹೇಳಿದ್ದ.

"ಫಿಲಂಗೆ ಹೊತ್ತಾಗುತ್ತೆ. ಬೇಗ್ಬಂದ್ಬಿಡೋಣ" ಅವಳ ಕಣ್ಣಲ್ಲಿಯ ಆಸೆಯನ್ನ ನಿರಾಕರಿಸಲಾಗಲಿಲ್ಲ. "ಓಕೆ..." ಅರೆ ಮನಸ್ಸಿನಿಂದಲೇ ಇಳಿದು ಬಂದ.

ಕೌಂಟರ್ ಬಳಿ ಬಿಲ್ ಹಾಕುತ್ತಿದ್ದವನು ಗೊಣಗುತ್ತಿದ್ದ. "ಒಂದೂವರೆ ಗಂಟೆ ಆರಿಸಿಯೂ ಕೂಡ... ಕಡೆಗೆ ಅದೇ ಸೀರೆ ಹಿಡಕೊಂಡೂ ಹೋಗ್ತಾರಲ್ಲ. ನೋಡೋ ತೃಪ್ತಿಗೋಸ್ಕರ ಬರ್ತಾರೇನೋ" ಹೆಣ್ಣಿನ ಮನಸ್ಸು ಅರಿತ ಸೈಕಾಲಜಿಸ್ಟ್‌ನಂತೆ ಕಂಡ.

ಸೇಲ್ಸ್ ಮ್ಯಾನ್ ಸೀರೆ ಹರಡುತ್ತಿದ್ದಂತೆ ಅವನ ನೋಟ ಒಂದು ಕಡೆ ನಿಂತಿತು.

"ನಮ್ಮ ಅತ್ತೆ ತಾಯಿ ಬಂದಿದ್ದಾರೆ. ಅವ್ರಿಗೊಂದು ಒಳ್ಳೆ ಸೀರೆ ತರಬೇಕಂತೆ, ಅಣ್ಣ ನಂಗೆ ಆ ಕೆಲ್ಸ ವಹಿಸಿದ್ದಾನೆ. ಸಂಜೆ... ಹೋಗ್ಬರ್ಲಾ?" ಬೆಳಿಗ್ಗೆ ಅವನು ಮನೆಯಿಂದ ಹೊರಡುವಾಗ ಹೇಳಿದ್ದಳು. ಸಿಹಿಮುತ್ತಿನ ವಿನಿಮಯದಲ್ಲಿ ಆ ಮಾತುಗಳಿಗೆ ಅಷ್ಟು ಪ್ರಾಮುಖ್ಯತೆ ಸಿಕ್ಕಿರಲಿಲ್ಲ.

ಅವನ ನೋಟ ಹಿಂದಿರುಗಿತು. ಈಗ ಪಾರಿಜಾತಳ ಪ್ರೀತಿಯ ಪತಿಯಾಗಿದ್ದ. ಈ ವೇಳೆ ಅವಳಿಗೆ ಮಾತ್ರ ಮೀಸಲು.

ಪ್ಯಾಕೆಟ್ ರೆಡಿಯಾಗಿ ಬಿಲ್ ತೆತ್ತುವವರೆಗೂ ಕಣ್ಣು ಅತ್ತ ಹಾಯದಂತೆ ಎಚ್ಚರ ವಹಿಸಿದ್ದ. ಕಾರು ಹಾಯ್ದು ಬರುವಾಗ ಭವಾನಿ ಬಸ್ ಸ್ಟಾಪ್‌ನಲ್ಲಿ ನಿಂತಿದ್ದು ಕಣ್ಣಿಗೆ ಬಿತ್ತು. ಕಾರೇನು ನಿಲ್ಲಲಿಲ್ಲ.

ಫಿಲಂ ಶುರುವಾಗಿ ಹತ್ತು ನಿಮಿಷವಾಗಿತ್ತು. ಬಾಲ್ಕನಿ ಹೌಸ್‌ಫುಲ್. ಮಡದಿಯತ್ತ ನೋಟ ಹರಿಸಿದ.

"ನೀನು ಇಂಥ ಥಿಯೇಟರ್, ಇಂಥ ಮೂವೀ ಅಂದಿದ್ದರೆ... ಟಿಕೆಟ್ ತರಿಸ್ಬಹುದಿತ್ತು. ಈಗೇನ್ಮಾಡೋಣ?"

"ಬೇರೆ.... ನೋಡೋಣ" ಎಂದಳು.

ಕಾರನ್ನ ಕ್ಯಾಸೆಟ್ ಲೈಬ್ರರಿಯ ಮುಂದೆ ಒಯ್ದು ನಿಲ್ಲಿಸಿದ "ನಿಂಗೆ ಬೇಕಾದ ನಾಲ್ಕು ಕ್ಯಾಸೆಟ್‌ನ ಆರಿಸ್ಕೋ. ಇನ್ನೊಂದು ದಿನ ಮೂವೀನ ನೋಡ್ಬಹ್ದು" ಅವನಿಗೆ ಬೇಸರವಾಗಿತ್ತು.

ಜೊತೆಯಲ್ಲಿ ಹೋಗಿ ತಾನೇ ನಾಲ್ಕು ಕ್ಯಾಸೆಟ್‌ಗಳನ್ನು ಖರೀದಿಸಿ ತಂದ. ಅವಳ ಉತ್ಸಾಹವನ್ನ ಕಂಗೆಡಿಸದೆ ಡ್ರೈವ್-ಇನ್ ಥಿಯೇಟರ್‌ಗೆ ಕರೆದೊಯ್ದ.

ಐಸ್‌ಕ್ರೀಮ್, ಅದೂ ಇದೂ ತಿಂದಿದ್ದಾಯಿತು.

"ನಿಮ್ಮ ಕ್ಲಬ್‌ನ ಮಹಿಳಾ ಮಣಿಯರು ಉಟ್ಟ ಸೀರೆಗಳು ಸಿಕ್ತಾ? ಮನೆಗೆ ಹೋಗಿ ತಲೆ ಕೆಡಿಸ್ಕೋಬೇಡ." ಮಾತಾಡಲೇಬೇಕೆನಿಸಿದಾಗ ಏನೋ ಮಾತಾಡುವುದು ಎಂದಂತಾಯಿತು ಅವನ ಸ್ಥಿತಿ.

ಬಸ್‌ಸ್ಟಾಪ್‌ನಲ್ಲಿ ಪ್ಯಾಕೆಟ್ ಎದೆಗವಚಿಕೊಂಡು ನಿಂತ ಭವಾನಿಯ ಪ್ರತಿಮೆ

ಕಂಗೆಡಿಸಿದಂತಾಯಿತು. ಬಿ.ಟಿ.ಎಸ್. ರಷ್. ಆ ಸಮಯದಲ್ಲಿ ಆಟೋ ಸಿಗುವುದು ಕಷ್ಟ. ಹೇಗೆ... ಹೋಗಿದ್ದಾಳು? ಅದನ್ನ ಪ್ರಯಾಸದಿಂದ ಕಿತ್ತೆಸೆದು ನಗುತ್ತ, ಛೇಡಿಸುತ್ತ ಸಮಯ ಕಳೆದ.

ಡೈನಿಂಗ್ ಟೇಬಲ್ ಮುಂದೆ ಊಟಕ್ಕೆ ಕೂತವನು ಅವನೊಬ್ಬನೆ. ಜಗನ್ನಾಥ್ ಹುಬ್ಬೇರಿಸಿದರು.

"ಬರೀ ಅದೂ ಇದೂ ತಿಂದಿದ್ದು. ಒಳ್ಳೆ ಊಟವಿಲ್ಲದಿದ್ರೆ ನನ್ನ ವರ್ಕ್ಸ್ ವಿಷ್ಯ ಬಿಟ್ಟು ರಾತ್ರಿಯೆಲ್ಲ ಹಸಿವಿನ ವಿಷ್ಯ ಯೋಚಿಸ್ತೀನಿ. ಕಮ್ಯುನಿಸಂ, ಸೋಷಿಯಲಿಸಂ ಚಿಂತನೆಗಳೆಲ್ಲ ತಲೆಯಲ್ಲಿ. ಬೆಳಿಗ್ಗೆ ಹೊತ್ಗೇ ನಾನೇನು... ಆಗಿರುತೀನಿ. ಹಾಗೆ... ಆಗ್ಬಾರ್ದು" ಹೊಟ್ಟೆ ತುಂಬ ಆರಾಮಾಗಿ ಊಟ ಮಾಡಿ ಎದ್ದು ಹೋದ.

ಅಷ್ಟರಲ್ಲಿ ಸಿಂಹ ಬಂದ ಜೋಲು ಮುಖ ಹಾಕಿಕೊಂಡಿದ್ದ.

"ಡ್ಯಾಮ್ ಹತ್ರ ಕೆಲ್ಸ ಮಾಡ್ತಾ ಇದ್ದ ಐವತ್ತು ಕೂಲಿಯಾಳುಗಳೇ ಪತ್ತೆ ಇಲ್ಲ. ಅಲ್ಲಿನ ಕೆಲ್ಸಕ್ಕೆ ತೊಂದರೆ ಆಗುತ್ತೆ. ಅಡ್ವಾನ್ಸ್ ಕೂಡ ಅವ್ರ ಮೇಲಿದೆ."

ತೀಕ್ಷ್ಣವಾಗಿ ನೋಡಿದ. ಇಂಥ ಪ್ರಕರಣಗಳೇನು ಹೊಸದಲ್ಲ. ಕೇಂದ್ರದ ಲೋಕೋಪಯೋಗಿ ಮಂತ್ರಿಗಳು ಅದನ್ನ ಉದ್ಘಾಟನೆ ಮಾಡುವ ದಿನ ಫಿಕ್ಸ್ ಆಗಿತ್ತು. ಅಷ್ಟರಲ್ಲಿ ಕೆಲ್ಸ ಮುಗಿಯಬೇಕಿತ್ತು. ತೀರಾ ಒರಟು ಕೆಲಸ ಮಾಡುವ, ಅಲ್ಲಿನ ಅಲ್ಪಸ್ವಲ್ಪ ಕೆಲಸ ಬಲ್ಲ ಜನಗಳೇ ಬೇಕಿತ್ತು.

"ಈಗೇನ್ಮಾಡೋದು?" ಅವನನ್ನೆ ಕೇಳಿದ.

"ತೋಚದಂತಾಗಿದೆ, ಸರ್. ನಮಕ್ ಹರಾಮ್ ಜನ. ಹೊಟ್ಟೆಗಿಲ್ಲದ ಜನ, ಪೂರ್ತಿ ನಿಯತ್ತಿಲ್ಲದವ್ರು. ಒಂದಿಷ್ಟು ಆಸೆ ತೋರ್ಸಿದ್ರೆ... ಬೇರೆ ಕಡೆ ಹೋಗ್ಬಿಡ್ತಾರೆ" ಓಡಿ ಹೋದವರ ಬಗ್ಗೆ ತುಚ್ಛವಾಗಿ ಮಾತಾಡಿದ.

"ನಂಗೆ ಅವ್ರ ಬಗ್ಗೆ ಕಾಮೆಂಟ್ಸ್ ಬೇಡ. ಅವ್ರ ಎರ್ಡು ಪಟ್ಟು ಜನರನ್ನ ಹೊಂದಿಸಿಕೋಬೇಕು" ಸಿಡಿದ.

"ದೊಡ್ಡ ಯಜಮಾನರನ್ನ ಕೇಳಿದ್ರೆ... ಏನಾದ್ರೂ ಸಲಹೆ ಕೊಡ್ತಾರೆ" ಸಣ್ಣಗೆ ಉಸುರಿದ.

ಎದೆಯಲ್ಲಿ ಹತ್ತಿಕೊಂಡ ಕೋಪವನ್ನು ಕಣ್ಣುಗಳು ಪ್ರಕಟಿಸಿದಂತೆ ತಡೆದ.

"ನೀನ್ಹೋಗು... ಬೆಳಿಗ್ಗೆ ಏನಾದ್ರೂ ಮಾಡೋಕೆ ಸಾಧ್ಯವೇನೋ, ನೋಡ್ತೀನಿ" ಸಿಂಹ ಮುಂದೆ ನಿಲ್ಲುವುದು ಬೇಡವಾಗಿತ್ತು.

ಅವನಪ್ಪ ಪರಾಶರ ಕಂಪನಿಯಲ್ಲಿ ಕೆಲಸ ಮಾಡುತ್ತಿದ್ದ. ಅವನಿಗೆ ಮಹೇಂದ್ರ ಪರಾಶರ ದೊಡ್ಡ ಯಜಮಾನರು. ಇವನಿಗೂ ಅಷ್ಟೆ. ಅವರನ್ನ ಅವನು ದೊಡ್ಡ ಯಜಮಾನರೆಂದು ಸಂಬೋಧಿಸುತ್ತಿದ್ದುದ್ದು. ದೀಪಕ್ ಪರಾಶರ ಚಿಕ್ಕ ಯಜಮಾನರು. ಹಾಲಿ ಯಜಮಾನ ಮಾತ್ರ ಇವನು.

"ನಾನೇ ಹೋಗಿ ದೊಡ್ಡ ಯಜಮಾನರನ್ನ ನೋಡ್ಲಾ, ಸರ್" ಕೇಳಿದ. ಕ್ಷಣ ಸುಮ್ಮನಿದ್ದವನು "ಬೇಡ, ನಾನೇ ನೋಡ್ತೀನಿ..." ಹೇಳಿ ಅವನನ್ನ ಕಳಿಸಿದ.

ಐವತ್ತು, ಐವತ್ತರಂಗೆ ಈ ವಾರದಲ್ಲಿ ನೂರೈವತ್ತು ಜನ ಕೂಲಿಯಾಳು ಹೋಗಿದ್ದರು. ಅವರು ಅಡ್ವಾನ್ಸಾಗಿ ಪಡೆದ ಕೆಲವು ಸಾವಿರಗಳ ನಷ್ಟ ಒಂದು ಕಡೆಯಾದರೇ, ಇದು ಹೀಗೆಯೇ ಮುಂದುವರಿಯುವುದು ಸರಿಯಲ್ಲ. ಮಾತ್ರವಲ್ಲ ಅಂದಿನ ತಾರೀಖಿಗೆ ಪೂರ್ತಿಯಾಗದಿದ್ದರೆ ಪ್ರತಿಷ್ಠೆಯ ನಷ್ಟ.

ಅಲ್ಲಿಯೇ ಇದ್ದ ಜಗನ್ನಾಥ್ ಆತಂಕಗೊಂಡರು. "ನಾನೇ ಅಣ್ಣನಿಗೆ ಫೋನ್ ಮಾಡ್ಲಾ? ಇದೇ ತರಹ ಆಗುತ್ತೇಂತ ನೀನು ಈ ವರ್ಕ್ ಹಿಡಿದಾಗಲೇ ಹೇಳಿದ್ರು. ನಿಂಗೇನು ಅಂಥ ಅನುಭವ ಇಲ್ಲ" ತಂದೆಯ ಮಾತಿಗೆ ಬದಲು ಹೇಳಲು ನಿಮಿಷಗಳು ತಡೆದ.

"ನಾನು ದೀಪಕ್‌ಗಾದ್ರೂ.... ಫೋನ್ ಮಾಡ್ಲಾ?" ಮತ್ತೆ ರಾಗ ತೆಗೆದರು.

"ಅದೆಲ್ಲ ಏನು ಬೇಡ. ನೀವ್ಹೋಗಿ ಮಲ್ಗಿಕೊಳ್ಳಿ" ತನ್ನ ಕೋಣೆಯತ್ತ ನಡೆದ.

ಮ್ಯಾಗಝೀನ್ ರಪ್ಪೆಂದು ಮುಚ್ಚಿದವಳು ಹಾಸಿಗೆಯ ಮೇಲೆ ಉರುಳಿಕೊಂಡಳು. ಅವನು ಚಿಂತಿತನಾಗಿದ್ದ.

ಕಿಟಕಿಯ ಬಳಿ ಹೋಗಿ ನಿಂತ. ಅದರ ಹಿಂದೆಲ್ಲ ಯಾರಿದ್ದಾರೆಂದು ಅವನಿಗೆ ಗೊತ್ತು.

"ಯಾಕೆ.... ನಿಂತ್ಕೊಂಡ್ರಿ? ಇನ್ನು ಮಲಗೋ ಹೊತ್ತು ಆಗ್ಲಿಲ್ವಾ?" ಭುಸುಗುಟ್ಟಿದಳು.

ಅವಳ ಪ್ರಶ್ನೆಗೆ ಉತ್ತರಿಸದೆಯೇ ರಾತ್ರಿ ಉಡುಪು ಬದಲಾಯಿಸಿ ಕೋಣೆಯಿಂದ ಹೊರಗೆ ಹೋದ.

ಅವಳಿಗೆ ವಿಪರೀತ ಕಲ್ಪನೆಗಳು, ಬಿದ್ದು ಬಿದ್ದು ಅತ್ತಳು. ಬೆಳಿಗ್ಗೆಯೇ ಅವಳಿಗೆ ವಿಷಯ ತಿಳಿದಿದ್ದು.

"ಸದ್ಯಕ್ಕೆ ಸಾಹೇಬರ ಮೊಕ್ಕಾಂ ಡ್ಯಾಂ ಹತ್ತಿರದಲ್ಲಿರೋ ಗೆಸ್ಟ್‌ಹೌಸ್‌ನಲ್ಲಿಯೇ" ಸಿಂಹ ಬಂದು ತಿಳಿಸಿದ.

ಪೇಚಾಟದಲ್ಲಿಯೇ ಇದ್ದ ಜಗನ್ನಾಥ್ ಪ್ರಶ್ನಿಸಿದರು.

"ಕೂಲಿಯಾಳುಗಳು ಏರ್ಪಾಟು ಆಯ್ತು? ಮತ್ತೇನಾದ್ರೂ... ಸುದ್ದಿ?" ಅದು ಅವನಿಗೆ ಕಹಿಯೆ "ಕೆಲ್ಸದ ಹೊತ್ಗೇ ಎರಡು ಲಾರಿ ಕೂಲಿ ಜನ ಬಂದು ಇಳಿದ್ರು" ಎಂದ.

ರಾತ್ರಿಯೇ ಷೆಡ್‌ನಲ್ಲಿದ್ದ ಜೀಪನ್ನು ಹೊರ ತೆಗೆದಿದ್ದ ಶಂಕರ್. ಅವರನ್ನೆಲ್ಲ ಹೇಗೆ ಕೂಡಿಸಿದರು ಎಂಬುದು ವಡಿವೇಲು ಒಬ್ಬನಿಗೆ ಮಾತ್ರ ಗೊತ್ತು. ಸೂರ್ಯ ಮುಳುಗಿದ ಮೇಲೆಯೇ ಅವನಿಗೆ ಪುರಸತ್ತು ಆದದ್ದು.

ಗೆಸ್ಟ್ ಹೌಸ್‌ನಲ್ಲಿ ಸ್ನಾನ ಮುಗಿಸಿದವನು ಮೊದಲು ಭವಾನಿಗೆ ಫೋನ್ ಮಾಡಿದ.

"ಹಲೋ, ಭವಾನಿ..." ಹಿಡಿದು ಉಸಿರು ದಬ್ಬಿದ.

"ನಿಂಗೆ ಹೇಳೋಕ್ಕಾಗೋಲ್ಲ. ಒಂದಷ್ಟು ಸಮಸ್ಯೆಗಳು. ಹೇಗಿದ್ದೀಯಾ?" ಮೆಲ್ಲಗೆ ಕಣ್ಣೀರು ಹರಿದು ಬಂದು ಅವನೆದೆಯನ್ನು ತೋಯಿಸಿದಂತಾಯಿತು.

"ಚೆನ್ನಾಗಿದ್ದೀನಿ. ನಿಮ್ಮನ್ನ... ನೋಡ್ದೇ..." ಆಯಾಸಗೊಂಡ ಅವನ ಮನಕ್ಕೆ ಗೆಲುವಿನ ಲೇಪನ. "ಹೆಲ್ಪ್‌ಲೆಸ್, ಇರಲೇಬೇಕಾಗಿದೆ" ಅವಳ ಮನದ ನೋವು ಅರ್ಥವಾದರೂ ಅದರ ತೀವ್ರತೆಯನ್ನು ಹೆಚ್ಚಿಸಲು ಇಷ್ಟಪಡಲಿಲ್ಲ.

ಮನೆಗೆ ಫೋನ್ ಮಾಡಿದಾಗ ಅಡಿಗೆಯ ಆಳು ಎತ್ತಿಕೊಂಡ.

"ಯಾರು ಇಲ್ಲ, ಖಾನ್ ಸಾಹೇಬರ ಮನೆಯ ರಿಸೆಪ್ಷನ್‌ಗೆ ಹೋಗಿದ್ದಾರೆ" ಫೋನಿಟ್ಟು ಹೊರಗೆ ಬಂದ.

ದೂರದಲ್ಲಿರುವ ಕೂಲಿಗಾರರ ಗುಡಿಸಲುಗಳಲ್ಲಿ ಹೋಗೆಯಾಡುತ್ತಿತ್ತು. ಅವರ ಕಂಠ ಸ್ವರದಿಂದ ಹೊಮ್ಮಿದ್ದ ಹಾಡುಗಳು ಬಹುದೂರದವರೆಗೂ ಕೇಳಿಸುತ್ತಿತ್ತು. ನೋವು, ನಿರಾಶೆ, ವೇದನೆಯನ್ನು ಮೆಟ್ಟುವಂಥ ಸಂತೋಷವು ಇತ್ತು ಅವರ ಸ್ವರಗಳಲ್ಲಿ.

ಜೀಪು ಹತ್ತಿದ. ಮನೆಯ ಕಡೆಗೆ ದೌಡಾಯಿಸಿತು. ಇವನು ಬಂದಾಗಲೂ ಯಾರು ಇರಲಿಲ್ಲ. ಆಳುಗಳೆಲ್ಲ ತೂಕಡಿಸುತ್ತಿದ್ದರು. ಜೀಪು ಪುಷ್ಪಕ್ ಕಡೆ ತಿರುಗಿತು.

ಜೀಪು ನಿಂತ ಕೂಡಲೇ ಪುಷ್ಪಕ್‌ನ ಎಲ್ಲಾ ದೀಪಗಳು ಬೆಳಗಿದವು. ಧಾವಿಸಿ ಬಂದವಳು ನಿಂತುಬಿಟ್ಟಳು. ನೂರು ವರ್ಷದ ವಿರಹ ಅನುಭವಿಸಿದಂಥ ಭಾವ ಕಣ್ಣಲ್ಲಿ.

"ಸರ್‌ಪ್ರೈಜ್...." ಹತ್ತಿರ ಹೋಗಿ ಕೆನ್ನೆ ಹಿಂಡಿದ.

ಅವನಿಗೆ ತೆಕ್ಕೆ ಬಿದ್ದಳು. "ಭವಾನಿ... ಫಿಲಂ ಷೂಟಿಂಗೆಂದು ಜನ ಸೇರಿಬಿಟ್ಟಾರು" ಅವನಿಂದ ಬಿಡಿಸಿಕೊಂಡು ದೂರ ಹಾರಿದಳು.

ಅತ್ಯಂತ ಪ್ರೀತಿಯಿಂದ ಊಟ ಬಡಿಸಿದಳು. ಮಧ್ಯೆ ಚಕಾರವೆತ್ತದೇ ಅವನು ಹೇಳಿದ್ದನ್ನು ಕೇಳಿದಳು.

"ನಾನು ಹಿಡಿದಿರೋ ವರ್ಕ್ಸ್‌ನಲ್ಲಿ ಇದೇ ದೊಡ್ಡದು. ಬಹಳ ಕಾಂಪಿಟೇಷನ್ ನಂತರವೇ ಸಿಕ್ಕಿದ್ದು. ನನ್ನ ಆರು ವರ್ಷದ ಪ್ರಾಮಾಣಿಕ ಪ್ರತಿಷ್ಠೆಗೆ ಪರಾಶರ ಕನ್‌ಸ್ಟ್ರಕ್ಷನ್ ಕಂಪನಿಯ ಅರವತ್ತು ವರ್ಷದ ಸಾಧನೆಯನ್ನ ಪಣವಾಗಿಟ್ಟ ಹಾಗೇ ಕಾಣುತ್ತೆ. ಮುಗಿಯುವ ಹಂತದಲ್ಲಿ ನೂರು ಸಮಸ್ಯೆ–ಅದೇ ಟೆನ್‌ಷನ್..." ಹೇಳುತ್ತಲೇ ಅವಳೆದೆಗೆ ಒರಗಿದ. ಮುಂಗುರುಳಿನಲ್ಲಾಡುತ್ತಿದ್ದ ಅವಳ ಕೈಬೆರಳುಗಳನ್ನು ತುಟಿಗೆ ಒತ್ತಿಕೊಂಡು ಕಣ್ಣು ಮುಚ್ಚಿದ.

ಜೊಂಪು ಬಂದಂತಾಯಿತು. ಆರಾಮಾಗಿ ನಿದ್ರಿಸಿಬಿಟ್ಟ. ಸರಿಯಾಗಿ ಮಲಗಿಸಿ ಬ್ಲಾಂಕೆಟ್ ಹೊದ್ದಿಸಿದಳು.

ಶಂಕರ್ ಏಳುವ ವೇಳೆಗೆ ಭವಾನಿ ಕಾಫಿ ಸಿದ್ಧಪಡಿಸಿದಳು. "ಧೈರ್ಯಗೆಡೋ ಅಂಥದೇನು? ನಿಮ್ಮ ಆತ್ಮಸ್ಥೈರ್ಯಕ್ಕೆ ಖಂಡಿತ ಇದೊಂದು ಸವಾಲ್ ಅಲ್ಲ, ಆಲ್ ದಿ ಬೆಸ್ಟ್..." ಎಂದಳು.

ಜೀಪು ಹತ್ತುವ ಮುನ್ನ ಮತ್ತೊಮ್ಮೆ ಹಿಂದಿರುಗಿ ನೋಡಿದ. ಕಣ್ಣ ಮಿಂಚು, ತುಟಿಯ ಜೇನಿನ ಜೊತೆ ಅವಳೆದೆಯ ಅನುರಾಗವೆಲ್ಲ ಮುಖದಲ್ಲಿ ಪ್ರತಿಬಿಂಬಿತವಾದಂತಿತ್ತು.

"ಭವಾನಿ ನಿನ್ನಂಥ ಸಂಗಾತಿ ಇರುವ ಯಾವ ಗಂಡೂ ಮನೆಯಿಂದ ಹೊರಗೆ ಉಳಿಯಲು ಇಷ್ಟಪಡಲಾರ! ತೃಪ್ತಿಯಾಗಿ ತನ್ನ ಕೆಲಸವನ್ನು ಮಾಡಿ ಮುಗಿಸ್ತಾನೆ" ಮನದಲ್ಲಿಯೇ ಹೇಳಿಕೊಂಡ.

ಸ್ಟಾರಿ ಹೌಸ್‌ನಲ್ಲಿ ಮತ್ತು ಬಸ್ ಸ್ಟಾಪ್‌ನಲ್ಲಿ ನಿಂತಾಗಲು ನೋಡಿದ್ದರೂ ಆ ಬಗ್ಗೆ ಪ್ರಶ್ನಿಸಿರಲಿಲ್ಲ.

ಅಂದಿನ ಮಧ್ಯಾಹ್ನ ಡ್ಯಾಮ್‌ನ ಬಳಿ ಬಂದಳು ಪಾರಿಜಾತ. ಕಣ್ಣಿಗೆ ಕೂಲಿಂಗ್ ಗ್ಲಾಸ್, ಪಾರದರ್ಶಕದಂಥ ಬೆಲೆಬಾಳುವ ಸೀರೆ ಮೈಮೇಲೆ, ತಾನೊಬ್ಬ ಕ್ಲಾಸ್ ಒನ್ ಕಂಟ್ರಾಕ್ಟರ್ ಮಡದಿಯೆಂಬ ಹಮ್ಮು ಮುಖದ ಮೇಲೆ.

ನಿಂತಿದ್ದವನು ಮುಗುಳ್ನಗೆ ಬೀರಿ ಕಾರಿನತ್ತ ನಡೆದ. ಸುಡುವ ರಣಬಿಸಿಲು.

"ವ್ಹಾಟ್, ಮೇಮ್ ಸಾಬ್, ಕೆಲಸ ಹೇಗೆ ನಡೀತಾ ಇದೇಂಥ ನೋಡೋಕೆ... ಬಂದ್ರಾ? ಮೈಗಾಡ್... ರಣಬಿಸಿಲು... ನಿಮ್ಮಂಥ ಲಲನೆಯರು ಸುಟ್ಟು ಭಸ್ಮವಾಗಿ ಬಿಡ್ತಾರೆ" ತಮಾಷೆ ಮಾಡಿದ.

ಅಲ್ಲೇ ಒಬ್ಬವು ಕರಿಮೈನ ಕೂಲಿಯಾಳು ಅವಸರವಸರವಾಗಿ ಮಗುಗೆ ಹಾಲು ಕುಡಿಸುತ್ತಿದ್ದಳು. ಬೆತ್ತಲೆಯ ಕಪ್ಪು ಮೈಬಣ್ಣದ ಮಗು ನೋಡಿ ಪಾರಿಜಾತ ಮುಖ ತಿರುಗಿಸಿಕೊಂಡಳು.

"ಯಾಕೆ ಒಂದು ತರಹ ಮುಖ ಮಾಡ್ತೀಯಾ! ಅವ್ವ ತಾಯಿ. ಆ ಶಬ್ದವೇ ಆದರಣೀಯ. ಈಗ ಅವಳೆದೆಯಲ್ಲಿ ಯಾವ ಅಶ್ಲೀಲದ ಭಾವನೆ ಇಲ್ಲ. ಬರೀ ಮಗುವಿನ ಹೊಟ್ಟೆ ತುಂಬಿಸುವ ಆತುರವಷ್ಟೆ" ಎಂದವನು ಆ ಹೆಣ್ಣು ಕೂಲಿಯಾಳಿಗೆ ಹೆದರಬೇಡವೆಂದು ಸನ್ನೆ ಮಾಡಿ ಕಾರಿನತ್ತ ಕೈ ತೋರಿಸಿದ.

"ಗೆಸ್ಟ್ ಹೌಸ್‌ಗೆ ಹೋಗೋಣ" ತಾನೇ ಸ್ಟಿರಿಂಗ್ ವ್ಹೀಲ್ ಮುಂದೆ ಕೂತವನು ಡ್ರೈವರ್‌ನ ಕರೆದು ಹಿಂದೆ ಹತ್ತುವಂತೆ ಸನ್ನೆ ಮಾಡಿದ. "ಪರ್ವಾಗಿಲ್ಲ ಹತ್ತು. ಇಲ್ಲೆಲ್ಲು ಊಟ ಸಿಗೋಲ್ಲ. ಆಳುಗಳು ತಂದ ಊಟದಲ್ಲಿ ಪಾಲು ಕೇಳಬೇಕಷ್ಟೆ" ಅವನು ಸಂತೋಷದಿಂದಲೇ ಹತ್ತಿದ.

ಕೆಲವು ವಿಷಯಗಳಲ್ಲಿ ಬಹಳ ಸ್ಟ್ರಿಕ್ಟ್, ಸೋಮಾರಿಗಳನ್ನ ಕಂಡರೇ ಸಿಡಿದುಬಿದ್ದರೂ ಮನುಷ್ಯ ಮನುಷ್ಯನನ್ನ ಗೌರವಿಸಬೇಕೆಂಬ ನಂಬಿಕೆಯುಳ್ಳ ಶಂಕರ್ ಆಳುಗಳಿಗೆ ಅಚ್ಚುಮೆಚ್ಚು.

ಅವಳು ಯಾಕೆ ಬಂದಳು ಎನ್ನುವ ಊಹೆ ಇದ್ದರೂ ದೊಡ್ಡದು ಮಾಡಲಾರ, ಪ್ರಶ್ನಿಸಲಾರ. ಅವೆಲ್ಲ ಅನಗತ್ಯ.

ಕೂಲ್ ಡ್ರಿಂಕ್ಸ್ ಆಯಿತು.

"ಏನು... ವಿಶೇಷ? ನಿನ್ನ ಕಾರ್ಯಕ್ರಮಗಳ ಮಾಹಿತಿ ಜೊತೆ ವಿಶೇಷ, ವಿವರಗಳನ್ನು ಕೊಟ್ಟರೇ.... ಒಂದು ರೀತಿಯ ರಿಕ್ರಿಯೇಷನ್" ಅವಳನ್ನ ಮಾತಿಗೆಳೆದ.

ಬಿಗುಮಾನ, ಕೋಪ, ಅಳು ಮಾಯವಾಗಿ ಈಗ ಮಾಮೂಲಿಗೆ ಹಿಂದಿರುಗಿದ್ದಳು. ಅಂಥ ಪ್ರಸ್ತಾಪ, ಕೋಪ ಪ್ರದರ್ಶನ, ಅಳುವಿಗೆ ಅವನಿಂದ ಸಿಗುತ್ತಿದ್ದುದ್ದು ಉತ್ಪ್ರೇಕ್ಷೆ.

"ಇದೆಲ್ಲ ನಮ್ಗೆ ಬೇಕಿರಲಿಲ್ಲ!" ಅಸಮಾಧಾನ ವ್ಯಕ್ತವಾದಾಗ ಮೇಲೆದ್ದ. "ಇನ್ನರ್ಧ ಗಂಟೆ ಬಿಟ್ಟು ಊಟ ಮಾಡೋಣ. ನಿಂಗೆ ಹಸಿವಾದ್ರೆ... ಮಾಡು" ಎಂದವನು ಗೆಸ್ಟ್‌ಹೌಸ್‌ನ ಮೇಟಿನ ಕರೆದು ಏನೋ ಹೇಳಿಹೊರಟು ಬಿಟ್ಟ.

ಕಾರೊಳಗೆ ಕೂತಿದ್ದ ಡ್ರೈವರ್ ಇಳಿದುಬಂದ. ಕ್ಷಣ ಯೋಚಿಸಿದ ಶಂಕರ್ "ನನ್ನ ಬಿಟ್ಟು ಬಂದು ನೀನು ಇಲ್ಲೇ ಕಾದಿರು" ಆದೇಶಿಸಿ ಕೂಲ್ ಡ್ರಿಂಕ್ಸ್ ಕುಡಿದ ಬಗ್ಗೆ ವಿಚಾರಿಸಿಕೊಂಡ.

ಮೂವತ್ತೈದು ನಿಮಿಷದಲ್ಲಿ ಹಿಂದಿರುಗಿದ. ಪಾರಿಜಾತ ಆರಾಮಾಗಿ ಮಲಗಿದ್ದಳು.

"ಅಂತು ಸುಖೀ ಪ್ರಪಂಚದ ಪ್ರಜೆ. ಏಳು.... ಊಟ ಮಾಡೋಣ" ಕೆನ್ನೆ ತಟ್ಟಿದ. ಪಾರಿಜಾತ ಎದ್ದು ಕೂತಳು. "ಸುಮ್ನೆ ಅಳೋ ಹಂಗೆ ಆಗುತ್ತೆ, ಇವೆಲ್ಲ ರಿಸ್ಕ್ ನಮಗ್ಯಾಕೆ?" ಅವಳ ಅಳು ಮುಖ ನೋಡಲಾರದೇ ಹೋದ.

"ಪ್ಲೀಸ್ ಪಾರಿಜಾತ, ಸ್ವಲ್ಪ ಅರ್ಥ ಮಾಡ್ಕೋ. ಲೈಫ್ ಅಂದರೇನು? ಸ್ವಲ್ಪ ವಿಶಾಲ ದೃಷ್ಟಿ ಬೆಳೆಸ್ಕೋ. ನಿನ್ನ ಏರ್ ಕಂಡೀಷನರ್ ರೂಮಿನಲ್ಲಿ ಇರಿಸೋಕ್ಕಾಗ್ಲಿ, ವಜ್ರದ ಸೆಟ್ ಕೊಂಡುಕೊಡೊಕಾಗ್ಲಿ ಇವೆಲ್ಲ ಮಾಡ್ತಾ ಇದ್ದೀನೀಂದ್ರೆ... ಬರೀ ಮೂರ್ಖತನ ಅಷ್ಟೆ. ನಂಗೆ ಚಿಕ್ಕಂದಿನಿಂದ ನನ್ನದೇ ಆದ ಗುರಿ ಇತ್ತು. ಬರೀ ಪ್ರತಿಷ್ಠೆ, ಸಂಪಾದನೆ ಮಾತ್ರವಲ್ಲ... ಇವತ್ತು ನೂರಾರು ಜನಕ್ಕೆ ಅನ್ನಕ್ಕೆ ದಾರಿ ಕಲ್ಪಿಸುವ ಸಾಧ್ಯತೆ ನನ್ನಲ್ಲಿದೆ" ಅಭಿಮಾನ ತುಳುಕಿತು ಅವನ ಕಣ್ಣಲ್ಲಿ.

"ನಂಗೆ ಇಂಥ ಭಾಷಣ ಇಷ್ಟವಾಗೋಲ್ಲ" ಮುಖ ಗಂಟಿಕ್ಕಿದಳು. "ಗೊತ್ತು, ಊಟ ಮಾಡೋಣ. ಚೀಫ್ ಇಂಜನಿಯರ್ ಬರ್ತಾರೆ" ಸಿಂಕ್‌ನಲ್ಲಿ ಕೈ ತೊಳೆದು ಬಂದ.

ರುಚಿಯಾಗಿಯೇ ಇತ್ತು ಊಟ. ಅವನು ಬಡಿಸಿಕೊಂಡ, ಅವಳಿಗೂ ಬಲವಂತವಾಗಿ ಬಡಿಸಿದ.

"ಎಷ್ಟೇ ರುಚಿಯಾಗಿದ್ರೂ.... ಮನೆಯಲ್ಲಿ ಊಟ ಮಾಡಿದಂಗಾಗೋಲ್ಲ. ನಾಳೆ ಊಟ, ತಿಂಡಿ ಕಳ್ಸಿಬಿಡು" ಕೈ ತೊಳೆದು ಬಂದು ಕೂತ.

ಒಂದೆರಡು ಸಲ ಟೈಮ್ ನೋಡಿದ.

"ನಾನು ಇಲ್ಲೇ ಇರ್ತೀನಿ..." ಎಂದಳು.

"ಬೇಡ, ಹೊರಟುಬಿಡು" ಹೇಳಿದ.

ಕೆಲವು ಸಲ ಅವನ ಮಾತನ್ನ ಅವನೇ ಉಲ್ಲಂಘಿಸೋಲ್ಲ. ಅಂಥ ದೃಢ ನಿರ್ಧಾರಗಳು ಅವನವೆಂದು ಪಾರಿಜಾತಗೆ ಗೊತ್ತು.

ಕಾರು ಹೊರಟಾಗ ಡ್ಯಾಮ್‌ನ ಬಳಿ ಇಳಿದು ಕೈ ಬೀಸುವ ಮುನ್ನ ಹೇಳಿದ "ಅಮ್ಮ ಹೆಚ್ಚು ಉಪ್ಪು ತಿನ್ನದ ಹಾಗೆ ನೋಡ್ಕೋ. ಅಪ್ಪ ಸಂಜೆಗಳು ಮನೆಯಲ್ಲಿ ಕೂಡೋದ್ಬೇಡ ನೆನಪಿರ್ಲಿ...." ಕೈ ಬೀಸಿದ.

ಪಾರಿಜಾತ ಕಣ್ಣೀರು ತೊಡೆದುಕೊಂಡಳು. ಮೊದಲ ಸಲ ಡಾಕ್ಟರ್ ಪರೀಕ್ಷೆ ಮಾಡಿ "ನಿಮ್ಗೆ ಮಕ್ಳು ಆಗೋ ಅವಕಾಶನೇ ಕಮ್ಮಿ. ನಿಮ್ಮ ಹಸ್ಬೆಂಡನ ಕಳಿಸಿ, ಮಾತಾಡ್ತೀನಿ" ಅಂದಾಗ ಅವನೆದೆಗೆ ಮುಖವಿರಿಸಿ ಅತ್ತಿದ್ದಳು. ಆದರೆ ಹೆಚ್ಚು ನಿರಾಸೆಗೊಂಡವನು ಅವನೇ.

ಒಮ್ಮೆ ಮನಸ್ಸಿನ ಮಾತನ್ನು ಅವನ ಮುಂದೆ ಆಡಿಬಿಟ್ಟಿದ್ದಳು.

"ನಂಗೆ ಬಸುರಿ, ಹೆರಿಗೆ, ಮಕ್ಕಳು.... ಏನೇನು ಇಷ್ಟವಿರಲಿಲ್ಲ. ಒಂದು ರೀತಿ ಆರಾಮ್..." ತದೇಕಚಿತ್ತನಾಗಿ ಅವಳನ್ನು ನೋಡಿ ನಸುನಗೆ ಬೀರಿದ್ದ.

ಹೆಣ್ಣು ತಾಯ್ತನ ಬಯಸುವುದು ಸಹಜ. ಅವಳ ಕೊರಗು, ವ್ಯಥೆ, ನೋವು ನಿರಂತರವಾಗುತ್ತಲ್ಲ ಎಂದು ಚಿಂತೆಗೀಡಾಗಿದ್ದವನು ಸಮಾಧಾನದ ಉಸಿರುಬಿಟ್ಟ.

"ಐಯಾಮ್ ರಿಯಲೀ ಹ್ಯಾಪಿ. ಮನಸ್ಸಿನಲ್ಲಿದ್ದಿದ್ದು ಬಿಚ್ಚಿಟ್ಟು ಒಳ್ಳೆ ಕೆಲಸ ಮಾಡ್ದೆ" ಮೆಚ್ಚಿಕೊಂಡಿದ್ದ.

ಮರುದಿನ ಬ್ರೇಕ್‌ಫಾಸ್ಟ್‌ಗೆ ಕೂತಾಗ ನೆನಪಿಸಿಕೊಂಡ. ಮನೆಯಿಂದ ಬರಬಹುದೆಂದು ಬೇಡವೆಂದುಬಿಟ್ಟ. ಹನ್ನೊಂದರ ಸುಮಾರಿಗೆ ಬರೀ ಟೀ ತರಿಸಿಕೊಂಡು ಕುಡಿದ. ಎರಡರ ತನಕ ಕಾದು ಊಟ ಮಾಡಿದ.

ಅವನೆದೆ ಭಾರವಾಯಿತು, ರಿಂಗ್ ಮಾಡಿದ.

"ಹಲೋ..." ಅವನ ಹೃದಯ ನವಿರಾಯಿತು.

"ಹಲೋ.... ನಾನು ಭವಾನಿ..." ತಡವರಿಸಿದವಳು "ನಾನೇ ಫೋನ್ ಮಾಡೋಣಾಂತ... ಇದ್ದೆ" ಅಂಜಿಕೆ, ಸಂಕೋಚವಿತ್ತು ಅವಳ ಸ್ವರದಲ್ಲಿ.

"ಯಾಕೆ ಮಾಡ್ಲಿಲ್ಲ?" ರೇಗಿದ.

"ಸಂಜೆ... ಬರ್ತೀರಾ? ನಿಮ್ಗೆ ಇಷ್ಟವಾದ ಅಡ್ಗೆ ಮಾಡಿದ್ದೆ. ಕಾರು ಕಳ್ಸಿದ್ರೆ... ಕಳ್ಸಿ ಕೊಡ್ತೀನಿ" ಆನಂದದಿಂದ ತಬ್ಬಿಬ್ಬಾಯಿತು ಅವನಿಗೆ. ಹೊರಗೆ ಎಷ್ಟೆ ಸಮಸ್ಯೆ, ಸಂತೋಷ, ನಲಿವು ಎಲ್ಲಾ ಇದ್ದರೂ.... ಗಂಡು ಕೈ ಹಿಡಿದವಳ ಆದರ, ಅನುರಾಗಕ್ಕಾಗಿ ಹಾತೊರೆಯುತ್ತಿರುತ್ತಾನೆ.

"ನಿಂದು ಊಟ ಆಯ್ತು?" ಕೇಳಿದ.

"ಇನ್ನ ಇಲ್ಲ, ನೀವು ಬರಬಹುದೂಂತ ಕಾಯ್ತ ಇದ್ದೆ" ಅವನ ಸ್ವರ ಹಿಡಿದಂತಾಯಿತು. ಅರವತ್ತು ಕಿಲೋಮೀಟರ್‌ಗಳನ್ನ ಕ್ಷಣದಲ್ಲಿ ಹಾರಿ ಅವಳನ್ನ ಸೇರಬೇಕೆನಿಸಿತು. "ಮೊದ್ಲು ಊಟ, ಮಾಡು ಸಂಜೆ... ಬರ್ತೀನಿ" ಫೋನಿಟ್ಟುಬಿಟ್ಟ.

ಅವನಜ್ಜಿ ತೀರಾ ಸಂಪ್ರದಾಯಸ್ಥೆ. "ಅವ್ರು ಬರದ ಹೊರ್ತು ಊಟ ಮಾಡೋಲ್ಲ" ತಾತ ಆ ದಿನಗಳಲ್ಲಿ ರೇಗುತ್ತಿದ್ದರು. ಮಗ ಕೂಡ ಹಾಸ್ಯ ಮಾಡುತ್ತಿದ್ದ. "ನೀನೇನು ಅಪ್ಪನ ಊಟ ಕಿತ್ಕೋತೀಯಾ. ನಿನ್ನ ಪಾಡಿಗೆ ನೀನು ಊಟ ಮಾಡು" ಆಗ ಹಾಸ್ಯ ಮಾಡುವವರ ಜೊತೆ ಅವನು ಸೇರುತ್ತಿದ್ದ.'ಪೂರ ಸೆಂಟಿಮೆಂಟ್' ಎಂದುಕೊಳ್ಳುತ್ತಿದ್ದ.

ಒಮ್ಮೆ ಅವನಜ್ಜಿಯೇ ಬಿಡಿಸಿ ಹೇಳಿದ್ದರು. "ಹಾಗಲ್ಲವೋ, ಗಂಡಸ್ಸಿಗೆ ಹೊರ್ಗೆ ನೂರೆಂಟು ಕೆಲ್ಸ. ಹೆಣ್ಣಾದವಳು ಅವ್ನ ಆರೋಗ್ಯದ ಬಗ್ಗೆ ಯೋಚ್ಸಬೇಕು. ಸದಾ ಗಂಡಸನ್ನ ಪ್ರೀತಿಯ ಆಕರ್ಷಣೆಯಲ್ಲಿ ಮಾತ್ರ ಕಟ್ಟಿ ಹಾಕಬೇಕು. 'ತನಗಾಗಿ ಕಾಯ್ತ ಇರ್ತಾಳೆ' ಅನ್ನೋದು ಕೈ ಹಿಡಿದ ಗಂಡನಿಗೆ ಹಿತ ತರುವ ವಿಷ್ಯ. ನೂರು ಕೆಲ್ಸ ಬಿಟ್ಟು ಮನೆ ಕಡೆ ಓಡಿ ಬರ್ತಾನೆ." ಅಂದು ನಕ್ಕುಬಿಟ್ಟಿದ್ದ.

ಈಗ ಕಾಯಿಸಿಕೊಳ್ಳುವವರ, ಕಾದು ಕೂಡುವವರ ಎರಡರ ಸಂಖ್ಯೆಯು ಕಡಿಮೆ. ಕಮ್ಯುನಿಕೇಷನ್ ಗ್ಯಾಪ್ ಅತ್ಯಂತ ಅರ್ಥಪೂರ್ಣ ಕಾರಣ,

ಚೀಫ್ ಇಂಜಿನಿಯರ್ ಪರಿಶೀಲನೆಯ ನಂತರ ಅವನ ಕಾರ್ಯಶೀಲತೆಯ ಬಗೆಗೆ ಮೆಚ್ಚಿಗೆ ಸೂಚಿಸಿದರು. ನಂಬರ್ ಒನ್ ಸರ್ಕಾರಿ ಕಂಟ್ರಾಕ್ಟರ್‌ಗಳ ಸಾಲಿನಲ್ಲಿ ರಾಜ್ಯದಲ್ಲಿಯೇ ಅತ್ಯಂತ ಕಿರಿಯ ವಯಸ್ಸಿನವ ಮಾತ್ರವಲ್ಲ ಅತ್ಯಂತ ಬುದ್ಧಿವಂತನೆಂಬ ಹೆಸರನ್ನು ಸಂಪಾದಿಸಿದ್ದ.

ಜೀಪು ಡ್ಯಾಮ್ ಬಿಟ್ಟು ಮುಂದಕ್ಕೆ ಚಲಿಸಿದಾಗ 'ಎಲ್ಲೋ ಹುಡುಕಿದೆ ಇಲ್ಲದ ದೇವರ, ಕಲ್ಲು ಮುಳ್ಳುಗಳ ಗುಡಿಯೊಳಗೆ....' ಸಣ್ಣ ದನಿಯಲ್ಲಿ ಗುಣುಗುಣಿಸುತ್ತಿದ್ದ ಭವಾನಿಯ ಕಂಠವನ್ನ ನೆನಪು ಮಾಡಿಕೊಂಡ. ಅವನೆದೆ ಹಕ್ಕಿಯಾಯಿತು.

ಫ್ಯಾಮಿಲಿ ಡಾಕ್ಟರನ್ನು ಕರೆದೊಯ್ದ ಜೀಪು ಮನೆಯ ಮುಂದೆ ನಿಂತಾಗ ಎದುರಾದ ಪಾರಿಜಾತ ಕಣ್ಣರಳಿಸಿದಳು. "ಫೋನ್‌ನಲ್ಲಿ ಟ್ರೈ ಮಾಡ್ದೆ, ನೀವು ಸಿಕ್ಲೇ ಇಲ್ಲ. ಇವತ್ತು ನನ್ನ ಫ್ರೆಂಡ್ ಮಗು ಬರ್ತ್‌ಡೇ..." ಈಗ ನಡೀ ಎನ್ನುವಂತೆ ಅವಳ ಕೈ ಹಿಡಿದೇ ಒಳಗೆ ನಡೆದ. ತೀರಾ ಪರಿಚಿತ ಡಾಕ್ಟರ್ ಮುಗುಳ್ನಗುತ್ತ ಹಿಂಬಾಲಿಸಿದರು.

ಶಂಕರ್ ಮತ್ತೆ ಮದುವೆಯಾದಾಗ ಹಿರೋಶಿಮಾ, ನಾಗಸಾಕಿಯಂತೆಯೇ ಅವನ ಮನೆಯ ಪರಿಸ್ಥಿತಿಯೆಂದು ತಿಳಿದಿದ್ದರು. ಅಂಥದೇನು ನಡೆದಿಲ್ಲವಲ್ಲ ಎನ್ನುವ ಚಿಂತೆ ಕೆಲವರಿಗಾದರು.!

"ನೀವು ಚೆಕ್‌ಅಪ್‌ಗೆ ಹೋಗೆ ಇಲ್ವಂತೆ" ಎಂದಾಗ ಅವರು ಕೈಯಲ್ಲಿನ ಪತ್ರಿಕೆ ಪಕ್ಕಕ್ಕಿಟ್ಟರು. "ಅಂತೂ ಕೆಲ್ಸದ ಟೆನ್‌ಷನ್‌ನಲ್ಲು..." ಮಗನ ಬಗ್ಗೆ ಅಭಿಮಾನವೆನಿಸಿತು.

ದಾಕ್ಷಾಯಿಣಿಗೆ ಮಗ ತುಂಬ ಬಳಲಿದ್ದಾನೆನಿಸಿತು.

"ತುಂಬ ಸುಸ್ತಾದಂತೆ ಕಾಣ್ತೀಯಾ." ನಕ್ಕು ಅವರ ಭುಜದ ಮೇಲೆ ತಲೆಯೂರಿದ. "ಯಾವಾಗ್ಲೂ ತಾಯಿ ಕಣ್ಣಿಗೆ ಮಕ್ಳು ಹಾಗೇ ಕಾಣೋದು." ಆಕೆಯ ಕೈ ಮಗನ ಕೂದಲಲ್ಲಾಡಿತು.

ಕೋಣೆಗೆ ಹೋಗಿ ಸೋಫಾಗೆ ಒರಗಿದ. ಯಾರ ತೊಡೆಯ ಮೇಲಾದರೂ ತಲೆ ಇಟ್ಟು ಮಲಗಬೇಕೆನಿಸಿತು. ತಾಯಿಯ ತುಂಬು ಅಂತಃಕರಣದ ಮಡಿಲು, ಕೈ ಹಿಡಿದ ಸಂಗಾತಿಯ ಪ್ರೇಮದ ತೋಳುಗಳಷ್ಟೆ ಬಳಲಿಕೆಯನ್ನು ಕಮ್ಮಿ ಮಾಡಬಲ್ಲದ್ದು.

"ನನ್ನೊತೆ.... ಬರ್ತೀರಾ?" ಅವನ ಪಕ್ಕದಲ್ಲಿಯೇ ಕೂತಳು. ಎರಡು ಕೈ ಜೋಡಿಸಿದ. "ಸೋ ಸಾರಿ, ಹೇಗೂ ರೆಡಿಯಾಗಿದ್ದೀಯ ಹೋಗ್ಬಾ.... ನನ್ನ ಕರೆಯಬೇಕೆನಿಸುತ್ತ?" ಕ್ರಾಪ್‌ನ ಅಸ್ತವ್ಯಸ್ತ ಕೂದಲನ್ನು ಹಿಂದಕ್ಕೆ ತಳ್ಳಿದ.

"ನನ್ನ ಫ್ರೆಂಡ್ಸ್... ಕೇಳ್ತಾರೆ" ಎಂದಳು.

"ಕೇಳ್ಲಿ, ಫ್ಯಾಕ್ಟ್ ಏನೂಂತ ನಿಂಗೆ ಗೊತ್ತಲ್ಲ, ಐ ವಾಂಟ್ ರೆಸ್ಟ್..." ಎನ್ನುವ ವೇಳೆಗೆ ಅವಳು ಏನು ಹೇಳಬಹುದೆಂದು ಅವಳ ಮುಖಭಾವದಿಂದಲೇ ಗುರ್ತಿಸಿ, ಬೇಡವೆನ್ನುವಂತೆ ಸನ್ನೆ ಮಾಡಿದ "ಕೆಲವು ವಿಷ್ಯಗಳಲ್ಲಿ ನಾನು ತುಂಬ ಕಟ್ಟುನಿಟ್ಟು. ಒಂದಿಂಚು ಅತ್ತಿತ್ತ ಸರಿಯೋಲ್ಲ" ಎದ್ದು ನಡೆದುಬಿಟ್ಟ.

ಪಾರಿಜಾತ ನಿಬ್ಬೆರಗಾದಳು. ಶಂಕರ್, ಭವಾನಿಯನ್ನು ಮದುವೆಯಾಗಿ ಮೂರುವರೆ ತಿಂಗಳಾಗಿ ಹೋಗಿತ್ತು. ಅವಳ ಬಳಿಯಲ್ಲಿನ ಅವನ ನಡತೆಯಲ್ಲಿ ಕಿಂಚಿತ್ ಬದಲಾವಣೆ ಇಲ್ಲ, ಅಪ್ಪಿತಪ್ಪಿ ಕೂಡ ಅವರಿಬ್ಬರ ಮಧ್ಯೆ ಎಂದೂ ಭವಾನಿಯ ಸುದ್ದಿಯನ್ನು ತಂದಿರಲಿಲ್ಲ, ಇವಳದೆಷ್ಟೋ... ಅಷ್ಟೆ.

ಡಾಕ್ಟರ್ ಜೊತೆ ಮಾತಾಡುತ್ತಿದ್ದ ಅವನು ಅವರೊಂದಿಗೆ ಹೊರಟವನು "ಗುಡ್ ಈವ್ನಿಂಗ್, ಗುಡ್ ನೈಟ್.... ಅಪ್ಪನ ಊಟಕ್ಕೆ ಉಪ್ಪು ಪೂರ್ತಿ ನಿಲ್, ಅಡ್ಗೆಯವನಿಗೆ.... ಹೇಳು" ಪಾರಿಜಾತಗೆ ಹೇಳಿದ.

ಹಿಂದೆಯೇ ಬಂದೆ ದಾಕ್ಷಾಯಿಣಿ ಬೇಸರಪಟ್ಟುಕೊಂಡರು. "ಸ್ವಲ್ಪ ಸುಧಾರಿಸ್ಕೋಬೇಕಿತ್ತು. ರಾತ್ರಿ ಊಟಕ್ಕೆ ಬರ್ತೀಯಾ?" ಮುಗುಳ್ನಕ್ಕು "ಇಲ್ಲಮ್ಮ ಸ್ವಲ್ಪ ಅಪ್ಪನ ಊಟದ ಕಡೆ ನಿಗಾ ಇರಲೀ. ಡೈನಿಂಗ್ ಟೇಬಲ್ ಮೇಲೆ ಉಪ್ಪಿನಕಾಯಿ ಇಡೋದ್ಬೇಡ" ಜೀಪು ಹತ್ತಿ ಕೈಬೀಸಿದ.

ಅವನ ಚಟುವಟಿಕೆಯ ಜೀವನಕ್ಕೆ ಬೇಸರವೆಂಬುದೇ ಇರಲಿಲ್ಲ.

"ನೆನ್ನೆ ಊಟ ಕಳ್ಸೀಕೊಡೋಕೆ... ಹೇಳಿದ್ರು. ನಾನೇ ಮರ್ತುಬಿಟ್ಟೆ" ಅತ್ತೆಯ ಮುಂದೆ ಪೇಚಾಡಿಕೊಂಡಳು ಪಾರಿಜಾತ. ಆಕೆಗೆ ಒಂದು ತರಹ ಆಯಿತು. 'ನಿನಗಾಗಿ, ಮನೆಗಾಗಿ ಸದಾ ಹೊರಗೆ ದುಡಿಯುವ ಗಂಡಸಿನ ಮಾತನ್ನು ಹೇಗೆ ಮರೆತೇ' ಕೇಳಬೇಕೆಂದುಕೊಂಡದ್ದೂ ಕೇಳಲಿಲ್ಲ. ಆಕೆ ಒಬ್ಬ ಒಳ್ಳೆಯ ಅತ್ತೆ.

ನಿಶ್ಶಬ್ದವಾಗಿ ಸೊಸೆಯೊಂದಿಗೆ ಅವಳ ಗೆಳತಿಯ ಮನೆಯ ಬರ್ತ್‌ಡೇ ಪಾರ್ಟಿಗೆ ಹೋಗಲು ಜಗನ್ನಾಥ್‌ರನ್ನ ಕೂಡ ಹೊರಡಿಸಿದರು.

ಇವರು ಕಾರು ಹತ್ತುವ ಮುನ್ನವೇ ಜೀಪು ಹಿಂದಕ್ಕೆ ಬಂತು. "ಆ ಕಡೆ ಗಲಾಟೆ ಇದೆ. ಎಲ್ಲೂ ಹೋಗೋದ್ಬೇಡ, ಗ್ಯಾರೇಜ್‌ಗೆ ಕಾರನ್ನ ಒಯ್ದು ಬಿಡಿ" ಇವರುಗಳು ಏನಾದರೂ ಹೇಳುವ ಮುನ್ನ ಜೀಪು ವೇಗವಾಗಿ ಮುಂದಕ್ಕೆ ಹೋಯಿತು.

ಸಣ್ಣದಾಗಿ ಹಬ್ಬಿದ ಗಲಾಟೆ ಇಡೀ ನಗರದಲ್ಲಿ ಅಲ್ಲಲ್ಲಿ ಕಾಣಿಸಿಕೊಳ್ಳತೊಡಗಿತು. ಪುಷ್ಪಕ್ ಇದ್ದ ಏರಿಯಾದಲ್ಲಿ ಗಲಾಟೆಯ ಸೋಂಕು. ಅವನ ಜೀಪಿನ ವೇಗ ಮತ್ತಷ್ಟು ಹೆಚ್ಚಿತು.

"ನಂಗೆ ಗಲಾಟೆ ಅಂದರೆ... ಭಯ ಅಂದರೇ ಭಯ..." ಒಮ್ಮೆ ಸ್ವಲ್ಪ ಹಿಂದೆ ಸಿಟಿಯಲ್ಲಿ ಯಾವುದೋ ಗಲಾಟೆಯಾದಾಗ ಭವಾನಿ ಹೆದರಿ ಮನೆಯಲ್ಲಿ ಕೂತಿದ್ದನ್ನು ನೆನಪಿಸಿಕೊಂಡು "ಇವಳನ್ನ ತುಂಬಿದ ಮನೆಗೆ ಕೊಡ್ಬೇಕು. ಇಲ್ಲ ಸದಾ ಇವಳನ್ನ ಕಾಯುವ ಕೆಲ್ಸವಿಲ್ಲದ ಗಂಡನಿಗೆ ಕಟ್ಟಬೇಕು" ಸದಾನಂದ್ ಹಾಸ್ಯ ಮಾಡಿದ್ದ.

ಆದರೆ ಭವಾನಿಗೆ ಸಿಕ್ಕಿದ್ದು ಬರೀ ಅವನ ಪ್ರೀತಿ, ಆಸರೆ ಮಾತ್ರ. ಸಹಾನುಭೂತಿಯಿಂದ ಅವನ ಮನ ಒದ್ದಾಡಿತು.

ಗಲಾಟೆ ಸಮೀಪಿಸಿದಂತೆ ಜೀಪಿನ ವೇಗ ಹೆಚ್ಚಿತು. ಎದುರು ಕಡೆಯಿಂದ ದೊಡ್ಡ ದೊಂಬಿ ಘೋಷಣೆಗಳನ್ನು ಕೂಗುತ್ತ ಧಾವಿಸುತ್ತಿತ್ತು. ಹಿಂದಕ್ಕೆ ತಿರುಗಿಸಲು ಸಾಧ್ಯವಿಲ್ಲ. ಬಹುಶಃ ಭವಾನಿಯೇನಾದರೂ ಅವಳಣ್ಣನ ಮನೆಗೆ ಹೋಗಿದ್ದರೆ.....

ಗೇಟ್‌ನ ಬೋಲ್ಟ್ ತೆಗೆಯದೇ ಜೀಪನ್ನು ನುಗ್ಗಿಸಿದ. ಮೇಲು ಪದರಕ್ಕೆ ಹಾಕಿದ್ದ ಬೋಲ್ಟ್ ಕಿತ್ತು ಅಷ್ಟು ದೂರಕ್ಕೆ ಬಿತ್ತು. ಇಳಿಯುವ ಮುನ್ನವೇ ಬಾಗಿಲು ತೆಗೆದಳು. ಅವಳನ್ನೆಳೆದುಕೊಂಡು ಒಳಕ್ಕೆ, ಬಾಗಿಲು ಹಾಕಿಕೊಂಡ.

"ಫೋನ್.... ಮಾಡಿದ್ದೇ" ಎಂದಳು.

ಆತುರಾತುರವಾಗಿ ಕಂಟ್ರೋಲ್‌ರೂಂಗೆ ಡಯಲ್ ತಿರುಗಿಸಿ ವಿಷಯ ತಿಳಿಸಿದ. "ಸಂಬಂಧಪಡದ ವ್ಯಕ್ತಿಗಳ ಆಸ್ತಿಯ ಜೊತೆ ಅವುಗಳು ಕೂಡ ಸಾವು ನೋವಿಗೆ ತುತ್ತಾಗಬೇಕಾಗುತ್ತದೆ" ಫೋನಿಟ್ಟ.

ಹೊಲಸು ರಾಜಕೀಯಕ್ಕೆ ನಿರಪರಾಧಿ ವ್ಯಕ್ತಿಗಳ ಬಲಿ. ಕುಸಿದಂತೆ ಕೂತ.

ಘೋಷಣೆಗಳು ಹತ್ತಿರವಾಯಿತು. ಹೊರಗಿನ ಹೂ ಕುಂಡ ಕಿಟಕಿಯ ಪಾಟುಗಳಿಗೆ ಬಡಿಯತೊಡಗಿತು ಕಲ್ಲುಗಳು. ಹಿಂದಿನ ದಿನ ಅವನಿಗೆ ಸುದ್ದಿ ಮುಟ್ಟಿತ್ತು. "ನಾಲ್ಕು ಕಡೆ ಪೆಟ್ಟುಗಳು ಶುರುವಾದರೆ... ಹೇಗೆ ಚೇತರಿಸಿಕೋತಾನೋ, ನೋಡ್ತೀನಿ" ದೀಪಕ್ ಪರಾಶರ ಹೇಳಿಕೊಂಡಿದ್ದ. ಇಂಥ ಸಂದರ್ಭಗಳನ್ನು ತನ್ನ ಅನುಕೂಲಕ್ಕಾಗಿ ಬಳಸಿಕೊಳ್ಳುತ್ತಾನೆಂದು ಅವನಿಗೆ ಗೊತ್ತುಂಟು.

ಜೀಪು ಕಾಂಪೌಂಡಿನ ಅಂಚಿಗೆ ಇತ್ತು. ಬೆಂಕಿ ಹತ್ತಿಕೊಳ್ಳುವ ವೇಳೆಗೆ ಪೊಲೀಸ್ ಜೀಪು ಬಂತು.

ಬರುವ ವೇಳೆಗೆ ಅರ್ಧ ಜೀಪು ಉರಿದುಹೋಗಿತ್ತು.

ತಣ್ಣಗೆ ಎದೆಯ ಮೇಲ ಕೈಕಟ್ಟಿ ವಿದ್ಯಮಾನಗಳನ್ನು ನೋಡುತ್ತಿದ್ದ ಶಂಕರ್.

“ದೊಡ್ಡ ಅನಾಹುತ! ಎಕ್ಸ್‌ಕ್ಯೂಜ್ ಮಿ. ನಾವು ಬರೋ ವೇಳೆಗೆ ಕೈ ಮೀರಿ ಹೋಗಿತ್ತು.” ಇನ್ಸ್‌ಪೆಕ್ಟರ್ ಪಶ್ಚಾತ್ತಾಪ ವ್ಯಕ್ತಪಡಿಸಿದರು.

“ಓಕೆ, ಇವೆಲ್ಲ ಮಾಮೂಲಿ. ಇದು ನನ್ನ ಸ್ವಂತದಲ್ಲ. ನಮ್ಮ ದೊಡ್ಡಪ್ಪ ಅಂದರೆ ಪರಾಶರ ಕಂಪನಿದು. ಏನಾದ್ರೂ ಡಾಕ್ಯುಮೆಂಟ್ಸ್ ಇತ್ತೇನೋ.... ಗೊತ್ತಿಲ್ಲ” ಬೇಸರದ ಸ್ವರದಲ್ಲಿ ನುಡಿದ.

ಇವನ ಫೋನ್ ಹೋಗಿ ದೀಪಕ್ ಪರಾಶರ ಬರುವ ವೇಳೆಗೆ ಬಿರುಗಾಳಿಯ ನಂತರದ ಶೀತಲ ಸ್ಥಿತಿ ಇದ್ದಂತೆ ಕಂಡಿತು. ಅಂಥ ದೊಡ್ಡ ಕಂಪನಿಗೆ ಇದೇನು ದೊಡ್ಡ ಲಾಸ್ ಅಲ್ಲ. ಇನ್‌ಷೂರೆನ್ಸ್ ಸಿಕ್ಕುತ್ತೆ. ಆದರೆ ಈ ಜೀಪಿಗೆ ಅದೃಷ್ಟದ ಪಟ್ಟ ಕಟ್ಟಲಾಗಿತ್ತು. ಅದರಿಂದ ಅವರುಗಳಿಗೆ ತೀವ್ರವಾದ ಆಘಾತವೇ.

“ಸಾರಿ ಡಿಯರ್ ಬ್ರದರ್...” ದೀಪಕ್ ಮುಖ ಕಳೆಗೆಟ್ಟಿತು. “ನಿನ್ನದೇನು ತಪ್ಪು? ಇನ್‌ಷೂರ್ ಹಣ ಬರುತ್ತೆ. ಚಿಂತಿಸೋ ಅಂಥದ್ದೇನಿಲ್ಲ” ಬಡಬಡಿಸಿದ.

ಆದರೆ ಇಪ್ಪತ್ತೈದು ಸಾವಿರದಷ್ಟು ಕರೆನ್ಸಿ ನೋಟುಗಳನ್ನು ಸೀಟಿನಡಿಯಲ್ಲಿ ಇಟ್ಟಿದ್ದ. ಅದು ಭಸ್ಮವಾಗಿ ಹೋಯಿತಲ್ಲ ಎಂದು ನೊಂದ. ಅವನ ಗೆಳತಿ ಕ್ಲಾರಿಡಾಗೆ ಸೈಟ್ ಕೊಳ್ಳಲು ಇಷ್ಟು ಹಣವನ್ನು ಕೊಡಲು ಪ್ರಾಮಿಸ್ ಮಾಡಿದ್ದ. ಇದು ಗುಟ್ಟಾದ ವಿಷಯ. ರಹಸ್ಯವನ್ನು ಉಳಿಸಿಕೊಳ್ಳಬೇಕು. ಶಂಕರ್ ತೆಗೆದಿರಬಹುದೆಂದು ಅನುಮಾನಿಸಲು ಕೂಡ ಸಾಧ್ಯವಿಲ್ಲ. ಅವನು ರಿಯಲೀ ಜಂಟಲ್‌ಮನ್ ಎಂದು ಅವನ ಶತ್ರುಗಳಿಗೂ ಗೊತ್ತು.

ಎಗರಿಕೊಂಡೇನು ಹೋಗಲಿಲ್ಲ ದೀಪಕ್, ಒಳಗೆ ಬಂದ. ಸಮಾಧಾನವಾಗಿ ಕೂತು ಮಾತಾಡಿದ.

“ಯು ಆರ್ ಲಕ್ಕೀ, ಭವಾನಿ ದೇವರ ಮುಂದೆ ಹಚ್ಚಿಟ್ಟ ನಂದಾದೀಪದಷ್ಟು ಪವಿತ್ರವಾಗಿ, ಶೋಭಾಯಮಾನವಾಗಿ ಕಾಣ್ತಾರೆ” ಎಂದ. ಮಾತು ಅವನಲ್ಲಿ ತೀವ್ರತರವಾದ ಪರಿಣಾಮ ಬೀರಿದರೂ ಶಂಕರ್ ತೋರ್ಪಡಿಸಲಿಲ್ಲ, ಮುಗುಳ್ನಕ್ಕುಬಿಟ್ಟ.

ಜೋಕ್ಸ್ ಕಟ್ ಮಾಡುತ್ತ ಊಟ ಮಾಡುತ್ತಿದ್ದವನು ಬಗ್ಗಿ ಕಣ್ಣೊಡೆದ. “ಹೇಗಿದೆ... ಪತ್ನಿಯರ ಸುಖ? ಒಬ್ಬಳ ಕಾಟವೇ ಕಾಡಿಗೆ ಹೋಗೋಷ್ಟು... ಭಯಂಕರ” ಎಂದ.

“ಹೌದೌದು, ಈಗ ವಾಣಿ ಅತ್ತಿಗೆ ಏನಾದ್ರೂ ಗಂಡಿನ ಕುಲಕ್ಕೆ ಶಾಪ ಹಾಕುತ್ತ ಕಾಡಿಗೆ ಹೊರಡೋ ಸಿದ್ಧತೆ ನಡೆಸಿದ್ದಾರೋ ಹೇಗೆ” ಅವನ ಬಾಣ ಅವನಿಗೆ ಹಿಂದಿರುಗಿದಾಗ ದೀಪಕ್ ಪರಾಶರ ಬಾಯಿ ಮುಚ್ಚಿಕೊಂಡ.

ಹೊರಡುವಾಗ ಮತ್ತೊಮ್ಮೆ ಅರೆ ಬೆಂದ ಜೀಪಿನ ಕಡೆ ನೋಡಿದ. ಆದರೆ ಅವನನ್ನು ಶಂಕರ್ ಹೊರಡಲು ಬಿಡಲಿಲ್ಲ. ಮಧ್ಯರಾತ್ರಿಯಲ್ಲಿಯೇ ಪೊಲೀಸ್ ಮತ್ತು

ಇನ್‌ಷೂರೆನ್ಸ್ ಅಧಿಕಾರಿಗಳನ್ನು ಕರೆಸಿ ಬೆಳಗಿನ ಜಾವದ ಹೊತ್ತಿಗೆ ಅರ್ಧ ಉರಿದಿದ್ದ ಜೀಪನ್ನು ತೆಗೆಸಿಬಿಟ್ಟ.

"ತಿಳ್ದ ದೊಡ್ಡಪ್ಪ ರಾದ್ಧಾಂತ ಮಾಡ್ಬಹುದ್ದು. ಈ ವಯಸ್ಸಿನಲ್ಲಿ ಅವ್ರಿಗೆ ಯಾಕೆ ಜಂಜಾಟ. ನೀನೇ ಸಲೀಸಾಗಿ ಇದೆಲ್ಲ ಮ್ಯಾನೇಜ್ ಮಾಡ್ಕೋತೀಯ" ಕಾರಣವನ್ನು ಕೊಟ್ಟು ನಿಶ್ಚಿಂತೆಯಿಂದ ಕಳುಹಿಸಿಕೊಟ್ಟ.

ದೀಪಕ್ ಅವುಡು ಕಚ್ಚಿದ. ದೊಂಬಿ, ಗಲಾಟೆಗೆ ನೇರವಾಗಿ ಅವನು ಕಾರಣವಲ್ಲದಿದ್ದರೂ ಅವನಿಂದ ನಿಯೋಜಿಸಲ್ಪಟ್ಟವರು ಕೆಲವರು ಸೇರಿಕೊಂಡಿದ್ದರು ಅದರಲ್ಲಿ.

"ಜೀಪು ಸುಟ್ಟುಬಿಡಿ. ಸಿಕ್ಕಿ ಬೀಳಬಾರ್ದು. ಅವ್ನಿಗೆ ಅನುಮಾನ ಬರಬಾರ್ದು. ಮಾಸಾಗಿ ನಡಿಯೋ ಕೃತ್ಯಗಳಲ್ಲಿ ಇದೊಂದಾಗ್ಬೇಕು" ಎಚ್ಚರಿಸಿದ್ದ. ಆದರೆ ಸುಟ್ಟಿದ್ದು ಅವನ ಜೀಪು. ಶಂಕರ್ ಜೀಪು ಗೆಸ್ಟ್‌ಹೌಸ್‌ನ ಷೆಡ್‌ನಲ್ಲಿ ಸುರಕ್ಷಿತವಾಗಿತ್ತು.

"ಆ ಜೀಪು ತಗೊಂಡ್ಮೇಲೆ ಅವ್ನಿಗೆ ದೆಸೆ ಶುರುವಾಗಿದೆ" ಅವನಪ್ಪ ಇಂಥ ಒಂದು ಸೆಂಟಿಮೆಂಟನ್ನು ಅವನ ತಲೆಯಲ್ಲಿ ತುರುಕಿದ್ದರು. ಅಂಥ ಭ್ರಮೆ ಕೂಡ ಶಂಕರ್‌ಗೆ ಇಲ್ಲದಿದ್ದರೂ ಒಮ್ಮೆ ಚನ್ನಪ್ಪ "ಅದೃಷ್ಟ ಒಂದೊಂದರಲ್ಲಿ ಬರುತ್ತಂತೆ. ನಿಮ್ಗೆ ಜೀಪು ಕೊಂಡಾಗ್ನಿಂದ ಶುರುವಾಗಿದೆ" ಎಂದಿದ್ದ. ಆ ವಯಸ್ಸಾದ ವ್ಯಕ್ತಿ ತನ್ನ ವಯಸ್ಸಿನ ಮುಕ್ಕಾಲು ವೇಳೆಯನ್ನು 'ಪರಾಶರ' ಕಂಪನಿಯಲ್ಲಿ, ಕಂಪನಿಗಾಗಿ ಕಳೆದಿದ್ದ. ಅದರ ಏಳಿಗೆಗಾಗಿ ದುಡಿಯುವಂಥ ನಿಷ್ಠಾವಂತ. ಅಂದು ನಕ್ಕುಬಿಟ್ಟಿದ್ದ ಶಂಕರ್.

ಆದರೆ ಜೀಪು ಹತ್ತಿದಾಗಲೆಲ್ಲ ಆ ಮಾತುಗಳು ನೆನಪಿಗೆ ಬರುತ್ತಿದ್ದವು.

ಕೈಯಲ್ಲಿಯೇ ಇದ್ದ ವಾಚ್ ಕಡೆ ನೋಡಿದ. ನಾಲ್ಕು ಗಂಟೆ ಇಪ್ಪತ್ತು ನಿಮಿಷ. ಅವನ ಬೆಳಗಿನ ಚಟುವಟಿಕೆಗಳು ಶುರುವಾಗಲು ಒಂದು ಗಂಟೆ ಐದು ನಿಮಿಷವಿತ್ತು. ಒಂದು ಗಂಟೆಯವರೆಗೂ ಮಾರ್ಜಿನ್ ಇತ್ತು.

ತಲೆಯೆತ್ತಿ ಭವಾನಿಯ ಕಡೆ ನೋಡಿದ.

"ಇನ್ನು ಒಂದ್ಗಂಟೆ ಐದು ನಿಮಿಷ ಇದೆ. ಲೆಟ್ ಅಸ್ ಗೋ ರೆಸ್ಟ್" ಮಂಚದ ಮೇಲೆ ಉರುಳಿಕೊಂಡ. ಬಿಗಿಯಪ್ಪುಗೆಯಲ್ಲಿ ಹುದುಗಲು ಇಷ್ಟಪಡದೇ ಭವಾನಿಯನ್ನು ಹತ್ತಿರ ಕೂಡಿಸಿಕೊಂಡು ನೋಡತೊಡಗಿದ. ಅವಳ ಗಲ್ಲಗಳ ಮೇಲೆ ಲಜ್ಜೆಯ ಕುಸುಮಗಳು ಅರಳಿದವು. "ಇದೇನು..." ಅವಳ ತುಟಿಗಳ ಮೇಲೆ ಬೆರಳಿಟ್ಟು ಮಾತನಾಡಬೇಡವೆಂದ, "ನಾನು ದೇವರ ಮನೆಯ ನಂದಾದೀಪದ ಸೊಬಗನ್ನು ಅಷ್ಟಾಗಿ ಗಮನಿಸಿಲ್ಲ, ಈಗ... ನೋಡ್ತೀನಿ..." ಚೆಲುವು, ಒಲವಿನ ಅಪೂರ್ವ ಸಂಗಮವೆನಿಸಿತು.

ಹತ್ತಿರಕ್ಕೆಳೆದುಕೊಂಡ. ಭವಾನಿಯ ಸನಿಹದಲ್ಲಿ ವಿಸ್ಕಿಯ ಅಮಲು ಇರಲಿಲ್ಲ. ಘಮ ಘಮಿಸುವ ತೆರೆದಿಟ್ಟ ಪಾಯಸದ ಬಟ್ಟಲು - ಅದರ ಆಸ್ವಾದ, ತೃಪ್ತಿಯೇ ಬೇರೆ.

ಕ್ಷಣಗಳು ಅತ್ಯಂತ ಮಧುರವೆನಿಸಿತು. ಇಂದು ತನ್ನ ನಿಯಮ ಮೀರಿ ಹತ್ತು

ನಿಮಿಷ ಹೆಚ್ಚು ಮಲಗಿದರೂ ಸೂಪರ್ ಎಕ್ಸ್‌ಪ್ರೆಸ್‌ನಂತೆ ಬೆಳಗಿನ ಕೆಲಸಕಾರ್ಯಗಳಲ್ಲಿ ಅಡ್ಜೆಸ್ಟ್ ಮಾಡಿಬಿಟ್ಟ.

ಇವನ ಬ್ರೇಕ್‌ಫಾಸ್ಟ್ ಮುಗಿಯುವ ವೇಳೆಗೆ ಪೇಪರ್ ಬಂದು ಬಿತ್ತು. ರಾತ್ರಿಯ ಗಲಾಟೆಗಳ ಸಲುವಾಗಿ ಸ್ವಲ್ಪ ತಡ.

ಅನಾಹುತಕ್ಕೆ ದೊಡ್ಡ ಕಾರಣವಿಲ್ಲದಿದ್ದರೂ ಪೊಲೀಸರು ವಿಳಂಬವಾಗಿ ಪ್ರವೇಶಿಸಿದ್ದರಿಂದ ನಾಲ್ಕು ಬಸ್, ಎರಡು ಆಟೋ, ಸುಟ್ಟು ಕೆಲವು ಅಂಗಡಿ ಮುಂಗಟ್ಟು ದೋಚಿದ್ದಾರೆ. ಮುಖ್ಯವಾಗಿ ಪರಾಸರ ಕಂಪನಿ ಜೀಪು ಸುಟ್ಟು, ಅದರಲ್ಲಿದ್ದ ಬ್ರೀಫ್‌ಕೇಸ್‌ನಲ್ಲಿದ್ದ ಮೂರು ಲಕ್ಷದ ಹಣ ಅಗ್ನಿಗೆ ಆಹುತಿಯಾಗಿದೆ, ಆ ಸಂದರ್ಭದಲ್ಲಿ ಪೊಲೀಸರ ಗೋಲಿಬಾರ್‌ನಿಂದ ಒಬ್ಬ ಸತ್ತು ಇಬ್ಬರಿಗೆ ಗಾಯಗಳಾಗಿದೆಯೆಂದು ಪಿ.ಟಿ.ಐ. ವಾರ್ತಾಸಂಸ್ಥೆಯ ವರದಿಯಾದರೇ ಯು.ಎನ್.ಐ. ವಾರ್ತಾ ಸಂಸ್ಥೆಯು ಯಾವುದೇ ಸಾವು ನೋವು ಸಂಭವಿಸಿಲ್ಲವೆಂದು ಹೇಳಿತ್ತು. ರೇಡಿಯೋ ಬಾತ್ಮೀದಾರರು ಮತ್ತೊಂದು ರೀತಿ ವರದಿ ಮಾಡಿದ್ದರೂ ಅವನ ಹೆಸರು ಮಾತ್ರ ಎಲ್ಲೂ ಇರಲಿಲ್ಲ. ಮನದಲ್ಲಿಯೇ ನಕ್ಕು ಪೇಪರ್ ಒಂದು ಕಡೆ ಇಟ್ಟ.

* * * *

ಸದಾನಂದ್ ಎರಡು ಸಲವೇನು ಹತ್ತು ಸಲ ಬಾಗಿಲವರೆಗೂ ಬಂದು ನೋಡಿಹೋಗಿದ್ದ. "ಡೋಂಟ್ ವರೀ ಡಿಯರ್ ಫ್ರೆಂಡ್.... ನೀವು ದೇವಸ್ಥಾನಕ್ಕೆ ಹೊರಡೋದು ಏಳು ಗಂಟೆಗೆ ತಾನೆ. ಆ ಹೊತ್ತಿಗೆ ಭವಾನಿ ನಿಮ್ಮಲ್ಲಿಗೆ ಬರ್ತಾಳೆ..." ಹಿಂದಿನ ದಿನ ಸಮಜಾಯಿಸಿ ಹೇಳಿ ಕಳುಹಿಸಿಕೊಟ್ಟಿದ್ದ ಶಂಕರ್.

"ನೀವು ಸ್ನೇಹಿತ ಅನ್ನೋದ್ನ ಮರ್ರು ತಂಗಿಯನ್ನು ಕೊಟ್ಟ ಭಾವ ಮೈದ ಅನ್ನೋದ್ನ... ಜ್ಞಾಪಿಸಿ" ಮಡದಿಯ ರೇಗಾಟ ಕೇಳಲಾರದೆ ಎರಡು ಕಿವಿಗಳನ್ನು ಮುಚ್ಚಿಕೊಂಡ ಸದಾನಂದ.

ಕಾರಿನ ಹಾರನ್ ಸದ್ದು ಕೇಳಿಸಿತು. ಮಡದಿಯತ್ತ ನೋಡಿದ. ನಿಂತ ಕಾರಿನಿಂದ ಭವಾನಿ ಇಳಿದುಬಂದಳು. 'ನಂಗೆ ಬರೋಕ್ಕಾಗೋಲ್ಲ' ತಿಳಿಸಿದ್ದ ಶಂಕರ್. 'ನಾನು ನಿನ್ನ ಕರೆಯಲೂ ಇಲ್ಲ' ಸೆಲ್ಯೂಟ್ ಹೊಡೆದು ಬಂದಿದ್ದ ಸದಾನಂದ ಗೆಳೆಯನಿಗೆ. ಈಗ ವಿಚಾರಿಸುವಂತಿರಲಿಲ್ಲ.

"ಇನ್ನು ಹತ್ತು ನಿಮಿಷ ಇದೆ, ಅಣ್ಣ" ಭವಾನಿ ಹೇಳಿದಳು.

"ಅಂತೂ ಯಾವ್ದೇ ಸಂದರ್ಭದಲ್ಲಿ ಗಂಡನನ್ನು ಬಿಡಲು ತಯಾರಿಲ್ಲ" ಛೇಡಿಸಿದ. "ಅದ್ರೆ ನಿಮ್ಮತ್ಗೇ..." ಹೇಳಲು ಹೋದವನು ಸುಮ್ಮನಾದ.

ಪುಟ್ಟ ರಾಜ್‌ನ ಭವಾನಿಯೇ ಎತ್ತಿಕೊಂಡಳು.

ಬುಟ್ಟಿ ಹಿಡಿದು ಕಾರಿನ ಬಳಿಗೆ ಬಂದಳು. ಸದಾನಂದ್‌ಗೆ ಈಗಲೂ ಸಂಕೋಚ.

'ಕಾರು... ಬೇಡ' ತಿಳಿಸಿದ್ದ.

'ನಿಂಗೆ ಬೇಡದಿರಬಹ್ದು. ನನ್ನ ಮಿಸೆಸ್ ಬರ್ತಾ ಇದ್ದಾಳೆ. ಇಂಥ ಹುಡ್ಗಾಟದ ಮಾತುಗಳು ಬೇಡ' ರೇಗಿಕೊಂಡಿದ್ದ ಶಂಕರ್.

ಲಜ್ಜಿತನಾಗಿಯೇ ಕಾರು ಹತ್ತಿದ. ಆಗಾಗ ಶಂಕರ್‌ನ ನೋಡುವ ಸಲುವಾಗಿ ಹೋಗಿ ಜಗನ್ನಾಥ್‌ನ ಭೇಟಿ ಮಾಡುತ್ತಿದ್ದ. ಈಗ ಎಂತಹುದೋ... ಹಿಂಜರಿಕೆ. ಅತ್ತ ತಲೆ ಹಾಕಿರಲಿಲ್ಲ.

ಅಕಸ್ಮಾತ್ ಪಾರಿಜಾತ ಪ್ರತ್ಯಕ್ಷವಾಗಿ 'ನಂಗೆ ಮಕ್ಳು ಆಗ್ದೇ ಇರ್ಬಹ್ದು. ಹಾಗಂತ ನನ್ನ ಗಂಡನಿಗೆ ನಿಮ್ಮ ತಂಗಿಯನ್ನ ಕೊಟ್ಟು ಹೇಗೆ ಮದ್ವೆ.... ಮಾಡಿದ್ರಿ? ನನ್ನ ಹಕ್ಕಿನ ಪ್ರೀತಿಗೆ ಮತ್ತೊಬ್ಬ ಹೆಣ್ಣನ್ನು ಹೇಗೆ ಪಾಲುದಾರಳನ್ನಾಗಿಸಿದ್ರಿ?' ಕೇಳಿದರೆ ಅವನಲ್ಲಿ ಖಂಡಿತವಾಗಿ ಉತ್ತರವಿಲ್ಲ. ನೈತಿಕವಾಗಿ ಅವನು ಅಪರಾಧಿಯಾಗಿದ್ದ.

ಪೂಜೆ ಮುಗಿಸಿಕೊಂಡು ಮೆಟ್ಟಲುಗಳು ಇಳಿಯುವಾಗ ಅವನಿಗೆ ಎದುರಾಗಿದ್ದು ದಾಕ್ಷಾಯಿಣಿ, ಜಗನ್ನಾಥ್. ವಿಶ್ವಾಸದ ನಗೆ ಅರಿವಾಗದಂತೆ ಅವನ ತುಟಿಗಳ ಮೇಲೆ ಚಿಮ್ಮಿತು.

"ನಮಸ್ಕಾರ, ಸಾರ್" ಎಂದ ಗೌರವದಿಂದ.

ಜಗನ್ನಾಥ್ ನಿಂತು ನಗೆ ಬೀರಿದರು. "ನಮಸ್ಕಾರ, ಈಚೆಗೆ ಕಾಣಲೇ ಇಲ್ಲ. ಗೆಳೆಯರ ಮಧ್ಯೆ ಎಂಥಾದರೂ ಜಗಳ" ಅವರ ಸ್ವರದಲ್ಲೇನು ವ್ಯಂಗ್ಯವಿರಲಿಲ್ಲ. ಆದರೂ ಅವನಲ್ಲಿನ ಅಳುಕೇನು ತಗ್ಗಲಿಲ್ಲ.

"ಏನಿಲ್ಲ...." ಎಂದವನು ಮಡದಿಯ ಕೈಯಲ್ಲಿನ ಮಗುವನ್ನು ತೆಗೆದುಕೊಂಡು ಅವರ ಮುಂದಿಡಿದ "ನನ್ಮಗ, ಹೆಸರು ಕೃಷ್ಣಮೂರ್ತಿ ಅಂತ. ನಮ್ಮಪ್ಪನ... ಸೆಲೆಕ್ಷನ್."

ಜಗನ್ನಾಥ್ ಮಗುವನ್ನು ಎತ್ತಿಕೊಂಡರು. ಕೆನ್ನೆ ಸವರಿದರು. ನೂರು ರೂಪಾಯಿ ನೋಟನ್ನು ಮಗುವಿನ ಮುಷ್ಟಿ ಬಿಡಿಸಿ ಅದರ ಕೈಯಲ್ಲಿಟ್ಟರು. ದಾಕ್ಷಾಯಿಣಿ ಕೂಡ ಮಾತಾಡಿಸಿದರು.

"ನಿನ್ತಂಗಿ ಭವಾನಿ ಅಲ್ವಾ? ಮದ್ವೆ ಆಯ್ತ? ಯಾಕೆ ಇನ್ವಿಟೇಷನ್ ಕೊಡ್ಲಿಲ್ಲ?" ಭವಾನಿಯತ್ತ ನೋಟ ಹರಿಸಿ ಕೇಳಿದರು. ಕ್ಷಣ ಅವರ ಹೃದಯದಲ್ಲಿ ಕೋಲಾಹಲ. ಮಗ ಕೈ ಹಿಡಿದ ಹೆಣ್ಣು.

"ಆಯ್ತು?" ಎಂದ. ಅವರ ಇನ್ನೊಂದು ಪ್ರಶ್ನೆಗೆ ಅವನಲ್ಲಿ ಉತ್ತರವಿಲ್ಲ.

ಭವಾನಿಯ ತಲೆ ಮತ್ತಷ್ಟು ತಗ್ಗಿತು. ನಿಧಾನವಾಗಿ ಮೆಟ್ಟಿಲು ಇಳಿದು ಕೆಳಗೆ ಸೇರಿದಳು. ಉಕ್ಕಿ ಉಕ್ಕಿ ಬರುವ ಅಳುವನ್ನು ತಡೆದಿಡುವುದು ಅವಳಿಗೆ ಕಷ್ಟವಾಯಿತು.

ಮನೆ ತಲುಪುವವರೆಗೂ ಒಂದು ಮಾತಾಡಲಿಲ್ಲ. ದಿಂಬಿನಲ್ಲಿ ಮುಖ ಹುದುಗಿಸಿ ಅತ್ತಳು. ಅವರೆಲ್ಲ ಇದ್ದು ಕೂಡ ಅವಳ ಪಾಲಿಗೆ ಇಲ್ಲ.

ಸದಾನಂದ್ ತಂಗಿಯ ಭುಜದ ಮೇಲೆ ಕೈಯಿಟ್ಟ.

"ಶಂಕರ್ ಬಂದಿರಬಹ್ದು. ಬೇಗ ಊಟ ಮುಗ್ಸು, ಬಿಟ್ಟುಬರ್ತೀನಿ" ಎಂದ. ಅವನೆದೆಯ ಮೇಲೆ ಮುಖವಿಟ್ಟು ಮತ್ತಷ್ಟು ಅತ್ತಳು.

"ಇದು ಅನಿರೀಕ್ಷಿತವೇನು ಅಲ್ಲ. ನಮ್ಗೆ ಶಂಕರ್ ವಿಷ್ಯ ತಿಳಿಸಿದ್ದ. ಈಗ ನೊಂದುಕೊಳ್ಳೋದು ಮೂರ್ಖತನ. ಅವ್ರು ನಿರ್ಲಿಪ್ತರಾಗಿ ವರ್ತಿಸಬಹುದೇ ವಿನಹ ನಿನ್ನನ್ನು ದೂರುವಷ್ಟು ಕೆಟ್ಟವರಲ್ಲ. ಮುಂದೆ ಸರಿ ಹೋಗ್ಬಹ್ದು. ಅಕಸ್ಮಾತ್ ಸರಿ ಹೋಗದಿದ್ರೂ ಚಿಂತಿಸ್ಬೇಡ. ಶಂಕರ್ ನಿಂಗೇನು ಕಮ್ಮಿ ಮಾಡಿಲ್ಲ. ಗುಟ್ಟಿನ ವಿವಾಹವಲ್ಲ. ಪತ್ನಿಯಾದವಳಿಗೆ ಸಿಕ್ಕಬೇಕಾದ ಎಲ್ಲವನ್ನು ನಿಂಗೆ ಕೊಟ್ಟಿದ್ದಾನೆ. ಈ ಪ್ರಸಕ್ತಿ ಎತ್ತಿ ಅವನನ್ನು ನೋಯಿಸುವುದ್ಬೇಡ" ಬುದ್ಧಿ ಹೇಳಿದ.

'ಭವಾನಿ, ನಮ್ಮಪ್ಪ, ಅಮ್ಮನಿಗೆ ಇನ್ನೊಬ್ಬ ಹೆಣ್ಣನ್ನು ತರೋಕೆ ಇಷ್ಟವಿಲ್ಲ. ಅವ್ರು ಒಪ್ಪಿಕೊಳ್ಳೋಲ್ಲ. ಮುಂದೆ ಈ ವಿಷ್ಯದ ಬಗ್ಗೆ ನೀನು ನೊಂದ್ಕೊಬಾರ್ದು" ಅಂದೇ ಹೇಳಿದ್ದ. ಇಂದು ಅವನನ್ನು ದೂರುವಂತಿರಲಿಲ್ಲ.

ಕಣ್ಣೊರೆಸಿಕೊಂಡು ಭವಾನಿ ಮೇಲೆದ್ದಳು.

"ಅಲ್ಲೇ ಊಟ ಮಾಡ್ತೀನಣ್ಣ. ಅವ್ರನ್ನ ಚಿತ್ತಕ್ಷೋಭೆ ಮಾಡುವಷ್ಟು ನಿನ್ತಂಗಿ ಕೆಟ್ಟೋಳಲ್ಲ" ಭರವಸೆ ಕೊಟ್ಟಳು.

ಕುಂಕುಮ ಹಚ್ಚಿಕೊಂಡು ದೇವರ ಪ್ರಸಾದ ಹಿಡಿದು ಹೊರಟವಳು ಕ್ಷಣ ಅನುಮಾನಿಸಿದಳು.

"ಈ ಮದ್ವೆಗೇ ಒಪ್ಪಿದ್ದು ತಪ್ಪಾ?" ಕೇಳಿದಳು.

"ಎಂಥದ್ದು ಇಲ್ಲ. ಶಂಕರ್ ಮದ್ವೆ ಮಾಡಿಕೊಳ್ಳೋದೂಂತ ನಿಶ್ಚಯ ಮಾಡಿದ್ದ. ನಾವು ಊಹ್ಞೂ ಅಂದಿದ್ರೂ ಅವ್ನು ತನ್ನ ನಿರ್ಣಯ ಬದಲಿಸಿಕೊಳ್ತಾ ಇರ್ಲಿಲ್ಲ. ಯು ಆರ್ ಲಕ್ಕಿ. ಅವನ ಆಡುವ ಮಾತಿಗೂ ಮಾಡುವ ಕೆಲ್ಸಕ್ಕೂ ಸಾಮ್ಯವಿದೆ. ಅವನಂಥವರು ಅಪರೂಪ. ಸುಮ್ನೆ ತಲೆ ಕೆಡಿಸ್ಕೋಬೇಡ" ಸಾಂತ್ವನಿಸಿದ. ಅವನ ಮನಸ್ಸು ತಮ್ಮದ್ರೆಷ್ಟು ಸ್ವಾರ್ಥವಿದೆಯೆಂದು ತರ್ಕಿಸುತ್ತಿತ್ತು.

ಪುಷ್ಪಕ್ ಮುಂದೆ ಇವರು ಕಾರಿನಿಂದ ಇಳಿದಾಗ ಎರಡು ಕಾರುಗಳಿತ್ತು. ಶಂಕರ್ ಮನೆಗೆ ಬಂದಿದ್ದಾನೆ. ಅವನ ಜೊತೆ ಮತ್ಯಾರೋ ಬಂದಿರಬಹುದೆಂದುಕೊಂಡ.

ಸಿಟ್ಟಿಂಗ್ ರೂಂನಲ್ಲಿ ಮಾತುಗಳು ನಡೆಯುತ್ತಿತ್ತು. ಹೊರಗೆ ಬಂದ ಶಂಕರ್ ಮಡದಿಯನ್ನೊಯ್ದು ಅವರಿಗೆಲ್ಲ ಪರಿಚಯಿಸಿದ.

"ಮಿಸೆಸ್ ಶಂಕರ್... ಇವ್ರೆಲ್ಲ ನನ್ನ ಫ್ರೆಂಡ್ಸ್. ಮದ್ವೆಗೆ ತಪ್ಪಿಸಿಕೊಂಡ್ರೂ... ಈಗ ಪ್ರೆಸೆಂಟೇಷನ್ ಜೊತೆಯಲ್ಲೇ ಬಂದಿದ್ದಾರೆ" ಎಂದ ಮಾತಿಗೆ ನಗುವನ್ನು ಬೆರೆಸುತ್ತ ಎಲ್ಲರು ನಕ್ಕರು.

ಭವಾನಿ ಕೈಜೋಡಿಸಿ ನಸುನಗೆ ಬೀರಿದಳು.

"ಇವ್ರೆಲ್ಲ ಇಲ್ಲೇ ಊಟ ಮಾಡ್ತಾರೆ. ಅಂತು ಇವ್ರಿಗೆ ಸ್ವೀಟ್‌ನ ಊಟ ಬೇಕು. ಸಕ್ಕರೆಯಾದ್ರೂ... ಚಿಂತಿಲ್ಲ..." ಅವಳ ಭುಜದ ಮೇಲೆ ಕೈಹಾಕಿ ಹೇಳಿದ.

"ಓಕೇ..." ಭವಾನಿ ಸಿಟ್ಟಿಂಗ್ ರೂಂನಿಂದ ಹೊರಗೆ ಬಂದಳು. ಅವಳ ಹಿಂದೆಯೇ ಬಂದ ಶಂಕರ್.

"ಬಹಳ ಮೊಂಡರು ಇವ್ರು. ಅಡ್ಗೆಯವ್ನ ಬೇಡಾಂದೆ. ಈಗ ನೀನು ತೊಂದರೆ ತಗೊಳದೇ ವಿಧಿ ಇಲ್ಲ" ಎಂದ.

"ತೊಂದರೆಯೇನೂ ಇಲ್ಲ, ಹತ್ತು ನಿಮಿಷದಲ್ಲಿ ರೆಡಿಯಾಗುತ್ತೆ" ಅವನ ಮುಂದಿನಿಂದ ಸರಿದು ಹೋದಳು. "ರಿಸ್ಕ್‌ನ ಕೆಲ್ಸವಲ್ವ. ಇಬ್ಬರ ಹೆಂಡಿರ ಕಾಟ..." ಅವನ ಗೆಳೆಯನೊಬ್ಬ ತಮಾಷೆ ಮಾಡಿದ್ದ.

"ಅಂಥದೇನಿಲ್ಲ!" ತಳ್ಳಿಹಾಕಿದ್ದ ಅವನ ಮಾತನ್ನು.

ಅವರುಗಳು ಊಟ ಮುಗಿಸಿಕೊಂಡು ಅತ್ಯಂತ ಬೆಲೆಬಾಳುವ ಕಾಂಚಿಪುರಂ ಸೀರೆ ಪ್ರೆಸೆಂಟ್ ಮಾಡಿ ಹೋದಾಗ ಹನ್ನೊಂದು ಗಂಟೆಯೇ ಆಗಿತ್ತು. ಅಲ್ಲಿಯವರೆಗೂ ಉಳಿದಿದ್ದ ಸದಾನಂದ್ ಮೇಲೆದ್ದ.

"ನಾನ್ಹೋಗ್ತೀನಿ, ನೀನೇನು ಬಂದು ಡ್ರಾಪ್ ಮಾಡೋದ್ಬೇಡ"

ಶಂಕರ್ ಅವನ ಬೆನ್ನ ಮೇಲೊಂದು ಗುದ್ದಿದ. "ಬೆಳಿಗ್ಗೆ ಹೋಗ್ಬಹುದು. ಹೇಗೂ ನೀನು ಇಲ್ಲಿಗೆ ಬಂದಿರೋ ವಿಷ್ಯ ಗೊತ್ತಿರುತ್ತಲ್ಲ" ಅವನ ಮಾತನ್ನ ಸದಾನಂದ್ ಒಪ್ಪಲಿಲ್ಲ.

"ಬೇಡ, ಸಣ್ಣ ಮಗು ಮನೆಯಲ್ಲಿ ಇರೋದು. ಅಪ್ಪ ಇದ್ದಿದ್ರೆ... ಯೋಚ್ನೇ ಇರ್ಲಿಲ್ಲ. ಮಗ್ಳ ಮದ್ವೆಯಾದ್ಮೇಲೆ ಇಹದ ವ್ಯಾಮೋಹದಿಂದ ಕಳಚಿಕೊಂಡವರಂತೆ ಪುಣ್ಯಸ್ಥಳಗಳ ಸುತ್ತಾಟದಲ್ಲಿ ತೊಡಗಿದ್ದಾರೆ. ನಾವು ಹೆಲ್ಪ್‌ಲೆಸ್. ಮೊಮ್ಮಗ ಏನಾದ್ರು ಹಿಡಿದು ಕಟ್ಟಿಹಾಕ್ಬೇಕಷ್ಟೆ" ಕೈಯಾಡಿಸಿಬಿಟ್ಟ.

ಕಾರನ್ನ ಆ ಮನೆಗೆ ಕಳುಹಿಸಿಬಿಟ್ಟಿದ್ದರಿಂದ ಜೀಪನ್ನು ಹೊರತೆಗೆದ. "ನಾನು ಬಿಟ್ಟುಬರ್ತೀನಿ, ನಡಿ. ಗಲಾಟೆ ನಡ್ದುಹೋಯ್ತು. ಆದರೆ ಆ ಟೆನ್ಷನ್ ಇನ್ನೂ ಕಡ್ಮೆಯಾಗಿಲ್ಲ" ಹತ್ತಿದ.

ಗೆಳೆಯನ ವಿಮನಸ್ಕತೆಯನ್ನು ಗಮನಿಸಿ ಅರ್ಧ ದಾರಿಯಲ್ಲಿಯೇ ಜೀಪು ನಿಲ್ಲಿಸಿದ.

"ಯಾಕೆ ಒಂದು ತರಹ ಇದ್ದೀಯಾ? ಏನಾದ್ರೂ... ಪ್ರಾಬ್ಲಮ್?" ಕೇಳಿದ. ಬಲವಂತದ ನಗೆ ಬೀರಿದ ಸದಾನಂದ "ಏನಿಲ್ಲ, ತಲೆನೋವು..." ಎಂದ.

ಸ್ಟೇರಿಂಗ್ ವ್ಹೀಲ್ ಮೇಲೆ ಮೊಣಕೈಯೂರಿ ನೇರವಾಗಿ ನೋಡಿದ. "ಸದಾನಂದ್ ನಿಂಗೆ ಸುಳ್ಳು ಹೇಳೋಕೆ ಬರೋಲ್ಲ. ನಿಜ ಹೇಳು. ಇಲ್ಲ ಬೆಳಗಿನವರ್ಗೂ ಜೀಪು ಇಲ್ಲೇ ಇರುತ್ತೆ. ನೀನು, ನಾನು ಇಲ್ಲೇ ಇರ್ತೀವಿ. ಅತ್ತಿಗೆ ನಾದಿನಿ ಇಲ್ಲೇ ಭೇಟಿಯಾಗ್ಬೇಕಾಗುತ್ತೆ. ಕ್ವಿಕ್, ಬೇಗ ಹೇಳು" ಅವಸರಿಸಿದ.

"ಪ್ಲೀಸ್ ಶಂಕರ್, ನನ್ನೇನು ಕೇಳ್ಬೇಡ" ಗೋಗರೆದ.

ಶಂಕರ್ ಎದೆಯ ಮೇಲೆ ಕೈಕಟ್ಟಿ "ಇಡೀ ರಾತ್ರಿ ಜೀಪಿನಲ್ಲಿ ಇರ್ಬೇಕಾಗುತ್ತೆ. ಮಗು ಕೂಡ ಹುಡ್ಕಿಕೊಂಡು ಓಡಿ ಬರ್ತಾನೆ.ಬೇಗ ಬೊಗಳು" ಸಲಿಗೆಯಿಂದ ಗದರಿದ.

ವಿಧಿ ಇಲ್ಲದೇ ಸದಾನದಂ ಬಾಯಿಬಿಟ್ಟ "ನಿಮ್ತಂದೆ ತಾಯಿ ಸಿಕ್ಕಿದ್ರು..." ಅವನ

ಮಾತಿಗೆ ಶಂಕರ್ ಪ್ರತಿಕ್ರಿಯೆ ವ್ಯಕ್ತಪಡಿಸಲಿಲ್ಲ. "ನಂಗೆ ತಲೆ ಎತ್ತೋಕೆ ಆಗ್ಲಿಲ್ಲ. ಅಪರಾಧಿ ಅನ್ನಿಸ್ತು" ನೊಂದು ನುಡಿದ.

"ಏನಂಥ ಅಪರಾಧ ಮಾಡಿದ್ದು? ನಂಗೆ ಗೊತ್ತಿಲ್ಲದೇ ಏನಾದ್ರೂ ನಡೆದಿದ್ಯಾ?" ಶಂಕರ್ ಸಿರಿಯಸ್ಸಾಗಿಯೇ ಕೇಳಿದ. ಸದಾನಂದ್ ತಬ್ಬಿಬ್ಬಾದ. "ಮಾಮೂಲಾಗಿ ಮನೆಗೆ ಈಚೆಗೆ ಯಾಕೆ ಬರ್‍ಲಿಲ್ಲಾಂತ ಕೇಳಿದ್ರು."

"ಹೌದಲ್ಲ, ಯಾಕೆ ಬರ್‍ಲಿಲ್ಲ? ನಾನು ಕೇಳ್ಬೇಕಾದ ಪ್ರಶ್ನೇನ ಅವ್ರು ಕೇಳಿದ್ದಾರೆ. ಸೀರಿಯಸ್ಸಾದ ವಿಷಯವೇ. ಏನ್ಹೇಳ್ದೆ?" ಅವನ ಮಾತುಗಳಿಗೆ ಸದಾನಂದ ಹಣೆ ಚಚ್ಚಿಕೊಂಡ. "ವಿಷ್ಯನ ನೀನು ಸೀರಿಯಸ್ಸಾಗಿ ತಗೊಂಡಿಲ್ಲ. ಅವ್ರು ಭವಾನಿನ ಸೊಸೆಯಾಗಿ ಒಪ್ಪಿಕೊಂಡಿಲ್ಲ. ನಿನ್ತಂಗಿ ಮದ್ವೆ ಆಯಿತಲ್ಲ, ಯಾಕೆ ಇನ್ವಿಟೇಷನ್ ಕೊಡ್ಲಿಲ್ಲಾಂತ ನನ್ನ ಪ್ರಶ್ನಿಸಿದ್ರು."

"ಕರೆಕ್ಟ್, ನಿನ್ನ ಮದ್ವೆಗೆ ಹತ್ತು ಸಲ ಬಂದು ಕರೆದವನು ನಿನ್ತಂಗಿ ಮದ್ವೆಗೆ ಕನಿಷ್ಟ ಒಂದ್ಸಲವಾದ್ರೂ ಬಂದು ಕರೆಯಬೇಕೂಂತ ಅನ್ನಿಸ್ಲಿಲ್ವಾ? ಇಷ್ಟು ಫ್ರೆಂಡ್ ಅನ್ನಿಸ್ಕೊಂಡ್.... ನನ್ನನ್ನೇ ಕರೀಲಿಲ್ಲ. ಇನ್ನ ಅವರನ್ನ ಕರೆಯೋ ಅಷ್ಟು ಪುರಸತ್ತು ನಿಂಗಿತ್ತ?" ಅವನನ್ನ ಅಪರಾಧಿಯಾಗಿರಿಸಿ ತಮಾಷೆ ಮಾಡಿದ.

ಸದಾನಂದ್ ತಲೆಯ ಮೇಲೆ ಕೈಯೊತ್ತು ಸುಮ್ಮನೆ ಕೂತುಬಿಟ್ಟ.

"ಸದಾ, ಅದಕ್ಯಾಕೆ ಇಷ್ಟು ತಲೆ ಕೆಡಿಸ್ಕೋತೀಯಾ! ನಾನು ಮೊದಲೇ ವಿಷ್ಯನ ವಿವರಿಸಿದ್ದೆ. ಭವಾನಿಯನ್ನ ಸೊಸೆಯಾಗಿ ಸ್ವೀಕರಿಸೋಕೆ ಅವರ್‍ಯಾರು? ಸಮಾಜದ ಸಂವಿಧಾನದ ಪ್ರಕಾರ ಅವಳು ಅವರ ಸೊಸೆಯೆ. ಅತ್ತೆ, ಮಾವ ಒಪ್ಪದ ಹೆಣ್ಣು ಅಸುಖಿಯೇನಲ್ಲ. ಗಂಡನಿಗೆ ಬೇಡದ ಹೆಣ್ಣಿನ ಬದುಕು ಮಾತ್ರ ಬರ್ಬರ. ಭವಾನಿ ನನ್ನ ಜೀವ. ಅವಳನ್ನ ಕಣ್ಣಿನ ರೆಪ್ಪೆಯಂತೆ ಜೋಪಾನ ಮಾಡೋಕೆ ನಾನಿದ್ದೀನಿ. ಅವಳ ಬಗ್ಗೆ ನಿಂದೆ ಯೋಚ್ನೆ ಬೇಡ. ಇಂಥ ವಿಷಯಗಳ ಬಗ್ಗೆ ತಲೆ ಕೆಡಿಸಿಕೊಳ್ಳೋದು... ವಿವೇಕವಲ್ಲ" ಜೀಪು ಸ್ಟಾರ್ಟ್ ಮಾಡಿದ.

ಮಾರ್ಗ ಮಧ್ಯದಲ್ಲಿ ವೇಗವನ್ನು ತಗ್ಗಿಸಿ ಒಂದು ಮಾತು ಹೇಳಿದ.

"ಅವ್ರು ತನ್ನ ಮಗನ ಫ್ರೆಂಡ್ ಅಂತ ತಿಳಿದಾಗ ನೀನು ಹಾಗೆ ನೋಡು. ಅವರ ಮಗನಿಗೆ ಹೆಣ್ಣು ಕೊಟ್ಟಿದ್ದೀನೀಂತ ಅತಿಯಾದ ಗೌರವ, ಅಭಿಮಾನ ತೋರಿಸೋದು ಬೇಡ. ನಿನ್ನ ಅಭಿಮಾನದ ಪ್ರಶ್ನೆಯಿಂದ ಇದು ಸರಿ" ವೇಗ ಹೆಚ್ಚಿಸಿದ.

ಗೆಳೆಯನ ಕೈ ಹಿಡಿದು "ರಿಲ್ಯಾಕ್ಸ್... ರಿಲ್ಯಾಕ್ಸ್...." ಎಂದು ತಟ್ಟಿದ.

ಪುಷ್ಪಕ್ ಮುಂದೆ ಜೀಪು ನಿಂತಾಗ ಭವಾನಿಯೇ ಬಂದು ಗೇಟು ತೆಗೆದಳು. ಬಾಲ್ಕನಿಯ ದೀಪದ ಬೆಳಕಿನಲ್ಲಿಯೇ ಅವಳ ಅತ್ತ ಕಣ್ಣುಗಳ ಗುರುತು ಹತ್ತಿತು. ದೀರ್ಘವಾಗಿ ಉಸಿರೆಳೆದು ದಬ್ಬಿದ.

ಮಾತಾಡದೇ ಬಂದು ಹಾಲ್‌ನಲ್ಲಿದ್ದ ಸೋಫಾಕ್ಕೆ ಒರಗಿದ. ಪ್ರತಿಕ್ರಿಯೆ, ಪ್ರತಿಭಟನೆ, ಆಳು, ಅರ್ಭಟ-ಪ್ರತಿಯೊಂದಕ್ಕೂ ಕಾದ.

ಎರಡು ಸಲ ಬೆಡ್‌ರೂಮಿಗೆ ಹೋಗಿ ಬಂದ ಭವಾನಿ ಅವನ ಬಳಿಯಲ್ಲಿಯೇ ಕೂತಳು. "ಯಾಕೆ ನಿದ್ದೆ ಬರೋಲ್ವಾ? ಜೀಪು, ಡ್ಯಾಮ್..." ನಕ್ಕುಬಿಟ್ಟ. ಅವನಿಗೆ ವಿಸ್ಮಯ ಕೂಡ. ತೀರಾ ವೈಯಕ್ತಿಕವಾದದ್ದು ಬಿಟ್ಟು ಗಂಡನಿಗೆ ಹೊರಗೆ ಹಲವು ಸಮಸ್ಯೆಗಳಿವೆಯೆಂದು ತಿಳಿಯುವಷ್ಟು ಬುದ್ಧಿವಂತೆ ಕೂಡ.

"ಸದ್ಯಕ್ಕೆ ಒಂದು ಸಮಸ್ಯೆ..." ಎಂದ ಮೇಲೆ ನೋಡುತ್ತ. "ಯಾವ್ದು?" ಅವಳು ನೋಟವೆತ್ತಿದಳು. ಒಂದೆಡೆ ಬೆರೆತಿತು. ಸೀಲಿಂಗ್ ಫ್ಯಾನ್ ಕೂಡ ತಿರುಗುತ್ತಿರಲಿಲ್ಲ.

ಶಂಕರ್ ಜೋರಾಗಿ ನಕ್ಕು ಅವಳನ್ನ ಹತ್ತಿರಕ್ಕೆಳೆದುಕೊಂಡ. ಅವಳು ಏನಾದರೂ ಹೇಳಬಹುದೆಂದು ಕಾದ ಕೂಡ.

"ನಿದ್ದೆ... ಬರ್ತಾ ಇದ್ಯಾ? ಮುಂಗುರಳಲ್ಲಿ ಕೈಯಾಡಿಸುತ್ತ ಕೇಳಿದ.

"ಹೌದು..." ಕಣ್ಣೀರು ನಿಲ್ಲಲಾರದಂತಾಯಿತು. ಹರಿದು ಅವನೆದೆ ತೊಯ್ದಾಗ ಮುಖವನ್ನು ಬೊಗಸೆಯಲ್ಲಿಡಿದು ತುಟಿಯಲ್ಲಿಯೇ ತೊಡೆದ.

"ಕೈ ಹಿಡಿದವಳ ತುಟಿಯಂಚಿನ ನಗುವಿನಲ್ಲಿ ತನ್ನ ಇಡೀ ದಿನದ ಆಯಾಸ ಮರೀತಾನೆ, ಗಂಡು" ಅಪ್ಪಿಕೊಂಡು ಸಂತೈಯಿಸಿದ.

ಆದರೆ ಯಾವುದೇ ಪ್ರಸ್ತಾಪ ಇಬ್ಬರ ನಡುವೆ ಬರಲಿಲ್ಲ.

ಮರುದಿನದ್ದು ಸುಂದರ ಬೆಳಗೆ, ಬ್ರೇಕ್‌ಫಾಸ್ಟ್ ಮುಗಿಸಿ ಅವಳ ಕೂದಲನ್ನು ಕೈಗೆ ಸುತ್ತಿಕೊಂಡ.

"ವಡಿವೇಲು ಅವನ ಹೆಂಡತಿ ಹಿಂದಿನ ಔಟ್‌ಹೌಸ್‌ನಲ್ಲಿ ಇರ್ತಾರೆ. ಮನೆಕೆಲಸ, ಗಾರ್ಡನ್ ಕೆಲಸಕ್ಕೆ ಅವನ ಹೆಂಡತಿ ಸಹಾಯ ಮಾಡ್ತಾಳೆ. ಇದ್ಕೇ ತಮ್ಮ ಒಪ್ಗೇ ಸಿಕ್ಲೇಬೇಕು. ನನ್ನ, ನಿನ್ನ ಮಾತ್ರ ಅವ್ರು ಡಿಸ್ಟರ್ಬ್ ಮಾಡೋಲ್ಲ" ಕಣ್ಣಲ್ಲಿ ಕಣ್ಣಿಟ್ಟ. ಕನಸು ಕಾಣೋ ಸುಂದರ ಕಲ್ಮಶರಹಿತ ಕಣ್ಣುಗಳು. "ನಿನ್ನ ಕಣ್ಣುಗಳು ಬ್ಯೂಟಿಫುಲ್. ಅವು ಬಹಳ ವರ್ಷಗಳ ಹಿಂದೆಯೇ ನನ್ನ ಕಟ್ಟಿ ಹಾಕಿದ್ವು. ಆದ್ರೆ.... ನನ್ನ ಅರಿವಿಗೆ ಬರಲಿಲ್ಲ" ಮನದ ಮೂಲೆಯಲ್ಲಿದ್ದ ರಹಸ್ಯವೊಂದು ಹೊರಬಿತ್ತು. ಅಧಕ್ಕಾಗಿ ಅವನೇನು ನಾಲಿಗೆ ಕಚ್ಚಿಕೊಳ್ಳಲಿಲ್ಲ.

ಭವಾನಿಯ ಮನ ಸುಂದರ ಉದ್ಯಾನವನವಾಯಿತು.

"ಕೀಪ್ ಇಟ್ ಯುವರ್ ಮೈಂಡ್" ಮೂಗು ಹಿಂಡಿದವನು ತಕ್ಷಣ ಗಂಭೀರನಾದ.

"ಐಯಾಮ್ ಗ್ರೇಟ್‌ಫುಲ್ ಟು ಯು. ಸದಾ ಒಂದು ದಿನ ನನ್ನಲ್ಲಿ ಪ್ರಸ್ತಾಪಿಸಿದ್ದ. 'ನೀನು ನಿನ್ತಂದೆ ಸಾಕಷ್ಟು ಹೆಣ್ಣುಗಳ್ನ ಹುಡುಕಿದ್ರಿ. ಆಗ ನನ್ತಂಗಿ ಭವಾನಿ ನಿನ್ನ ಕಣ್ಣಿಗೂ ಬೀಳ್ಲಿಲ್ಲ. ಆಗ ನಿನ್ನ ಅವಳ ನಡುವೆ ಇದ್ದಿದ್ದು ಅಂತಸ್ತಿನ ತಾರತಮ್ಯ' ಎಂದ. ಆಗ್ಲೇ ನಂಗೆ ಆ ವಿಷ್ಯದ ಬಗ್ಗೆ ಹೊಳೆದಿದ್ದು. ಆಗ ನಾನು ಅಂಥ ಮಂಪರಿನಲ್ಲಿದ್ರೂ... ಅವನಾದ್ರೂ ಕೇಳಬಹುದಿತ್ತು. ಅವ್ನು ಕೂಡ ಕಾಂಪ್ಲೆಕ್ಸ್‌ಗೆ ಒಳಗಾಗಿದ್ದ. ಈಗ್ಲೂ ನನ್ನ, ನಿನ್ನ ಮಧ್ಯೆ ಒಂದು ರೀತಿಯ ಅಂತಸ್ತಿನ ತಾರತಮ್ಯ. ನಾನು ಹಿಂಜರಿದು ಅವಕಾಶ ಕಳೆದುಕೊಳ್ಳಲಿಲ್ಲ.

ನೀನು ಸಹೃದಯದಿಂದ ಒಪ್ಪೆ” ಅವನ ಗಂಟಲು ಅಪರೂಪವಾಗಿ ಒಂದು ಕ್ಷಣ ಮಾತ್ರ ಭಾರವಾಗಿತಷ್ಟೆ.

ಹೊರಗೆ ಹೊರಡುವ ವೇಳೆಗೆ ಮಾಮೂಲಿ ಶಂಕರನೇ.

ಕ್ಯಾಷ್ ಬೇಕಾಗಿದ್ದುದ್ದರಿಂದ ನೇರವಾಗಿ ಮನೆಗೆ ಹೋದ. ಆಗ ಜಗನ್ನಾಥ್, ದಾಕ್ಷಾಯಿಣಿ ಬ್ರೇಕ್‌ಫಾಸ್ಟ್‌ಗೆ ಕೂತಿದ್ದರು.

“ಪಾರಿಜಾತ... ಎಲ್ಲಿ?” ಅಲ್ಲೇ ಕೂತ.

“ಅವಳದು ಆಗ್ಲೇ ಆಯ್ತು.” ದಾಕ್ಷಾಯಿಣಿ ಅಂದಾಗ ಮೇಲೆದ್ದ. ಆಕೆ ಮಗನ ತೋಳಿಡಿದು ಕೂಡಿಸಿದರು. “ಬಿಸಿ ಇಡ್ಲಿ, ವಡೆ ತಗೋ...”

“ನಂದು ಆಯಿತಮ್ಮ. ಈಗ ಮತ್ತಷ್ಟು ತಿಂದರೇ ಆರಾಮಾಗಿ ಮಲಕ್ಕೋಬಹುದು” ಎಂದರೂ ಅವರ ಮನಸ್ಸಿಗೆ ಬೇಜಾರು ಮಾಡಲಿಚ್ಛಿಸದೇ ಅರ್ಧ ಇಡ್ಲಿ, ಅರ್ಧ ವಡೆ ಪ್ಲೇಟ್‌ಗೆ ಹಾಕ್ಕೊಂಡ. ಬಾಯಲ್ಲಿ ಇಟ್ಟ. ಬರೀ ಉಪ್ಪಿನಮಯ ಸಾಂಬಾರ್. ತಿಂದು ಎದ್ದವನು ಅಡಿಗೆಯವನನ್ನ ಹುಡುಕಿಕೊಂಡು ಕಿಚನ್ ಹೊಕ್ಕ.

“ಈಗ ನೀನು ಅಡ್ಗೆಗೆ ಬಳಸೋ ಉಪ್ಪಿನ ಅರ್ಧದಷ್ಟು ಕಮ್ಮಿ ಮಾಡು. ಎಲ್ಲ ಅದನ್ನೆ ತಿನ್ಲಿ. ನನ್ತಂದೆ ಆರೋಗ್ಯವಾಗಿರೋದು ನಂಗೆ ಮುಖ್ಯ” ಎಚ್ಚರಿಕೆ ಇತ್ತು. ಬಂದವನು ಸಾಂಬಾರ್ ಒಯ್ದು ಕಿಚನ್‌ನಲ್ಲಿಟ್ಟ.

ಅರ್ಧ ಕಪ್ ಕಾಫಿ ಬೆರೆಸಿಕೊಂಡು ಕೂತ.

“ನೆನ್ನೆ ನಿನ್ನ ಫ್ರೆಂಡ್ ಸದಾನಂದ ಸಿಕ್ಕಿದ್ದ” ಹೇಳಿದರು.

ಒಂದು ಸಲ ಕಾಫಿ ಸಿಪ್ ಮಾಡಿ “ಏನಂತೆ ವಿಷ್ಯ? ಎಲ್ಲಿ ಸಿಕ್ಕಿದ್ದ?” ಸಹಜವಾಗಿ ಕೇಳಿದಾಗ ಅವನ ಮುಖವನ್ನು ದಿಟ್ಟಿಸಿದರು, ಶಾಂತವಾಗಿತ್ತು. ಯಾವ ವಿಪರೀತ ಭಾವಗಳ ಹೋರಾಟವಿರಲಿಲ್ಲ.

“ಅವ್ನಿಗೆ ಒಂದು ಗಂಡು ಮಗುವಾಗಿದೆ. ಅವ್ನ ತಂಗಿ ಭವಾನಿಗೆ ಮದ್ವೆ ಆಗಿದೆ. ನೀವಿಬ್ರೂ ಅಷ್ಟು ದೋಸ್ತಿಗಳು. ಒಂದು ಇನ್ವಿಟೇಷನ್ ಕೂಡ ಕೊಟ್ಟು, ಕರೆದಿಲ್ಲ” ಆಕ್ಷೇಪವೆತ್ತಿದರು.

“ಹೌದೌದು, ಮಗು ಕೂಡ ಚೆನ್ನಾಗಿದೆ. ಅವ್ನ ತಂಗಿಗೆ ಮದುವೆ ಆಗಿರೋದು ಕೂಡ ಗೊತ್ತು. ನಂಗೆ ಕೂಡ ಇನ್ವಿಟೇಷನ್ ಕೊಟ್ಟಿರಲಿಲ್ಲ. ಮದುವೆ ಬಿಜಿ, ಮರೆತಿದ್ದಾನು. ಪುರಸತ್ತು ಆದಾಗ ತರಾಟೆಗೆ ತಗೋಬೇಕು” ಎದ್ದುಹೋದ.

ಸ್ಪೂನ್‌ನ ಅಲಂಕರಿಸಿದ್ದ ಇಡ್ಲಿಯ ತುಂಡು ಕೆಳಗೆ ಬಿತ್ತು. ‘ಭೇಷ್’ ಎಂದುಕೊಂಡರು. ಆ ಮದ್ವೆ, ಭವಾನಿ, ಪುಷ್ಪಕ್‌ಗೆ ಸಂಬಂಧಿಸಿದ ಯಾವ ವಿಷಯಗಳ ಪ್ರಸ್ತಾಪವಿಲ್ಲ.

ಇನ್ನು ಮದುವೆಯಾಗಿ ಹನಿಮೂನ್ ಮುಗಿಸಿಕೊಂಡು ಬಂದ ಹೊಸದರಲ್ಲಿ ‘ಪುಷ್ಪಕ್’ ಅವನ ಸ್ವಂತಕ್ಕೆ ಇಟ್ಟುಕೊಂಡಿದ್ದಾನೆಂದು ಅವರಿಗೆ ಗೊತ್ತಿರಲಿಲ್ಲ.

“ಮಿಸ್ಟರ್ ಗೋರೆ ಫೋನ್ ಮಾಡಿದ್ರು. ಹಿಂದೆ ಅವ್ರು ಬಂದಿದ್ದಾಗ ಬಾಡ್ಗೇಗೆ

ಅದ್ನ ಕೊಡೋಣಾಂತ ಅಂದಿದ್ದೆ. ಇನ್ನೊಂದ್ವಾರದಲ್ಲಿ ಅವ್ರು ಇಲ್ಲಿಗೆ ಬರ್ತಾರಂತೆ" ವಿಚಾರಿಸಿದ್ದರು.

"ಪುಷ್ಪಕ್ ಸ್ವಂತಕ್ಕೆ ಬೇಕು. ಅವ್ರು ಬಂಗ್ಲೆ ಬೇಕೂಂದರೇ... ಬೇರೆ ಕಡೆ ಕೊಡ್ಸೋ ಏರ್ಪಾಟು ಮಾಡ್ತೀನಿ" ಒಂದಿಷ್ಟೂ ಅಳುಕಿರಲಿಲ್ಲ ಅವನ ಸ್ವರದಲ್ಲಿ. ನಿಬ್ಬೆರಗಾಗಿದ್ದರು ಅವರು.

ಪುಷ್ಪಕ್ ಇಪ್ಪತ್ತೈದು ಚದರವಿದ್ದ ಅತ್ಯಂತ ಭವ್ಯ, ಸುಂದರ ಮನೆ. ಇಡೀ ಮನೆ ಇಪ್ಪತ್ತೈದು ಚದರವಿದ್ದರೇ, ಮುಂದಿನ ಗಾರ್ಡನ್ ಅದಕ್ಕಿಂತ ಹೆಚ್ಚು ವಿಸ್ತೀರ್ಣವಿದ್ದುದ್ದು. ಏಳೆಂದು ಸಾವಿರ ಬಾಡಿಗೆ ಬರಬಹುದಾದ ಮನೆ.

ಅವರಿಂದ ತುಟಿ ತೆರೆಯಲಾಗಿರಲಿಲ್ಲ. ಅದು ಅವನ ಸ್ವಂತ ಸಂಪಾದನೆಯಿಂದ ನಿರ್ಮಿಸಿಕೊಂಡ ಮನೆ. ಕೆಲವು ಅನಿಸಿಕೆಗಳು ಛಿದ್ರವಾಗಿದ್ದವು. ಎರಡನೇ ಮದುವೆಯಿಂದ ತನ್ನ ಇಮೇಜ್ ಕೆಡುತ್ತದೆಯೆಂಬ ಅಳುಕು ಅವನಿಗಿಲ್ಲ.

ಎಸ್.ಟಿ.ಡಿ. ಹಚ್ಚಿ ಮಾತಾಡುತ್ತಿದ್ದ ಪಾರಿಜಾತ ಅವನತ್ತ ನೋಡಿದರೂ ತನ್ನ ಸಂಭಾಷಣೆ ಮುಂದುವರಿಸಿದಳು. ಬೀರುನಲ್ಲಿದ್ದ ಕ್ಯಾಷ್ ತಗೊಂಡ. ಅವಳ ಬೀರುನತ್ತ ಹೋಗುತ್ತಿರಲಿಲ್ಲ.

ಬ್ರೀಫ್‌ಕೇಸ್‌ಗೆ ಹಾಕಿ ಕೂತ. ಫೋನಿಟ್ಟು ಬಂದಳು.

"ಯಾರ್ದು... ಫೋನ್?" ಕೇಳಿದ.

"ನೀವು ಎಲ್ಲಾ ವಿಷ್ಯಗಳ್ನ ನಂಗೆ ಹೇಳೋಲ್ಲ. ನಾನು ಕೂಡ ಹೇಳೋಲ್ಲ" ಎಂದಳು.

"ಆಫ್‌ಕೋರ್ಸ್..." ಮೇಲೆದ್ದವನು ತರಾಟೆಗೆ ತಗೊಂಡ. "ಅಪ್ಪನ ಹೆಲ್ತ್ ಬಗ್ಗೆ ಎಚ್ಚರಿಸಿದ್ದೆ. ಅಮ್ಮ ಅವ್ರ ಬೇಡಿಕೆಗೆ ಬೇಗ ಕರಗಿಹೋಗ್ತಾರೆ. ಅವ್ರ ಊಟ, ತಿಂಡಿಯ ಬಗ್ಗೆ ನೀನು ಯಾಕೆ ಎಚ್ಚರವಹಿಸಿಬಾರ್ದು?" ಅವನಿಗೆ ಕೋಪ ಬಂದಿತ್ತು.

"ನಂಗೆ ಅದೊಂದೇ... ಕೆಲ್ಸವಲ್ಲ!" ಆಕ್ರೋಶಗೊಂಡಳು.

"ಷಟಪ್, ನಿಂಗೆ ಮತ್ತೇನು ಕೆಲ್ಸ? ಸೊಸೆ ಅಂದರೆ ಲಕ್ಷಣವಾಗಿ ಡ್ರೆಸ್ ಮಾಡ್ಕೊಂಡ್.... ಮನೆ ತುಂಬ ಓಡಾಡೋದು ಮಾತ್ರವಲ್ಲ. ಆಗ್ಲೇ ಒಂದ್ಸಲ ಅಪ್ರಿಗೆ ಹಾರ್ಟ್‌ಅಟ್ಯಾಕ್ ಆಗಿದೆ. ಭವಿಷ್ಯದ ಬಗ್ಗೆ ಯೋಚ್ನೆ ಬೇಡ್ವಾ! ಇವನ್ನೆಲ್ಲ.... ಅರ್ಥ ಮಾಡ್ಕೋ. ನೀನು ಅವರ ಊಟದ ಕಡೆ ಗಮನ ಕೊಟ್ಟರೇ ಸಾಕು" ಬ್ರೀಫ್‌ಕೇಸ್ ಹಿಡಿದು ನಡೆದುಬಿಟ್ಟ.

"ಯಾಕೋ ಒಂದು ತರಹ ಮುಖ ಮಾಡಿಕೊಂಡು ಹೊರಟುಬಿಟ್ಟ" ದಾಕ್ಷಾಯಿಣಿ ಗಾಬರಿಯಾದರು.

ಪಾರಿಜಾತ ಸತ್ಯವನ್ನೇ ಉಸುರಿದಳು. "ನಾನು ಮಾವನ ಊಟದ ಕಡೆ ಗಮನ ಕೊಡೋಲ್ಲಾಂತ ಅಪ್ರಿಗೆ ಕೋಪ."

ಜಗನ್ನಾಥ್ ಎದೆ ಅಭಿಮಾನದಿಂದ ತುಂಬಿಹೋಯಿತು. ವರ್ಕ್ಸ್‌ನ ಛಾಲೆಂಜ್,

ಪರಾಶರ ಕಂಪನಿಯ ಕಿರುಕುಳ, ಪೈಪೋಟಿ, ಸದಾ ಟೆನ್‌ಷನ್. ಇಷ್ಟರ ನಡುವೆಯೂ ಅವನೆಂದು ಉತ್ಪ್ರೇಕ್ಷಿಸಿರಲಿಲ್ಲ ತಾಯ್ತಂದೆಯರನ್ನ.

"ಅದೇನು ದೊಡ್ಡ ವಿಷ್ಯವಲ್ಲ ಬಿಡು ಅವ್ನ ಕೆಲ್ಸದ ಮುಂದೆ..." ಮಗನ ಬಗ್ಗೆ ಹೆಮ್ಮೆಯ ಜೊತೆ ಕರುಣೆಯುಕ್ಕಿತು. "ನನ್ನಿಂದ ಕೂಡ ಅವ್ನಿಗೇನು ಸಹಾಯವಾಗೋಲ್ಲ. ದೀಪಕ್‌ಗೆ ಅವನಪ್ಪನ ಪೂರ್ಣ ಬೆಂಬಲ. ಇಲ್ಲಿ ಇವನೊಬ್ನೇ ಒಂಟಿಯಾಗಿ ಹೋರಾಡ್ಬೇಕು. ಅಭಿಮನ್ಯುವಿನ ಸ್ಥಿತಿಯಾದ್ರೂ... ಅರ್ಜುನನ ಗೆಲುವು."

ಕೋಣೆಗೆ ಹೋದ ಪಾರಿಜಾತ ಮಧ್ಯಾಹ್ನದವರೆಗೂ ಬಿಕ್ಕಿ ಬಿಕ್ಕಿ ಅತ್ತಳು. ಸಂಜೆಯ ವೇಳೆಗೆ ಮೈ ಬೆಚ್ಚಗಾಯಿತು. ರಾತ್ರಿ ಮಲಗಿಯೆಬಿಟ್ಟಳು.

ಡಾಕ್ಟರಿಗೆ ಫೋನ್ ಮಾಡೋದರ ಜೊತೆಗೆ ಮಗನಿಗೂ ಸುದ್ದಿ ಮುಟ್ಟಿಸಿದರು. "ಡಾಕ್ಟು ಇಂಜಕ್ಷನ್ ಕೊಟ್ಟು ಹೋಗಿದ್ದಾರೆ. ತುಂಬ ಜ್ವರ ಇದೆ" ರಿಸೀವರ್ ಹಿಡಿದ ಶಂಕರ್ ಯೋಚಿಸಿದ.

ಸೇತುವೆಯ ಕೆಲಸ ಹೆಚ್ಚು ಕಮ್ಮಿ ಮುಗಿದಂತಾಗಿತ್ತು. ಅದರ ಉದ್ಘಾಟನೆ ಸಮಾರಂಭಕ್ಕೆ ಎರಡು ದಿನವಿತ್ತು. ಗೃಹಮಂತ್ರಿಗಳು ಅದರ ಪ್ರಾರಂಭೋತ್ಸವಕ್ಕೆ ಬರುತ್ತಿದ್ದರಿಂದ ಗುಪ್ತಚರ ದಳ, ಪೊಲೀಸ್ ಅಧಿಕಾರಿಗಳು ನಿರಂತರವಾಗಿ ಬರುತ್ತಿದ್ದರು. ಒಂದಿಷ್ಟು ಗಮನ ಹರಿಸುವುದು ಬೇಕಾಗಿತ್ತು ಇವನು.

"ಡ್ಯಾಮ್ ಹತ್ತಿರ ಹೋಗಿ ಆದಷ್ಟು ಬೇಗ ಬರ್ತೀನಿ. ಅವಶ್ಯಕತೆ ಇದ್ದರೆ ಮತ್ತೆ ಡಾಕ್ಟನ ಫೋನ್ ಮಾಡಿ ಕರೆಸಿಕೊಳ್ಳಿ" ಫೋನಿಟ್ಟ. ಬೆಳಿಗ್ಗೆ ರೇಗಿದ್ದ. ಅಷ್ಟಕ್ಕೆ ಜ್ವರ ಬರಿಸಿಕೊಳ್ಳಬೇಕೆ? ಹಣೆಯುಜ್ಜಿದ.

ಅಲ್ಲಿಂದಲೇ ಭವಾನಿಗೆ ಬೆಳಿಗ್ಗೆ ಬರುವುದಾಗಿ ತಿಳಿಸಿ, ಜೀಪು ಹತ್ತಿದ. ಮನೆಗೆ ಬಂದಾಗ ಹತ್ತು ಮೀರಿ ಹೋಗಿತ್ತು.

ಜಗನ್ನಾಥ್, ದಾಕ್ಷಾಯಿಣಿ ಪಾರಿಜಾತ ರೂಮಿನಲ್ಲಿಯೇ ಇದ್ದರು. ನರಳುವಿಕೆ ಜ್ವರಕ್ಕಿಂತ ಜಾಸ್ತಿ ಇತ್ತು.

ಡಾಕ್ಟರ್ ಏನು ಹೇಳಿದರು ಎಂದು ವಿಚಾರಿಸಿದ ಮೇಲೆ ಅವಳ ಹಣೆ, ಕತ್ತು ಮುಟ್ಟಿ ನೋಡಿದ.

"ನೀವ್ಹೋಗಿ ರೆಸ್ಟ್ ತಗೊಳ್ಳಿ. ನಾನು ನೋಡ್ಕೋತೀನಿ" ಅವರನ್ನ ಕಳುಹಿಸಿಕೊಟ್ಟ.

ಬಳಲಿದ ಶರೀರಕ್ಕೆ ವಿಶ್ರಾಂತಿ ಬೇಕು. ಪ್ರೀತಿಯಿಂದ ಅವಳ ಮುಂದಲೆ ಸವರಿದ.

"ನೀನು ಬೆಳಗಿನ ಮಾತುಗಳ್ನ ಅಷ್ಟೊಂದು ಡೀಪಾಗಿ ತಗೋತೀಯಂಥ ತಿಳಿದಿದ್ದರೆ.... ಆ ತೊಂದರೆನೇ ತಗೋತಾ ಇರ್ಲಿಲ್ಲ". ಅವನ ಮಾತಿನಲ್ಲಿ ಖೇದವಿತ್ತು.

ಮತ್ತಷ್ಟು ಕಣ್ಣೀರು ಸುರಿಸಿದಳು. ಎದೆಯ ಮೇಲೆ ಮಲಗಿಸಿಕೊಂಡು ಮಗುವಿನಂತೆ ತಟ್ಟಿದ.

ಮಲಗಬೇಕೆನಿಸಲಿಲ್ಲ. ಎದ್ದು ಬಂದು ಸೋಫಾಗೆ ಒರಗಿದ. ಡ್ರಾಯರ್‌ನಲ್ಲಿದ್ದ

ಸಿಗರೇಟ್ ಪ್ಯಾಕ್ ತೆಗೆದು ಹಚ್ಚಿದ, ಅವನು ಸಿಗರೇಟು ಸೇದುವುದು ಪಾರಿಜಾತಗೆ ಗೊತ್ತಿತ್ತು. ಎಂದೂ ಪುಷ್ಪಕ್‌ನಲ್ಲಿ ಸೇದುವ ಅಗತ್ಯ ಬಿದ್ದಿರಲಿಲ್ಲ.

ದೀರ್ಘವಾಗಿ ಅವಳನ್ನೇ ನೋಡಿದ. ಪಾರಿಜಾತ ಒಳ್ಳೆಯವಳೇ. ಅವಳು ತನ್ನ ಬಗೆಗೆ ಮಾತ್ರ ಯೋಚಿಸುತ್ತಾಳೆ. ಲೀಗಲ್ ಆಗಿಯೂ ಅವಳಿಗೆ ಹಕ್ಕಿನ ಬಗ್ಗೆ ಹೋರಾಟದ ಮನೋಭಾವವಿದೆ. ತನ್ನ ಸೆಕ್ಯೂರಿಟಿ ನೋಡಿಕೋತಾಳೆ. ಕೈಹಿಡಿದವ ಅವಳ ಬೇಕು, ಬೇಡಗಳ್ನ ಪೂರೈಸಬಲ್ಲ ಪ್ರಾಮಾಣಿಕ ಸೇವಕ ಅಷ್ಟೆ.

"ನನ್ನ ಸುಖವಾಗಿಟ್ಟಿಲ್ಲಂಥ ಹಾರಾಡ್ತೀಯಲ್ಲ. ಅವನನ್ನ ನೀನು ಎಷ್ಟು ಸುಖವಾಗಿಟ್ಟಿದ್ದೀಯ?" ಅವಳು ಅವಳನ್ನೇ ಪ್ರಶ್ನಿಸಿಕೊಳ್ಳಬೇಕು.

ಬಂದ ದಾಕ್ಷಾಯಿಣಿ ಮಡದಿಯನ್ನ ನೋಡುತ್ತ ಕೂತಿದ್ದ ಮಗನನ್ನ ನೋಡಿ ಕನಿಕರಗೊಂಡರು.

"ಸುಮ್ನೇ ಯಾಕೆ ಕೂತ್ಕೊಂಡಿದ್ದೀಯಾ? ಬರೀ ಜ್ವರ ಅಷ್ಟೆ, ಅತ್ತು ಅತ್ತು ಬರಿಸಿಕೊಂಡಿದ್ದಾಳೆ. ನಾಳೆಯಿಂದ ನಿಮ್ಮಪ್ಪನ ಊಟದ ವಿಚಾರ ನಾನು ಗಮನಿಸ್ತೀನಿ. ಸಣ್ಣ ಪುಟ್ಟ ವಯಸ್ಸು, ಆರಾಮಾಗಿ... ಇದ್ಕೊಳ್ಳಿ ಬಿಡು" ಎಂದರು.

ಅತ್ತೆ ಸೊಸೆಯರ ಕಾದಾಟ, ಸೊಸೆಯನ್ನ ಸೀಮೆಎಣ್ಣೆ ಹಾಕಿ ಸುಡುವ ಅತ್ತೆಯರು, ಅತ್ತೆಯರನ್ನ ಹೊರಗಟ್ಟುವ ಸೊಸೆಯರು–ಇವರೆಲ್ಲರಿಗಿಂತ ಭಿನ್ನ ಮನಸ್ಥಿತಿಯ ಅತ್ತೆ, ಸೊಸೆ-ಹೆಮ್ಮೆಗೊಂಡ.

ತಾಯಿಯನ್ನ ಕೂಡಿಸಿ ಅವರ ತೊಡೆಯ ಮೇಲೆ ತಲೆ ಇಟ್ಟು ಕಣ್ಮುಚ್ಚಿದ. ಬಾಲ್ಯದ ಮುಗ್ಧತನ ಅವನಲ್ಲಿ ಪ್ರವೇಶಿಸಿದಂತಾಯಿತು. ಹಾಯಾಗಿ ನಿದ್ರಿಸಿಬಿಟ್ಟ.

'ಯಾವ್ದೋ ಹುಡ್ಗೀನ ಮನಸ್ಸಿನಲ್ಲಿ ಇಟ್ಕೊಂಡಿದ್ದಾನೆ, ಇದೊಂದು ನೆಪ ಮಾಡ್ಕೊಂಡ್ ಮದ್ವೆ ಆಗ್ತಾನೆ' ಅವನ ನಿರ್ಧಾರ ತಿಳಿದ ಮೇಲೆ ಕೂಗಾಡಿದ್ದರು ಜಗನ್ನಾಥ್. ಮತ್ತಷ್ಟು ಮುಂದುವರಿದು ಎಚ್ಚರ ವಹಿಸಿದರು. 'ಎಲ್ಲಾ ಬಂದೋಬಸ್ತು ಮಾಡ್ತೀನಿ. ನಾನು ಸಂಪಾದಿಸಿದ್ದರಲ್ಲಿ ಅವ್ನಿಗೆ ಏನೂ ಸಿಗದಂತೆ ಮಾಡ್ತೀನಿ' ಎಂದವರು ಅದನ್ನ ಕಾರ್ಯಗತ ಮಾಡಿದ್ದರೂ ಕೂಡ. ಅದು ಶಂಕರ್ ಮೇಲೆ ಯಾವ ಪರಿಣಾಮ ಬೀರಿರಲಿಲ್ಲ.

ಮದುವೆಯ ನಂತರ ಹಾರಾಡಿದ್ದರು. 'ಸದಾನಂದನ ತಂಗಿನ ಅವ್ನು ಮದ್ವೆಯಾಗಿರೋದು. ಪರಿಚಯದ ಜನರೇ. ಮೊದಲು ಇಷ್ಟಪಟ್ಟಿರಬೇಕು. ಈಗ ನಿರ್ಧಾರ ತಗೊಂಡಿದ್ದಾನೆ. ಇಂಥ ಗಂಡು ಅವ್ರಿಗೆಲ್ಲಿ.... ಸಿಕ್ಬೇಕು!' ಅವನ ಬಗ್ಗೆಯೂ ಪ್ರದರ್ಶಿಸಿದ್ದರು.

'ನಂಗೆ ಹಾಗೇ ಅಸಮಾಧಾನ ಅನ್ನಿಸೋಲ್ಲ. ಸದಾನಂದ ತುಂಬ ಸ್ವಾಭಿಮಾನಿ ಇವ್ನೇ ನಸ್ಜೊತೆಗಿರೂಂತ ಕರೆದಾಗ ಬೇಡವೆಂದಿದ್ದ ಯಾವ್ದೂ... ಗೊತ್ತಾಗೋಲ್ಲ' ತಮ್ಮ ಅಭಿಪ್ರಾಯವನ್ನ ವ್ಯಕ್ತಪಡಿಸಿದ್ದರು.

ಆದರೆ ಶಂಕರ್ ಸ್ಪಷ್ಟವಾದ ಕಾರಣ ತಿಳಿಸಿದ್ದ.

ದಾಕ್ಷಾಯಿಣಿ ಮಗನ ಹಣೆಯನ್ನ ಪ್ರೀತಿಯಿಂದ ಸವರಿದರು. ಒಬ್ಬನೇ ಮಗ. ಹಸುಗೂಸಾಗಿದ್ದ ದಿನಗಳನ್ನ ನೆನಪು ಮಾಡಿಕೊಂಡರು. ಬಾಲ್ಯದಲ್ಲಿ ಶಂಕರ್ ಅತ್ಯಂತ ಚೂಟಿ. ಹರೆಯಕ್ಕೆ ಬಂದಾಗ ಮಗನನ್ನ ನೋಡಿ ಹೆಮ್ಮೆಪಟ್ಟುಕೊಳ್ಳುತ್ತಿದ್ದರು.

ಶಿಸ್ತು, ವ್ಯಾಯಾಮ, ದೃಢ ನಿಲುವು-ಆಕೆಯ ಕಣ್ಣು ಒದ್ದೆಯಾಯಿತು.

ಆದರೆ ಭವಾನಿಯನ್ನ ಮದುವೆಯಾದಾಗ ಹೆದರಿದ್ದರು. ಹಾಗೇನು ಆಗಿರಲಿಲ್ಲ. ಅಲ್ಲು ಇಲ್ಲು ಸಮ ಸಮವಾಗಿಯೇ ಇರುತ್ತಿದ್ದ.

"ಓ, ಅಮ್ಮ...." ಎದ್ದು ಕೂತ. ತೊಡೆಯನ್ನು ಸವರಿದ. "ಈಗಿನ ನಿದ್ದೆಗೆ ಕೆಲವು ಕೋಟಿಗಳು ಕೂಡ ಸಮನಾಗದು. ಥ್ಯಾಂಕ್ಸ್... ಮಮ್ಮಿ...." ಎದ್ದು ಬಾತ್‌ರೂಮಿಗೆ ಓಡಿದ.

ಬ್ರೇಕ್‌ಫಾಸ್ಟ್ ಮುಗಿಸಿಕೊಂಡು ಡಾಕ್ಟರ್ ಬರುವವರೆಗೂ ಕಾದ. ಅಂಥ ಟೆಂಪರೇಚರ್ ಏನು ಇರಲಿಲ್ಲ. ಬಂದದಕ್ಕೆ ಒಂದು ಇಂಜಕ್ಷನ್ ಚುಚ್ಚಿ ಹೋದರು.

ಪಾರಿಜಾತ ಕೈಯನ್ನು ತನ್ನ ಕೈಯೊಳಗೆ ತಗೊಂಡ. "ತಾನಾಗಿ ಬಂದಿದ್ದನ್ನು ವಿಧಿ ಇಲ್ಲದೆ ಸ್ವೀಕರಿಸ್ಬೇಕೆ ವಿನಹ ತಾನಾಗಿ ಬರಸಿಕೊಳ್ಳಬಾರ್ದು. ಅಳೋಂಥದ್ದು ಏನು ನಡೀತು? ಅತ್ತಿದ್ದರಿಂದ ಸರಿ ಹೋಯ್ತ? ಹೆಣ್ಣು ತನಗೂ ಒಂದು ವ್ಯಕ್ತಿತ್ವ ಇದ್ದಂತೆ ತಿಳ್ಕೋಬೇಕು. ಸಂಗಾತ್ಯ ಬರೀ ಮಲಗೋಕ್ಕಲ್ಲ" ಕುಟುಕಿ ನುಡಿದುಬಿಟ್ಟ.

ಆ ಮಾತಿನ ಪ್ರಮಾಣ ಗಾಢವಾಗಿ ತಟ್ಟಬಹುದೆಂಬ ಅರಿವು ಅವನಿಗಿತ್ತು. ಇದು ಪ್ರಥಮ ಸಲವಲ್ಲ. ಹಿಂದೆಯು ನಾಲ್ಕಾರು ಸಲ ಹೇಳಿದ್ದ. ಜಗನ್ನಾಥ್ ಹಾರ್ಟ್ ಅಟ್ಯಾಕ್ ಆಗಿ ಮಲಗಿದ್ದಾಗ ಬೇರೆ ಯಾವುದೋ ಪಿಲ್ಸ್ ನುಂಗಿಸಿಬಿಟ್ಟಿದ್ದಳು. ಅದು ಅಜಾಗರೂಕತೆಯಿಂದ, ಆದುದ್ದೆಂದು ಅವನಿಗೆ ಗೊತ್ತು.

"ಮತ್ತೆ ಅಳ್ಬೇಡ, ಪಾರಿಜಾತ. ಇಡೀ ರಾತ್ರಿ ಎಂಥ ತುಮುಲದಲ್ಲಿದ್ದೆ... ಗೊತ್ತಾ! ಸ್ವಲ್ಪ... ಅರ್ಥ ಮಾಡ್ಕೋ. ಮಧ್ಯಾಹ್ನ ಆದಷ್ಟು ಬೇಗ ಬರ್ತೀನಿ. ಆಗ ತುಟಿಯಂಚಿನಲ್ಲಿ ನಗುವಿರಬೇಕು" ಹಣೆಗೆ ತುಟಿಯೊತ್ತಿ ಹೊರಟ.

ಸೇತುವೆಯ ಪ್ರಾರಂಭೋತ್ಸವ ವಿಜೃಂಭಣೆಯಿಂದ ನೆರವೇರಿತು. ರಾಜಕಾರಣಿಗಳ ಜೊತೆ ಇಂಜಿನಿಯರ್ಸ್ ಕೂಡ ಅವನ ಕೆಲಸದ ಬಗ್ಗೆ ಮೆಚ್ಚಿಗೆ ಸೂಚಿಸಿದರು. ಅಂದಿನ ರಾತ್ರಿಯ ಪಾರ್ಟಿಗೆ ಕೆಲವು ಸಾವಿರ ಖರ್ಚಾಯಿತು. ಅದೇನು ದೊಡ್ಡ ಮೊತ್ತವಲ್ಲ.

* * * *

ಅಂದು ಡ್ಯಾಕ್ಯುಮೆಂಟ್ಸ್ ತರಲು ಬ್ಯಾಂಕ್ ಲಾಕರ್‌ಗೆ ಹೋದಾಗ ರಿಜಿಸ್ಟರ್‌ನಲ್ಲಿ ತಂದೆಯ ಸಹಿ ನೋಡಿ ದಂಗಾದ. ಎರಡು ಗಂಟೆಯ ಮುನ್ನ ಬಂದು ಲಾಕರ್ ಓಪನ್ ಮಾಡಿದ್ದರು. ಲಾಕರ್ ತಗೊಂಡ ಮೇಲೆ ಕೆಲವು ಸಲ ಬಂದಿದ್ದರೂ, ಮೂರು ವರ್ಷದಲ್ಲಿ ಅವರು ಒಂದು ಸಲ ಕೂಡ ಇತ್ತ ಸುಳಿದಿರಲಿಲ್ಲ. ಇನ್ನೊಂದು ಲಾಕರ್ ಕೀ

ಪಾರಿಜಾತಳ ವಶದಲ್ಲಿದ್ದರೂ ಬೇರೆ ಬ್ಯಾಂಕ್‌ನಲ್ಲಿ ಲಾಕರ್ ತಗೊಂಡು ಇದನ್ನ ಕ್ಯಾನ್ಸಲ್ ಮಾಡಿಸಿದ್ದಳು.

ಅವಮಾನ, ಅಪನಂಬಿಕೆಗಳ ಸರಮಾಲೆ. ಅವನೆದೆ ಕ್ಷಣ ಕುದಿಯಿತು. ಸಂಬಂಧಗಳಲ್ಲಿ ಪರಸ್ಪರ ನಂಬಿಕೆ, ವಿಶ್ವಾಸ, ಗೌರವಗಳು ಇಲ್ಲದಿದ್ದರೆ... ಬರೀ ಜಾಳು ಜಾಳು.

ಲಾಕರ್ ಜಗನ್ನಾಥ್ ಮತ್ತು ಶಂಕರ್ ಹೆಸರಿನಲ್ಲಿತ್ತು. ಇನ್ನೊಂದು ಲಾಕರ್ ತಗೊಂಡಾಗ ತನ್ನೊಂದಿಗೆ ಪಾರಿಜಾತ ಹೆಸರು ಸೇರಿಸಿದ್ದ. ಈಗ ಬೇರೆ ಬ್ಯಾಂಕಿನಲ್ಲಿದ್ದ ಲಾಕರ್ ಬರೀ ಪಾರಿಜಾತ ಹೆಸರಿನಲ್ಲಿತ್ತು.

ಇಂದು ಏಟು ತಿಂದ ಪಕ್ಷಿಯಂತೆ ಮಿಲಿ ಮಿಲಿ ಒದ್ದಾಡಿದ. ಸಾಮರಸ್ಯ ಗಾಳಿಗೆ ತೂರಿಬಿಡಲು ನಿಶ್ಚಯಿಸಿರಲಿಲ್ಲ.

ಲಾಕರ್ ಓಪನ್ ಮಾಡಿದಾಗ ಯಾವುದೇ ಡಾಕ್ಯುಮೆಂಟ್ಸ್ ಇರಲಿಲ್ಲ. ಬರೀ ನೋಟಿನ ಕಂತೆಗಳು ಮಾತ್ರ ಇತ್ತು, ಯಾಕೆ ತೆಗೆದರು? ಅವರ ಉದ್ದೇಶವೇನು? ಅವರದೇನು ಕೆಟ್ಟ ಉದ್ದೇಶವಲ್ಲದಿದ್ದರೂ ಭವಾನಿಯ ಹೆಸರು ಎಲ್ಲಾದರೂ ಸೇರ್ಪಡೆಯಾಗಿದೆಯೊ? ಮತ್ತು ಅವಳ ಹೆಸರಿಗೆ ಏನಾದರೂ ವರ್ಗಾವಣೆಯಾಗಿದೆಯ? ಸ್ಪಷ್ಟವಾಗಿ ಊಹಿಸಿದ.

ಆಫೀಸ್‌ಗೆ ಹೋದ ಕೂಡಲೇ ತಂದೆಗೆ ಫೋನ್ ಮಾಡಿದ.

"ಆ ಪೇಪರ್ಸ್‌ನಲ್ಲಿ ಕಂಟ್ರಾಕ್ಟ್‌ಗೆ ಸಂಬಂಧಿಸಿದ ಒಂದೆರಡು ಪೇಪರ್ ಇದೆ. ವಡಿವೇಲುನ ಕಳುಹಿಸಿಕೊಡ್ತೀನಿ. ಅವನೊಂದಿಗೆ ಕಳ್ಸಿ" ರಿಸೀವರ್ ಇಟ್ಟುಬಿಟ್ಟ.

ಅವನ ಊಹೆ ಸರಿಯಾಗಿತ್ತು. 'ಪುಷ್ಪಕ್' ಜೊತೆ ಕಂಟ್ರಾಕ್ಟ್‌ನಲ್ಲಿಯೂ ಅವಳನ್ನ ಪಾಲುದಾರಳನ್ನಾಗಿ ಮಾಡಿಕೊಂಡಿರಬಹುದು. ಅಂಥ ಒತ್ತಾಯ ಬಂದಿರಬಹುದೆಂಬ ಅನುಮಾನ ರೆಕಾರ್ಡ್ಸ್ ನೋಡಿದ ಮೇಲೆ ಸುಳ್ಳಾಗಿತ್ತು ಮಾತ್ರವಲ್ಲ. ಮಗನ ಮುಂದೆ ಅಪರಾಧಿಯಾಗಿದ್ದರು. ತಲೆತಗ್ಗಿಸುವಂಥ ನೈತಿಕ ಅಪರಾಧ ತಾವೆಂದುಕೊಂಡರೂ ತಮ್ಮನ್ನ ಸಮರ್ಥಿಸಿಕೊಳ್ಳಲು ಪ್ರಯತ್ನಪಟ್ಟರು.

ಅರ್ಧಗಂಟೆಯಲ್ಲಿಯೇ ವಡಿವೇಲು ಬಂದ. ಅಂಥ ವಿದ್ಯೆಯ ಗಂಧವೇನು ಇಲ್ಲದ ಆಜಾನುಬಾಹು ವ್ಯಕ್ತಿ. ಮೊದಲು ಕಲ್ಲು ಹೊರುತ್ತಿದ್ದ. ನಂತರ ಕರಣೆಹಿಡಿದ. ಆಮೇಲೆ ಮೇಸ್ತ್ರಿಯ ಉಸ್ತುವಾರಿ, ಈಗ ಅವನದು ಯಾವುದೇ ಡೆಸಿಗ್ನೇಷನ್ ಇಲ್ಲದ ಕೆಲಸ.

"ಸಾಹೇಬ್ರು ಆಫೀಸ್‌ನಲ್ಲೇ.... ಇರ್ತಾರ?" ಕೇಳಿದರು.

ಬಹಳ ಮುಖ್ಯವಾದ ಕಾಗದ ಪತ್ರಗಳು. ಮಗ ನಂಬಿಕೆ ಇಟ್ಟು ಕಳುಹಿಸಿದರೂ ಅವರಿಗೆ ಭಯ.

"ಇಲ್ಲ, ಮೊದಲಾಳಿ.... ನಾನು ಹೋಗೋ ವೇಳೆಗೆ ಅವ್ರು ಹೊರಟಿರುತ್ತಾರೆ"

ಅವನು ಮಾತು ಮುಗಿಸುವ ವೇಳೆಗೆ ರಿಂಗ್ ಆಯಿತು. ಆ ತುದಿಯಲ್ಲಿದ್ದ ಶಂಕರ್ ಭರವಸೆಯಿಂದ ಹೇಳಿದ.

"ವಡಿಮೇಲು ಕೈಯಲ್ಲಿ ಕಳುಹಿಸಿಕೊಡಿ. ಲಾಕರ್‌ಗಿಂತ ಅವನಲ್ಲಿ ಸೇಫ್" ರಿಸೀವರ್ ಇಟ್ಟ ಸದ್ದು. ಮಗನೇನು ಆಕ್ಷೇಪಿಸಲಾರ!

ಮೌನವಾಗಿ ಕೊಟ್ಟು ಕಳುಹಿಸಿದರು. ಅವನು ಈ ಪ್ರೊಫೆಷನ್‌ಗೆ ಬಂದ ಮೇಲೆ ಇಂದು ಮೊದಲು ಭಾರಿ ಎಲ್ಲಾ ಪ್ರೋಗ್ರಾಂಗಳನ್ನ ಕ್ಯಾನ್ಸಲ್ ಮಾಡಿ ಆಫೀಸ್‌ನಲ್ಲಿ ಕೂತ. ಅಲ್ಲಿ ಏಕಾಂತ ಅಸಾಧ್ಯ.

ಕಾರಿನಲ್ಲಿ ಬಂದು ಕೂತ. ಹಿಂದೆಯೇ ಸಿಂಹ ಓಡಿ ಬಂದ.

"ನೀನು ಗೋಡೋನ್ ಹತ್ರ ಹೋಗಿ ಅಕೌಂಟ್ ಪ್ರಕಾರ ಎಷ್ಟೆಷ್ಟು ಸಿಮೆಂಟ್ ಕಳ್ಸಿ ಕೊಡ್ಬೇಕೋ... ನೋಡು" ಸ್ಟಾರ್ಟ್ ಮಾಡಿದ.

ಒಂದು ಸಲ ಇಡೀ ಲಾರಿ ಸಿಮೆಂಟ್‌ನ ಗೋಲ್‌ಮಾಲ್ ಮಾಡಿ ಪರಾಶರ ಕಂಪನಿ ಗೋಡೋನ್‌ಗೆ ಸಾಗಿಸಿದ್ದ. ಅಲ್ಲಿ ಮೂಟೆಗಳು ಇಳಿಸುತ್ತಿದ್ದಂಗೆ ಶಂಕರ್ ಡಯಲ್ ತಿರುಗಿಸಿದ.

"ಪರಾಶರ ಕಂಪನಿ... ಸ್ಪೀಕಿಂಗ್ ಶಂಕರ್..."

ಅತಿ ವಿನಯದಿಂದ "ನಮಸ್ಕಾರ..." ವೆಂದ "ಗೋಡೋನ್‌ಗೆ ಸಿಮೆಂಟ್ ಕಳಿಸಿದೆ. ಚೆಕ್ ಮಾಡ್ಕೊಂಡ್... ಡ್ರೈವರ್ ಹತ್ರ ಒಂದು ಸ್ಲಿಪ್ ಕಳ್ಸಿಕೊಡಿ" ಫೋನಿಟ್ಟ.

ಚಾಣಾಕ್ಷತನದಿಂದ ಒಂದೇ ಬಾಣದಲ್ಲಿ ಎರಡು ಹಕ್ಕಿಗಳನ್ನ ಹೊಡೆದಿದ್ದ. ಗೋಡೋನ್‌ನ ರೈಟರ್‌ಗೆ ಸಿಮೆಂಟ್ ಚೆಕ್ ಮಾಡಿ ಒಂದು ಲೆಟರ್ ಕಳಿಸಲು ಹೇಳಿದ್ದು ಅರ್ಥವಾಗದೇ ತಬ್ಬಿಬ್ಬಾಗಿ ಅವನು ಆ ಕೆಲಸ ನಿರ್ವಹಿಸಿಬಿಟ್ಟ.

ಮರುದಿನ ಮಹೇಶ್ ಪರಾಶರ ಸಿಂಹನ ಕರೆಸಿಕೊಂಡು ಯದ್ವಾತ್ವಾ ಬಾಯಿಗೆ ಬಂದಂತೆ ಬಯ್ದರು.

"ಇಂಥ ಗೋಲ್‌ಮಾಲ್ ಕೆಲ್ಸ ಬೇಡ. ಡಬಲ್ ಗೇಮ್ ನನ್ಹತ್ರ ನಡಿಯೋಲ್ಲ ಕಟ್ಟಡದ ಪಾಯಕ್ಕೆ ಹಾಕ್ಸಿಬಿಡ್ತೀನಿ. ಬಿ ಕೇರ್ ಫುಲ್" ಕೆನ್ನೆಗಳೆರಡು ಬಾರಿಸಿಬಿಟ್ಟಿದ್ದರು.

ದಿಕ್ಕು ತೋಚದವನಂತೆ ಕುಸಿದು ಕುಳಿತಿದ್ದ. ಇನ್ನು ಶಂಕರ್‌ಗೆ ಹೇಗೆ ಮುಖ ತೋರಿಸುವುದು? ಮೂರು ದಿನ ತಲೆ ತಪ್ಪಿಸಿಕೊಂಡು ನಾಲ್ಕನೇ ದಿನ ಶಂಕರ್ ಕನ್‌ಸ್ಟ್ರಕ್ಷನ್ ಕಂಪನಿಗೆ ಬಂದಿದ್ದ ಅಂಜಲಿಬದ್ಧನಾಗಿ.

ಶಂಕರ್‌ನ ಎರಡೂ ಕಾಲುಗಳನ್ನು ಹಿಡಿದುಬಿಟ್ಟ. ಧಾರಾಳ ಮನಸ್ಸಿನಿಂದ ಕ್ಷಮಿಸಿದರೂ ಎಚ್ಚರಿಕೆ ನೀಡುವುದನ್ನು ಮರೆತಿರಲಿಲ್ಲ. ಇಂದಿಗೂ ಶಂಕರ್ ಅವನ ಮೇಲೊಂದು ಕಣ್ಣು ಇಟ್ಟಿದ್ದ.

ಅರಿವಾಗದಂತೆ ಅವನ ಕಾರು ಪುಷ್ಪಕ್‌ಗೆ ಬಂತು. ವಡಿವೇಲು ಡಾಕ್ಯುಮೆಂಟ್ಸ್ ಕೊಟ್ಟು ಹೋಗಿದ್ದ. ತೆಗೆದುಕೊಂಡು ಬಾ ಎಂದಿದ್ದನೇ ವಿನಹಃ ಇಲ್ಲಿ ಕೊಡೆಂದು ಹೇಳಿರಲಿಲ್ಲ.

ಭವಾನಿಗೆ ಸ್ವಲ್ಪ ಆಶ್ಚರ್ಯವೇ ಆಯಿತು. 'ಬಿಡುವು ಎನ್ನುವುದು ಶಂಕರ್ ಪಾಲಿಗೆ ಗಗನ ಕುಸುಮವಾಗಿದ್ದರೂ ಲೆಕ್ಕಾಚಾರವಾಗಿ ತನ್ನ ಸಮಯವನ್ನು ಹಂಚಿಬಿಟ್ಟಿದ್ದ. ತಾನು ಎನ್ನುವುದನ್ನು ಮನದಿಂದ ತೆಗೆದು ಹಾಕಿ 'ತನ್ನವರ' ಬಗೆಗೆ ಯೋಚಿಸುತ್ತಿದ್ದ.

ಮಾತನಾಡದೇ ಕೋಣೆಗೆ ಹೋಗಿ ಮಲಗಿಬಿಟ್ಟ. ಬಾಗಿಲವರೆಗೂ ಬಂದ ಭವಾನಿ ಹಿಂದಕ್ಕೆ ಸರಿದಳು, ಸದ್ಯಕ್ಕೆ ಶಂಕರ್‌ಗೆ ಏಕಾಂತ ಬೇಕು.

"ಭವಾನಿ..." ಒಂದು ಗಂಟೆಯ ನಂತರವೇ ಕೂಗಿದ್ದು.

ಕಾದಿದ್ದವಳಂತೆ ಒಳಗೆ ಹೋದಳು. ಸೀಲಿಂಗಿನತ್ತ ನೋಡುತ್ತಿದ್ದವನು ಅವಳತ್ತ ನೋಟ ಹರಿಸಿದ. "ಸದಾನಂದ್... ಬಂದಿದ್ನಾ?" ಇಲ್ಲವೆನ್ನುವಂತೆ ತಲೆಯಾಡಿಸಿದಳು. ಸುಮ್ಮನಾದ.

ಮನೆಮಾರಿ ಮುಂಬೈಗೆ ಹೋಗುವನೆಂಬ ವಿಷಯ ಕಿವಿಗೆ ಬಿದ್ದಿತ್ತು. ಯಾಕೆ, ಏನು? ಅವನವರೆಗೆ ಬಂದಿರಲಿಲ್ಲ. ಅವನ ಸ್ವಾಭಿಮಾನದ ಪರಿಚಯ ಶಂಕರ್‌ಗೆ ಇತ್ತು.

ಮದುವೆಯ ಸಮಸ್ತ ಖರ್ಚು ಅವನದೇ. ಅವನಿಗೆ ಕೊಡಬೇಕಾದುದ್ದನ್ನ ಕೊಟ್ಟಿದ್ದ ಕೂಡ.

"ಬೇಜರಾಯ್ತು...?" ಅವಳ ಕೈಹಿಡಿದು ಪ್ರಶ್ನಿಸಿದ.

"ಏನಿಲ್ಲ, ಹೊರ್ಗೆ ಸಾಕಷ್ಟು ಸಮಸ್ಯೆಗಳು ಇರುತ್ತೆ. ಇಂದು.... ಏನೋ...." ಅವಳು ಮಾತನ್ನ ಪೂರ್ತಿ ಮಾಡಲಿಲ್ಲ. "ಅಂಥದೇನಿಲ್ಲ. ಆದ್ರೂ ಇಂದು ಒಂದು ರೀತಿಯ ನಿರಾಸಕ್ತಿ. ಇದು ಕೂಡದು ವ್ಯಕ್ತಿಯ ಬದ್ಕಿನಲ್ಲಿ. ಇಂಥ ದೌರ್ಬಲ್ಯ ಅಡಿಪಾಯದ ಕಲ್ಲನ್ನ ಹಿಡಿದು ಅಲುಗಾಡಿಸಿ ಬಿಡುತ್ತೆ. ಇದು ಬೇರೆಯವ್ರ ಗಮನಕ್ಕೆ ಬರಬಾರ್ದು" ಎಂದ.

ವಿಸ್ಮಿತಳಾದಳು ಭವಾನಿ.

ಇಡೀ ದಿನ ಪೂರ್ತಿ ಅವನು ಹೊರಗೆ ಹೋಗಲಿಲ್ಲ. ನಾಲ್ಕಾರು ಸಲ ಫೋನ್ ಬಂತು. ಭವಾನಿಯೇ ರಿಸೀವ್ ಮಾಡಿಕೊಂಡಳು.

ಸಂಜೆ ಬಟ್ಟೆ ತೊಟ್ಟು ರೆಡಿಯಾದ. "ನಾಳೆ ಬೆಳಗಿನವರೆಗಿನ ವೇಳೆಯೆಲ್ಲ ನಿಂದೇ. ನೀನೇ ಪ್ರೋಗ್ರಾಮ್ ಫಿಕ್ಸ್ ಮಾಡು" ಉತ್ಸಾಹ ತೋರಿದ.

"ಊಹ್ಲೂಂ...." ತಲೆಯಾಡಿಸಿಬಿಟ್ಟಳು. "ನೀವು ಎಲ್ಲಿಗೆ ಹೋಗೋಣಾಂದ್ರೆ... ಅಲ್ಲಿಗೆ" ಅವಳ ಮೂಗಿಡಿದು ಹಿಂಡಿದ.

"ಇದು ನಡಿಯದು ಮೇಮ್‌ಸಾಬ್. ನೀನು ಎಲ್ಲಿಗೆ ಇಷ್ಟಪಟ್ಟರೆ... ಅಲ್ಲಿಗೆ" ಅವಳನ್ನ ಒತ್ತಾಯಿಸಿದ.

"ತುಂಬ ಪ್ರಶಾಂತವಾದ ಹಚ್ಚಹಸುರು ಇರುವ ಸ್ಥಳ. ನಿರಾಸಕ್ತ ಮನಗಳಿಗೆ ಚೇತನವೀಯುವುದು ನಿತ್ಯನೂತನೆ ಪ್ರಕೃತಿಯೇ!" ಎಂದಾಗ ಅವಳನ್ನ ದೀರ್ಘವಾಗಿ ನೋಡಿದ.

"ಐ ಲೈಕ್ ಯು. ಭವಾನಿ. ನೀನು ಪೂರ್ತಿ ಬೇರೆ." ಅವನ ಸ್ವರದಲ್ಲಿ ಮೆಚ್ಚಿಗೆಯ ಜೊತೆ ಅಭಿಮಾನವು ಇತ್ತು. "ವೆಚ್ಚಕ್ಕೆ ಹೊನ್ನು ಇರಲು, ಇಚ್ಛೆ ಅರಿಯುವ ಸತಿಯಿರಲು ಸ್ವರ್ಗಕ್ಕೆ ಕಿಚ್ಚು ಹಚ್ಚೆಂದ ಸರ್ವಜ್ಞ' ಸರ್ವಕಾಲಿಕವಾಗಿತ್ತು ಸರ್ವಜ್ಞನ ಪದ.

ಸಿಟಿಯಿಂದ ಬಹಳ ದೂರ ಕಾರಿನ ಚಕ್ರಗಳು ಉರುಳಿದವು. ಲೆಕ್ಕಾಚಾರವಾಗಿ, ಗಂಭೀರವಾಗಿ, ತುಸು ರಸಿಕತನದಿಂದ, ಹೆಚ್ಚು ಬುದ್ಧಿವಂತಿಕೆಯಿಂದ ಮಾತಾಡುತ್ತಿದ್ದ ಶಂಕರ್. ತೀರಾ ಹರೆಯದ ಯುವಕನಂತೆ ಅವಳನ್ನ ಛೇಡಿಸಿದ, ಗೋಳು ಹೊಯ್ದುಕೊಂಡ, ತೊರೆಯ ನೀರನ್ನು ಎರಚಾಡಿದ. ಕಲ್ಲಿನಿಂದ ಕಲ್ಲಿಗೆ ಹಾರಿದ. ಅವಳನ್ನು ಓಡಿಯಾಡಿಸಿಬಿಟ್ಟ.

"ಪ್ಲೀಸ್, ಇನ್ನು ನನ್ಕೈಯಲಾಗೋಲ್ಲ" ಭವಾನಿ ಕೂತುಬಿಟ್ಟಳು. ಅವಳ ಬಳಿಯಲ್ಲಿ ಬಂದು ಬಗ್ಗಿದ.

"ವ್ಹಾಟ್, ಆಗೋಲ್ಲಾಂದ್ರೆ.... ಏನರ್ಥ..." ಕಣ್ಣಲ್ಲಿ ತುಂಟತನದ ಮಿಂಚು.

ತುಂಬು ಎದೆಗಳು ಏರಿಳಿಯುತ್ತಿದ್ದವು. ಕೆದರಿದ ಮುಂಗುರುಳು, ಕೆಂಪಾದ ಮುಖ.

ಸಂಯಮದಿಂದ ಕೈಚಾಚಿದ. "ಓಕೇ ರಾಣಿ ಸಾಹೀಬಾ.... ಹೋಗೋಣ" ಎಬ್ಬಿಸಿ ತೋಳಲ್ಲಿ ಬಳಸಿ ಕಾರಿನತ್ತ ನಡೆದ.

ಸಿಂಹ ಒಂದು ಫೈಲ್ ಹಿಡಿದುಕೊಂಡು ಬಂದು ಕಾಂಪೌಂಡ್‌ನಲ್ಲಿಯೇ ಕಾಯುತ್ತಿದ್ದ.

"ಈ ಬಿಲ್ ಪಾಸ್ ಮಾಡ್ದೇ ಹಿಂದಕ್ಕೆ ಕಳಿಸಿದ್ದಾರೆ." ಯಾವ ಬಿಲ್ ಎಂದು ಅವನಿಗೆ ಗೊತ್ತು. ಕೆಲಸ ಪ್ರಾಮಾಣಿಕವಾಗಿದ್ದರೂ ಮಾಮೂಲು ಹೋಗದ ಹೊರತು ಕೆಲಸವಾಗದು.

"ಆಯ್ತು..." ಒಳಗೆ ನಡೆದ. ವರ್ಕ್ಸ್ ಬಗ್ಗೆಯೆಲ್ಲ ವಿಚಾರಿಸಿದ. ಕಬ್ಬಿಣ, ಸಿಮೆಂಟ್, ಮರ ಮುಂತಾದುವುಗಳ ಲಿಸ್ಟ್ ನೋಡಿದ. ಹೋಗಬಹುದು ಎಂದ ಕಣ್ಣಲ್ಲೇ.

ಸಿಂಹ ನಿಂತಲ್ಲಿಂದ ಅಲ್ಲಾಡಲಿಲ್ಲ. ತೀರಾ ಅವನ ತಲೆ ತಗ್ಗಿತು. ಲಜ್ಜಿತನಾಗಿದ್ದ.

"ಮಗುಗೆ ಡೊನೇಷನ್ ಕಟ್ಟಬೇಕು. ಸಂಬಳಕ್ಕೆ ಮೀರಿ ತಾಪತ್ರಯಗಳು. ಒಂದ್ಹೈದು ಸಾವಿರ ಸಾಲವಾಗಿ ಕೊಡ್ಬೇಕು" ಎಂದ. ಶಂಕರ್ ಅವನತ್ತಲೇ ನೋಡಿದ.

"ಲೋನ್ ತಗೋಳೋಕೆ.... ನೀನು ಎಷ್ಟರ ಮಟ್ಟಿಗೆ ಎಲಿಜಬಲ್? ನೀನೇ ಉತ್ತರ ಹೇಳ್ಬೇಕು. ಸಾಲ ಎಂಥ ವ್ಯಕ್ತಿಗಳಿಗೆ ಕೊಡ್ತಾರೆ. ನೀನೇ ಕೆಲವು ಸಲ ಕೆಲವರಿಗೆ ರೆಕಮಂಡ್ ಮಾಡ್ತೀಯಲ್ಲ. ಎಂಥವರಿಗೆ... ಮಾಡೋದು?" ಅರಿವಾಗದಂತೆ ಅವನ ಸ್ವರದಲ್ಲಿ ಖಾರ ಇಣಕಿತು.

ಸಿಮೆಂಟ್ ಲಾರಿ ಪರಾಶರ ಗೋಡೋನ್‌ಗೆ ಹೋದ ಮೇಲೂ ಕೂಡ ಸಿಂಹನ್ನ ಪ್ರಶ್ನಿಸಲು ಹೋಗಿರಲಿಲ್ಲ. ಈಗ ಅದಕ್ಕೆ ಸಮಯ ಕೂಡಿಬಂದಿತ್ತು.

"ಕ್ವಿಕ್, ನಂಗೆ ಬೇಗ ಉತ್ತರ ಬೇಕು" ಅವಸರಿಸಿದ.

ಸಿಂಹನ ಬಾಯಲ್ಲಿನ ಪಸೆಯಾರಿತು. ಗಂಟಲಲ್ಲಿ ಉಗುಳು ಸಿಕ್ಕಿ ಹಾಕಿಕೊಂಡಿದೆಯೆಂಬ ಭ್ರಮೆಯಿಂದ ಬಲವಂತವಾಗಿ ಉಗುಳು ನುಂಗಿದ.

"ಕ್ಷಮ್ಸಬೇಕು ಯಜಮಾನ್ರೆ..." ಎಂದ ಪಶ್ಚಾತ್ತಾಪದ ದನಿಯಲ್ಲಿ.

"ಅರರೇ, ಯಾರು... ಯಜಮಾನ್ರೂ? ಇದೇನು ಹೊಸ ಪದದ ಪ್ರಯೋಗ. ನನ್ನ ಪ್ರಶ್ನೆಗೆ ಉತ್ತರ ಹೇಳು. ನಂಗೆ ಹೆಚ್ಚು ಸಮಯವಿಲ್ಲ" ಅವನ ದನಿ ಕಡುವಾಯಿತು.

ಸಿಂಹ ಕಣ್ಣೊರೆಸಿಕೊಂಡು "ನಂಗೆ ಅರ್ಹತೆ ಇಲ್ಲ. ಆದ್ರೂ...." ಶಂಕರ್ ಕೆಲವು ವಿಷಯಗಳಲ್ಲಿ ಅತ್ತಿತ್ತ ಚಲಿಸಲಾರ.

"ಬೆಳಿಗ್ಗೆ ಆಫೀಸ್‌ನಲ್ಲಿ ಮಾತಾಡೋಣ. ನೀನೀಗ... ಹೋಗ್ಬಾ" ಎಂದವನು "ಮುಂದೆ ಕಾಂಪೌಂಡ್‌ಗೆ ಹಾಕಿರೋ ನೇಮ್ ಪ್ಲೇಟ್‌ನ ಒಂದ್ಸಲ... ನೋಡ್ಕೊಂಡ್ಹೋಗು. ನಿನ್ಗೇ ಹೇಳುವಾಗ ಕನ್‌ಫ್ಯೂಸ್ ಆಗ್ಬಾರ್ದು" ಎಚ್ಚರಿಕೆಯ ಗಂಟೆ ಮೊಳಗಿದಂತಿತ್ತು ಅವನ ಮಾತಲ್ಲಿ.

ಒಮ್ಮೆ ಜಗನ್ನಾಥ್ ಬಳಿಯಲ್ಲಿ "ಆ ಮನೆಯಲ್ಲಿದ್ರು...." ಎಂದು ಹೇಳಿದನ್ನ ಕೇಳಿದ್ದ. ಇದು ಯಾವ ಮನೆ? ಯಾರ ಮನೆ ಸರಿಯಾಗಿ ಮನದಟ್ಟು ಮಾಡಿಕೊಳ್ಳುವ ಅವಶ್ಯಕತೆ ಇತ್ತು.

ಪುಷ್ಪಕ್ ಒಡೆಯ ಶಂಕರ್ ಅದನ್ನ ಮುಂದುಗಡೆಯೇ ಮುದ್ದಾಗಿ ಕೆತ್ತಿಸಿದ್ದ. ಈ ಮನೆಯ ಮರ್ಯಾದೆ ಸಮಾಜದಲ್ಲಿ ಒಂದಿಂಚು ಕಡಿಮೆಯಾಗುವುದು ಅವನಿಗಿಷ್ಟವಿಲ್ಲ.

ಸಿಂಹ ಅವನ ಎರಡು ಕಾಲುಗಳನ್ನ ಹಿಡಿದುಕೊಂಡುಬಿಟ್ಟ "ತಿಳಿದೇ ಬೇಕಾದಷ್ಟು ತಪ್ಪು ಮಾಡಿದ್ದೀನಿ. ಮುಂದೆ ಮಾಡೋಲ್ಲ" ಶಂಕರ್ ಹಿಂದಕ್ಕೆ ಸರಿದ. "ಇದೆಲ್ಲ ಏನು, ವಯಸ್ಸಿನಲ್ಲಿ ಸ್ವಲ್ಪ ದೊಡ್ಡೋನು. ಕೂಡ ಧರ್ಮ ಮಾಡೋಕು, ಸಾಲ ಕೊಡೋಕು ರೀತಿ ನೀತಿಗಳಿವೆ ಬೆಳಿಗ್ಗೆ ಆಫೀಸ್‌ಗೆ... ಬಾ"

ಭವಾನಿ ವಿಸ್ಮಿತಳಾದರೂ ಗಂಡನ ವ್ಯವಹಾರ ಚಾತುರ್ಯವನ್ನ ಮೆಚ್ಚಿಕೊಂಡಳು.

ಸಿಂಹನ ಕಳುಹಿಸಿ ಒಳಬಂದ ಅವನು ಫೈಲನ್ನು ಪರಿಶೀಲಿಸಿ ರಿಸೀವರ್ ಎತ್ತಿದ. ಅಕೌಂಟೆಂಟ್‌ಗೆ ಹೋಯಿತು. ನೇರವಾಗಿ ಮಾತಾಡಿ ಇಟ್ಟ. ತಡಮಾಡೋಕು ಕಾರಣವಿತ್ತು.

ಹಣ್ಣಿನ ರಸ ತಂದಿಟ್ಟಳು.

"ತಲೆ ಬಿಸಿ ಕಮ್ಮಿಯಾಗಲೀಂತಾನಾ?" ಮೆಲುನಗೆ ಬೀರಿದ, "ನಿನ್ನ ನಿರ್ಮಲವಾದ ಮುಖಕ್ಕಿಂತ ಇದೇನು ತಂಪಾಗಿಲ್ಲ" ಎಂದ.

ಸ್ವತಃ ತಂದೆ, ತಾಯಿಯೊಂದಿಗೆ, ಪಾರಿಜಾತಳೊಂದಿಗೆ ಕೂಡ ಹೇಳದ ಎಷ್ಟೋ ವ್ಯವಹಾರಕ್ಕೆ ಸಂಬಂಧಪಟ್ಟ ವಿಷಯಗಳನ್ನ ಹೇಳಿದ. ಅವನೆದೆಯ 'ಒಂಟಿತನದ' ಅನಾಥ ಪ್ರಜ್ಞೆ ನೆಲೆ ಇಲ್ಲದೆ ಓಡಿದಂತಾಯಿತು.

ಜಗನ್ನಾಥ್, ಮಗ ಸರ್ಕಾರಿ ಇಂಜಿನಿಯರ್ ಆಗಲೀಂತ ಬಯಸಿದ್ದರೇ ವಿನಹ ಕಂಟ್ರಾಕ್ಟರ್ ಆಗಲೀಂತಲ್ಲ. ಹೆಸರು, ಹಣ ಸಂಪಾದಿಸಿದ್ದರೂ ಇಲ್ಲದ ತರಲೆ ತಾಪತ್ರಯವೆಂಬ ಬೇಸರ. ಮಗ ಸದಾ ಟೆನ್ಷನ್‌ನಲ್ಲಿರೋ ಜೊತೆಗೆ 'ಪರಾಶರ ಕನ್‌ಸ್ಟ್ರಕ್ಷನ್ ಕಂಪನಿ'ಯ ಜೊತೆ ಪೈಪೋಟಿ, ಬಂಧುಗಳೊಡನೆ ನಿಷ್ಠುರಬೇಕಾಗಿಲ್ಲ ಅವರಿಗೆ. ಇನ್ನ ಪಾರಿಜಾತಗೆ ಸಾಕಷ್ಟು ಇತ್ತು, ಸರ್ಕಾರಿ ಉದ್ಯೋಗದಲ್ಲಿ ಇನ್ನಷ್ಟು ಸಂಪಾದಿಸುವ ಅರ್ಹತೆ ಇತ್ತು. ಇಷ್ಟೆಲ್ಲ ರಿಸ್ಕ್ ಅಗತ್ಯವಿರಲಿಲ್ಲ. ಅವಳ ಅಭಿಪ್ರಾಯ. ಅದರಿಂದ ಅವನ ಸಮಸ್ಯೆ, ತುಮುಲ ಒಂಟಿಯಾಗಿಯೇ ಅನುಭವಿಸಬೇಕಾಗಿತ್ತು. ಇಂದು ಅವನೆದೆ ಹಗುರವಾಯಿತು.

ಆ ರಾತ್ರಿ ಅತ್ಯಂತ ಮಧುರವಾಗಿತ್ತು ಅವನ ಪಾಲಿಗೆ.

* * * *

ಹಿಂದಿನ ದಿನವೇ ಪಾರಿಜಾತಗೆ ಹೇಳಿದ "ನಾಳೆ ನಿನ್ನ ಬರ್ತ್‌ಡೆ. ವ್ಹಿ ವಿಲ್ ಸೆಲಬ್ರೇಟ್, ಇಡೀ ದಿನ ನಿಂಗೆ ಮೀಸಲು. ಎಲ್ಲಿಗೆ ಹೋಗೋಣ? ಮಾಮೂಲಿ ಕೇಕ್ ಕಟ್ ಮಾಡೋದು, ಫ್ರೆಂಡ್ಸ್, ಪಾರ್ಟಿ ಬೇಡ. ಬೇರೆ ರೀತಿ ಸೆಲಬ್ರೇಟ್ ಮಾಡೋಣ" ಅವಳ ಕಣ್ಣಲ್ಲಿ ಕಣ್ಣಿಟ್ಟು ನೋಡಿದ.

ಅವಳಿಗೆ ಖುಷಿಯಾದರೂ, ಅವನ ಮಾತು ಇಷ್ಟವಾಗಲಿಲ್ಲ.

"ಕೇಕ್ ಕಟ್ ಮಾಡೋದು, ಪಾರ್ಟಿ, ಫ್ರೆಂಡ್ಸ್ ಇಲ್ಲಾಂದ್ರೆ... ಅದೆಂಥ ಸೆಲಬ್ರೇಷನ್, ಈ ಸಲ ಗ್ರಾಂಡಾಗಿ ಆಚರಿಸ್ಬೇಕು. ಹೋಟೆಲ್ ನ್ಯೂ ಸ್ಟಾರ್... ತುಂಬ ಚೆನ್ನಾಗಿದೆ." ಉತ್ಸಾಹ ವ್ಯಕ್ತಪಡಿಸಿದಳು.

ಎರಡು ನಿಮಿಷ ಸುಮ್ಮನಿದ್ದ. ಕೆಲವು ಸಲ ಅನಾವಶ್ಯಕವಾಗಿ ಹಣ ಖರ್ಚು ಮಾಡಬೇಕಾಗುತ್ತೆ.

ಅವಳ ತೋಳನ್ನ ಹಿಡಿದು ಪ್ರಶ್ನಿಸಿದ.

"ನಾನೊಬ್ಬ ಸಾಮಾನ್ಯ ಸಿವಿಲ್ ಇಂಜಿನಿಯರ್ ಆಗಿದ್ದರೆ, ಇಂಥ ನಿನ್ನ ಒಂದು ಬೇಡಿಕೆ ಖಂಡಿತ ನನ್ನಿಂದ ಪೂರೈಸೋಕೆ ಆಗ್ತಾ ಇರ್ಲಿಲ್ಲ" ಅರ್ಥ ಮಾಡಿಸಲು ನೋಡಿದ.

ಪಾರಿಜಾತ ಮುಖ ದಪ್ಪಗೆ ಮಾಡಿಕೊಂಡಳು. "ಅನಾವಶ್ಯಕವಾಗಿ ಬೇಕಾದಷ್ಟು ಖರ್ಚುಗಳ್ನ ಮಾಡ್ತಾ ಇದ್ದೀರಾ, ಪುಷ್ಕರ್...." ಅವಳು ಮುಂದೆ ಮಾತಾಡೋಕೆ ಬಿಡದಂತೆ ಅವಳ ಬಾಯ ಮೇಲೆ ಕೈಯಿಟ್ಟ, ಬೇಡವೆನ್ನುವಂತೆ ತಲೆಯಾಡಿಸಿದ.

ಅವಳ ಬಾಯಿ ಮೇಲಿಂದ ಕೈತೆಗೆದವನು ಡಯಲ್ ತಿರುಗಿಸಿ ಹೋಟೆಲ್ ನ್ಯೂ ಸ್ಟಾರ್ ಸಂಪರ್ಕಿಸಿದ. ಮಾತಾಡಿ ಫೋನಿಟ್ಟ.

"ನಿಂಗೆ ಯಾರಾರು ಬೇಕೋ ಅವ್ರನ್ನ... ಇನ್ವೈಟ್ ಮಾಡ್ಕೋ..." ಕೋಣೆಯಿಂದ ಹೊರಗೆ ನಡೆದ.

ಅವಳು ಕೂತಲ್ಲಿಯೇ ಗೊಂಬೆಯಾದಳು. ಯಾವ ಹೆಣ್ಣೂ ತನ್ನ ಗಂಡನ ಪ್ರೀತಿಯನ್ನು ಬೇರೊಂದು ಹೆಣ್ಣಿನೊಂದಿಗೆ ಹಂಚಿಕೊಳ್ಳಲಾರಳು. ಆದರೆ ಅವಳ ಕ್ಲಬ್

ಗೆಳತಿಯರು ತೋಡಿಕೊಳ್ಳುವ ವಿಷಯಗಳನ್ನ ಕೇಳಿದಾಗ ಅವಳಿಗೆ ದಿಗ್ಭ್ರಮೆಯಾಗುತ್ತಿತ್ತು.

ತಮ್ಮದೇ ಪ್ರೊಫೆಷನ್‌ನಲ್ಲಿರುವ ಗೆಳತಿಯರನ್ನೋ, ಇಲ್ಲ ತಮ್ಮ ಕೈಕೆಳಗೆ ಕೆಲಸ ಮಾಡುವ ಯುವತಿ ಸ್ನೇಹದಲ್ಲಿಯೋ ಇರುತ್ತಿದ್ದರು ಕೆಲವರು. ಯಾಕೆ?

ಅವಳೆದೆ ಭಾರವಾಗಿ ಕಣ್ಣಲ್ಲಿ ನೀರು ತುಂಬಿಕೊಂಡಿತು. ಮನಃಪೂರ್ತಿ ಅತ್ತಳು. ಶಂಕರ್ ಮತ್ತೊಂದು ಮದುವೆಯಾದ ಮೇಲೆ ಪೂರ್ತಿ ಬದಲಾಗುತ್ತಾನೆಂದು ತಿಳಿದಿದ್ದಳು. ಅವನ ಮಾತು, ನಡತೆ, ಪ್ರೀತಿಯಲ್ಲಿ ಯಾವ ಬದಲಾವಣೆ ಇಲ್ಲ. ಸಮರ್ಥವಾಗಿ ಅವನ ಉಳಿದ ವೇಳೆಯನ್ನ ಇಬ್ಬರಿಗೂ ಹಂಚಿಬಿಟ್ಟಿದ್ದ.

ಮತ್ತೇನೋ ತಲೆ ಕೆಡಿಸಿಕೊಂಡಳು.

ದಢ ದಢನೆ ಕೆಳಗಿಳಿದು ಬಂದಳು. ಶಂಕರ್, ಜಗನ್ನಾಥ್ ಹತ್ತಿರ ಏನೋ ಮಾತಾಡುತ್ತಿದ್ದವನು ಅವಳೆಡೆ ನೋಟ ಹರಿಸಿ, ಕಣ್ಣಲ್ಲಿಯೇ ಮತ್ತೇನೆಂದು ಪ್ರಶ್ನಿಸಿದ. ಅತ್ತ ಗುರುತನ್ನೂ ಸ್ಪಷ್ಟವಾಗಿ ಗುರುತಿಸಿದ.

"ಸಂಜೆ ಬೇಗ ಮನೆಗೆ ಬರ್ತೀರಾ?" ಕೇಳಿದಳು.

"ಇಲ್ಲ, ನಾಳೆ ಮಧ್ಯಾಹ್ನ ಮೀಟ್ ಮಾಡೋಣ. ಎಲ್ಲಾ ಅರೇಂಜ್ ಆಗಿರುತ್ತೆ. ನಿಂಗೇನ್ಬೇಕೋ... ಆ ತಯಾರಿ ಮಾಡ್ಕೋ" ವಿಚಲಿತವಾಗದ ಸ್ವರ.

ಮಗನನ್ನೇ ನೋಡಿದರು ಜಗನ್ನಾಥ್.

"ಪುಷ್ಪಕ್ ಭರ್ಜರಿ ಮನೆ ಕಣಯ್ಯ. ವ್ಹಾ... ವ್ಹಾ... ಏನು ಡೆಕೋರೇಷನ್... ಲಕ್ಷಾಂತರ ಸುರಿದಿದ್ದಾನೆ. ಹೊರ್ಗೆ ವಂಡರ್‌ಫುಲ್ ಗಾರ್ಡನ್, ಅಷ್ಟೆ ಸುಂದರವಾದ ಹೆಂಡ್ತಿ ಕೂಡ. ಮೊನ್ನೆ ಆಕಸ್ಮಿಕವಾಗಿ ಅಲ್ಲೇ ಸಿಕ್ಕಾಗ ಕರ್‍ಕೊಂಡ್ಹೋಗಿದ್ದ. ಅವನದೇ ಆದ ಮಗುವನ್ನು ಶಂಕರ್ ಬಯಸೋದು ತಪ್ಪಿಲ್ಲ. ನಿಮ್ದೇ ಸರಿಯಿಲ್ಲ. ಮಗನ ಬಗ್ಗೆ ಅಷ್ಟೊಂದು ಅಭಿಮಾನ ಪಟ್ಕೊತೀಯಲ್ಲ ಅವ್ನ ಇಲ್ದ ಬದುಕನ್ನ ಸ್ವಲ್ಪ ಕಲ್ಪನೆ ಮಾಡ್ಕೊಳ್ಳಿ..." ಕ್ಲಬ್‌ನಲ್ಲಿ ಸಿಕ್ಕ ಲಾಯರ್ ಅಳಸಿಂಗಚಾರ್ಯರು ಸವಾಲೆಸೆದಿದ್ದರು ಅವರಿಗೆ.

ಅದನ್ನು ಒಪ್ಪಲು ಅವರು ತಯಾರಿರಲಿಲ್ಲ. ಕಾರ್ಡ್ಸ್ ಕಲೆಸುತ್ತ "ಷಟಪ್, ಒಂದು ಅನಾಥ ಮಗುನ ದತ್ತು ತಗೋತಾ ಇದ್ದೆ. ಮಗು.... ಅಂದ್ಮೇಲೆ... ಮಗುನೇ.... ಸ್ವಂತವಾದರೇನು...ಬಾಡ್ಗೆಯದಾದರೇನು?" ಮನಸಾಕ್ಷಿಯ ವಿರುದ್ಧ ಉಡಾಫೆಯ ಭಾಷಣ ಮಾಡಿದ್ದರು.

ಅದೆಲ್ಲ ನೆನಪಿಸಿಕೊಂಡರು.

ಸ್ವಲ್ಪ ಅವರೇ ಮುಂದುವರಿದು "ಪಾರಿಜಾತ ತಂಗಿ, ತಂಗಿ ಗಂಡ ಬರ್ತಾರೆ" ಹೇಳಿದರು.

"ಬರಲೀ ಬಿಡಿ.... ಅವ್ರನ್ನ ರಿಸೀವ್ ಮಾಡಿಕೊಳ್ಳೋಕೆ ಬೇಕಾದ್ರೆ... ಕಾರು

ತಗೊಂಡು ಪಾರಿಜಾತ ಹೋಗ್ಲಿ" ಹೇಳಿಬಿಟ್ಟ. ಕೆಲವು ಮುಲಾಜುಗಳನ್ನು ನಿರ್ದಾಕ್ಷಿಣ್ಯವಾಗಿ ಮೆಟ್ಟಿಬಿಡುತ್ತಿದ್ದ.

ಸೀದಾ ಹೋಗಿ ಕಾರು ಹತ್ತಿದ. ಪಾರಿಜಾತ ಕೂಡ ಒಂದು ಮಾತು ಆಡಲಿಲ್ಲ. ಜಗನ್ನಾಥ್ ತಮ್ಮ ಕೋಣೆಗೆ ಹೋಗಿಬಿಟ್ಟರು.

ದಾಕ್ಷಾಯಿಣಿ ಗಂಡನನ್ನು ತರಾಟೆಗೆ ತಗೊಂಡರು.

"ಯಾಕೆ ಮುಖ ಒಂದು ತರಹ ಆಗಿದೆ? ಆಗಾಗ ಬಂದು ಹೋಗೋ ಎಲ್ಲರನ್ನ ಬರಮಾಡಿಕೊಳ್ಳೋಕೆ, ಬಿಡೋದಿಕ್ಕೆ ಅವ್ನಿಗೆ ಪುರಸತ್ತು ಇದ್ಯಾ? ಅವ್ನು ಹಿಂದೆ ಕೂಡ ಅದನ್ನೆಲ್ಲ ಇಟ್ಟುಕೊಂಡಿರಲಿಲ್ಲ. ಈಗ್ಯಾಕೆ ಅಂಥ ಪ್ರಸ್ತಾಪ.... ಮಾಡಿದ್ರಿ?" ಮಗನ ಪರ ವಕಾಲತ್ತು.

ಹೆಂಡತಿಯನ್ನು ಸನ್ನೆ ಮಾಡಿ ಹತ್ತಿರಕ್ಕೆ ಕರೆದರು.

"ನಾನು ಪಾರಿಜಾತಗೋಸ್ಕರ ಇಷ್ಟು ಹೇಳಿದ್ದು. ಈಗ್ಲೇ ಅವ್ಳಿಗೆ ಅನ್ಯಾಯವಾಗಿದೆ. ಅವಳು ಕಣ್ಣೀರು ಹಾಕಬಾರದು. ಪುಷ್ಪಕ್... ಹೇಗಿದೆ ಗೊತ್ತಾ? ಮನೆ ಮುಂದೆ ದೊಡ್ಡ ನೇಮ್ ಪ್ಲೇಟ್. ಶಂಕರ್ ಕನ್ಸ್‌ಟ್ರಕ್ಷನ್ ಕಂಪನಿಯ ಮಾಲೀಕನ ಮನೆ, ಶ್ರೀಮಂತವಾಗಿರಬೇಕು. ಭವ್ಯವಾಗಿರಬೇಕು." ವ್ಯಂಗ್ಯವಾಡಿದರು.

ದಾಕ್ಷಾಯಿಣಿ ಸ್ವಲ್ಪ ಮೆತ್ತಗಾದರು. ಮಗ ಮಾಡಿದ್ದು ತಪ್ಪೆನ್ನಲಾಗಿಲ್ಲ. "ಇಲ್ಲಿ ತಾನೇ ಏನು ಕಮ್ಮಿ ಆಗಿದೆ? ಸಾವಿರಾರು ಖರ್ಚು ಮನೆ ಮುಂದಿನ ಗಾರ್ಡನ್‌ನ ಸುಂದರವಾಗಿಸಿದ. ಈಗ್ಲೂ ಅದನ್ನ ಅವನೇ ನೋಡ್ಕೋಬೇಕು. ನಿಮ್ಗೇ ಕಾರ್ಡ್ಸ್, ಕ್ಲಬ್, ಗೆಳೆಯರು. ನಂಗೆ ಆಸಕ್ತಿಯೇ ಇಲ್ಲ. ಪಾರಿಜಾತ ಆ ಕಡೆ ಗಮನ ಕೊಡೋಲ್ಲ. ಪುಷ್ಪಕ್‌ನಲ್ಲಿ ಭವಾನಿ ನೋಡ್ಕೋತಾಳೆ. ಅದ್ಕೇ ಅಷ್ಟು ಸುಂದರವಾಗಿದೆ" ಸುಲಭವಾಗಿ ಆಡಿಬಿಟ್ಟರು.

ಜಗನ್ನಾಥ್ ಅತ್ತಿತ್ತ ನೋಡಿದರು. "ಅಂತು ಅವಳನ್ನ ಕೂಡ ಸೊಸೆ ಅಂತ ಸ್ವೀಕರಿಸ್ಬಿಟ್ಟೆ. ಆದರೆ.... ನಾನು ಒಪ್ಪೋಲ್ಲ. ನಮ್ಗೆ ಪಾರಿಜಾತ ಮಾತ್ರ ಸೊಸೆ. ಭವಾನಿ ಬರೀ ಅವ್ನಿಗೆ ಮಡದಿಯಾಗಿ ಉಳಿಯಬೇಕಷ್ಟೆ" ಖಡಾಖಂಡಿತವಾಗಿ ಹೇಳಿದರು.

ಅನಿರೀಕ್ಷಿತವಾಗಿ ಬಾಗಿಲವರೆಗೂ ಬಂದ ಶಂಕರ್ ಕಿವಿಗೆ ಈ ಮಾತುಗಳು ಬಿದ್ದವು. ಅವನೇನು ಅದರತ್ತ ಲಕ್ಷ್ಯ ಕೊಡಲಿಲ್ಲ. ಒಳಗೆ ನುಗ್ಗಿದ.

"ನಿಮ್ಮ ಫ್ರೆಂಡ್ ಲಾಯರ್ ಅಳಸಿಂಗಚಾರ್ಯರಿಗೆ ಹಾರ್ಟ್ ಅಟ್ಯಾಕ್ ಆಗಿದೆಯಂತೆ. ನರ್ಸಿಂಗ್ ಹೋಂಗೆ ಕರ್ಕೊಂಡ್ಹೋದ ಸುದ್ದಿ ಸಿಕ್ತು. ನಿಮ್ಮನ್ನ ಕರ್ಕೊಂಡ್ಹೋಗೋಕೆ... ಬಂದೆ. ಬಿ ಕ್ವಿಕ್..." ಹೊರಗೆ ನಡೆದ.

ಕ್ಲಬ್ ಗೆಳೆಯ, ಕಾರ್ಡ್ಸ್ ಫ್ರೆಂಡ್. ಬಹಳ ವರ್ಷಗಳ ದೋಸ್ತಿ. ಗಾಬರಿಯಿಂದ ಮಗನನ್ನು ಹಿಂಬಾಲಿಸಿದರು.

ಶಂಕರ್ ಬರೀ ನರ್ಸಿಂಗ್ ಹೋಂ ಬಳಿಯಲ್ಲಿ ಅವರನ್ನು ಇಳಿಸಿ ಹೋಗಲಿಲ್ಲ. ಒಳಗೆ ಹೋಗಿ ಡಾಕ್ಟರ್ ಬಳಿ ಮಾತಾಡಿದ. ಅವರ ಮಕ್ಕಳಿಗೆ ಧೈರ್ಯ ಹೇಳಿದ.

"ಕಾರು ವಾಪಸ್ ಕಳಿಸ್ತೀನಿ. ನಾನು ಆಫೀಸ್‌ನಲ್ಲೇ ಇರ್ತಿನಿ. ಅಗತ್ಯವಾದ್ರೆ... ಫೋನ್ ಮಾಡಿ" ಧಡ ಧಡ ಹೊರಟುಬಿಟ್ಟ.

ಅಭಿಮಾನದಿಂದ ಅವನು ಹೊರಟತ್ತಲೇ ನೋಡಿದರು. ಯಾರನ್ನೂ ನಿರ್ಲಕ್ಷಿಸಲಾರ. ಹಕ್ಕಿಗಿಂತ ಅವನು ತನ್ನ ಕರ್ತವ್ಯದ ಕಡೆ ಗಮನ ಕೊಡುತ್ತಾನೆ. ಹಾಗೆಂದು ತನ್ನ ಆಸೆ, ಆಕಾಂಕ್ಷೆಗಳ ಮೇಲೆ ಚಪ್ಪಡಿ ಎಳೆದುಕೊಳ್ಳುವಂಥ ಮೂರ್ಖನಲ್ಲ–ಕೆಲವನ್ನು ಅವನನ್ನು ನೋಡಿ ಕಲಿಯಬೇಕೆನಿಸಿತು.

ಶಂಕರ್ ಆಫೀಸ್‌ಗೆ ಬಂದಾಗ ಸಿಂಹ ಬಾಗಿಲಲ್ಲಿಯೇ ಇದ್ದ. ವಡಿವೇಲುಯಿಂದ ಹಿಡಿದು ಎಲ್ಲಾ ಮೇಸ್ತ್ರಿಗಳು ಇದ್ದರು. ಅವನಲ್ಲಿ ಪರ್ಮನೆಂಟ್ ಆಗಿ ಇದ್ದವರು ಶುರು ಮಾಡಿದ ವರ್ಷ ಮಾತ್ರವೇ ಆಗೀಗ ಕೆಲಸವಿಲ್ಲದೆ ಇದ್ದಿದ್ದು. ಈಗ ನೂರಾರು ಕೂಲಿಗಳು, ಹತ್ತಾರು ಜನ ಮೇಸ್ತ್ರಿಗಳು, ಇಂಜಿನಿಯರಿಂಗ್ ಮುಗಿಸಿ ಕೆಲಸವಿಲ್ಲದ ನಾಲ್ಕಾರು ಜನ ಕೂಡ ಅವನಲ್ಲಿ ಸಂಬಳಕ್ಕೆ ಇದ್ದರು.

ಅವರೊಂದಿಗೆ ಮಾತಾಡಿ ಬೇಗ ಬೇಗ ಕಳುಹಿಸಿ ಡಯಲ್ ತಿರುಗಿಸಿದ. ಭವಾನಿಯ ಸ್ವರ. "ಹಲೋ..." ಅವನ ಮೈಯಲ್ಲಿ ಮೃದುವಾದ ಕಂಪನ. ಹಾಯೆನಿಸಿತು.

"ಹಲೋ, ಮಿಸಸ್, ಹೌ ಡು ಯು ಡು?" ಅವಳ ಮುಖವನ್ನು ನೆನಪಿಸಿಕೊಂಡ. "ಓಕೇ... ಸಾಬ್... ಬ್ರೇಕ್‌ಫಾಸ್ಟ್ ಆಯ್ತ?" ಇನ್ನೊಂದು ಕೈಯಲ್ಲಿನ ಬಾಲ್ ಪೆನ್ ಮುಂದಿದ್ದ ಸ್ಲಿಪ್ ಪ್ಯಾಡ್‌ನ ಮೇಲೆ 'ಭವಾನಿ' ಎಂದು ಬರೆಯುತ್ತಿತ್ತು.

"ಆಯ್ತು, ಮತ್ತೇನಾದ್ರೂ... ವಿಶೇಷ?" ಕೇಳಿದ.

"ಅಂಥದ್ದೇನಿಲ್ಲ, ನನ್ನ ಫ್ರೆಂಡ್ ಮದ್ವೆ. ನಿಮ್ಗೆ ಫೋನ್ ಮಾಡಿ ಹೋಗೋಣಾಂತ... ಕಾಯ್ತ ಇದ್ದೆ" ಎಂದಳು.

ಅವನಿದ್ದಾಗಲೇ ಬಂದು ಆಹ್ವಾನ ಕೊಟ್ಟು ಹೋಗಿದ್ದಳು ಅವಳ ಸ್ನೇಹಿತೆ. ತಾನು ಕೂಡ ಬರುವುದಾಗಿ ಭರವಸೆಯ ಮಾತಾಡಿದ್ದ ಅಂದು. ಬಸ್‌ಸ್ಟಾಪ್‌ನಲ್ಲಿ ಒಂಟಿಯಾಗಿ ನಿಂತಿದ್ದ ಭವಾನಿಯ ಚಿತ್ರ ಕಣ್ಮುಂದೆ ಸುಳಿಯಿತು. ತಕ್ಷಣ ಎದ್ದುಬಿಟ್ಟ.

"ಈಗ್ಬರ್ತಿನಿ... ರೆಡಿಯಾಗಿರು" ಎಂದು ಫೋನಿಟ್ಟ.

ಸಿಂಹನ ಜೊತೆ ಮೋಲ್ಡ್ ಹಾಕುತ್ತಿದ್ದ. ಬಸ್ ಸ್ಟಾಂಡ್ ಬಳಿಯ ಕಟ್ಟಡದ ಬಳಿ ಹೋಗಲು ನಿರ್ಧರಿಸಿದವನು ಕ್ಯಾನ್ಸಲ್ ಮಾಡಿದ.

"ನೀವು ಅಲ್ಲಿಗೆ ನಡೀರಿ. ಎರಡರ ಹೊತ್ಗೆ ಅಲ್ಲಿಗೆ ಬರ್ತಿನಿ. ಪ್ರೊಫೆಷನ್ ಕಡೆ ಗಮನವಿರ್ಲಿ. ನೂರಾರು ಜನಕ್ಕೆ ಉಪಯೋಗವಾಗುವಂಥ ಕಟ್ಟಡ" ಎಚ್ಚರಿಸಿ ಹೊರಗೆ ನಡೆದ.

ಅವನಲ್ಲಿ ಪುಷ್ಪಕ್‌ಗೆ ಹೋಗಬೇಕಾದರೆ ಅಪರೂಪದ ಉತ್ಸಾಹ ಮೂಡುತ್ತಿತ್ತು. ಪ್ರಾಮಾಣಿಕವಾಗಿ ಉತ್ತರಿಸಲು ಅವನ ಮನ ಹಿಂಜರಿಯುತ್ತಿತ್ತು.

ಒಮ್ಮೆ ಕೂಡ ಭವಾನಿ ಒತ್ತಾಯ, ಒತ್ತಡಗಳ ಜೊತೆಗೆ ಆರೋಪ, ಆಕ್ಷೇಪದ

ಧ್ವನಿಯೆತ್ತುತ್ತಿರಲಿಲ್ಲ. ವ್ಯಂಗ್ಯವಂತು ಅವಳ ನಾಲಿಗೆಯಲ್ಲಿ ಸುಳಿಯಲು ಹಿಂಜರಿಯುತ್ತಿತ್ತು.

ಏನೋ ನೆನಪಿಸಿಕೊಂಡವನು ಜ್ಯೂಯಲರ್ ಮಾರ್ಟ್ ಕಡೆ ಅವನ ಕಾರು ತಿರುಗಿಸಿದ. ಮಾಂಗಲ್ಯದ ಸರ ಒಂದನ್ನ ಬಿಟ್ಟು ಮದುವೆಯಲ್ಲಿ ಯಾವ ಚಿನ್ನವನ್ನು ಭವಾನಿಗೆ ಕೊಟ್ಟಿರಲಿಲ್ಲ. ಒತ್ತಾಯ ತರುವ ಜನ ಅವರಾಗಿರಲಿಲ್ಲ.

"ಇಷ್ಟು ಒಡ್ವೆನಾದ್ರೂ... ನಾವು ಕೊಡ್ಬೇಕು" ಪಾರಿಜಾತ ಮದುವೆಯ ಸಮಯದಲ್ಲಿ ಒಂದು ಲಿಸ್ಟ್ ಮಾಡಿದ್ದರು ಜಗನ್ನಾಥ್.

"ಹೌದು, ಅವ್ರು ಸಾವಿರ ಕೊಡ್ಲಿ. ನಮ್ಮ ಮನಸ್ಸಿಗೆ ತೃಪ್ತಿ ಬೇಡ್ವಾ? ಜನ ಏನಂತಾರೆ? ಅವ್ರು ಕೂಡ ಪ್ರಸ್ತಾಪಿಸ್ತಾರೆ" ದಾಕ್ಷಾಯಿಣಿ ಕೂಡ ದನಿಗೂಡಿಸಿದ್ದರು.

ಹಾಕಿದ ಚಿನ್ನವೆಷ್ಟು, ಖರೀದಿಸಿದ ಸೀರೆಗಳೆಷ್ಟು, ಆದರೆ... ಭವಾನಿಗೆ... ಅವನ ಮನಸ್ಸು ನೊಂದಿತು. ಯಾರ ತಪ್ಪಿಗೆ ಅವಳಿಗೆ ಶಿಕ್ಷೆ?

ಒಂದು ಸೆಟ್ ಒಡವೆ ಖರೀದಿಸಿ ಚೆಕ್ ಕೊಟ್ಟ.

ಕಾರು ಬರುವ ವೇಳೆಗೆ ಬಾಲ್ಕನಿಗೆ ಬಂದಳು. ಸ್ಟೀರಿಂಗ್ ವ್ಹೀಲ್ ಮೇಲೆ ಕೈ ಇಟ್ಟೇ ಅವಳತ್ತ ನೋಟ ಹರಿಸಿದ. ಸರಳವಾದ ಅಲಂಕಾರವೇ. ಉಟ್ಟಿದ್ದ ಹಸಿರು ಕಾಂಜಿವರಂ ಸೀರೆ ಅವಳ ಬಿಳಿಯ ಮೈ ಬಣ್ಣವನ್ನು ಅಪ್ಪಿತ್ತು. ಯದ್ವಾ ತದ್ವಾ ಮುಖಾಲಂಕಾರವಿಲ್ಲ.

"ಲೇಟಾಯ್ತ?" ಇಳಿದವನ ಕೈಯಲ್ಲಿ ಒಂದು ಬಾಕ್ಸ್ ಇತ್ತು. "ಏನಿಲ್ಲ..." ಒಳಗೆ ನಡೆದಳು.

ಹಿಂದಿನಿಂದ ಹತ್ತಿರಕ್ಕೆಳೆದುಕೊಂಡ. "ಒಂದು ಪುಟ್ಟ ಪ್ರೆಸಂಟೇಷನ್. ನಂಗಿಷ್ಟವಾದದ್ದು ಆಯ್ಕೆ ಮಾಡಿಕೊಂಡ್ಬಂದೆ. ಯು ವಿಲ್ ಲೈಕ್ ಇಟ್" ಅವಳ ಮುಂದಿಡಿದ. ಕಣ್ಣರಳಿಸಿದಳು.

"ನಿಮ್ಮ ಕಣ್ಣಲ್ಲಿ ಮಿನುಗೋ ಪ್ರೀತಿಗಿಂತ ದೊಡ್ಡ ಪ್ರೆಸೆಂಟೇಷನ್ ಅಲ್ಲ..." ಎಂದಾಗ ಅವಳನ್ನೆತ್ತಿ ಮೂರು ಸುತ್ತು ತಿರುಗಿಸಿಬಿಟ್ಟ.

"ನಿನ್ನ ಮಾತಿಗೆ ಪ್ರತಿಕ್ರಿಯೆ ತಿಳಿಸೋ... ಸಂದರ್ಭಕ್ಕೆ ಕಾಯ್ತೀನಿ..." ಅವನೇ ಬಾಕ್ಸ್ ಓಪನ್ ಮಾಡಿ ನೆಕ್ಲೆಸ್ ಬಳೆಗಳನ್ನು ತಾನೇ ಹಾಕಿದ.

ಸುಸ್ತಾದವನಂತೆ ಒಂದು ಕಡೆ ಕೂತ. "ನಾನು.... ಏನು ತಂದರೂ..." ಕೈಯಾಡಿಸಿದ. "ಹೇಗೆ ಈ ಹೆಣ್ಣನ್ನು ಖುಷಿ ಪಡಿಸೋದು?" ವಾರೆಗಣ್ಣಿಂದ ನೋಡಿದ. ಅವನ ಕುತ್ತಿಗೆಗೆ ಕೈಗಳಿಂದ ಹಾರ ಹಾಕಿದಳು. ತಬ್ಬಿಕೊಂಡ. ತಂಗಾಳಿ ಸೇಚನವಾದಂತಾಯಿತು.

ತಾನೇ ಚೇತರಿಸಿಕೊಂಡ. "ನಿನ್ನ ಫ್ರೆಂಡ್ ಮದ್ವೆ ಮುಗ್ದು ಹೋಗ್ಬಾರದಲ್ಲ.... ಒಂದಿಷ್ಟು ಫೇಸ್ ಟಚಪ್ ಮಾಡ್ಕೋ. ಈ ಕೆನ್ನೆ ಕೆಂಪು ಬೇರೆಯವ್ರ ಕಣ್ಣಿಗೆ ಕಾಣ್ಬಾರ್ದು. ಗಂಡು ಯಾವಾಗ್ಲೂ ಸೆಲ್ಫಿಷ್" ಕಣ್ಣೊಡೆದ.

ಯಾವುದೋ ವಿಷಯಕ್ಕೆ ಮಗನಿಗೆ ಫೋನ್ ಮಾಡಿದ್ದರು. ಕ್ಲರ್ಕ್ ಸರಿಯಾದ ವಿಷಯವನ್ನೇ ಉಸುರಿದ್ದ.

"ಅಮ್ಮಾವ್ರು, ಯಜಮಾನ್ರು ಯಾರದೋ ಮದ್ವೆಗೆ ಹೋಗಿರಬೇಕು. ಸರ್. ಏನೂ... ಹೇಳಿ ಹೋಗಿಲ್ಲ. ಏನಾದ್ರೂ ಇನ್‌ಫರ್ಮೇಷನ್ ಕೊಡ್ಬೇಕಿತ್ತಾ?" ಕೇಳಿದ.

"ಏನಿಲ್ಲ...." ಫೋನ್ ಇಟ್ಟಿದ್ದರು.

ಮದುವೆಯಾಗಿ ಆರು ತಿಂಗಳು ಕಳೆದುಹೋಗಿದ್ದರೂ ಭವಾನಿಯ ಸುದ್ದಿ ಎತ್ತಿರಲಿಲ್ಲ. ಅಲ್ಲಿಂದ ಯಾವುದೋ ಫೋನ್ ಕಾಲ್ ಶಂಕರ್‌ಗೆ ಕೂಡ ಇಲ್ಲ.

ಪಾರಿಜಾತ ಸಡಗರದಿಂದ ಬಂದಳು. "ಕಾರು ಕಳುಹಿಸಿ ಕೊಡ್ತಾರಂತ? ಏನೂ.... ಹೇಳೇ ಇಲ್ಲ" ಚಡಪಡಿಸಿದಳು.

"ನೆನಪಿಸೋಣಾಂತ ಫೋನ್ ಮಾಡ್ದೇ. ಅವ್ನು.... ಇರ್ಲಿಲ್ಲ. ಅವ್ನು ಮರೆಯೋಲ್ಲ.... ಕಳುಹಿಸಿಕೊಡ್ತಾನೆ" ಹೇಳಿದರು.

ಮಕ್ಕಳಾಗುವುದಿಲ್ಲವೆಂದು ತಿಳಿದ ಮೇಲೂ ಪಾರಿಜಾತ ಹೆಚ್ಚು ಕೊರಗಿದಂತೆ ಕಾಣಲಿಲ್ಲ. ಬಸುರಿ ಎಂದರೆ ಮುಜುಗರದ ಜೊತೆಗೆ ಹೆರಿಗೆಯೆಂದರೆ ಭಯವು ಕೂಡ. ಅವಳು ಇದನ್ನು ಶಾಪವಲ್ಲ, ವರವೆಂದು ತಿಳಿದರೂ ಹೆಚ್ಚಲ್ಲವೆಂದುಕೊಂಡರು. ಇದು ಅವರುಗಳ ಪಾಲಿಗೆ ಸಮಾಧಾನದ ವಿಷಯವೇ. ಸುಖವಾಗಿದ್ದಾಳೆ ಅಷ್ಟೇ ಸಾಕು ಎಂದುಕೊಂಡರು.

ಆಳಸಿಂಗಚಾರ್ಯರನ್ನು ನೋಡಿಕೊಂಡೇ ಅವರು ಮನೆಗೆ ಬಂದಿದ್ದು. ಮೈಲ್ಡ್ ಸ್ಟ್ರೋಕ್... ಹೆಚ್ಚೇನು ಗಾಬರಿಗೆ ಅವಕಾಶವಿರಲಿಲ್ಲ.

ಎರಡೂವರೆಯ ಸುಮಾರಿಗೆ ಕಾರು ಬಂದು ಮನೆಯ ಮುಂದೆ ನಿಂತಿತು. ಹಿಂದೆಯೇ ಶಂಕರ್‌ನಿಂದ ಫೋನ್ ಬಂತು.

"ಕಾರು ಕಳಿಸಿದ್ದೀನಿ. ನೀನ್ತಂಗಿ, ಅವ್ರ ಕುಟುಂಬನ ಹೋಗಿ ರಿಸೀವ್... ಮಾಡ್ಕೋ" ಹೇಳಿದ. ಪಾರಿಜಾತ ಮತ್ತೆ ಕೇಳಿದಳು.

"ಹೇಗೂ ಆಫೀಸ್‌ನಲ್ಲೇ ಇದ್ದೀರಲ್ಲ. ನೀವೇ... ಬನ್ನಿ" ಒತ್ತಡಕ್ಕೆ ಅವನು ಮಣಿಯಲು ಸಿದ್ಧವಿಲ್ಲ.

"ನೋ, ಸಿ ಯೂ ಲೇಟರ್..." ರಿಸೀವರ್ ಇಟ್ಟುಬಿಟ್ಟ. ಇಂದು ಶಂಕರ್ ಮನೆಗೆ ಬರೋಲ್ಲ.

ಮತ್ತೆ ಡಯಲ್ ತಿರುಗಿಸಿ ರಿಂಗ್ ಮಾಡಿದಳು. "ಸ್ವಲ್ಪ ಪರ್ಚೇಸ್ ಇತ್ತು..." ಎಂದಾಗ ಭಾರವಾದ ಉಸಿರನ್ನ ಹಾಗೆಯೇ ಬಿಗಿಹಿಡಿದ.

"ಎಂಥ ಪರ್ಚೇಸ್! ಈ ತಿಂಗಳಲ್ಲಿ ಎರಡನೇ ಸಲ, ಓಕೇ... ಹೋಗ್ಬಾ" ಫೋನಿಟ್ಟುಬಿಟ್ಟ.

ಬೇಸರದಿಂದ ಹಣೆಯುಜ್ಜಿದ. ಅರ್ಧಗಂಟೆ ಅವನು ಅಪರೂಪಕ್ಕೆ ಆರಾಮಾಗಿ

ಮನೆಯಲ್ಲಿ ಉಳಿದರೇ ಷಾಪಿಂಗ್, ಫಿಲಂ, ಅಲ್ಲಿಗೆ ಹೋಗೋಣ, ಇಲ್ಲಿಗೆ ಹೋಗೋಣ... ಇಂಥಹುದೇ ಬೇಡಿಕೆಗಳು.

"ತುಂಬ ಟಯರ್ಡ್.... ಆರಾಮಾಗಿ ಅರ್ಧ ಗಂಟೆ ರೆಸ್ಟ್ ತಗೋತೀನಿ." ಮಂಚದ ಮೇಲೆ ಉರುಳಿಕೊಂಡರೆ... ಅವಳ ಪಾಟೀ ಸವಾಲ್ ಶುರುವಾಗುತ್ತಿತ್ತು. ತಮ್ಮ ಕ್ಲಬ್‌ನ ಇತರೇ ಸದಸ್ಯರು ಮಾಡಿಸಿಕೊಂಡ ಒಡವೆ, ಕೊಂಡ ಸೀರೆ, ಬಳಸೊ ಪರ್‌ಫ್ಯೂಮ್, ಅವರ ಗಂಡಂದಿರು ಅವರನ್ನ ನೋಡಿಕೊಳ್ಳುವ ಬಗ್ಗೆ ವಿವರಿಸಿ ತಕರಾರು ತೆಗೆಯುತ್ತಿದ್ದಳು.

ನೆನೆಸಿಕೊಂಡು ಮನದಲ್ಲಿಯೇ ನಕ್ಕ.

ಅವನು ತನ್ನ ಕೆಲವು ಗೆಳೆಯರಿಗೆ ಆಹ್ವಾನ ಕೊಟ್ಟಿದ್ದ ಮಡದಿಯ ಬರ್ತ್‌ಡೇಗೆ. ನ್ಯೂಸ್ಟಾರ್ ಒಂದು ಪ್ರತಿಷ್ಠಿತ ಹೋಟೆಲ್, ಬರೀ ಶ್ರೀಮಂತ ಜನಕ್ಕೆ ಮಾತ್ರ ಮೀಸಲು.

ದಾಕ್ಷಾಯಿಣಿ, ಜಗನ್ನಾಥ್ ಬಂದವರು ಒಂದು ಕಡೆ ಕೂತುಬಿಟ್ಟರು. ಉತ್ಸಾಹದಿಂದ ಶಂಕರ್ ಓಡಿಯಾಡುತ್ತಿದ್ದ.

ದೀಪಕ್ ಪರಾಶರ ಮಡದಿಯೊಂದಿಗೆ ಬಂದವನು ಅವನ ಬೆನ್ನ ಮೇಲೆ ಗುದ್ದಿದ. "ಎಲ್ಲಿ ಭವಾನಿ?" ವಿಚಲಿತನಾಗದೇ ನಕ್ಕುಬಿಟ್ಟ ಶಂಕರ್. "ಇದ್ದಾಳೆ.... ನಡೀ... ನಡೀ..." ಅವನ ಅಂತಸ್ತಿಗೆ ಸರಿಯಾದವರಲ್ಲಿಗೆ ಸೇರಿಸಿಬಿಟ್ಟ.

ದೀಪಕ್ ಹಲ್ಲು ಮಸೆದ, ಶಂಕರ್‌ನ ಮುಖದ ಗೆಲುವು ಇಂಗುವ ದಿನಕ್ಕಾಗಿ ಕಾಯುತ್ತಿದ್ದ. ಮಕ್ಕಳಾಗೋಲ್ಲ ಅಂತ ತಿಳಿದಾಗ ಅವರ ಏರುಗತಿಯ ಒಂದು ಮೆಟ್ಟಿಲು ಅಲ್ಲಾಡಲು ಶುರುವಾಗಿದೆಯೆಂದು ತಿಳಿದುಕೊಂಡು, ಅವನ ಇಮೇಜ್‌ಗೆ ಧಕ್ಕೆ ತರುವ ಪ್ರಯತ್ನ ಮಾಡಿದ. ಮತ್ತೊಂದು ಮದುವೆಯಾದಾಗ... ಎರಡು ಹೆಣ್ಣುಗಳ ಮಧ್ಯೆ ಅವನ ಕುಟುಂಬದ ಬದುಕು ಛಿದ್ರವಾಗುತ್ತೆ. ಅವನ ಕುಸಿತಕ್ಕೆ ಇದೊಂದು ಪ್ರಬಲವಾದ ಕಾರಣವಾಗಬಹುದೆಂದುಕೊಂಡಿದ್ದ. ಅದು ಇದುವರೆಗೂ ಸುಳ್ಳಾಗಿತ್ತು.

ಪಾರಿಜಾತ ತಂಗಿಯ ಮಕ್ಕಳು ವಿಶೇಷ ಆಕರ್ಷಣೆ. ನಿತೀಶ್ ಎಲ್ಲರ ಹಿಂದೂ ಮುಂದೂ ಓಡಾಡುತ್ತಿದ್ದ. ಆದರೂ ಇಂದು ಅವನಿಗೆ ತುಂಬ ಮಹತ್ವ ಕೊಡುವ ಹಾಗೇ ಕಂಡಿತು ಅವನಿಗೆ.

ಮನೆ ತಲುಪಿದಾಗ ಅವನಿಗೆ ಹೆಚ್ಚು ಬೇಸರವಾಗಿತ್ತು. ಎಂತಹುದೋ ನೋವು, ಕೊರತೆ, ತುಮುಲ. ಅದನ್ನ ಮೆಟ್ಟುವಂಥ ಸಾಮರ್ಥ್ಯವು ಅವನಿಗಿತ್ತು.

"ನಿತೀಶ್ ತುಂಬ ಮುದ್ದಾಗಿದ್ದಾನೆ" ಅವನನ್ನು ತಂದು ಪಾರಿಜಾತ ಶಂಕರ್ ಮುಂದೆ ಹಿಡಿದಳು. ಕೆನ್ನೆ ಸವರಿ "ಯಾರು ಇಲ್ಲ ಅಂದವ್ರು. ಅವನನ್ನು ಇಳಿಸಿ ಬೇಗ ರೂಮಿಗೆ ಬಾ" ಕೋಣೆಗೆ ಹೋಗಿಬಿಟ್ಟ.

ತನ್ನಿಂದ ಪಾರಿಜಾತಗೆ ಅನ್ಯಾಯವಾಗಿದೆಯೆಂಬ ಕೊರಗು ಅವನಿಗೆ ಇತ್ತು. ಮೊದಲಿಗಿಂತ ಹೆಚ್ಚು ಗಮನ ಕೊಡುತ್ತಿದ್ದ ಅವಳತ್ತ.

ತೀರಾ ಅವನಿಗೆ ನಿದ್ದೆ ಬಂದ ಮೇಲೆಯೇ ಅವಳು ಕೋಣೆಗ ಬಂದಿದ್ದು ಬಂದ ಪ್ರೆಸೆಂಟೇಷನ್‌ಗಳನ್ನು ನೋಡುತ್ತ ಮೈ ಮರೆತಿದ್ದಳು.

ಪಾರಿಜಾತಳ ತೋಳುಗಳು ಕುತ್ತಿಗೆಗೆ ಹಾರವಾದಾಗ ಕಣ್ತೆರೆದು ಟೇಬಲ್ಲು ಮೇಲಿದ್ದ ವಾಚ್ ತಗೊಂಡು ನೋಡಿದ. ಒಂದು ಗಂಟೆ ಹತ್ತು ನಿಮಿಷ, ತೆಗೆದಿಟ್ಟು ಪಕ್ಕಕ್ಕೆ ಹೊರಳಿಕೊಂಡ.

"ತುಂಬ ಮಾತಾಡಿ ಸುಸ್ತಾಗಿದ್ದಿ, ಮಲಕ್ಕೋ. ನಂಗೆ ಬೆಳಿಗ್ಗೆ ಬೇಗ ಹೋಗ್ಬೇಕಿದೆ"

ಬೆಳಿಗ್ಗೆ ಅವನು ಏಳುವ ವೇಳೆಗೆ ಅಡಿಗೆಯವರು ಕೂಡ ಎದ್ದಿರಲಿಲ್ಲ. ಅವರುಗಳು ಕೂಡ ಪಾರ್ಟಿಗೆ ಬಂದಿದ್ದರು.

"ಪಾರಿಜಾತ... ಪಾರಿಜಾತ..." ಎಬ್ಬಿಸಲು ಪ್ರಯತ್ನಿಸಿ ಸೋತು "ನೀನು ಕುಂಭಕರ್ಣನ ವಂಶದವಳು ಅಥವಾ ಅವನೇ ನಿನ್ನ ವಂಶದವನಾ?" ಎಂದು ಸರಿಯಾಗಿ ಹೊದ್ದಿಸಿ ಬಾತ್‌ರೂಮು ಹೊಕ್ಕ.

ಹತ್ತೆ, ನಿಮಿಷದಲ್ಲಿ ರೆಡಿಯಾಗಿ ಕೆಳಗಿಳಿದು ಬರುವ ವೇಳೆಗೆ ಸಿಂಹ ಬಂದಿದ್ದ. ಜಗನ್ನಾಥ್ ಪೇಪರ್ ನೋಡುತ್ತಿದ್ದರು.

"ಬರ್ತೀನಿ..." ಹೊರಟೇ ಬಿಟ್ಟ.

ಪುಷ್ಪಕ್‌ಗೆ ಬಂದ. ಸಿಂಹಗೆ ಏನೋ ಹೇಳಿ ಕಳುಹಿಸಿಕೊಟ್ಟು ಒಳಬಂದ. ಆಗ ತಾನೇ ಎಣ್ಣೆ ನೀರು ಹಾಕಿಕೊಂಡಿದ್ದ ಭವಾನಿ ಅತ್ಯಂತ ಚೆಲುವಾಗಿ ಕಂಡಳು. ಪ್ರಶ್ನಿಸುವುದನ್ನ ಮರೆತುಬಿಟ್ಟಿದ್ದಳು.

"ತಿಂಡಿ ರೆಡಿಯಾಗಿದೆ..." ಎಂದವಳನ್ನ ತದೇಕಚಿತ್ತನಾಗಿ ನೋಡಿದ. 'ನಿನ್ನ ಮದ್ವೆಯಾಗದಿದ್ರೆ... ಮಧುರ ದಾಂಪತ್ಯದ ಸವಿ ಎಂಥದ್ದು ಎನ್ನುವುದನ್ನೇ ಸವಿಯಲು ಆಗುತ್ತಿರಲಿಲ್ಲ.' ಮನದ ಮಾತುಗಳನ್ನ ನುಂಗಿಕೊಂಡು ನಸುನಕ್ಕ. "ಓಕೆ, ಮೇಮ್ ಸಾಬ್... ಡೈನಿಂಗ್ ಹಾಲ್‌ಗೆ ಬರೋಕೆ ಮುನ್ನ.... ರೂಮಿನಲ್ಲಿ ಒಂದಿಷ್ಟು ಕೆಲ್ಸ ಇತ್ತಲ್ಲ" ಎಂದ. ಅವಳಿಗೆ ಅರ್ಥವಾಗಲಿಲ್ಲ.

"ತಾವು... ದಯಮಾಡ್ಸಿ" ಎಂದವನು ಕೋಣೆಯ ಕಡೆ ಹೋಗಿಬಿಟ್ಟ, ಬಾಗಿಲವರೆಗೂ ಹೋದವಳು ನಿಂತಳು. ತಟ್ಟನೆ ಸೆಳೆದುಕೊಂಡು ಬಾಹುಗಳಿಗೆ ಬಂಧಿಸಿದ. ಮಧುರತೆಯಿಂದ ಕಂಪಿಸುವ ತುಟಿಗಳು, ಕಣ್ಣೊಳಗಿನ ಪ್ರೇಮ ಪ್ರವಾಹ. "ಭವಾನಿ..." ಜಗತ್ತನ್ನೆ ಮರೆತುಬಿಟ್ಟ ಕೆಲವು ಕ್ಷಣಗಳು.

ಬೆಡ್ ರೂಮಿನಿಂದ ಹೊರಬಂದಾಗ ಸದಾನಂದ್ ಕೂತು ಪೇಪರ್ ನೋಡುತ್ತಿದ್ದ. "ಗುಡ್ ಮಾರ್ನಿಂಗ್ ಡಿಯರ್... ಫ್ರೆಂಡ್...." ಕಣ್ಣಲ್ಲೇ ಛೇಡಿಸುವಂತೆ ನಕ್ಕ "ವೆರೀ ವೆರೀ... ಗುಡ್ ಮಾರ್ನಿಂಗ್..." ಅವನ ಪಕ್ಕದಲ್ಲಿಯೇ ಕೂತು ಹೆಗಲ ಮೇಲೆ ಕೈಹಾಕಿದ.

"ಬೆಳಿಗ್ಗೆ... ಬೆಳಿಗ್ಗನೇ... ಬಂದುಬಿಟ್ಟಿದ್ದೀಯಲ್ಲ, ವಿಶೇಷವಿಲ್ದೇ... ಬರೋನಲ್ಲ" ಕೇಳಿದ ಶಂಕರ್.

"ನಾನು ಮುಂಬಯಿಗೆ ಹೋಗೋ ದಿನ ಫಿಕ್ಸ್ ಆಯ್ತು. ಅದ್ವರ್ಗ್ಗೂ ಭವಾನಿ ನಮ್ಜೊತೆಯಲ್ಲಿ ಇರಲಿ. ಅದಕ್ಕೋಸ್ಕರ ತಮ್ಮ ಪರ್ಮಿಷನ್ ಪಡೆದು ಕರ್ಕೊಂಡ್ಹೋಗ್ಬೇಕೆಂದು" ಸದಾನಂದನ ಮಾತುಗಳಿಗೆ ಗಂಭೀರನಾದ, ಒಂದು ಸಲ ಅವನನ್ನ ನಿಟ್ಟಿಸಿದ.

"ಇಷ್ಟು ದೊಡ್ಡ ಪನೀಷ್‌ಮೆಂಟ್ ಕೊಡೋಂಥ ಭಯಂಕರ ತಪ್ಪಾ, ನಂದು?" ಎಂದವನು "ಇಟ್ಸ್ ಆಲ್ ರೈಟ್.... ಮತ್ತೇನು ವಿಷ್ಯ? ಯಾವಾಗ ಹೋಗೋದು?" ತನ್ನ ಆಕ್ಷೇಪಣೆಯನ್ನ ಸರಿಸಿ ವಿಚಾರಿಸಿದ.

"ಹದಿನೈದನೇ ತಾರೀಖು ಇಲ್ಲಿಂದ ಹೊರಡ್ಬೇಕು. ಕೆಲಸಕ್ಕೆ ರೆಸಿಗ್ನೇಷನ್ ಕೊಟ್ಟಂತಾಯಿತು. ಇರೋ ಏಳು ದಿನ ಭವಾನಿ ನಮ್ಮ ಜೊತೆ ಇರಲಿ. ಇಲ್ಲ ಹೋಗೋವಾಗ ಜೊತೆಯಲ್ಲಿ ಕರ್ಕೊಂಡ್ಹೋಗ್ತೀವಿ, ನಿಂಗೆ ಪುರಸತ್ತು ಆದಾಗ ಬಂದು ಕರ್ಕೊಂಡ್ಬಾ" ತೀರ್ಮಾನ ಅವನಿಗೆ ಬಿಟ್ಟ.

ಬಂದ ಭವಾನಿಯ ಮುಖ ತೀರಾ ಸಪ್ಪಗಾಯಿತು. ಶಂಕರ್‌ನ ಬಿಟ್ಟು ಅವನ ಕಡೆಯವರಾರು ಇವಳ ಪಾಲಿಗೆ ಇಲ್ಲ. ಅವಳ ತಂದೆ ಪಾರಮಾರ್ಥಿಕ ಅಲೆದಾಟದಲ್ಲಿ ತಮ್ಮ ಸಂತಾನವನ್ನೇ ಮರೆತುಬಿಟ್ಟಿದ್ದರು. ಇದ್ದ ಅಣ್ಣ.... ಅತ್ತಿಗೆ ದೂರ ಹೋಗಲು ತೀರ್ಮಾನಿಸಿದ್ದರು.

"ಆಮೇಲೆ ಮಾತಾಡೋಣ, ನಡಿ" ಭುಜದ ಮೇಲೆ ಕೈ ಹಾಕಿಯೇ ಕರೆದೊಯ್ದ ಡೈನಿಂಗ್ ಹಾಲ್‌ಗೆ.

ಮಾತಾಡಿದ್ದು ಗೆಳೆಯರಿಬ್ಬರು. ಮೌನವಾಗಿ ಬಡಿಸಿದ ಭವಾನಿ ಕೋಣೆಗೆ ಹೋಗಿಬಿಟ್ಟಳು.

ಕೋಣೆಗೆ ಬಂದ ಶಂಕರ್ ತುಟಿಗಳಲ್ಲಿಯೇ ಕಣ್ಣೀರು ತೊಡೆದ. "ಮುಂಬೈ ಎಂಥ ದೂರ? ನೀನು ನೋಡ್ಬೇಕೂಂದಾಗ ಕರ್ಕೊಂಡ್ಹೋಗ್ತೀನಿ. ಬೇಕೂಂದಾಗ ಫೋನ್ ಹಚ್ಚಿದರೆ ಓಡ್ಬರ್ತಾನೆ ಯಾಕೆ.... ಕಣ್ಣೀರು?" ಸಂತೈಯಿಸಿದ.

ಶಂಕರ್ ಜೊತೆಯಲ್ಲಿಯೇ ಸದಾನಂದ್‌ನ ಕರೆದೊಯ್ದ.

ಕನ್‌ಸ್ಟ್ರಕ್ಷನ್ ಹಂತದಲ್ಲಿದ್ದ ಮಿನಿ ವಿಧಾನಸೌಧದ ಮುಂದೆ ಕಾರು ನಿಲ್ಲಿಸಿದ. "ಒಂದಿಷ್ಟು... ಬಾ..." ಡೋರ್ ತೆಗೆದ. ಮೇಸ್ತ್ರಿ, ವಡಿವೇಲು ಓಡಿ ಬಂದರು.

ಒಂದು ಸಲ ನೋಡಿ ಬಂದವನು ಕಾರು ಹತ್ತಿದ. ಸ್ವಿಚ್ ಕೀ ಅದುಮಿದಾಗ ಡ್ರೈವರ್ ಓಡಿ ಬಂದ. ಸನ್ನೆ ಮಾಡಿ ಸ್ಟಾರ್ಟ್ ಮಾಡಿದ.

"ಡ್ರೈವರ್ ಇದ್ದೂ ಕೂಡ ಸ್ಟೀರಿಂಗ್ ವ್ಹೀಲ್ ಮುಂದೆ ಕೂಡೋ ಕಷ್ಟ ಯಾಕೆ ತಗೋತೀಯಾ?" ಸದಾನಂದ ಗೊಣಗಿದ.

"ನನಗೆ ಬೇರೆಯವ್ರ ಮೇಲಿಗಿಂತ ನನ್ನಲ್ಲಿ ನನಗೆ ವಿಶ್ವಾಸ ಜಾಸ್ತಿ. ಪ್ರತಿಯೊಂದು ವಿಷ್ಯದಲ್ಲೂ ನನ್ನ ತೀರ್ಮಾನವೇ ನಾನು ಜಾರಿಗೆ ತರೋದು" ಕಾರಿನ ವೇಗ ಹೆಚ್ಚಿಸಿದ.

ದೊಡ್ಡ ಸ್ಟಾರ್ ಹೋಟೆಲ್ ಮುಂದೆ ಕಾರು ನಿಲ್ಲಿಸಿ ಒಳಗೆ ಕರೆದೊಯ್ದವನು ನಿಧಾನವಾಗಿ ತರಾಟೆಗೆ ತಗೊಂಡ.

"ನಿಂಗೆ ಭವಾನಿ ಮದ್ವೆ ಮೊದ್ಲು ಕೆಲ್ಸ ಬಿಟ್ಟು ಬೇರೆ ಕಡೆ ಹೋಗೋ ಮನಸ್ಸು ಇರ್ಲಿಲ್ಲ ನಿಜ ತಾನೆ?" ಶಂಕರ್ ಕೇಳಿದ.

ಒಂದೆರಡು ನಿಮಿಷದ ಮೌನದ ನಂತರ "ಹೌದು, ಅದೇನು ಅಂಥ ಮುಖ್ಯವಾದುದ್ದಲ್ಲ. ನಿಂಗೆ ಗೊತ್ತೇ ಇದೆ, ಇಂಜಿನಿಯರ್ ಗಂಡ ಅಂತ ನೂರು ಕನಸುಗಳು ಕಟ್ಟಿಕೊಂಡು ಸರಳ ನನ್ನ ಮದ್ವೆ ಆಗಿರಬಹುದು. ಅವೆಲ್ಲ ಬರೀ ಕನಸೇ. ಒಂದು ಒಳ್ಳೆ ಸೀರೆ ಕೊಡಿಸೋಕೆ ನನ್ನಿಂದ ಆಗಲಿಲ್ಲ ಈ ಸಂಬಳದಲ್ಲಿ. ಸಾಲ, ಅಪ್ಪನ ಓಡಾಟ, ಭವಾನಿಗಾಗಿ ಗಂಡು ಹುಡ್ಕಾಟದಲ್ಲಿ.... ಅವಳತ್ತ ಗಮನ ಕೊಡೋಕಾಗ್ಲಿಲ್ಲ. ಇನ್ನಾದ್ರೂ ಚೆನ್ನಾಗಿ ನೋಡ್ಕೋಬೇಕು" ಎಂದ.

ಶಂಕರ್ ಅವನತ್ತಲೇ ನೋಡಿದ. ಅವನಲ್ಲಿಯೇ ಕೆಲಸ ಕೊಡಬಹುದಿತ್ತು. ಸದಾನಂದನಂಥ ವ್ಯಕ್ತಿಯ ಅಗತ್ಯವಿತ್ತು ಕೂಡ. ಆದರೆ ಅವನು ಒಪ್ಪೋಲ್ಲವೆಂದು ಗೊತ್ತು.

"ಇದೊಂದೇ ಮುಖ್ಯವಾದ ಕಾರಣವಲ್ಲ!" ತೀಕ್ಷ್ಣವಾಗಿ ಹೇಳಿದ ಶಂಕರ್. ಅವನು ನಕ್ಕುಬಿಟ್ಟ. "ಶೂರ್, ಇಲ್ಲಿದ್ದರೆ ನನ್ತಂಗಿನ ನಾಲ್ಕು ದಿನ ಕರ್ಕೊಂಡ್ಹೋಗಿ ಇಟ್ಟುಕೊಳ್ಳೋಕಾಗೋಲ್ಲ. ನಾನು ಬೆಳಿಗ್ಗೆ ಕರ್ಕೊಂಡ್ಹೋದ್ರೆ.... ನೀನು ಸಂಜೆ ಬಂದು ಕರ್ಕೊಂಡ್ಹೋಗ್ತಿ. ಒಂದು ಇಡೀ ದಿನ ಪೂರ್ತಿ ನಮ್ಮಲ್ಲಿ ಉಳಿದಿದ್ದೀಯ? ನೂರೆಂಟು ಕೆಲ್ಸ.... ಅಲ್ಲಿಗೆ ಕರೆಸಿಕೊಂಡ್ರು ನಾಲ್ಕು ದಿನ ಉಳ್ಸಿಕೊಳ್ಳಬಹುದು. ಆ ಆಸೆ ಕೂಡ ನಂಗೆ" ಸದಾನಂದ ಉದ್ವಿಗ್ನನಾದ. ಅರ್ಥ ಮಾಡಿಕೊಂಡ ಶಂಕರ್.

"ವಿಷ್ ಯು ಬೆಸ್ಟ್ ಆಫ್ ಲಕ್. ನನಗೆ ಸ್ವಾಭಿಮಾನ, ಸ್ವಾತಂತ್ರ್ಯದ ಬಗ್ಗೆ.... ಅಭಿಮಾನ" ಬೆನ್ನು ತಟ್ಟಿದ.

ಟೀ ಕುಡಿದು ಮೇಲೆದ್ದಾಗ ಸದಾನಂದ "ನಾನು ಭವಾನಿನ ಕರ್ಕೊಂಡ್ಹೋಗ್ಲಾ? ಅಥವಾ ನೀನೇ ಫ್ಲೈಟ್ ಹತ್ತಿಸ್ತೀಯಾ?" ಕೇಳಿದ.

"ಕರ್ಕೊಂಡ್ಹೋಗು, ನಾನು ಆಫೀಸ್‌ನಿಂದ ಫೋನ್ ಮಾಡ್ತೀನಿ" ಅವನನ್ನು ತಂದು ಮನೆಯ ಮುಂದೆ ಇಳಿಸಿ ಹಿಂದಿರುಗಿದ.

ಆಫೀಸ್‌ನಲ್ಲಿ ಫೋನ್ ಅವನಿಗಾಗಿ ಕಾಯುತ್ತಿತ್ತು. "ವಾಸು ನಿಮ್ಹತ್ರ ಮಾತಾಡ್ಬೇಕೂಂದ್ರು. ಸ್ವಲ್ಪ ಬಿಡುವು ಮಾಡ್ಕೊಳ್ಳಿ" ಪಾರಿಜಾತ ಗೊಗರೆದಳು. "ಅವ್ರು ನಿನ್ಹತ್ರ ಎಲ್ಲಾ ಹೇಳಿ ಹೋಗ್ಲಿ. ನಂಗೆ ಫ್ರೀಯಾಗಿದ್ದಾಗ ನೀನ್ಹೇಳು. ಅಂಥ ಅರ್ಜೆಂಟೇನಾದ್ರೂ... ಇದ್ರೆ ನೀನೇ ಡಿಸಿಷನ್ ತಗೊಂಡ್.... ಸಾಲ್ವ್ ಮಾಡು" ರಿಸೀವರ್ ಇಟ್ಟ.

ಪಾರಿಜಾತಳ ತಂಗಿ ಗಂಡ ಒಂದೆರಡು ಸಲ ಪಡೆದುಕೊಂಡಿದ್ದ ಹಣ

ಹಿಂದಿರುಗಿಸಿರಲಿಲ್ಲ ಪಾರಿಜಾತ ತಂದೆ ಕೂಡ ಇದನ್ನೆ ಶಂಕರ್‌ನೊಂದಿಗೆ ಪ್ರಸ್ತಾಪಿಸಿದ್ದರು.

"ಪಾರಿಜಾತಗಿಂತ ಎಲ್ಲಾ ಜಾಸ್ತಿನೆ ಕೊಟ್ಟಿದ್ವಿ. ಅವೆಲ್ಲ ಏನಾಯ್ತು? ದೊಡ್ಡ ಹುದ್ದೆ... ಕೈ ತುಂಬ ಸಂಬಳ ಅದ್ರೂ.... ಈ ಹಣದ ಬೇಡಿಕೆಗೆ ಅರ್ಥವಿಲ್ಲ"

ಶಂಕರ್ ಏನೂ ಹೇಳಲು ಹೋಗಿರಲಿಲ್ಲ. ಈಗ ಅದೇ ವಿಷಯವಿರಬೇಕು, ಪಾರಿಜಾತ ಬುದ್ಧಿನ ಒರೆ ಹಚ್ಚಲು ಇದು ಸಮಯವೆನಿಸಿತು.

ಮತ್ತೆ ಅವನ ತಂದೇನೇ ಫೋನ್ ಮಾಡಿದರು. "ಒಂದರ್ಧ ಗಂಟೆ ಬಿಡುವು ಮಾಡ್ಕೊಂಡ್ಬಾ, ವಾಸು ಮಾತಾಡ್ಬೇಕಂತೆ" ಕೋಪದಿಂದ ಅವನ ಮುಖ ಕೆಂಪಾಯಿತು. "ಊಟಕ್ಕೆ ಬಂದಾಗ ನೋಡೋಣ..." ಸುಮ್ಮನೆ ರಿಸೀವರ್ ಇಟ್ಟ.

ಈ ಸಲ ಹಣ ಕೇಳಿದರೆ ಅವನು ಕೊಡುವುದಿಲ್ಲ. ಯಾರೂ ಅವನನ್ನ ಅಲ್ಲಾಡಿಸಲು ಸಾಧ್ಯವಿಲ್ಲ.

ಆದರೆ ಊಟಕ್ಕೆ ಬಂದಾಗ ಯಾವುದೇ ಪ್ರಸ್ತಾಪವಿಲ್ಲ ವಾಸುವಿಂದ. ಸ್ವಲ್ಪ ಕೋಪದಿಂದಲೇ ಪಾರಿಜಾತ ಕಡೆ ನೋಡಿ ರೂಮಿಗೆ ನಡೆದುಬಿಟ್ಟ.

ಬಂದವಳಿಗೆ ಸ್ಪಷ್ಟವಾಗಿ ಉಸುರಿದ. "ವಾಸುಗೆ ಈ ಸಲ ನಾನು ಹಣ ಕೊಡೋಲ್ಲ. ನಿಂಗೆ ಸ್ವತಂತ್ರವಿದೆ. ನೀನು ಬೇಕಾದ್ರೆ ಕೊಟ್ಟುಕೋ. ಅದಕ್ಕೆ ನನ್ನ ಪರ್ಮಿಷನ್ ಬೇಕಾಗಿಲ್ಲ, ನಿನ್ನಿಷ್ಟ"

"ನೀವು ತುಂಬ ಕಟುವಾಗಿ ಮಾತಾಡ್ತೀರಾ?" ಎಂದಳು.

"ಅಗತ್ಯ ಬಿದ್ದಾಗ ಮಾತಾಡ್ಲೇಬೇಕು. ವಾಸುಗೆ ನೀನೇ ಹೇಳ್ಬಿಡು" ಹೊರಟುಬಿಟ್ಟ.

ವಾಸು ಎದುರಾದ. ಬಲವಂತವಾಗಿ ನಗೆ ಬೀರುವುದು ಕೂಡ ತುಂಬ ಕಷ್ಟವೆನಿಸಿತು.

"ಬೈ ದಿ ಬೈ, ಶಂಕರ್ ನಾನು, ಸ್ವಲ್ಪ ಮಾತಾಡ್ಬೇಕಲ್ಲ" ಎಂದ. ಶಂಕರ್ ವಾಚು ಕಡೆ ನೋಡಿದ. "ಹತ್ತು ನಿಮಿಷದಲ್ಲಿ ಮುಗಿಯಬಹುದಲ್ಲ..." ನೇರವಾಗಿಯೇ ಕೇಳಿದ.

"ಅಫ್‌ಕೋರ್ಸ್....." ಜೇಬಿನಲ್ಲಿದ್ದ ಸಿಗರೇಟು ಪ್ಯಾಕ್ ಕೈಗೆ ತಗೊಂಡ. ತ್ರಿಬಲ್ ಫೈವ್‌ಯಿಂದ ಡನ್‌ಹಿಲ್‌ವರೆಗೆ ಬೆಳೆದಿತ್ತು.

ಇಬ್ಬರೂ ಸಿಟಿಂಗ್ ರೂಮಿನಲ್ಲಿ ಕೂತರು. ವಾಸು ಬೆರಳುಗಳ ಮಧ್ಯೆ ಇದ್ದ ಹಚ್ಚಿದ ಸಿಗರೇಟನ್ನ ಶಂಕರ್ ಆಷ್‌ಟ್ರೇನೊಳಕ್ಕೆ ಅದುಮಿದ.

"ಎಳೆತಕ್ಕೆ ಅವಕಾಶವಾಗ್ಬಾರ್ದು ವ್ಯವಹಾರಕ್ಕೆ ಇಂಥ ಹಾಬಿಗಳ ಅಗತ್ಯ ಕಾಣ್ಬಹ್ದು. ನಮ್ಮಿಬ್ಬರ ನಡುವೆ ಯಾವ್ದೇ ವ್ಯವಹಾರವಿಲ್ಲ. ಈಗ... ಹೇಳಿ" ಫ್ಯಾನ್ ಸ್ವಿಚ್ ಅದುಮಿದ.

ಬೇರೆ ಏನೇನೋ ಹೇಳೋಕೆ ಶುರು ಮಾಡಿ ಐದು ನಿಮಿಷ ಕಳೆದು ಹೋದಾಗ ಶಂಕರ್ ಮುಖ ಬಿಗಿದುಕೊಂಡಿತು.

"ಮಿಸ್ಟರ್ ವಾಸು, ನನ್ನ ವೇಳೆಗೆ ಬೆಲೆ ಇದೆ. ಕಂ ಟು ದಿ ಪಾಯಿಂಟ್. ವಿಷ್ಯನ ಎರಡೇ ವಾಕ್ಯದಲ್ಲಿ ಮುಗ್ಸಿ" ಆತುರ ಪಡಿಸಿದ.

"ನಿತೀಶ್ ಇಲ್ಲೇ ಇರ್ತಾನೆ..." ಎಂದ ವಾಸು.

"ಇರಲೀ, ಮತ್ತೇನು...?" ವಿಷಯವೇನೆಂದು ಅವನಿಗೆ ಅರ್ಥವಾಗಿ ಹೋಯಿತು. "ಅವನನ್ನ ನಿನ್ತಂದೆ, ತಾಯಿ, ದತ್ತು ತಗೋತಾರಂತೆ..." ಅವನ ಮಾತಿಗೆ ಶಂಕರ್ ಬೆಚ್ಚಿಬೀಳಲಿಲ್ಲ.

"ಈಸ್ ಇಟ್? ಯಾವ ಕಾರಣಕ್ಕೆ?" ಅವನ ಮೈ ಕೋಪದಿಂದ ಉರಿಯುತ್ತಿತ್ತು. ವಾಸುಗೇ ತನ್ನ ತಪ್ಪು ಅರ್ಥವಾಯಿತು. "ಅಲ್ಲ, ಪಾರಿಜಾತ ದತ್ತು ತಗೋತಾಳಂತೆ. ಅದ್ಕೇ ಅವ್ರುಗಳ ಒಪ್ಗೇ ಇದೆ."

"ಆಯಿತಲ್ಲ, ಮತ್ತೇನು ವಿಷ್ಯ?" ಮೇಲೆದ್ದುಬಿಟ್ಟ.

"ಅದಕ್ಕೆ ನಿಮ್ಮ ಒಪ್ಗೆ ಬೇಕು" ವಾಸು ಕೂಡ ಎದ್ದ.

"ಅದ್ನ ಪಾರಿಜಾತ ಕೇಳ್ತಾಳೆ. ಅದು ನಿಮ್ಮ ವ್ಯಾಪ್ತಿಗೆ ಬರೋಲ್ಲ. ಸಿ ಯೂ ಎಗೇನ್..." ಭುಜ ತಟ್ಟಿ ಹೋದ.

ಅವನೇನೋ ಶಾಂತವಾಗಿ ಎದ್ದುಹೋಗಿದ್ದ. ವಾಸು ಉದ್ವಿಗ್ನನಾದ. ಅಂಥ ಒಂದು ಆಸೆ ಮೂಡಿಸಿದ್ದು ಅಕ್ಕ ತಂಗಿಯರೆ.

ಪಾರಿಜಾತಗೆ ಮಕ್ಕಳಾಗುವ ಸಂಭವವಿಲ್ಲವೆಂದು ತಮಾಷೆಗೆ ಆಡಿದ ಮಾತಿಗೆ ಒಂದು ರೂಪ ಬಂದಿತ್ತು. ಆಕಾಂಕ್ಷೆಯಾಗಿ ಬೆಳೆದಿತ್ತು ಕೂಡ.

"ಇಲ್ಲಿ ಬೆಳೆದರೇನು, ಅಲ್ಲಿದ್ದರೇನು? ನಿತೀಶ್‌ನ ನೀವೆ ಇಟ್ಕೊಳ್ಳಿ" ಜಗನ್ನಾಥ್ ತೊಡೆಯೇರಿದ ಮಗನನ್ನು ನೋಡಿ ಹೇಳಿದ್ದ ವಾಸು.

"ಆಯ್ತು... ಆಯ್ತು..." ಎಂದಿದ್ದರು.

ವಾಸು ಹೆಸರು ವಾಸುದೇವ ಮೊದಲಿಯಾರ್. ಅವರದು ಪ್ರೇಮ ವಿವಾಹ. ಧಾರಾಳ ಮನಸ್ಸಿನ ಹಿರಿಯರಿಂದ ಒಪ್ಪಿಗೆ ಪಡೆದುಕೊಳ್ಳುವುದು ಕಷ್ಟವಾಗಿರಲಿಲ್ಲ.

ವಾಸು, ಜಗನ್ನಾಥ್, ದಾಕ್ಷಾಯಿಣಿಯವರ ಮುಂದೆ ಬಂದು ಕೂತ. ಸ್ವಲ್ಪ ಚಿಂತಿತನಾಗಿದ್ದ.

"ಏನ್ಹೇಳ್ದ, ಶಂಕರ್?" ಕೇಳಿದರು ಜಗನ್ನಾಥ್. ಮಗನ ಮುಂದೆ ತಾವಾಗಿ ಪ್ರಸ್ತಾಪಿಸಲು ಅಳುಕುತ್ತಿದ್ದರು. ಕೈಯಾಡಿಸಿದ ವಾಸು.

"ಏನೂ... ಹೇಳ್ಲಿಲ್ಲ. ಸ್ವಂತ ವಿಷ್ಯಕ್ಕೆ ಮೂರನೆಯವರ ಪ್ರವೇಶ ಅವರಿಗೆ ಇಷ್ಟವಾಗದು. ನೀವುಗಳೇ ಮಾತಾಡಿ ನಿರ್ಧರಿಸ್ಬೇಕು. ನಾವುಗಳು ಊರಿಗೆ ಹೋಗ್ತೀವಿ."

ನಿತೀಶ್‌ನ ಬಿಟ್ಟು ಮಡದಿ ಇನ್ನಿಬ್ಬರು ಮಕ್ಕಳೊಂದಿಗೆ ಹೊರಟೇಬಿಟ್ಟರು. ಪಾರಿಜಾತಗೆ ಮೊದಲೇ ಅವಳ ತಂಗಿಯ ಮದುವೆ ಆಗಿತ್ತು.

ಹೊರಡುವಾಗ ಶಂಕರ್‌ನನ್ನು ವಿಮನಸ್ಕತೆ ಕಾಡಿದರೂ ಆಮೇಲೆ ಮರೆತುಬಿಟ್ಟ. ಮರ ಸಪ್ಲೈ ಟೆಂಡರ್ ನೋಡುತ್ತಿದ್ದವನು ನೇರವಾಗಿ ಹೋಗಿದ್ದು ಪುಷ್ಪಕ್‌ಗೆ.

ಭವಾನಿ ಇಲ್ಲದ ಮನೆ ಹೊರದೂಡಿದಂತಾಯಿತು. ಡೈನಿಂಗ್ ಟೇಬಲ್ ಮುಂದೆ ಬಂದು ಕೂತ. ಸ್ಲಿಪ್ ಇತ್ತು.

'ಈ ಸ್ಲಿಪ್ ಸಿಕ್ಕರೇ ಅಲ್ಲಿಗೆ ಬನ್ನಿ.' ಸಹಿಯೊಂದಿಗೆ ಎರಡು ಕಣ್ಣೀರಿನ ಬಿಂದುಗಳು ಕೂಡ ಗೋಚರಿಸಿದವು. ಜೀಪು ಅತ್ತ ತಿರುಗಿತು.

ರಾತ್ರಿ ಇವನು ಮನೆಗೆ ಹೋದಾಗ ಪಾರಿಜಾತ ಅಳುತ್ತ ಕೂತಿದ್ದಳು.

"ಯಾಕೆ... ಅಳು? ನಿಮ್ಮ ಕ್ಲಬ್‌ನಲ್ಲಿ ಯಾರೋ ಒಬ್ಬ ಕೋಮಲಾಂಗಿ ಉಟ್ಟ ಸೀರೆ ನಿನ್ಹತ್ರ ಇಲ್ಲವಾ. ಇಲ್ಲ ಯಾವುದಾದ್ರೂ... ಗೇಮ್‌ನಲ್ಲಿ... ಸೋತೆಯಾ?" ಕರ್ಚಿಫ್‌ನಿಂದ ಕಂಬನಿಯನ್ನೊರೆಸಿದ.

"ನೀವು ವಾಸು ಹತ್ರ ಒರಟಾಗಿ ಮಾತಾಡಿದ್ದೀರಾ? ಅವರೇನು ಮೂರನೆಯವರ?" ತಾನೇ ಕಣ್ಣೊರೆಸಿಕೊಂಡಳು.

ಮೌನವಾಗಿ ಬಟ್ಟೆ ಬದಲಾಯಿಸಿ ಬಂದವನು ಬಗ್ಗಿ ಅವಳ ಹಣೆಗೆ ಹೂ ಮುತ್ತೊಂದು ಒತ್ತಿ "ರಾತ್ರಿಗಳ ಕಾದಾಟ ಒಳ್ಳೆದಲ್ಲ. ನಡೀ ಊಟ ಮಾಡೋಣ" ಅವನ ಕೈಯನ್ನು ಪಕ್ಕಕ್ಕೆ ಸರಿಸಿದಳು.

"ನಂಗೆ... ರೀಸನ್ ಬೇಕು" ಹಟ ಮಾಡಿದಳು.

"ನನ್ನ ಕುಟುಂಬದಲ್ಲಿ ವಾಸು ಮೂರನೆಯವನು ಮಾತ್ರವಲ್ಲ ಹೊರಗಿನವನು ಕೂಡ. ನಂಗೆ ಮಾತಾಡೋದು ಗೊತ್ತು. ಸದಾ ಸಾತ್ವಿಕವಾಗಿ ಮಾತಾಡೋಕೆ... ಲೌಕಿಕವನ್ನು ಬಿಟ್ಟ ಸನ್ಯಾಸಿಯಲ್ಲ. ನನ್ನ ಮೈಯಲ್ಲಿ ಬರೀ ಮಾಂಸ ಮಾತ್ರವಲ್ಲ ಇರೋದು, ಬೇಕಾದ ಗಟ್ಟಿಯಾದ ಮೂಳೆ, ನರಗಳು ಕೂಡ ಇವೆ. ಮಿದುಳಿನಲ್ಲಿ ಬುದ್ಧಿ ಇದೆ. ಬದುಕೋಕೆ ಏನು ಬೇಕೋ ಅವೆಲ್ಲ ಇವೆ. ಮಧ್ಯಾಹ್ನ ಮಾತಾಡಿದ ವಿಷ್ಯದಲ್ಲಿ ಕಾಮೆಂಟ್ಸ್ ಬೇಡ" ಊಟಕ್ಕೆ ಹೋದ.

ಸೊಸೆ ಬರದಿದ್ದನ್ನು ಜಗನ್ನಾಥ್ ಗಮನಿಸಿದರು.

"ಪಾರಿಜಾತ ಯಾಕೆ ಊಟಕ್ಕೆ ಬರ್ಲ್ಲಿಲ್ಲ?" ಕೇಳಿದರು ಪಲ್ಯ ಬಡಿಸಿಕೊಳ್ಳುತ್ತ.

"ಹಸಿವಿರಲಾರ್ದು. ಹಸಿವಿಗೆ ಅದರದೇ ಆದ ಛಾಪು ಇದೆ. ದುಃಖ, ಸಂತೋಷ, ನೋವು ಕೂಡ ಅದ್ನ ಹತ್ತಿಕ್ಕೋಕ್ಕಾಗೋಲ್ಲ" ಎಂದವನು ಊಟ ಮಾಡತೊಡಗಿದ.

ನಿಧಾನವಾಗಿ ಊಟ ಮುಗಿಸಿಯೇ ಅವನು ಹಾಸಿಗೆಗೆ ಹೋಗಿದ್ದು. ಸಂತೈಸಿದ, ಸಮಾಧಾನಿಸಿದ. ಕಡೆಗೆ ಸುಮ್ಮನೆ ಮಲಗಿಬಿಟ್ಟ.

'ಕೃಷ್ಣನಿಗೆ ಹಟಮಾರಿ ಸತ್ಯಭಾಮಳೇ ಹೆಚ್ಚು ಪ್ರಿಯ' ಮನದ ಮೂಲೆಯಲ್ಲಿದ್ದ ವಿಷಯವೊಂದು ಎದ್ದು ಅವನನ್ನು ಕೆದಕಿತು. 'ನೋ, ಶಂಕರ್‌ಗೆ ಭವಾನಿಯೇ ಪ್ರಿಯ.

ಈಗ ಎಲ್ಲೆಲ್ಲೂ ಸತ್ಯಭಾಮೆಯರೆ. ಆದುದ್ದರಿಂದ ಅಪರೂಪ ಗುಣದ ರುಕ್ಮಿಣಿಯೇ ಹೆಚ್ಚು ಪ್ರಿಯಳಾಗುತ್ತಾಳೆ' ಪಕ್ಕಕ್ಕೆ ತಿರುಗಿ ನಿದ್ದೆ ಹೋದ.

ಸದಾನಂದ್ ಹೊರಡುವ ಹಿಂದಿನ ದಿನ ಪುಷ್ಪಕ್‌ನಲ್ಲಿ ಭರ್ಜರಿ ಔತಣ. ವಾಣಿಗೆ ಸೀರೆ ಮಾತ್ರವಲ್ಲದೇ ಅವನಿಗೆ ಸೂಟು ಬಟ್ಟೆ, ಮಗುವಿಗೆ ಸರವನ್ನು ಕೂಡ ಶಂಕರ್ ತಂದಿದ್ದ.

"ಇದೆಲ್ಲ... ಬೇಕಿರಲಿಲ್ಲ!" ಆಕ್ಷೇಪಿಸಿದ.

"ಯೂ ಈಡಿಯಟ್, ನನ್ನ ಸ್ನೇಹಾನ ಇನ್ನ ಹೇಗೆ ಎಕ್ಸಿಬಿಟ್ ಮಾಡೋದು? ಬರೀ ತಲೆ ಹರಟೆ ಬೇಡ, ಅದಕ್ಕೂ ಒಂದು ಲಿಮಿಟ್ ಇರುತ್ತೆ" ಗದರಿಸಿ ಬಾಯಿ ಮುಚ್ಚಿಸಿದ.

ಲಾಂಜ್‌ನಲ್ಲಿ ಕೇಳಿದ. "ಯಾವಾಗ ಭವಾನಿನ ಕಳಿಸ್ತೀಯಾ?" ಶಂಕರ್ ಅವನನ್ನ ದುರುಗುಟ್ಟಿಕೊಂಡು ನೋಡಿದ. "ಅಂತೂ ತಂಗಿ ಬಗ್ಗೆ ಮಾತ್ರ ನಿನ್ನ ಪ್ರೀತಿ, ನಂಗೇನು.... ನಿನ್ನ ಆಹ್ವಾನವಿಲ್ಲ. ಈಗ ನಾನು ಬರೀ ಫ್ರೆಂಡ್ ಮಾತ್ರವಲ್ಲ.... ಭಾವ ಕೂಡ" ಆಕ್ಷೇಪಿಸಿದ.

ಸದಾನಂದ್ ಮುಖ ಸಣ್ಣಗೆ ಮಾಡಿಕೊಂಡ.

"ನೀನು..." ಹೇಳಲಾರದೆ ಹೋದ. ಶಂಕರ್ ಆತ್ಮೀಯತೆಯಿಂದ ಅವನ ಭುಜದ ಮೇಲೆ ಕೈ ಹಾಕಿದ. "ಸ್ವಲ್ಪ ಅರ್ಥ ಮಾಡ್ಕೊ, ನಿಂಗ್ಯಾಕೆ ಮುಜುಗರ? ನೀನೇನೋ ಭಯಂಕರ ಅಪರಾಧ ಮಾಡೋ ಹಾಗೆ ನರಳೋದ್ಬೇಡ. ಯಾವ ಗಂಡು... ತನ್ನ ಪುರುಷತ್ವದ ಪ್ರಶ್ನೆ ಬಂದಾಗ... ಐ ಡೋಂಟ್ ಕೇರ್ ಸೊಸೈಟಿ. ನಾನೀಗ ನಿತ್ಯ ಸುಖಿ. ಭವಾನಿ ದಾಂಪತ್ಯದ ನವಿರಾದ ಅತ್ಯಂತ ಸುಂದರವಾದ ಬದ್ಕನ್ನೆ ನಂಗೆ ಕೊಟ್ಟಿದ್ದಾಳೆ. ಐಯಾಮ್... ಹ್ಯಾಪಿ, ಥ್ಯಾಂಕ್ಯೂ ವೆರಿಮಚ್... ಮೈ ಬ್ರದರ್ ಇನ್... ಲಾ" ಕೃತಜ್ಞತೆಯಿಂದ ಅವನೆದೆ ಭಾರವಾಯಿತು.

"ನಾನು ನಿಮ್ಮ ಮನೆಗೆ ಹೋಗಿದ್ದೆ" ಎಂದ ಸದಾನಂದ.

"ಐಯಾಮ್... ಸಾರಿ, ನಾನು... ಇರ್ಲಿಲ್ಲ. ಅಲ್ಲಿ ನಿಂಗ್ಯಾರು ಅಪರಿಚಿತರು ಇರಲಿಲ್ವಲ್ಲ?" ಆಶ್ಚರ್ಯವೇನು ಆಗಲಿಲ್ಲ ಅವನಿಗೆ.

"ಅವ್ರಿಗೆ ನನ್ಮೇಲೆ ಕೋಪ, ಅಸಮಾಧಾನ ಎಲ್ಲಾ ಇರ್ಬಹ್ದು, ತೋರ್ಪಡಿಸಲಿಲ್ಲ, ನನ ನಿನ್ನ ಫ್ರೆಂಡಾಗಿಯೇ ಗುರ್ತಿಸಿ ಮಾತಾಡಿಸಿದ್ರು"

ಗೆಳೆಯನ ನೋವನ್ನ ಅರ್ಥಮಾಡಿಕೊಂಡ ಶಂಕರ್.

"ನಾನು ಮೊದಲೇ ನಿಂಗೆ ಹೇಳಿದ್ದೆ. ನೀನು ಕೂಡ ಹಾಗೆ ನಡೆಕೊಳ್ಳೋದು ಒಳ್ಳೆದೂಂತ ಎಚ್ಚರಿಸಿದ್ದೆ. ಮುಂದು ಮಾತ್ರವಲ್ಲ... ಎಂದೆಂದು ಹಾಗೇ ಇರುತ್ತೆ, ಇರುತ್ತೆ... ಕೂಡ, ಆ ವಿಷ್ಯಗಳ ಬಗ್ಗೆ ತಲೆ ಕೆಡ್ಸಿಕೊಳ್ಳೋದು ನಿನ್ನ ಮೂರ್ಖತನ, ನೀನು ಭವಾನಿಯಷ್ಟು ಬುದ್ಧಿವಂತ ಅಲ್ಲ" ಸ್ನೇಹದಿಂದ ಭುಜದ ಮೇಲೆ ಕೈ ಹಾಕಿದ. ತಲೆದೂಗಿದ ಸದಾನಂದ್,

ಅವರುಗಳನ್ನ ಬೀಳ್ಕೊಟ್ಟು ಭವಾನಿಯ ಕಡೆ ನೋಟಹರಿಸಿದ. ಕೆಂಪಗಾದ ಕೆನ್ನೆಗಳ ಜೊತೆ, ಅರಳುಗಣ್ಣುಗಳಲ್ಲಿ ಕಂಬನಿಯ ಕುಂಕುರು.

"ಭವಾನಿ, ನೀನು ಹೋಗೋಣಾಂದ್ರೆ... ನೆಕ್ಸ್ಟ್ ಫ್ಲೈಟ್‌ಗೆ ಟಿಕೆಟ್ ರಿಸರ್ವ್ ಮಾಡ್ಸಿಬಿಡೋಣ" ಬಳಸಿ ಕೇಳಿದ. ಅಳುವಿನಲ್ಲಿ ನಕ್ಕಳಷ್ಟೆ.

ಕಾರು ಹೊರಟಾಗ ಮುಖಕ್ಕೆ ಕರ್ಚಿಫ್ ಹಚ್ಚಿ ಅತ್ತೇಬಿಟ್ಟಳು. ಒಂದು ಕೈನಿಂದ ಅವಳನ್ನ ಬಳಸಿ ಹತ್ತಿರಕ್ಕೆಳೆದುಕೊಂಡ.

"ಇಂಥ ಕ್ಷಣಗಳು ವ್ಯಕ್ತಿಯ ಬದ್ಕಿನಲ್ಲಿ ಅಮೂಲ್ಯ, ನೆನಪಿನಲ್ಲಿ ಅವು ಭದ್ರವಾಗಿರುತ್ತೆ" ತನ್ಮಯತೆಯಿಂದ ನುಡಿದ.

ಅವನು ಚಿಕ್ಕ ಹುಡುಗನಾಗಿದ್ದಾಗಿನಿಂದ ತನಗೊಬ್ಬ ತಮ್ಮ, ತಂಗಿ, ಅಕ್ಕ, ಅಣ್ಣ ಇದ್ದಿದ್ದರೆ ಚೆನ್ನಾಗಿತ್ತು ಎಂದು ಆಸೆಪಡುತ್ತಿದ್ದ. ರಕ್ತಸಂಬಂಧ ಅಧಿಕಾರದ ಜೊತೆ ನವಿರಾದ ಬಾಂಧವ್ಯದ ಕೊಂಡಿ. ಅದು ತೀರಾ ಸೂಕ್ಷ್ಮವಾಗಿದ್ದರೂ ಮನುಷ್ಯನ ಬದುಕಿನಲ್ಲಿ ಅಂಥಹುದಕ್ಕೆ ಅರ್ಥವಿದೆ.

ಮದುವೆಯಾದ ಮೇಲೆ ಪಾರಿಜಾತಗೆ ಹೇಳಿದ್ದ.

"ನಾನೊಬ್ನೇ ನಮ್ಮಪ್ಪ, ಅಮ್ಮನಿಗೆ, ಆದ್ರೆ... ನಂಗೆ ಮಾತ್ರ ಕಾಲು ಡಜನ್ ಮಕ್ಕಳಾದ್ರೂ ಬೇಕು. ಐ ಮೀನ್... ತ್ರಿ..." ಮೂರು ಬೆರಳನ್ನ ಎತ್ತಿ ಹಿಡಿದಿದ್ದ.

ಆದರೆ ಅಂಥ ಆಸೆ ಛಿದ್ರ ಛಿದ್ರ, ಪಾರಿಜಾತ ತಾಯಿಯಾಗಲು ಸಾಧ್ಯವೇ ಇರಲಿಲ್ಲ.

ವಿವಾಹದ ಹೊಸ ದಿನಗಳಲ್ಲಿ ಒಮ್ಮೆ ನುಡಿದಿದ್ದ.

"ಒಂದು ರೀತಿಯ ಕ್ಯೂರಿಯಾಸಿಟಿ, ನಮ್ಮ ಮಗು ಹೇಗಿರಬಹುದೆಂದು ಕಲ್ಪಿಸಿಕೋ..." ಕಲ್ಪನೆಯಲ್ಲಿ ತನ್ನ ಮಗುವನ್ನು ಚಿತ್ರಿಸಿಕೊಳ್ಳುತ್ತಿದ್ದ. ಅದಮ್ಯ ಆಕಾಂಕ್ಷೆ ಅವನಿಗೆ.

ಪುಷ್ಪಕ್ ಮುಂದೆ ಕಾರು ನಿಂತಾಗ ಮಂಕಾಗಿ ಇಳಿದ ಮಡದಿಯ ಕಡೆ ನೋಡಿದ. ಇಂದು ಕಣ್ಣೊರೆಸುತ್ತಲೋ, ರಮಿಸುತ್ತಲೋ ಕೂಡುವಷ್ಟು ಪುರಸತ್ತು, ಅವನಿಗಿರಲಿಲ್ಲ. ಅವನ ಹೆಚ್ಚು ಷೇರುಗಳಿದ್ದ ಮಲಿನಿ ಕಂಪನಿಯ ಬೋರ್ಡ್ ಆಫ್ ಮೀಟಿಂಗ್ ಇಂದು.

"ನೀವು... ಹೋಗ್ಬನ್ನಿ" ಕೈಯಾಡಿಸಿದಳು. ನೀರು ತುಂಬಿಕೊಂಡ ಕಣ್ಣುಗಳು ನಕ್ಕವು. "ಸಂಜೆ... ಬೇಗ್ಬರ್ತೀನಿ" ಕಾರಿನ ಚಕ್ರಗಳು ಮುಂದಕ್ಕೆ ಉರುಳಿದವು.

ಯಾವುದೋ ವಿಷಯಕ್ಕೆ ಎರಡು ಸಲ ಫೋನ್ ಮಾಡಿದ್ದ ಜಗನ್ನಾಥ್ ತಕ್ಷಣ ಕೇಳಿದರು.

"ಅಳಸಿಂಗಾಚಾರ್ಯರ ಮಗನಿಗೆ ಕೊಟ್ಟ ಚೆಕ್ ಕ್ಯಾಷ್ ಆಗಲಿಲ್ವಂತಲ್ಲ" ಮುಂದಕ್ಕೆ ಹೋದವನು ನಿಂತ. "ನಾನೇ ಕ್ಯಾಷ್ ಮಾಡ್ಬೇಡೀಂತ ಬ್ಯಾಂಕ್ ಮ್ಯಾನೇಜರ್‌ಗೆ ಫೋನ್ ಮಾಡಿದ್ದೆ. ಅವ್ರಿಗೆ ಹಣದ ಅವಶ್ಯಕತೆ ಇಲ್ಲ. ಮೂರು

ಬ್ಯಾಂಕ್‌ಗಳಲ್ಲಿ ಅವ್ರ ಅಕೌಂಟ್ ಇದೆ. ಕೆಲವು ಲಕ್ಷಗಳ ಜೊತೆ ಪ್ರಾಪರ್ಟಿನೂ ಇದೆ, ತಾಪತ್ರಯದ... ನಾಟ್ಕ. ಈ ಸಲ ಬಂದರೆ ಇದನ್ನೆ ಹೇಳಿ" ಎಂದ.

"ಆಫೀಸ್‌ಗೂ ಹೋಗಿದ್ದೇ ಅಂದ" ಅವರಿಗೆ ಗಲಿಬಿಲಿ ಆಗಿತ್ತು. "ನಾನು ಏರ್‌ಪೋರ್ಟ್‌ಗೆ ಹೋಗಿದ್ದೆ. ಅಕಸ್ಮಾತ್ ಬಂದರೆ ನಾಳೆ ಬೆಳಿಗ್ಗೆ ನನ್ನ ನೋಡೋಕ್ಹೇಳಿ" ಕೋಣೆಗೆ ಹೋಗಿಬಿಟ್ಟ.

ಅವನ ಮನಸ್ಸಿಗೂ ಇಂದು ತುಂಬ ಬೇಸರವಾಗಿತ್ತು. ನೊಂದ ಸದಾನಂದನ ಮುಖವೇ ಅವನಿಗೆ ನೆನಪಾಗುತ್ತಿತ್ತು. ಆಡಿದ ಮಾತಿನಂತೆ ಒಂದಿಂಚು ಅತ್ತಿತ್ತ ಸರಿಯಲಾರರು.

"ನೀನು ಮದ್ವೆಯಾದ್ರೆ... ಅವ್ಳು ನಿಂಗೆ ಮಾತ್ರ ಮಡದಿ. ಈ ಮನೆಯವರೊಂದಿಗೆ ಯಾವುದೇ ಸಂಬಂಧ ಇರೋಲ್ಲ. ನಾವು ಆ ಮದ್ವೆನ ಪುರಸ್ಕರಿಸೋಲ್ಲ" ಅಂದು ಹೇಳಿದ್ದರು. ಇಂದು ಕಾರ್ಯಗತವಾಗಿತ್ತು. ಮುಂದು ಕೂಡ ಇದನ್ನೆ ಜಾರಿಯಲ್ಲಿಡಬೇಕು.

ಪಾರಿಜಾತ ತಂದು ಕೆಲವು ಫೋಟೋಗಳನ್ನ ಅವನ ಮುಂದಿಟ್ಟಳು. "ಇವೆಲ್ಲ ನಿತೀಶ್ ಫೋಟೋಗಳು" ಬೇಸರವಿದ್ದರೂ ಸುಮ್ಮನೆ ಎಲ್ಲಾ ನೋಡಿಟ್ಟ.

"ಅತ್ತೆ, ಮಾವ ನಿತೀಶ್‌ನ ಹೋಗಿ ಕರ್ಕೊಂಡ್ಬನ್ನೀಂತ ಹೇಳಿದ್ದಾರೆ" ಅವನು ಯಾವುದೇ ಪ್ರತಿಕ್ರಿಯೆ ವ್ಯಕ್ತಪಡಿಸಲಿಲ್ಲ. ಎದ್ದು ಡ್ರಾಯರ್‌ನಲ್ಲಿದ್ದ ಎಸ್ಟಿಮೇಟನ್ನು ಮಂಚದ ಮೇಲೆಯೇ ಹರಡಿಕೊಂಡು ನೋಡತೊಡಗಿದ.

"ಭಾನುವಾರ... ಹೋಗ್ಬರೋಣ. ನಿಮ್ಮ ಆಫೀಸ್‌ಗೆ.... ರಜ..." ಬಗ್ಗಿಸಿದ ಸೊಂಟವನ್ನು ನೇರ ಮಾಡಿದ.

"ಆಫೀಸ್ ತೆಗೆಯದೇ ಇರಬಹುದು. ಆದರೆ.... ನಂಗೆ ರಜ ಇಲ್ಲ. ನಂದು ಅಂಥ ಪ್ರೊಫೆಷನ್ ಅಲ್ಲವ್ವಾ... ಅಲ್ಲ" ಹೇಳಿದ.

"ಅಲ್ಲಿಗೆ ನೀವೇ ತಾನೇ ಬಾಸ್. ಅಂದು ಯಾವ್ದೇ ಕಾರ್ಯಕ್ರಮಗಳ್ನ ಇಟ್ಕೋಬೇಡಿ" ಇಂಥ ಮಾತುಗಳನ್ನ ಹಲವಾರು ಸಲ ಆಡಿದ್ದಳು. ಅನಗತ್ಯ ಸಮಯದಲ್ಲಿ ಅವನು ಬೆಲೆ ಕೊಡಲಾರ. "ಅಲ್ಲೇ ಇರೋದು ತೊಂದರೇ, ನಂಗೆ ಆಗೋಲ್ಲ" ಮತ್ತೆ ಎಸ್ಟಿಮೇಟ್ ನೋಡತೊಡಗಿದ.

"ಅತ್ತೆ, ಮಾವನಿಗೆ ಹೀಗೆ... ಹೇಳ್ತೀರಾ?" ಸ್ವಲ್ಪ ಸ್ವರವೇರಿಸಿದಳು.

"ಅವ್ರು.... ಮೊದ್ಲು ಕೇಳ್ಲಿ..." ಎಸ್ಟಿಮೇಟ್ ಎತ್ತಿಟ್ಟು ಪ್ಲಾನ್ ತೆಗೆದುಕೊಂಡು ಹರಡಿದ.

"ನಾನು ಬರ್ತೀವೀಂತ ಫೋನ್ ಮಾಡ್ದೆ" ಹೇಳಿದಳು.

ಮಾತಾಡದೆ ನೋಡತೊಡಗಿದ. ಪಾರಿಜಾತ ಗೊಣಗಿದಳು. ಅವನ ಪ್ರತಿಕ್ರಿಯೆ ಸೊನ್ನೆ.

"ನಿಮ್ಗೆ ನಿತೀಶ್‌ನ ಕರ್ಕಂಡ್ಬರೋದು ಇಷ್ಟವಿಲ್ವಾ?" ಅಸಹನೆಯಿಂದ ಪ್ರಶ್ನಿಸಿದಳು.

ಫ್ಯಾನ್ ಸುತ್ತಿಟ್ಟು "ನನ್ನ, ನಿನ್ನ ಮಧ್ಯೆ ಯಾರು ಯಾರನ್ನೋ ಎಳ್ಕಂಡ್ಬರ್ಬೇಡ. ಡಿಸಿಷನ್ ನಿಂದೇ. ಹೊಣೆಗಾರಿಕೆನೂ ನಿಂದೆ." ಉದ್ವಿಗ್ನನಾಗದೆ ಸಮಾಧಾನದಿಂದ ಹೇಳಿದ.

"ಅವ್ರಿಗೆ ನಿಮ್ಮ ಒಪ್ಗೆ ಬೇಕು" ಎಂದಳು.

"ಯಾಕೆ ಬೇಕು? ವಾಸುಗೆ ಈ ತರಹ ವ್ಯವಹಾರ ನನ್ನ ಹತ್ರ ಬೇಡಾಂತ್ಹೇಳು" ಎಂದವನು ಮೃದುವಾಗಿ ಅವಳ ಕೆನ್ನೆ ಸವರಿದ. "ನಿಂಗೆ ನಿತೀಶ್‌ನ ಕರೆತಂದು ಬೆಳೆಸಬೇಕೂನ್ನೋ ಇಚ್ಛೆ ಇದ್ರೆ... ತಂದಿಟ್ಕೋ. ಅದ್ಕೆ ನನ್ನ ವಿರೋಧವಿಲ್ಲ. ಇದು ನಮ್ಮಿಬ್ಬರ ಮಧ್ಯದ ಮಾತು. ಬೇರೊಬ್ರು... ಬರೋದ್ಬೇಡ" ಪ್ರೀತಿಯಿಂದ ಹೇಳಿದ.

"ಅದಕ್ಕೆ ಅವ್ರು ಒಪ್ಪೋಲ್ಲ. ನೀವು ನಿತೀಶ್‌ನ ದತ್ತು ತಗೋಬೇಕು" ಮಡದಿಯ ಮಾತಿಗೆ ಅವನ ಮೈ ಬೆಂಕಿ ಆಯಿತು.

"ಇಂಪಾಸಿಬಲ್, ನಾನು ಆ ತರಹ ಕಲ್ಪಿಸಿಕೊಳ್ಳೋಕೆ ಕೂಡ ಇಷ್ಟಪಡೋಲ್ಲ. ಯಾಕೆ ದತ್ತು ತಗೋಬೇಕು? ನನ್ನ ಅಪಾರವಾದ ಆಸ್ತಿಗೆ ವಾರಸುದಾರನನ್ನಾಗಿ ಮಾಡೋಕೋ? ಅಥವಾ ವೃದಾಪ್ಯದಲ್ಲಿ ನನ್ನನ್ನ ನೋಡಿಕೊಳ್ಳಲೀಂತಲೋ, ನಾನು ದತ್ತು ಸ್ವೀಕರಿಸೋಲ್ಲ. ತಾನು ಬೀಜ ನೆಟ್ಟು ಬೆಳೆಸೋದು ಪ್ರಕೃತಿಯಲ್ಲಿನ ಅದ್ಭುತವಾದ ಅನುಭವ. ಹಂತ ಹಂತದ ಬೆಳವಣಿಗೆಯಲ್ಲಿನ ಪಾತ್ರ ಮಹೋತ್ತರವಾದದ್ದು. ಅದು ನಮ್ಮ ಪಾಲಿಗೆ ಇಲ್ಲ. ನಿತೀಶ್ ನಿಂಗಿಷ್ಟವಾದ್ರೆ... ತಂದಿಟ್ಕೋ. ನೀನೊಬ್ಬೇ ದತ್ತು ತಗೋಳೋಕು ಕಾನೂನಿನಲ್ಲಿ ಅವಕಾಶ ಇದೆ. ಇನ್ನು ಈ ಬಗ್ಗೆ ಪ್ರಸ್ತಾಪ ಬೇಡ ಪಾರಿಜಾತ" ನೇರವಾಗಿಯೇ ಹೇಳಿದ.

ಅಳುತ್ತ ಕೂತುಬಿಟ್ಟಳು. ಎದೆಗೊರಗಿಸಿಕೊಂಡು ಕಣ್ಣೀರು ತೊಡೆದ.

"ಸ್ವಲ್ಪ ಅರ್ಥ ಮಾಡ್ಕೋ. ನಿನ್ನ, ನನ್ನ ಮಧ್ಯದ ನವಿರಾದ ಬಂಧನ ಎಂದೂ ಸಡಿಲವಾಗೋಲ್ಲ. ನಿನ್ನಿಂದ ಮಕ್ಕಳಾಗೋಲ್ಲ ಅಂತ ತಿಳಿದಿದ್ರೂ ನಾನೇನು ನಿನ್ನನ್ನು ಅಪರಾಧಿ ಸ್ಥಾನದಲ್ಲಿ ನಿಲ್ಲಿಸೋಲ್ಲ. ನೀನು ಏನಾದ್ರೂ.... ಅಂದ್ಕೋ, ಸಮಾಜ ಏನಾದ್ರೂ ಅನ್ಲಿ... ನನಗೆ ಬೇಕಾಗಿರೋದು ನನ್ನದೇ ಮಗು. ಹೇಡಿತನ, ಪಲಾಯನವಾದ, ಆದರ್ಶವಾದದ ನಾಟ್ಕ ನಂಗಿಷ್ಟವಿಲ್ಲ. ನಿಂಗೂ ನಿನ್ನದೇ ಆದ ವ್ಯಕ್ತಿತ್ವವಿದೆ. ಅದನ್ನ ಗೌರವಿಸೋನು ನಾನು. ಕುಟುಕು ಮಾತು, ವ್ಯಂಗ್ಯ, ಸೇಡಿನ ಮನೋಭಾವ ನಮ್ಮಿಬ್ಬರ ಮಧ್ಯೆ ಬೆಳೆಯಲೇಬಾರದು. ಅದ್ರಿಂದ ಅಲುಗಾಡೋದು ದಾಂಪತ್ಯದ ಬುಡದ ಬೇರುಗಳು. ಅದು ಹಾಗಾಗದಂತೆ ಇಬ್ರೂ ರಕ್ಷಿಸೋಕೆ ಪ್ರಯತ್ನಪಡ್ಬೇಕು" ಎಂದವನು ಅವಳ ಪಾಡಿಗೆ ಅವಳನ್ನು ಬಿಟ್ಟು ಕೆಳಗೆ ಬಂದ.

ದಾಕ್ಷಾಯಿಣಿ ಕೇಸರಿ ಕಲರ್ ಉಲ್ಲನ್‌ನಲ್ಲಿ ಸ್ವೆಟರ್ ಹೆಣೆಯುತ್ತಿದ್ದರು.

"ಯಾರಿಗೆ ಸ್ವೆಟರ್?" ಆಕೆಯ ಪಕ್ಕದಲ್ಲಿಯೇ ಕೂತ.

ಆಕೆ ಮಗನ ಎದೆಗಿಡಿದು ನೋಡಿದರು. "ಈ ಕಲರ್ ನಿಂಗೆ ಚೆನ್ನಾಗಿ ಕಾಣುತ್ತೋ, ನೀನು ಎಳೆ ಮಗುವಾಗಿದ್ದಾಗ ಹತ್ತು ಸ್ವೆಟರ್ ಹೆಣೆದಿದ್ದೆ." ಹಿಂದಿನ ದಿನಗಳನ್ನು ಜ್ಞಾಪಿಸಿಕೊಂಡರು.

"ಸದಾನಂದ ಕುಟುಂಬ ಸಮೇತ ಮುಂಬಯಿಗೆ ಹೋದ್ನಾ?" ಜಗನ್ನಾಥ್ ಕೇಳಿದರು.

"ಇವತ್ತು ಹೋಗಿರಬೇಕು. ಇಲ್ಲಿಗೆ ಬಂದಿದ್ದ ವಿಷ್ಯ ತಿಳಿಸ್ದ. ಆಗ ನಾನು ಮನೆಯಲ್ಲಿ ಇರೋಕಾಗ್ಲಿಲ್ಲ" ಪೇಚಾಡಿಕೊಂಡ. ಅದರಲ್ಲಿ ನಟನೆ ಇದ್ದ ಹಾಗೆ ಅವರಿಗೆ ಕಾಣಲಿಲ್ಲ. ವಿಸ್ಮಿತರಾದರು.

"ಅವ್ನಿಗೆ ನೀನೇ ಒಂದ್ಕೆಲ್ಸ ಕೊಡ್ಬಹುದಿತ್ತು. ನಿಂಗೂ ಒಂದಷ್ಟು ಹೆಲ್ಪ್ ಆಗಿರೋದು" ಜಗನ್ನಾಥ್ ಒಂದಿಷ್ಟು ಮುಂದುವರಿಸಿದರು.

ಉಲ್ಲನ್ ಉಂಡೆಯ ನುಣುಪನ್ನ ಕೈಯಿಂದ ಸವರುತ್ತ,

"ನಂಗೇನು ಆ ಯೋಚ್ನೆ ಬರ್ಲಿಲ್ಲ. ಅವ್ನ ತಂಗಿ ಗಂಡನೇ ಆಫರ್ ಕೊಟ್ಟಿರಬಹ್ದು. ಇವ್ನು ಒಪ್ಪಿದ್ರೆ... ಪಾರ್ಟನರ್ ಆಗಿ ಕೂಡ ತಗೋತಾ ಇದ್ದನೇನೊ! ಸದಾನಂದ ಒಪ್ಪೋಲ್ಲ. ಇನ್ನ ನಾನು ಕರೆದ್ರೆ... ಬರ್‍ತಾನಾ?" ಅವರಂತೆಯೇ ಬೇರೆ ಬೇರೆಯಾಗಿಯೇ ವಿಂಗಡಿಸಿ ಮಾತಾಡಿದಾಗ ಜಗನ್ನಾಥ್ ತುಟಿಗಳು ಬಿಗಿದು ಕೂತವು.

ದಾಕ್ಷಾಯಿಣಿ ಮುಖ ಮುಖ ನೋಡಿದರು.

"ಅಳಸಿಂಗಾಚಾರ್ಯರ ಮಗನಿಗೆ ಅಷ್ಟೊಂದು ಹಣ ಇದೇಂತ ನಿಂಗೆ ಹೇಗೆ ಗೊತ್ತಾಯ್ತು?" ಮಾತು ಬದಲಾಯಿಸಿದರು.

ಶಂಕರ್ "ವಿಚಾರ್ಸಿ, ಅದ್ನ ಸುಳ್ಳೂಂತ ಬೇಕಾದ್ರೆ ಸಾಧಿಸಿಕೊಳ್ಳಿ. ಹಣಕ್ಕಾಗಿ ತನ್ನ ಯಾವ ರಕ್ತ ಸಂಬಂಧ ಕೂಡ ಕಡಿದುಕೊಳ್ಳೋಕೂ ಅವ್ರು ತಯಾರಾಗಿಬಿಡ್ತಾರೆ. ಆಗ ತಮ್ಮ ಸೇಫ್ಟಿ ಮಾತ್ರ ಯೋಚಿಸೋದು." ಟೀಪಾಯಿ ಮೇಲಿನ ಪೇಪರ್‌ನ ಪುಟಗಳನ್ನು ತಿರುವತೊಡಗಿದ.

ಜಗನ್ನಾಥ್ ಎದೆಯಲ್ಲಿ ಸಲಾಕಿಯಾಡಿಸಿದಂತಾಯಿತು. ಅಂದು ನಿರ್ದಾಕ್ಷಿಣ್ಯವಾಗಿ ಮಗನ ಕೈಯಲ್ಲಿ ಪೇಪರ್‌ಗಳ ಮೇಲೆ ಸಹಿ ಹಾಕಿಸಿಕೊಂಡಿದ್ದು ಮಾತ್ರವಲ್ಲ, ಕೊಟ್ಟ ಹಣವನ್ನು ಹಿಂದಕ್ಕೆ ವಾಪಸ್ಸು ಪಡೆದುಕೊಂಡಿದ್ದರು.

ಇಂದು ಮನೆಯ ಸಂಪೂರ್ಣ ಖರ್ಚು ಅವನದೇ. ಒಮ್ಮೆ ಕೂಡ ಗೊಣಗಿರಲಿಲ್ಲ. ಬಹಳ ಎತ್ತರದಲ್ಲಿದ್ದ ಮಗನನ್ನು ನೋಡಲಾರದೆ ತಲೆ ತಗ್ಗಿಸುವಂತಾಯಿತು.

ಅಷ್ಟರಲ್ಲಿ ಫೋನ್ ಬಂತು. ಎದ್ದು ಹೋದ.

"ನಿತೀಶ್ ವಿಷ್ಯ ಕೇಳಿದ್ರಾ?" ದಾಕ್ಷಾಯಿಣಿ ಮೆಲ್ಲಗೆ ಗಂಡನೆಡೆಗೆ ನೋಡಿದರು.

ಅವರು ಅಡ್ಡಡ್ಡ ತಲೆಯಾಡಿಸಿದರು.

"ಪಾರಿಜಾತ... ಕೇಳಿಕೊಳ್ಳಿ"

ಮೌತ್‌ಪೀಸ್‌ಗೆ ಕೈ ಅಡ್ಡ ಹಿಡಿದು ಹೇಳಿದ ಶಂಕರ್. "ಅಪ್ಪ, ವಾಸು ಏನೋ ಮಾತಾಡ್ಬೇಕಂತೆ" ಮೇಲೆದ್ದರು.

"ನನ್ನ ಹತ್ತಿರ ಏನಿದೆ ಮಾತಾಡೋಕೆ? ಪಾರಿಜಾತಗೆ... ಕೊಡು..." ಎಂದರು.

ಶಂಕರ್ ತಾಯಿಯ ಕಡೆ ನೋಡಿದ. "ಸ್ವಲ್ಪ.... ಪಾರಿಜಾತನ ಕರೀರಿ" ಎಂದವನು "ಹಾಗೇ ಸ್ವಲ್ಪ ಇರಿ, ಸಂಬಂಧಪಟ್ಟವ್ರು... ತಗೋತಾರೆ" ಎಂದವನು ತಣ್ಣಗೆ ಕೂತ.

ಅಂತು ಯಾರೊಬ್ಬರೂ ಫೋನೆತ್ತಲಿಲ್ಲ. ತಾನೇ ತೆಗೆದಿಟ್ಟ ಶಂಕರ್ ಹೊರಗೆ ಹೋದ.

* * * *

ಭವಾನಿ ಸದಾ ಏನಾದರೊಂದು ಕೆಲಸ ಹಚ್ಚಿಕೊಂಡಿರುತ್ತಿದ್ದಳು. ಕಾಂಪೌಂಡ್‌ನಲ್ಲಿನ ಸುಂದರ ವನವೇ, ಅವಳ ಬಿಡುವಿನ ಹೆಚ್ಚು ವೇಳೆ ಕಬಳಿಸುತ್ತಿದ್ದುದ್ದು. ಪುಷ್ಪಕ್ ಒಂದು ಕಲಾತ್ಮಕ ಗೃಹವಾಗಿತ್ತು. ಅದರ ಅಂದದ ಕಡೆ ಹೆಚ್ಚು ಗಮನ ಕೊಡುತ್ತಿದ್ದಳು.

ಹಿಂದೆ, ಆಗಾಗ ಸದಾನಂದ, ಅತ್ತಿಗೆ, ಮಗು ಬಂದು ಹೋಗುತ್ತಿದ್ದರು. ಅವಳು ಕೂಡ ಹೋಗುತ್ತಿದ್ದಳು. ಈಗ ಶಂಕರ್ ಹೊರಗೆ ಕರೆದೊಯ್ದರೆ ಮಾತ್ರ ಸುತ್ತಾಟ.

ಒಮ್ಮೆ ಶಂಕರ್ ಹೇಳಿದ್ದ. "ಲೇಡಿಸ್ ಕ್ಲಬ್‌ಗೆ ಸೇರ್‍ಕೋ ಟೆನಿಸ್, ಕಾರ್ಡ್ಸ್ ಜೊತೆಗೆ ಬೇರೆ ಮಹಿಳೆಯರ ಪರಿಚಯವು ಕೂಡ ಆಗುತ್ತೆ. ನಾನೆ ಕರ್‍ಕೊಂಡ್ಹೋಗಿ ಪರಿಚಯಿಸ್ತೀನಿ"

"ಸಾರಿ, ನಂಗೆ ಅದೆಲ್ಲ ಇಷ್ಟ ಇಲ್ಲ. ಏನೂ ಬೇಜಾರಿಲ್ಲ" ನಿರಾಕರಿಸಿದ್ದಳು.

ಒಂದು ಕಾರಣ ಸ್ಪಷ್ಟವಾದರೂ, ಭವಾನಿ ಅಂಥದೆಲ್ಲ ಇಷ್ಟಪಡುವ ಹೆಣ್ಣಲ್ಲವೆಂದು ಅವನಿಗೆ ಗೊತ್ತಿತ್ತು.

ಶಂಕರ್ ಬೆಳಿಗ್ಗೆ ಹೊರಡುವಾಗ ಅವನ ಕುತ್ತಿಗೆಯ ಟೈ ಸರಿ ಮಾಡುತ್ತ "ಸಂಜೆ ದೇವಸ್ಥಾನಕ್ಕೆ ಹೋಗ್ಬರ್‍ತೀನಿ. ನನ್ನ ಫ್ರೆಂಡ್... ಬರ್‍ತಾಳೆ" ಅವಳ ತಲೆಗೆ ಡೀ ಹೊಡೆದು "ಐದಕ್ಕೆ ಕಾರು ಡ್ರೈವರ್ ಇಲ್ಲಿ ಇರ್‍ತಾರೆ. ಮತ್ತೇನು.... ಸೇವೆ..." ಛೇಡಿಸಿದಾಗ ನಕ್ಕುಬಿಟ್ಟಳು.

ಹಿಂದಿನ ದಿನವೇ ಈ ಸಂಜೆಯ ಸಿನಿಮಾ ಪ್ರೋಗ್ರಾಂ ಫಿಕ್ಸ್ ಆಗಿತ್ತು. ಪಾರಿಜಾತವೊಂದಿಗೆ ಯಾವುದೇ ಅವಳ ಇಷ್ಟದ ನಟರ ಚಿತ್ರ ಬಂದರೆ ಅವನು ಅವಳೊಂದಿಗೆ ನೋಡಲೇಬೇಕು. ಇದು ಕೆಲವೊಮ್ಮೆ ಶಿಕ್ಷೆ ಕೂಡ ಅವನಿಗೆ. ಕೈಹಿಡಿದು ತನುಮನಗಳನ್ನ ಅರ್ಪಿಸಿದವಳಿಗೆ ಇಷ್ಟನ್ನ ಮಾಡದಿದ್ದರೆ... ಹೇಗೆ?

ಒಂದು ವಾರದಿಂದ ಭವಾನಿ ಸಪ್ಪಗಿರುವುದು ಅವನ ಗಮನಕ್ಕೆ ಬಂದಿತ್ತು. ಹೆಣ್ಣಿನ ಮನ ಅತ್ಯಂತ ಸೂಕ್ಷ್ಮ.

ಕಾರಿನವರೆಗೂ ಹೋದವನು ಹಿಂದಕ್ಕೆ ಬಂದ. ಬೊಗಸೆಯಲ್ಲಿ ಅವಳ

ಮುಖವನ್ನ ತುಂಬಿಕೊಂಡ. "ನಮ್ಮಿಬ್ಬರ ಮಧ್ಯೆ ಸ್ವಾಭಿಮಾನ ಬೇಡ. ಕೊಡೋಕೆಷ್ಟು ಅಧಿಕಾರವಿರುತ್ತೋ, ಪಡೆಯೋಕೂ ಅಷ್ಟೇ ಅಧಿಕಾರವಿರುತ್ತೆ. ನಾಲಾಯಕ್ ಗಂಡ ಅನ್ನಿಸಿಕೊಳ್ಳೋಕೆ ನಂಗೆ ಇಷ್ಟವಿಲ್ಲ" ಎಂದ, ಸ್ವರಕ್ಕೆ ತೀಕ್ಷ್ಣತೆ ಬೆರೆಸಿ.

ಮುಖ ಬಿಡಿಸಿಕೊಂಡು ಅವನೆದೆಯಲ್ಲಿ ಹುದುಗಿದಳು. "ಒಂದು.. ವಿಷ್ಯ..." ಎಂದವಳು ಸುಮ್ಮನಾದಳು. ಹಲ್ಲುಗಳನ್ನು ಕಚ್ಚಿಡಿದ, "ಏನದು...?" ಕಂಪಿಸುವ ತುಟಿಗಳು ಉಸುರಿದವು. "ರಾತ್ರಿ ಹೇಳ್ತೀನಿ..." ಕಣ್ಣಲ್ಲೇ ನಕ್ಕ.

ಕಾರು ಹತ್ತಿದ. ಝುಳು ಝುಳು ಹರಿಯುವ ಜಲಧಾರೆಯಂತೆ ಪಾರಿಜಾತ. ಆದರೆ ಅಲ್ಲಿ ಅವನ ಮೂಡ್ ಮಂಕಾಗಿ ಬಿಡುತ್ತಿತ್ತು. ಸಾಗರದ ಗಾಂಭೀರ್ಯ ಹೊತ್ತ ಭವಾನಿಯ ಮುಂದೆ, ಅವನ ರಸಿಕತೆ ಪೂರ್ಣವಾಗಿ ಹೊರಹೊಮ್ಮುತ್ತಿತ್ತು. ಪ್ರವಾಹವಾಗಿ ಬಿಡುತ್ತಿದ್ದ.

ಸದಾ ಕಿರಿ ಕಿರಿಯ ಜೊತೆ ಅಪಾರ ಬೇಡಿಕೆಗಳನ್ನು ಅವನ ಮುಂದಿಡುತ್ತಿದ್ದ ಪಾರಿಜಾತ ಬಗೆಗೆ ತಬ್ಬಿಬ್ಬಾಗಿ ಬಿಡುತ್ತಿದ್ದ. ದಾಂಪತ್ಯವೆಂದರೆ ಇಷ್ಟೇನಾ? ಸಾಕಾಗಿ ಅವಳ ತೊಡೆಯ ಮೇಲೆ ತಲೆ ಇಡಲೇ ಹಿಂಜರಿಯುತ್ತಿದ್ದ.

ಅರೆ ಮನಸ್ಸಿನಿಂದಲೇ ಪಾರಿಜಾತ ಜೊತೆ ಥಿಯೇಟರ್ ಹೊಕ್ಕ. ಚಿತ್ರ ಚೆನ್ನಾಗಿದ್ದರೂ ಅದರಲ್ಲಿ ತನ್ಮಯನಾಗಲು ಅವನಿಂದಾಗಲಿಲ್ಲ. ಪಾರಿಜಾತ ಜೊತೆಯಲ್ಲಿದ್ದಾಗ ಭವಾನಿಯ ನೆನಪನ್ನ ಪಕ್ಕಕ್ಕೆ ಸರಿಸುತ್ತಿದ್ದ. ಆದರೆ ಇಂದು ಸಾಧ್ಯವಾಗಲಿಲ್ಲ.

ಅವನ ಭುಜದ ಮೇಲೆ ತಲೆ ಇಟ್ಟು ಪಾರಿಜಾತ ಏನೋ ಉಸುರಿದಾಗ ಮೆಲ್ಲನೆ ರೇಗಿಬಿಟ್ಟ. "ಸುಮ್ನೇ ಮೂವೀ ನೋಡು." ಸ್ವಲ್ಪ ಪಕ್ಕಕ್ಕೆ ಸರಿದು ಕೂತ ಕೂಡ. ಕೆಲವು ಅತಿ ಕೂಡ ಬೇಸರವೆ.

ಅವನೊಂದು ರೀತಿಯ ಗಂಡು. ಸದಾ ಹೆಣ್ಣಿನ ಧ್ಯಾನದಲ್ಲೋ, ಇಲ್ಲ ಅವಳ ಪಿಸುಮಾತಿನಲ್ಲಿ ಸಮಸ್ತ ಜಗತ್ತನ್ನು ಕಾಣುವ ಪೈಕಿ ಅಲ್ಲ.

ಇಂಟರ್‌ವೆಲ್‌ನಲ್ಲಿ ಹೊರಗೆ ಬಂದ. ಐಸ್‌ಕ್ರೀಮ್ ತಂದುಕೊಟ್ಟ ಪಾರಿಜಾತಗೆ.

ಥಿಯೇಟರ್‌ಗೆ ಬಂದರೆ ಇಂಟರ್‌ವೆಲ್‌ನಲ್ಲಿ ಐಸ್‌ಕ್ರೀಮ್ ನಂತರ ಮಿಲ್ಕ್ ಚಾಕಲೇಟ್ ತಿನ್ನುತ್ತಲೇ ಉಳಿದ ಚಿತ್ರ ನೋಡಬೇಕು ಪಾರಿಜಾತ. ಇದು ವಾಡಿಕೆಯಾಗಿ ಹೋಗಿತ್ತು.

ಮೆಟ್ಟಲುಗಳನ್ನ ಹತ್ತಿ ಬಂದ ವಡಿವೇಲು ನಮ್ರತೆಯಿಂದ ಅಷ್ಟು ದೂರದಲ್ಲಿ ನಿಂತ. ಅತ್ತ ಹೋದ. ಮಾತಾಡಿ ಅವನನ್ನು ಕಳುಹಿಸಿದ. ಐಸ್‌ಕ್ರೀಮ್ ಡಸ್ಟಬಿನ್‌ಗೆ ಬಿತ್ತು.

ಆಮೇಲಿನ ಚಿತ್ರ ಅವನಿಗೇನು ಅರ್ಥವಾಗಲಿಲ್ಲ. ಅವನಿಗೆ ಸೆಕೆಂಡ್‌ಗಳು ಕೂಡ ತೀರಾ ದೀರ್ಘವೆನಿಸಿತು. ಮನಸ್ಸಿನಲ್ಲಿ ಚಿತ್ರ ನಿರ್ದೇಶಕನಿಗೆ ಶಾಪ ಹಾಕಿದ.

ಲೈಟುಗಳು ಹತ್ತಿಕೊಂಡಾಗ ಪಾರಿಜಾತಳ ಕೈ ಹಿಡಿದೇ ಎರಡೆರಡು ಮೆಟ್ಟಲು ಹಾರುತ್ತ ಬಾಲ್ಕನಿ ಇಳಿದ.

"ಏನಾದ್ರೂ... ಅರ್ಜೆಂಟಾ?" ಕಾರಿನ ಬಳಿ ಕೇಳಿದಳು.

"ಹಾರೋ ಆಸೆ... ಅಷ್ಟೆ" ಸ್ಟೀರಿಂಗ್ ವ್ಹೀಲ್ ಮುಂದೆ ಕೂತ. ಅವನೆದೆ ನಗಾರಿಯಾಗಿತ್ತು. "ಇವತ್ತು ಹೋಟೆಲ್‌ಗೆ ಬೇಡ. ಅಮ್ಮ ಹೇಳಿದ್ರಲ್ಲ..." ಕಾರು ಸ್ಟಾರ್ಟ್ ಮಾಡಿದ. ಅವಳಿಗೆ ನಿರಾಸೆಯಾಯಿತು.

ಅವಳಿಗೆ ಹೋಟೆಲ್‌ನಲ್ಲಿ ಡಿನ್ನರ್ ಇಷ್ಟ. ವಾರಕ್ಕೆರಡಾವರ್ತಿಯಾದರೂ ಹೋಗಬೇಕು. ಅಷ್ಟಲ್ಲದಿದ್ದರೂ ಶಂಕರ್ ತಿಂಗಳಿಗೆ ನಾಲ್ಕು ಸಲವಾದರೂ ಅವಳೊಂದಿಗೆ ಹೋಟೆಲ್‌ನಲ್ಲಿ ಡಿನ್ನರ್ ಮುಗಿಸುತ್ತಿದ್ದ, ಇದು ಪಾರಿಜಾತಗಾಗಿ.

ಅವಳು ಇಳಿದ ಕೂಡಲೇ ಕಾರು ಹಿಂದಕ್ಕೆ ತಿರುಗಿಕೊಂಡಿತು. "ಗುಡ್ ನೈಟ್, ಸ್ವೀಟ್ ಡ್ರಿಮ್..." ಕೈಯೆತ್ತಿದ. ಕಾರಿನ ಚಕ್ರಗಳು ವೇಗವಾಗಿ ಮುಂದಕ್ಕೆ ಉರುಳಿದವು.

ವಡಿವೇಲು, ಅವನ ಹೆಂಡತಿ ನರ್ಸಿಂಗ್ ಹೋಂನ ಹೊರಗಡೆಯ ಬಾಲ್ಕನಿಯಲ್ಲಿಯೇ ಇದ್ದರು.

ಡಾಕ್ಟರ್ ಸ್ವರ್ಣಲತ ನೋಡಿ ಕೂಡಲೇ ಹರ್ಷಚಿತ್ತರಾಗಿ "ಕಂಗ್ರಾಜುಲೇಷನ್, ಅಂತು ನಿಮ್ಗೆ ಪ್ರಮೋಷನ್, ಭವಾನಿ ಪ್ರೆಗ್ನೆಂಟ್. ಕೈಗೆ ಬಿದ್ದ ಪೆಟ್ಟು ಹೊಟ್ಟೆಗೆ ಬಿದ್ದಿದ್ದರೆ... ಕಷ್ಟವಾಗ್ತ ಇತ್ತು" ಎಂದರು.

ಹರ್ಷ, ದುಃಖಗಳ ಸಮ್ಮಿಲನ, ಆಕೆಯೇ ಸ್ಪೆಷಲ್ ವಾರ್ಡ್‌ಗೆ ಕರೆದೊಯ್ದರು. ಇಂಥ ಶ್ರೀಮಂತರಿಂದಲೇ ಅವರ ನರ್ಸಿಂಗ್ ಹೋಂಗಳ ಉದ್ಧಾರ.

ಮಲಗಿದ್ದ ಭವಾನಿಯ ಕೈಗೆ ಮಾತ್ರ ಬ್ಯಾಂಡೇಜ್ ಹಾಕಿತ್ತು.

"ಶಿ ಈಸ್ ಆಲ್‌ರೈಟ್, ಸ್ವಲ್ಪ ವೀಕಾಗಿದ್ದಾರೆ. ಬೇಕಾದ್ರೆ ಒಂದ್ವಾರ ಇಲ್ಲಿ ರೆಸ್ಟ್‌ನಲ್ಲಿರಿಸಿ ಬಿಲ್ಲಿನ ಮೊತ್ತ ಏರಿಸ್ಬಹ್ದು. ಅಥ್ವಾ ಈಗ್ಲೇ ಕರ್ಕೊಂಡ್ಹೋಗಿ... ಬಿಲ್ ಕಡ್ಮೆ ಮಾಡ್ಕೋಬಹ್ದು. ಸದ್ಯಕ್ಕೆ ನೀವು ಎರಡನೆಯವರ ಸ್ಥಿತಿಯಲ್ಲೇ ಇದ್ದೀರಿ" ಸ್ವರ್ಣಲತ ತಮಾಷೆ ಮಾಡಿ ನಕ್ಕರು.

ಈಗ ಅವನಿಗೆ ಆಗಿರುವ ಸಂತೋಷವನ್ನ ಹೊರಗೆ ಪ್ರಕಟಪಡಿಸಬೇಕು. ಅವರಲ್ಲಿ ಪೂರ್ಣ ಭಾಗಿ ಭವಾನಿ ಮಾತ್ರ.

"ಈಗ್ಲೇ... ಡಿಸ್ಚಾರ್ಜ್ ಮಾಡಿ" ಡಾಕ್ಟರೊಂದಿಗೆ ಹೊರಗೆ ಹೋದವನು ಹತ್ತು ನಿಮಿಷದ ನಂತರ ವಾರ್ಡ್‌ನೊಳಕ್ಕೆ ಬಂದ. ಮಡದಿಯ ಮುಖದಲ್ಲಿ ಹೊನ್ನಿನ ಓಕುಳಿ. "ಥ್ಯಾಂಕ್ಯೂ ವೆರಿಮಚ್..." ಅವಳ ಪಟ್ಟಿ ಕಟ್ಟಿದ ಕೈ ಮೇಲೆ ಬೆರಳುಗಳನ್ನಾಡಿಸಿದ. "ಹೇಗಾಯ್ತುಂತ ಮನೆಯಲ್ಲಿ ಕೇಳ್ತೀನಿ" ಸ್ವಲ್ಪ ಸೀರಿಯಸ್ಸಾಗಿ ಅಂದ.

"ನಿಮ್ಗೇ ಇಂಥ ಸಿಹಿ ಸುದ್ದಿ ಹೇಳಿಲ್ವಾ!" ಡಾಕ್ಟರ್ ಕೇಳಿದಾಗ ಅವನು ನಿಬ್ಬೆರಗಾಗಿದ್ದ.

ಮೊದಲ ಸಲ ಭವಾನಿಯ ಬಗ್ಗೆ ಬೇರೆಯಾಗಿ ಯೋಚಿಸಿದ. 'ಅಹಂ' ಅಥವಾ ಬೇಸರವಾ? ಯಾವುದೇ ನಿರ್ಧಾರಕ್ಕೆ ಬರದಾದ. ಬಹುಶಃ ಪಾರಿಜಾತ ಹಾಗೇ... ಭಯವಾ?

"ಡೆಲಿವರೀ ಪೇಯ್ನ್... ಸತ್ತು ಹುಟ್ಟೋ ಸ್ಥಿತಿ ನಂಗೆ ಬೇಡಾ!" ಪಾರಿಜಾತ ಭಯದಿಂದ ಮುಖ ಮುಚ್ಚಿಕೊಂಡಿದ್ದು ಅವನಿಗೆ ಇನ್ನೂ ನೆನಪಿನಲ್ಲಿತ್ತು.

"ಹೇಗಾಯ್ತು... ಪೆಟ್ಟು?" ಪುಷ್ಪಕ್‌ಗೆ ಬಂದ ಕೂಡಲೇ ಪ್ರಶ್ನಿಸಿದ. ಮತ್ತಷ್ಟು ಲಜ್ಜಿತಳಾದಂತೆ ಕಂಡಳು. ಅಥವಾ ತನ್ನ ಭ್ರಮೆಯಾ? "ಬಿದ್ದೆ... ಪಾಟು ಹೊಡೆಯಿತು ಅಷ್ಟೆ" ಅವಳ ತಲೆ ತಗ್ಗಿತು.

ವಡಿವೇಲು ಹೆಂಡತಿ ಹೇಳಿದ್ದಳು. "ಬುಟ್ಟಿ ತಗೊಂಡ್... ಈಚೆಗೆ ಬಂದರು. ಬವಳಿ ಬಂದಂತೆ ಬಿದ್ರು. ಜ್ಞಾನ ತಪ್ಪಿತು. ಗಾಬರಿಯಿಂದ ನರ್ಸಿಂಗ್ ಹೋಂಗೆ ತಗೊಂಡ್ಹೋದ್ವಿ, ಸಾಮಿ"

"ಅದು ಎದ್ದು ಕಾಣ್ತಾ ಇದೆ. ಮಿಸಸ್ ಶಂಕರ್. ಹೇಗೆ.... ಬಿದ್ರಿ?" ಅವನ ಕಟುವಾದ ಪ್ರಶ್ನೆಗಳಿಗೆ ಅವಳ ಕಣ್ತುಂಬಿತು. ಸ್ವಲ್ಪ ಮೆತ್ತಗಾದರೂ ನಿಷ್ಠುರ ಮಾಡಿದ. "ನಂಗೆ ಮೊದ್ಲು ವಿಷಯ ತಿಳಿಯಬೇಕಿತ್ತು"

ಅವಳನ್ನ ಅವಳ ಪಾಡಿಗೆ ಬಿಟ್ಟು ಹೊರಗೆ ಬಂದಿದ್ದ. ಸಂತೋಷದಿಂದ ಅವನೆದೆ ಉಬ್ಬಿತ್ತು.

ಉಡುಪು ಬದಲಾಯಿಸಿ ಮನೆಯಲ್ಲಿ ಒಂದು ಸುತ್ತು ಹಾಕಿಕೊಂಡು ಡೈನಿಂಗ್ ಹಾಲ್‌ಗೆ ಬಂದ. ಘಮ ಘಮಿಸುವ ಸಿಹಿ ತಿಂಡಿಯ ವಾಸನೆ, ಮುಚ್ಚಿಟ್ಟಿದ್ದನ್ನು ತೆರೆದು ನೋಡಿದ. ಮೈಸೂರುಪಾಕ್‌ನ ಪಕ್ಕದಲ್ಲಿಯೇ ಮ್ಯಾಗಝೀನ್‌ನಲ್ಲಿ ಕಟ್ ಮಾಡಿದ ಮುದ್ದಾದ ಮಗುವಿನ ಚಿತ್ರ.

"ರಾತ್ರಿ.... ಹೇಳ್ತೀನಿ" ಬೆಳಗಿನ ಮಾತನ್ನು ನೆನಪಿಸಿಕೊಂಡ.

ಪ್ಲೇಟ್‌ನಲ್ಲಿಟ್ಟುಕೊಂಡು ರೂಮಿಗೆ ಬಂದ. ಅಪರಾಧಿಯಂತೆ ಎತ್ತಿದ ನೋಟವನ್ನು ಹಿಡಿದಿಟ್ಟ.

"ಸಾರಿ ಭವಾನಿ... "ಪಕ್ಕದಲ್ಲಿಯೇ ಕೂತು ಮೈಸೂರುಪಾಕ್ ತುಂಡನ್ನು ಅವಳ ಬಾಯಿಗಿಟ್ಟ. ತುಟಿ ತೆರೆಯದೇ ಅದನ್ನೇ ಅವನ ಬಾಯಿಗಿಟ್ಟಳು. ಅವಳ ಕೈ ನೋವನ್ನು ಮರೆತು ಅಪ್ಪಿಕೊಂಡ. "ಐಯಾಮ್ ಸೋ ಹ್ಯಾಪಿ, ಶಂಕರ್ ಕನ್‌ಸ್ಟ್ರಕ್ಷನ್ ಕಂಪನಿ ಆರಂಭ ಕೂಡ ಛಾಲೇಂಜೇ. ಪ್ರತಿಯೊಂದರಲ್ಲೂ ರಿಸ್ಕ್ ತಗೊಂಡ್ಮೇಲೇ. ನಾನು ಸಫಲನಾಗಿದ್ದು. ಅತ್ಯಂತ ತೃಪ್ತಿ, ಸಂತೋಷದ ಸಾಧನೆಗಿಂತ ಇಂದಿನ ಆನಂದ ಮಿಗಿಲು. ಕೆಲವು ಲಕ್ಷಗಳೇನು, ಯಾವುದು ಸಮವಾಗದು" ತನ್ನ ಮನಸ್ಸಿನ ತೃಪ್ತಿ. ಆನಂದವನ್ನು ಹಂಚಿಕೊಂಡ.

ಎಸ್‌ಟಿಡಿ ಕಾಲ್ ಇದನ್ನು ಸದಾನಂದ್‌ಗೆ ಮುಟ್ಟಿಸಿಬಿಟ್ಟಿತು ಕೆಲವೇ ಕ್ಷಣದಲ್ಲಿ.

"ಹೇಗಿದ್ದಾಳೆ? ಈಗ ಅವಳ ಪಕ್ಕದಲ್ಲಿ ಅಮ್ಮ ಇರಬೇಕಿತ್ತು. ನಾವುಗಳು ಕೂಡ

ದೂರ. ಇಲ್ಲಿಂದ ಹಾರಿ ಬರೋಕೆ ಸಾಧ್ಯವಾಗಿದ್ದರೇ ಚೆನ್ನಾಗಿತ್ತು" ಒಂದೇ ಸಮ ಬಡಬಡಿಸಿದ.

"ಡೋಂಟ್‌ಗೆಟ್ ಎಕ್ಸೈಡ್ ಡಿಯರ್ ಫ್ರೆಂಡ್. ನಿಮ್ಮೆಲ್ಲರಿಗಿಂತ ಇಲ್ಲಿ ನನ್ನ ಅಗತ್ಯವೇ ಜಾಸ್ತಿ. ಭವಾನಿ ಬಗ್ಗೆ ನಿಂಗೆ ಗಾಬರಿ ಬೇಡ. ನಾನು ನೋಡ್ಕೋತೀನಿ" ಫೋನಿಟ್ಟ.

ನೂರು ಕನಸು ನನಸಾದಂಥ ರಾತ್ರಿ ಅಂದು. ಇಡೀ ರಾತ್ರಿ ಬಳಲಿಕೆಯಿಂದ ನಿದ್ದೆ ಮಾಡುತ್ತಿದ್ದ ಅವಳನ್ನ ನೋಡಿದ.

"ಬಯಕೆ ಸಂಕಟ. ಅವರಿಗೆ ಅನ್ನ ಸೇರಿಯೇ ವಾರದ ಮೇಲಾಗಿರಬೇಕು. ನೀವು ಗಮನಿಸಿದಂತೆ ಕಂಡಿಲ್ಲ" ಡಾ॥ ಸ್ವರ್ಣಲತಾ ಗಂಭೀರವಾಗಿ ಹೇಳಿದ ಮಾತುಗಳನ್ನ ಶ್ರದ್ಧೆಯಿಂದ ಆಲಿಸಿದ.

ಈಗ ಅವಳನ್ನು ಪೂರ್ಣವಾಗಿ ಗಮನಿಸುವವರು ಬೇಕು. ತಾಯಿ ಅಥವಾ ಅತ್ತೆ. ಒಬ್ಬರು ಇಲ್ಲ, ಇನ್ನೊಬ್ಬರು ಇದ್ದರೂ ಇಲ್ಲ. ಹಣದಿಂದ ಕೊಂಡುಕೊಡುವಂಥದಲ್ಲ. ದೀರ್ಘವಾಗಿ ಯೋಚಿಸಿ ಒಂದು ನಿರ್ಧಾರಕ್ಕೆ ಬಂದ.

ಬೆಳಿಗ್ಗೆ ಏಳಲೂ ಆಗದಂಥ ಸುಸ್ತು ಅವಳಿಗೆ. ತಾನೇ ಹಾರ್ಲಿಕ್ಸ್ ಬೆರೆಸಿಕೊಂಡು ಬಂದು ಕೊಟ್ಟ.

"ನಂಗೆ ಆಗೋಲ್ಲ.... ನಿಮ್ಗೇ ತೊಂದರೆ ಆಗುತ್ತೆ. ನನ್ನ ಅಣ್ಣನ ಹತ್ತಿರ... ಕಳಿಸಿಬಿಡಿ" ಅವಳ ಕಣ್ಣಲ್ಲಿ ಅಸಹಾಯಕತೆಯ ಕಣ್ಣೀರು ತುಂಬಿಕೊಂಡಿತು.

ತಟ್ಟನೆ ಎದೆಗೊರಗಿಸಿಕೊಂಡ. "ನಂಗೆ ಬಹಳ ಇಷ್ಟವಾದ ತೊಂದರೆ. ಬದುಕಿನಲ್ಲಿ ನಾನು ತೊಡಕೇ ಇಷ್ಟಪಡೋದು. ನಿನ್ನ ಎಲ್ಲೂ ಕಳಿಸೋ ಮಾತ್ರೇ ಇಲ್ಲ. ನಿನ್ನಣ್ಣನ ಜೊತೆ ಒಂದು ಫೈಟಿಂಗ್ ಆದ್ರೂ... ಪರ್ವಾಗಿಲ್ಲ."

ಮನೆಯಲ್ಲಿ ಅಡಿಗೆಗೆ ಭಟ್ಟರ ನೇಮಕವಾಯಿತು. ಸಂಪೂರ್ಣ ಹೊರ ಕೆಲಸಕ್ಕೆ ಒಬ್ಬ ಹೆಣ್ಣಾಳು ಬಂದಳು. ವಡಿವೇಲು ಹೆಂಡತಿಗೆ ಬರೀ ಭವಾನಿನ ನೋಡಿಕೊಳ್ಳುವುದು.

ಈಗ ಹೆಚ್ಚು ಹೆಚ್ಚು ಸಲ ಮನೆಗೆ ಬರುತ್ತಿದ್ದ. ಸಂಜೆಯ ಅವನ ಎಲ್ಲಾ ಕಾರ್ಯಕ್ರಮಗಳು ಬಂದ್. ಅವಳನ್ನು ಹೊರಗಡೆ ಕರೆದೊಯ್ಯುತ್ತಿದ್ದ.

ಬಂದ ಸದಾನಂದ ಶಂಕರ್‌ನ ಎತ್ತಿ ಮೂರು ಸುತ್ತು ತಿರುಗಿಸಿಬಿಟ್ಟ.

"ಅಂತು ನಂಗೂ ಪ್ರಮೋಷನ್. ಮಾವ ಅನ್ನಿಸಿಕೊಳ್ಳೇದೆ ಥ್ರಿಲ್ಲಿಂಗ್" ಇವನ ಸಂತೋಷಕ್ಕಿಂತ ಅವನ ಸಂತೋಷವೇನು ಕಮ್ಮಿ ಇರಲಿಲ್ಲ.

ಬಿಳಚಿಕೊಂಡ ತಂಗಿಯನ್ನು ನೋಡಿ ಅವನಿಗೆ 'ಅಯ್ಯೋ' ಎನಿಸಿತು. "ಪ್ಲೀಸ್, ನಾನು ಭವಾನಿನ ಕರ್ಕೊಂಡ್ಹೋಗ್ತೀನಿ. ಈಗ ತವರು ಮನೆಯಲ್ಲಿರೋದೇ... ಸರಿ" ಕೇಳಿಕೊಂಡ.

"ವ್ಹಾ, ನೀನು ತಂದೆ ಆಗಿದ್ದೀಯಾ ಅಷ್ಟೆ. ಏನೇನು ಪ್ರಯೋಜನವಿಲ್ಲ. ಈನ್ನೆರಡು ತಿಂಗ್ಳು ಇರೋದೇ ಹಾಗೆ. ಈಗ ಇರಬೇಕಾದ್ದು ತವರಿನ ಮಮತೆಯಲ್ಲಿ ಅಲ್ಲ, ಗಂಡನ ಬೆಚ್ಚಗಿನ ತೋಳಿನಾಸರೆಯಲ್ಲಿ. ಈಗ ಪ್ರಯಾಣ ಕೂಡ ನಿಷಿದ್ಧ. ತಂಗಿ ಮೇಲೆ ಅಷ್ಟೊಂದು ಅಕ್ಕರೆ ಇದ್ದರೆ ಇಲ್ಲೇ ಬಂದು ಇದ್ದುಬಿಡು" ಅವನ ಕೇಳಿಕೆಯನ್ನ ನಿರಾಕರಿಸಿಬಿಟ್ಟ.

ಪ್ರೆಗ್ನೆನ್ಸಿಯ ಲಕ್ಷಣಗಳು, ಆಗ ನೋಡಿಕೊಳ್ಳಬೇಕಾದ ವಿಧಾನ-ಅದನ್ನೆಲ್ಲ ತಿಳಿಯಲು ಹತ್ತಾರು ಪುಸ್ತಕಗಳನ್ನೆಲ್ಲ ತಂದು ಹಾಕಿಕೊಂಡಿದ್ದ. ಪ್ಲಾನ್, ಎಸ್ಟಿಮೇಟ್‌ಗಳಿಗಿಂತ ಹೆಚ್ಚಾಗಿ ಮನನ ಮಾಡುತ್ತಿದ್ದ.

ಎರಡು ದಿನವಿದ್ದ ಸದಾನಂದ ಹಿಂದಿರುಗಿದ. ಅವನನ್ನು ಪ್ಲೈಟ್ ಹತ್ತಿಸಿ ನೇರವಾಗಿಯೇ ಮನೆಗೆ ಬಂದ.

ಇನ್ವಿಟೇಷನ್, ಲೇಟರ್ ತಂದು ಅವನಿಗೆ ಕೊಟ್ಟರು. "ವಾಸು ಒಂದೆರಡು ಸಲ ಫೋನ್ ಮಾಡಿದ್ನಂತೆ. ನೀನು ಸಿಕ್ಲಿಲ್ಲ ಅಂತ ಅವ್ನ ಎರಡನೇ ಮಗುವಿನ ಬರ್ತ್‌ಡೇಗೆ ಎಲ್ಲಾ ಬರುವಂತೆ ಬರೆದಿದ್ದಾನೆ." ಓದಿಕೊಂಡವನು ತಂದೆಯತ್ತ ನೋಡಿದ.

"ಇಡೀ ಸಂಜೆ ಕ್ಲಬ್‌ನಲ್ಲಿ ಇರೋ ಬದ್ಲು ಸ್ವಲ್ಪ ವಾಕ್ ಮಾಡಿ. ಡಾಕ್ಟ್ರು ಎರಡೂವರೆ ಪೌಂಡ್ ಜಾಸ್ತಿ, ಜೊತೆಗೆ ಬಿ.ಪಿ. ಕೂಡ ಜಾಸ್ತಿಯಾಗಿದೆಯಂದ್ರು, ಯಾಕೆ?" ಕೇಳಿದ.

ಡಾಕ್ಟರ ಬಳಿ ರಿಪೋರ್ಟ್ ತರಿಸಿಕೊಂಡಿದ್ದಾನೆ. ಬಿಜಿಯಲ್ಲಿ ಮರೆಯುತ್ತಾನೆಂದುಕೊಳ್ಳುತ್ತಿದ್ದರು. ಇಲ್ಲ... ಅವನು ಮರೆಯೋಲ್ಲ.

ಅಡಿಗೆಯವರನ್ನ ಕರೆದು ಹೇಳಿದ. "ಇವತ್ತಿನಿಂದಾನೆ ಯಾವುದಕ್ಕೂ ಉಪ್ಪ ಹಾಕ್ಬೇಡಿ. ಖಾರ ಕಮ್ಮಿ ಮಾಡಿ. ವೇಳೆಗೆ ಸರಿಯಾಗಿ ತಟ್ಟೆ ಹಾಕಿ ಬಡ್ಸಿ."

ತಂದೆಯ ಬಳಿ ಹೋಗಿ ಕೂತು ಅವರ ಕೈಯನ್ನು ತನ್ನ ಕೈಯೊಳಗೆ ತಕೊಂಡ. "ಅಪ್ಪ, ನೀವು ಯಾಕೆ ಅರ್ಥ ಮಾಡಿಕೊಳ್ಳೋಲ್ಲ. ನಂಗೆ ಒಂದು ಹೆಲ್ಪ್ ಮಾಡಿ. ಹೆಲ್ತ್ ಬಗ್ಗೆ ನೆಗ್ಲೆಕ್ಟ್ ಬೇಡ. ಪ್ಲೀಸ್..." ಅವನ ಕಂಠ ಭಾರವಾಯಿತು. ಜಗನ್ನಾಥ್ ಮೂಖರಾದರು.

ಇಂದೂ ಕೂಡ ದೀಪಕ್ ಪರಾಶರನ ಎಲ್ಲಾ ಕೆಲಸದಲ್ಲೂ ಮಹೇಂದ್ರ ಪರಾಶರ ತೊಂಬತ್ತೊಂಬತ್ತರಷ್ಟು ತಾವು ಮಾಡುತ್ತಿದ್ದರು. ಆದರೂ ಅವನಿಗೆ ತಂದೆಯೆಂದರೆ ಅಲಕ್ಷ. ವಿಧೇಯತೆಯ ಪ್ರದರ್ಶನ ಮುಂದೆ ಮಾಡಿದರೂ ಅವರ ಸಾವಿನವರೆಗೂ ಯೋಚಿಸಿಬಿಡುತ್ತಿದ್ದ. ತಮ್ಮ... ಮಗ... ಅವರಿಗೆ ಅವನ ಪ್ರೀತಿಯಲ್ಲಿ ನೂರು ವರ್ಷ ಬದುಕಬೇಕೆನಿಸಿತು.

"ಇಲ್ಲ ಶಂಕರ್.... ನಿಂಗೆ ತೊಂದರೆ ಕೊಡೋಲ್ಲ" ಮಗನನ್ನ ಅಪ್ಪಿಕೊಂಡುಬಿಟ್ಟರು. "ಥ್ಯಾಂಕ್ಯೂ, ಥ್ಯಾಂಕ್ಯೂ ವೆರಿಮಚ್..." ಎಂದವನು ಕೋಣೆಗೆ ಹೋದ.

ಪಾರಿಜಾತ ಬಟ್ಟೆಗಳನ್ನೆಲ್ಲ ಸೂಟುಕೇಸ್‌ಗೆ ತುಂಬುತ್ತಿದ್ದಳು. ಒಂದು ರೀತಿಯ ಅಲಕ್ಷದಿಂದ ಅವನತ್ತ ತಿರುಗಿ ನೋಡಲಿಲ್ಲ.

ಬೀರು ಬೀಗದ ಕೀ ಬಂಚ್‌ಗಾಗಿ ಡ್ರಾಯರ್ ತೆಗೆದ. ಈಗ ಅಲ್ಲಿರುತ್ತಿರಲಿಲ್ಲ. ಅಂದೇ ಭದ್ರ ಮಾಡಿಕೊಂಡ ಮೇಲೆ ಒಮ್ಮೆ ಕೂಡ ಬೀರುವಿನತ್ತ ಸುಳಿದಿರಲಿಲ್ಲ.

"ನಿನ್ನ ಬೀರುವಿನಲ್ಲಿ ನನ್ನದೊಂದು ಫೈಲು ಇದೆ. ಸ್ವಲ್ಪ ತೆಗೆದಿಡು" ಬಾತ್‌ರೂಮಿಗೆ ಹೋದ. ಅವನು ಬಂದರೂ ಅವಳು ತನ್ನ ಕೆಲಸದಲ್ಲಿಯೇ ಮಗ್ನಳಾಗಿದ್ದಳು. "ಪಾರಿಜಾತ... ನಂಗೆ ಅರ್ಜೆಂಟ್ ಬೇಕು. ಆಮೇಲೆ ನಿನ್ಕೆಲ್ಸ ಮಾಡ್ಕೋ..." ಹೇಳಿದ.

"ಸದಾ ಟೆನ್‌ಷನ್ನೆ... ಯಾರ್‍ಗೆ ಬೇಕಾಗಿದೆ?" ಗೊಣಗಿದಳು.

ಮೃದುವಾಗಿಯೇ ಅವಳ ರೆಟ್ಟೆ ಹಿಡಿದುಕೊಂಡು ತನ್ನತ್ತ ತಿರುಗಿಸಿಕೊಂಡ. "ಲಾಜಿಕ್ ಆಗಿ ಯೋಚ್ಸಿದ್ರೆ... ಅದ್ರ ಉಪಯೋಗ ಸಿಕ್ಕಿರೋದು.... ನಿಂಗೇನೇ ಎ.ಸಿ. ರೂಮು, ಲಕ್ಷಾಂತರ ಒಡ್ವೆಗಳ ಸೆಟ್, ಬ್ಯಾಂಕ್ ಬ್ಯಾಲೆನ್ಸ್, ಕ್ಲಬ್, ಪಾರ್ಟಿಗಳು, ಸೊಸೈಟಿಯಲ್ಲಿ ಗೌರವ ಇವೆಲ್ಲಕ್ಕೂ ನೀನು ಮಾಡಿರೋದು ಏನು ಗೊತ್ತ.... ನನ್ನ ಕೈಯಲ್ಲಿ ತಾಳಿ ಕಟ್ಟಿಸಿಕೊಂಡಿರೋದು. ಛೆ..." ರೆಟ್ಟೆ ಬಿಟ್ಟ, ಬಹಳ ನೋವಾಗಿತ್ತು ಅವನಿಗೆ.

"ಸಿಂಹನ ಕಳುಸ್ತೀನಿ, ಅವ್ನ ಕೈಯಲ್ಲಿ ಕೊಟ್ಟು ಕಳಿಸು." ಎಂದವನು ಇನ್ನೊಂದು ಬೀರುವಿನಲ್ಲಿನ ಮುಖ್ಯವಾದ ಫೈಲುಗಳನ್ನೆಲ್ಲ ತೆಗೆದು ಹೊರಗೆ ಹಾಕಿದ.

ಎಲ್ಲಾ ಸೂಟುಕೇಸ್‌ಗೆ ಸೇರಿಸಿದ.

ಸರ ಸರನೆ ಪಾರಿಜಾತ ಬೀರು ತೆಗೆದು ಫೈಲನ್ನು ಹೊರಗೆ ಹಾಕಿದಳು. "ಸುಮ್ನೆ ವೃಥಾ ಆರೋಪ ಹೊರುಸ್ತೀರಾ! ನಂಗೆ ಹೆರಿಗೆ ಬಗ್ಗೆ ಭಯ ಇರ್‍ಬಹುದ್ದು. ಆದರೆ ಮಕ್ಳು ಆಗ್ದೇ ಇರೋಕೆ ನಾನು ಕಾರಣ ಅಲ್ಲ" ಅಳುವಿನ ಸ್ವರ ಮಾಡಿದಳು.

ಹಿಂದಕ್ಕೆ ತಿರುಗಿದ. "ಅಂಥ ಕಲ್ಪನೆ ಮಾಡಿಕೊಳ್ಳೋದು ಕೂಡ ಮೂರ್ಖತನ. ನಾನೆಂದೂ ನಿಷ್ಠುರ ಮಾಡಿಲ್ಲ. ಅಂಥ ಸ್ಯಾಡಿಸ್ಟ್ ಅಲ್ಲ. ಬರೀ ದೈಹಿಕ ಸುಖ ಹಂಚಿಕೊಳ್ಳೋದೆ ದಾಂಪತ್ಯ ಅಂದುಕೊಂಡರೆ ಮದ್ವೆಯ ರಿಸ್ಕ್ ಯಾಕೆ? ಪಥ್ಯದ ಕಾಟವೇಕೆ? ಇಷ್ಟ ಬಂದವರೊಡನೆ ಮಲ್ಗಿ ಆರಾಮಾಗಿರ್‍ಬಹುದ್ದು. ಸ್ವಲ್ಪ ಡೀಪಾಗಿ ಯೋಚ್ನೇ ಮಾಡು."

ಆಳನ್ನು ಕೂಗಿ ಸೂಟುಕೇಸ್, ಫೈಲನ್ನು ಸಿಟ್ಟಿಂಗ್ ರೂಮಿನಲ್ಲಿಡುವಂತೆ ಆದೇಶಿಸಿದ.

ಆಫೀಸ್‌ಗೆ ಬಂದು ತನ್ನ ಕೆಲಸದಲ್ಲಿ ಮುಳುಗಿಹೋದರೂ ನೆನಪಾದ ಕೂಡಲೇ ಮೆತ್ತಗಾದ. ಮನೆಗೆ ಬಂದಾಗ ಕ್ಲಬ್‌ಗೆ ಹೋಗಿರುವ ವಿಷಯ ತಿಳಿಯಿತು.

"ವಾಸು ಪತ್ರದ ಬಗ್ಗೆ ಏನೂ ಹೇಳ್ಲಿಲ್ಲ." ದಾಕ್ಷಾಯಿಣಿ ಕೇಳಿದರು.

ತಂದಿಟ್ಟ ಹಾರ್ಲಿಕ್ಸ್ ಖಾಲಿ ಮಾಡಿಟ್ಟ. "ಬರೀಲೀ, ಒಂದು ಶುಭಾಶಯ

ಕಳಿಸಿದರಾಯ್ತು. ನಂಗಂತೂ ಎಲ್ಲೂ ಹೋಗೋಕಾಗೋಲ್ಲ, ಮೊನ್ನೆಯೆಲ್ಲ ಬಂದು ಹೋಗಿದ್ದಾರೆ ಅವ್ರುಗಳೆಲ್ಲ" ಸದ್ಯಕ್ಕೆ ಹೋಗುವುದಕ್ಕೆ ವಿರಾಮ ಹಾಕಿದ.

"ಪಾರಿಜಾತ ತುದಿಗಾಲಲ್ಲಿ ನಿಂತಿದ್ದಾಳೆ. ಅವರಿವರೆಲ್ಲ ಬಂದು ಸೇರ್ತಾರೆ. ಈಗ್ಬೇಡಾಂದರೆ... ನೊಂದ್ಕೋತಾಳೆ" ಎಂದರು.

ಸೂಟುಕೇಸ್‌ಗೆ ಬಟ್ಟೆಗಳನ್ನ ಹಾಕುತ್ತಿದ್ದುದನ್ನು ನೋಡಿದ್ದ. ಡಾ|| ಸ್ವರ್ಣಲತ ತಾನೇ ಫೋನ್ ಮಾಡಿ ಗುಡ್ ನ್ಯೂಸ್ ತಿಳಿಸಿದ್ದಾಗಿ ಹೇಳಿದ್ದರು. ತಾಯಿ ಹೆಣ್ಣು, ಆಕೆಯಾದರೂ ಕೇಳಬಹುದೆಂದು ನಿರೀಕ್ಷಿಸಿದ್ದ. ಅವರು ಅದನ್ನ ಎತ್ತಲಿಲ್ಲ.

"ನಾನು... ಹೇಳ್ತೀನಿ" ಅವನೇನು ಅವಳನ್ನು ದೂರಲಿಲ್ಲ. ಅವಳು ಬಂದಾಗ ಎಂಟು ಮೀರಿತ್ತು. ನಾಲ್ಕು ಸೀರೆ ಬಾಕ್ಸ್ ಹಿಡಿದು ಬಂದಳು. ಹೊಸದಾಗಿ ಬರುವ ಫ್ಯಾಷನಬಲ್ ಸ್ಯಾರಿಗಳನ್ನು ಕೊಂಡು ಹಾಕುವುದು ಅವಳ ಹಾಬಿ. ಕ್ಷಣ ರೇಗಿತೂ. ಕೂಡ. ಈ ತಿಂಗಳಲ್ಲಿ ಎರಡನೇ ಸಲ ಅವಳು ತಂದಿರುವುದು. ತನ್ನ ಸಹಾನುಭೂತಿಯೇ ಇಷ್ಟಕ್ಕೆಲ್ಲ ಕಾರಣವೆನಿಸಿತು.

ಕೋಣೆಗೆ ಹೋದ ಕೂಡಲೇ ತರಾಟೆಗೆ ತಗೊಂಡ. "ಹಣದ ಸಂಪಾದ್ನೆ ಸುಲಭವಲ್ಲ. ಮಾತ್ರವಲ್ಲ ದುಡ್ಡನ್ನು ಖರ್ಚು ಮಾಡೋವಾಗ್ಲೂ ಎಚ್ಚರವಾಗಿರಬೇಕು. ದಾಂಪತ್ಯದ ಬದ್ಕು ಅತ್ಯಂತ ನವಿರಾದದ್ದು. ಅರ್ಥ ಮಾಡ್ಕೋ..." ಕಟುವಾಗಿಯೇ ಇದ್ದವು ಅವನ ಮಾತುಗಳು.

ಭವಾನಿ ಬಸುರಿಯಾದರೂ ಅವನೇನು ಪಾರಿಜಾತನ ಅಲಕ್ಷ್ಯ ಮಾಡಿರಲಿಲ್ಲ. ಎಲ್ಲೋ ಏನೋ ನ್ಯೂನತೆ ಇದೆಯೆನ್ನುವಂತೆ ವರ್ತಿಸುತ್ತಿದ್ದಳು. ಆ ತನ್ನ ದೌರ್ಬಲ್ಯವನ್ನು ತೊಡೆದುಹಾಕಲು ನಿಶ್ಚಯಿಸಿದ.

ಬಾಲ್ಕನಿಗೆ ಬರುವ ವೇಳೆಗೆ ವಾಸು ಬಂದ. ಅವನ ಹುಬ್ಬೇರಿತು. ಬೆಳವಣಿಗೆ ಮೊಟಕು ಮಾಡಬೇಕು ಅಥವಾ ಅದಕ್ಕೊಂದು ಮುಕ್ತಾಯ ಕೊಡಬೇಕೆಂಬ ತೀರ್ಮಾನಕ್ಕೆ ಬಂದ.

"ಹಲೊ..." ಎಂದ.

"ಫೋನಿಗೆ ನೀವು ಸಿಕ್ಕೋಲ್ಲ. ಪತ್ರ ಬರೆದಿದ್ದೆ. ಇನ್ವಿಟೇಷನ್ ತಲುಪಿರಬೇಕಲ್ಲ" ವಾಸು ಕ್ರಾಪ್‌ನಲ್ಲಿ ಕೈಯಾಡಿಸಿದ. "ಸಿಕ್ತು, ತೀರಾ ವಿರಾಮವಿದ್ದಾಗ ಎಲ್ಲಾ ವಿಷ್ಯದ ಕಡೆಯೂ ಗಮನ ಹರಿಯುತ್ತೆ. ಹೇಗಿದ್ದಾರೆ, ಹರಿಣಿ, ಮಕ್ಳು?" ಔಪಚಾರಿಕವಾಗಿ ಪ್ರಶ್ನಿಸಿದ. ಅವನು ಪ್ರತ್ಯೇಕವಾಗಿ ನಿತೀಶ್ ಬಗ್ಗೆಯೇನೂ ವಿಚಾರಿಸಲಿಲ್ಲ.

"ಎಲ್ಲಾ.... ಚೆನ್ನಾಗಿದ್ದಾರೆ" ಎಂದಾಗ ಮುಂದಕ್ಕೆ ಹೆಜ್ಜೆ ಇಟ್ಟು "ಸುಧಾರಿಸ್ಕೊಳ್ಳಿ, ಬಂದು ಮಾತಾಡ್ತೀನಿ" ಹೊರಟೇಬಿಟ್ಟ.

ಜಗನ್ನಾಥ್‌ಗೂ ಒಂದು ತರಹ ಇರುಸು ಮುರುಸಾಯಿತು. ಈಗಲೇ ತಾವೆಲ್ಲಿ ತಪ್ಪು ಮಾಡಿ ಬಿಟ್ಟಿದ್ದೀವಿಯೋಂತ ಭಯಪಡುತ್ತಿದ್ದರು. ಮೇಲ್ನುಖಕ್ಕೆ ಶಂಕರ್ ಮೊದಲಿನ ಹಾಗೆ ಕಂಡರೂ ಅಂತರ ಬೆಳೆದಿದೆಯೆಂಬ ಭ್ರಮೆ ಅವರಿಗೆ.

ಪುಷ್ಪಕ್‌ನಿಂದ ಸ್ವತಃ ಶಂಕರ್ ಕೂಡ ಈ ಮನೆಗೆ ಫೋನ್ ಮಾಡುತ್ತಿರಲಿಲ್ಲ. ಮಾತ್ರವಲ್ಲ, ಇಲ್ಲಿಂದಲೂ ಡಯರ್ ತಿರುಗಿಸನು ಆ ಮನೆಗೆ. ಅಲ್ಲಿಗೆ ಫೋನ್ ಮಾಡುವುದರ ಮೇಲೆ ನಿಷಿದ್ಧ ಏರ್ಪಟ್ಟಿತ್ತು. ಸ್ವಲ್ಪ ಹೆಚ್ಚು ಕಡಿಮೆಯಾದರೂ ಕ್ಷಮಿಸನು!

ಹೊಸ ಮಾರುತಿ ಪುಷ್ಪಕ್‌ಗೆ ಗಿಫ್ಟಾಗಿ ದೊರಕಿತ್ತು. ಅದು ಅಲ್ಲಿನ ಉಪಯೋಗಕ್ಕೆ ಮಾತ್ರ. ಆ ಮಾರುತಿ ಇಲ್ಲಿಗೆ ಬರುತ್ತಿರಲಿಲ್ಲ. ಕಾರು ಇಲ್ಲಿಯೇ ನಿಲ್ಲುತ್ತಿತ್ತು. ಜೀಪು ಷೆಡ್ ಅಲ್ಲಿಗೆ ಬದಲಾಗಿತ್ತು.

"ನಿತೀಶ್‌ನ ನರ್ಸರಿಗೆ ಸೇರಿಸ್ಬೇಕು. ಇನ್ನ ಯಾವ್ದು ಡಿಸೈಡ್ ಆಗಿಲ್ಲ. ಶಂಕರ್.... ಏನಂತಾರೆ" ವಾಸು ಸ್ಪಷ್ಟವಾಗಿಯೇ ಕೇಳಿದ.

ಜಗನ್ನಾಥ್ ತಲೆಯಾಡಿಸಿಬಿಟ್ಟರು.

"ಅವ್ನ ನಿತೀಶ್‌ನ ದತ್ತು ತೆಗೆದುಕೊಳ್ಳೊಕೆ ಎಂದೂ ಒಪ್ಪೋಲ್ಲ. ನಾವು ಅವನನ್ನ ತಂದಿಟ್ಟುಕೊಂಡ್ರೆ... ಅವ್ನ ವಿರೋಧವೇನೂ ಇಲ್ಲ. ನೀವು ದತ್ತು ಬಗ್ಗೆ ಪಟ್ಟು ಹಿಡಿಯಬಾರ್ದು, ಕಾಲಕ್ರಮೇಣ ನೋಡೋಣ..." ಮತ್ತೆ ಆ ವಿಷಯದಲ್ಲಿ ಮಾತೇ ಬೇಡ ಎನ್ನುವ ಧೋರಣೆ ಇತ್ತು.

ವಾಸು ಈಚೆಗೆ ದೊಡ್ಡ ಹುದ್ದೆ ಕಳೆದುಕೊಂಡಿದ್ದ. ಅವನಿಗೆ ಭದ್ರವಾದ ಕೆಲಸ, ಆಸರೆ ಬೇಕು. ಹಾಗೆಂದು ಯಾಚಿಸಲಾರ. ಅಧಿಕಾರ ಸಿಕ್ಕರೆ ಮಾತ್ರ ಉಪಯೋಗಿಸಿಕೊಳ್ಳಬಲ್ಲ.

"ನಿತೀಶ್ ಭಿಕಾರಿಯಾಗ್ಬಾರ್ದು" ಹೇಳಿದ.

ಈ ಮಾತನ್ನ ಸಹಿಸಲಾರದೆಹೋದರು ಜಗನ್ನಾಥ್. "ಎಂಥ ಮಾತು, ನೀವು ಬದುಕಿದ್ದೀರ. ಶಂಕರ್ ಕೂಡ ಅನ್ಯಾಯ ಮಾಡಲಾರ. ಇನ್ನ ಮಿಕ್ಕಿದ್ದು ಪಾರಿಜಾತ ಹತ್ರ ಮಾತಾಡಿ" ಕೋಪ ಕಕ್ಕಿದರು.

ಅಂದು ಕೂಡ ಶಂಕರ್ ವಿರೋಧಿಸಿದ್ದ. ಇಂದು ಸುತರಾಂ ಒಪ್ಪೋಲ್ಲ.

ಕಡೆಗೆ ಮೂವರನ್ನ ಮಗುವಿನ ಹುಟ್ಟಿದ ಹಬ್ಬದ ನೆಪದಲ್ಲಿ ವಾಸು ಹೊರಡಿಸಲು ಸಫಲನಾದ.

ಮರುದಿನ ಶಂಕರ್ ಆಫೀಸ್‌ಗೆ ಬಂದಿದ್ದು ಒಂದರ ಸುಮಾರಿಗೆ. ಕ್ಲರ್ಕ್ ಗೋವಿಂದಯ್ಯ, "ಅಮ್ಮಾವ್ರು ಹತ್ತತ್ತು ನಿಮಿಷಕ್ಕೆ ಒಂದರಂತೆ ಸುಮಾರು ಸಲ ಫೋನ್ ಮಾಡಿದ್ರು. ತಕ್ಷಣ ಫೋನ್ ಮಾಡಬೇಕಂತೆ" ಎಂದ. ಶಂಕರ್ ಡಯರ್ ತಿರುಗಿಸಿದ.

"ಎಲ್ಲಿ ಹೋಗಿದ್ರಿ?" ಪಾರಿಜಾತ ಫೋನ್‌ನಲ್ಲಿಯೇ ಕೋಪ ಪ್ರದರ್ಶಿಸಿದಳು. "ಏನು... ವಿಷ್ಯ?" ಆ ಮಾತುಗಳನ್ನ ಅಲಕ್ಷಿಸುತ್ತ ಕೇಳಿದವನು "ಇನ್ನರ್ಧ ಗಂಟೆ ಅಥವಾ ಒಂದ್ಗಂಟೆಯೊಳ್ಗೆ ಬರ್ತೀನಿ" ಇಟ್ಟುಬಿಟ್ಟ.

ಕೆಲವೊಮ್ಮೆ ಶಂಕರ್ ಯೋಚಿಸುತ್ತಿದ್ದ. ಪಾರಿಜಾತ ಅಪೇಕ್ಷೆ ಬೆಳಿಗ್ಗೆ ಹತ್ತಕ್ಕೆ ಮನೆಬಿಟ್ಟು ಸಂಜೆ ಐದಕ್ಕೆ ಮನೆಗೆ ಹಾಜರಾಗುವಂಥ ಗಂಡ ಬೇಕು. ಪಿಕ್‌ನಿಕ್, ಕ್ಲಬ್

ಸದಾ ಸುತ್ತಿಸುವಂತಿರಬೇಕು. ಅವಳಾಡುವ ಕೆಲಸಕ್ಕೆ ಬರದ ಮಾತುಗಳನ್ನ ಆಲಿಸಬೇಕು. ಇದು ತನ್ನಿಂದ ಸಾಧ್ಯವೆ? ವಿವಾಹದ ಮೊದಲ ದಿನಗಳಲ್ಲಿಯೇ ತಿಳಿಸಿದ್ದ. ವಿವರಿಸಿದ್ದ. ಅರ್ಥ ಮಾಡಿಸಲು ಪ್ರಯತ್ನಪಟ್ಟಿದ್ದ.

ಮನೆಗೆ ಬಂದಾಗ ಜಗನ್ನಾಥ್ ಕೂಡ ಅವನಿಗಾಗಿ ಊಟಕ್ಕೆ ಕಾಯುತ್ತಿದ್ದರು. ಇದೇನು ಅಪರೂಪದ ವಿಷಯವಲ್ಲ.

"ಪಾರಿಜಾತ ತಂದೆ ಕೂಡ ಹೇಳಿ ಕಳಿಸಿದ್ದಾರೆ. ನಾವೀಗ ಹೋಗ್ಲೇಬೇಕು" ದಾಕ್ಷಾಯಿಣಿ ಮಗನನ್ನ ಒತ್ತಾಯಿಸಿದರು. "ನಂಗೆ ಆಗೋಲ್ಲಮ್ಮ ಹೋಗ್ಲೇಬೇಕೂಂದರೆ... ನೀವೆಲ್ಲ ಹೋಗ್ಬನ್ನಿ. ಒತ್ತಾಯ, ಒತ್ತಡ ಒಂದು ಮಿತಿಯಲ್ಲಿ. ಆ ಮಗುಗೆ ಈಗ ಆರು ವರ್ಷ. ಐದು ಹುಟ್ಟಿದ ಹಬ್ಬಕ್ಕೆ ನೀವೆಲ್ಲ... ಹೋಗಿದ್ರಾ? ಈ ವರ್ಷಕ್ಕೆ ಅಂಥ ಮಹತ್ವವೇನು? ಅದು ಅವ್ರ ಸ್ವಂತದ ವಿಷ್ಯ. ನಾನು ಬರೋಕೆ ಆಗೋಲ್ಲ" ಸ್ವಲ್ಪ ಕಟುವಾಗಿಯೇ ನುಡಿದ.

ಆಕೆ ಇನ್ನೊಂದು ಮಾತಾಡಲಿಲ್ಲ. ಇದನ್ನು ದೊಡ್ಡ ಬದಲಾವಣೆಯೆನ್ನಲಾರರು. ಪಾರಿಜಾತ ಮದುವೆಯಾದ ಹೊಸದರಲ್ಲಿಯೇ ಒಂದು ವರ್ಷ ಮಾವನ ಮನೆ ಕಡೆ ತಲೆ ಹಾಕಿರಲಿಲ್ಲ.

"ಈ ವರ್ಷ ಎಲ್ಲೂ ಬರೋಕೆ ಆಗೋಲ್ಲ. ಈಗ ನನ್ನ ಭವಿಷ್ಯದ ಬಗ್ಗೆ ಯೋಚ್ಸಬೇಕು. ಇಡೀ ತಿಂಗ್ಳು ಸುತ್ತಾಡಿದ್ದೀನಿ ನಾನು. ಅಷ್ಟನ್ನ ಜೀವನಾಂತ ತಿಳ್ದಿಲ್ಲ." ಮುಲಾಜಿಲ್ಲದೆ ಹೇಳಿದ್ದ. ಇಂದು ಇನ್ನಷ್ಟು ಸ್ಪಷ್ಟವಾಗಿಯೇ ಅವರಿಗೆ ಹೇಳಲು ಹಿಂಜರಿಯಲಾರನು.

"ವಾಸು ಜೊತೆ ನಾವೆಲ್ಲ ಹೋಗ್ತೀವಿ" ಕೋಣೆಗೆ ಬಂದ ಕೂಡಲೇ ಹೇಳಿದಳು. "ನಿಮ್ಗೆ ಪುರಸತ್ತು ಇಲ್ದಿದ್ರೆ... ಬೇಡ. ವಾಸುಗೆ ನಿತೀಶ್‌ನ ಕಳ್ಸಿಕೊಡೀಂತ... ಹೇಳಿ"

ಸ್ವಲ್ಪ ದೀರ್ಘವಾಗಿ ಅವಳನ್ನ ನೋಡಿದ. ಸರಪಣಿಗಳ ಮಧ್ಯೆ ಅವನನ್ನ ಸಿಕ್ಕಿಸಲು ಪಿತೂರಿ. ವಾಸು ಪ್ಲಾನ್....

"ಏನಾದ್ರೂ... ವಿಶೇಷನಾ ಇಲ್ಲಿ?" ಹುಬ್ಬುಗಂಟಿಕ್ಕಿದ.

"ನೀವು ಹೇಳ್ದೆ... ಅವ್ರು ಕಳ್ಸಿಕೊಡೋಲ್ಲ. ಅತ್ತೆ, ಮಾವನಿಗೆ ಬೇಜಾರು, ನಂಗೂ... ಬೋರ್" ಅಂದುಬಿಟ್ಟಳು. ನಿಜವಾಗಿಯೂ ಅವಳಿಗೆ ಮಕ್ಕಳ ಮೇಲೆ ಅಂಥ ಅಕ್ಕರಾಸ್ಥೆ ಇಲ್ಲ.

"ಅಮ್ಮ ಅಪ್ಪ ಹಾಗೇ... ಹೇಳಿದ್ರಾ? ನಿಂಗ್ಯಾಕೆ ಬೋರ್? ನಿಂಗಾಗಿ ಕಾಸ್ಮೆಟಿಕ್ ಜಗತ್ತು ಇದೆ. ಕ್ಲಬ್, ಗೆಳತಿಯರು, ಪಾರ್ಟಿ.... ನನ್ನ ನೋಡಿಕೊಳ್ಳೋಕೇ ನಿಂಗೆ ಪುರಸತ್ತಿಲ್ಲ. ಇನ್ನ ಅವನನ್ನ ನೋಡಿಕೊಳ್ಳೋಕೆ ಸಮಯವೆಲ್ಲಿ? ನಿಂಗೆ ಮಗು ಬೇಕೆ ಬೇಕೂಂದರೆ.... ಅನಾಥಾಶ್ರಮದಿಂದ ಒಂದು ಎಳೆ ಮಗುನ ತರೋಣ. ನಿನ್ನ ಇಷ್ಟಪ್ರಕಾರ ಬೆಳೆಸು. ಅದಕ್ಕೂ ತಾಯಿ ಸಿಕ್ಕಂಗೆ ಆಗುತ್ತೆ" ತಿಳಿ ಹೇಳಿದ.

"ನೋ.... ನೋ... ನಿತೀಶ್ ಹರಿಣಿ ಮಗ. ಅವ್ಳು ನನ್ನ ಸ್ವಂತ ತಂಗಿ. ಬೇರೆ ಮಗುನ ನಾನು ಕೈಯಲ್ಲಿ ಕೂಡ ಮುಟ್ಟೋಲ್ಲ" ಅಳು ಮುಖ ಮಾಡಿದಳು.

"ಸರಿ... ನಿನ್ನಿಷ್ಟ" ಅವಳಿಗೆ ಬಿಟ್ಟು ಸುಮ್ಮನಾದ.

ವಾಸು ಜೊತೆಯಲ್ಲಿ ಜಗನ್ನಾಥ್, ದಾಕ್ಷಾಯಿಣಿ ಕೂಡ ಹೋದರು.

ಹೋಗುವ ಮುನ್ನ ಪಾರಿಜಾತ ಮುಖ ಬಿಗಿದು "ನೀವು ಬರೋಲ್ವಾ?" ಎಂದಳು. ಅತ್ತಿತ್ತ ನೋಡಿ ಗದರಿಸಿದ. "ನಿಂಗೆಷ್ಟು ಸಲ ಹೇಳೋದು? ನಾನು ಬರೋಲ್ಲ"

ಒಂದು ರೀತಿಯ ರಿಲ್ಯಾಕ್ಸ್ ಅವನಿಗೆ. ಈಗ ಭವಾನಿಗೆ ಮೂರು ತಿಂಗಳು ತುಂಬಿತ್ತು. ವಾಂತಿ, ಬಯಕೆಯ ಸಂಕಟ ಕಡಿಮೆಯಾದಂತೆ ಸೊರಗಿದಂತೆ ಕಾಣುತ್ತಿದ್ದ ಅವಳು ಚೇತರಿಸಿಕೊಳ್ಳತೊಡಗಿದಳು.

ಮಧ್ಯಾಹ್ನವೇ ವಾಪಸು ಬಂದ ಶಂಕರ್ ಅವಳ ತೊಡೆಯ ಮೇಲೆ ತಲೆಇಟ್ಟು ಮಲಗಿಬಿಟ್ಟ.

"ನನ್ನ ಪ್ರತಿಸ್ಪರ್ಧಿ ಹುಟ್ಟಿದ್ಮೇಲೆ ಪೂರ್ತಿ ಅರ್ಧ ಅವನು ಆಕ್ರಮಿಸಿಕೊಂಡುಬಿಡ್ತಾನೆ" ಅವಳ ನಗ್ನಸೊಂಟವನ್ನ ಸವರಿದ. ನಾಚಿಕೆಯಿಂದ ಕೈ ಸರಿಸಿದಳು. "ಅಣ್ಣ ಬಹಳ ದೀರ್ಘವಾಗಿ ಪತ್ರ ಬರೆದಿದ್ದಾನೆ. ಐದನೇ ತಿಂಗ್ಳು ಕಳುಹಿಸಿಕೊಡುವ ಏರ್ಪಾಟು ಮಾಡಲು ತಿಳಿಸಿದ್ದಾನೆ" ಅವನ ಕ್ರಾಪ್‌ನಲ್ಲಿ ಬೆರಳುಗಳನ್ನಾಡಿಸುತ್ತ ಹೇಳಿದಳು.

ಎದ್ದು ಕೂತು ಅವಳತ್ತ ನೋಡಿದ. "ಸದಾನಂದ್ ಅಂಥ ಆಸೆ ಇಟ್ಟುಕೊಳ್ಳೋದೆ ಬೇಡ. ನನಗೆ ಸೃಷ್ಟಿ ಶಕ್ತಿಯ ಪೂರ್ಣತೆ ಆಹ್ಲಾದಿಸುವ ಆಸೆ. ದಿನ ದಿನಕ್ಕೂ ಗರ್ಭವಿಕಸಿತ ಜೊತೆಗೆ ಹೆಣ್ಣಿನಲ್ಲಿನ ಮಾರ್ಪಾಟನ್ನ ಹತ್ತಿರದಿಂದ ಸವಿಯುವಂಥ ಆಕಾಂಕ್ಷೆ-ಇದೊಂದು ರೀತಿಯ ಸಂಶೋಧನೆ. ನನ್ನ ಮಗು ಭೂಮಿಗೆ ಬರುವ ಮುನ್ನಿನ ಎಲ್ಲಾ ಹಂತಗಳನ್ನು ಗಮನಿಸಬೇಕು" ಅವನು ತನ್ಮಯತೆಯಿಂದ ಆಡಿದಾಗ ವಿಸ್ಮಯದಿಂದ ಆಲಿಸಿದಳು.

ಕೆನ್ನೆ ಸವರಿ "ಇದನ್ನ ಸದಾನಂದ್‌ಗೆ ಅರ್ಥವಾಗುವಂತೆ ಹೇಳ್ಬೇಕು..." ಎಂದವನು ಕ್ಷಣ ಅನುಮಾನಿಸಿದ, "ನಿಂಗೆ ಹೋಗೋ ಆಸೆ ಇರುತ್ತೆ. ಅದು ಸಹಜ ಕೂಡ."

ಅವನೆದೆಗೆ ಒರಗಿ ಇಲ್ಲವೆಂದು ತಲೆಯಾಡಿಸಿದಳು. ಕಣ್ಣಿನ ರೆಪ್ಪೆಯಂತೆ ಅವಳನ್ನ ಜೋಪಾನ ಮಾಡುತ್ತಿದ್ದ. ಆದರೆ ಎಲ್ಲಿಯೋ ಅಪಸ್ವರದ ಹೆಣ್ಣಿನ ಆಕ್ರಂದನ-ಭಯಪಡುತ್ತಿದ್ದಳು.

ಶಂಕರ್ ಕೈ ಅವಳ ಬೆನ್ನಿನ ಮೇಲಾಡುತ್ತಿತ್ತು. "ಭವಾನಿ, ಮಗು ದೌರ್ಬಲ್ಯಕ್ಕೆ ಒಳಗಾಗಿಯೋ, ಭಯದ ಸ್ವಭಾವದವನಾಗಿಯೋ ಹುಟ್ಟಬಾರದು. ಸ್ನೇಹ, ಪ್ರೀತಿಯಲ್ಲಿ ತನ್ನ ವ್ಯಕ್ತಿತ್ವದ ಮೇಲೆ ಆತ್ಮವಿಶ್ವಾಸ ಇರ್ಬೇಕು. ಅದ್ಕೇ.... ನಿನ್ನ ಮನಸ್ಸು

ನಿರ್ಮಲವಾಗಿರಬೇಕು. ಪ್ರಶ್ನೆಗಳು ಹುಟ್ಟಿದಾಗ ನನ್ನಿಂದ ಉತ್ತರ ಪಡ್ಕೋ" ಒಗಟಾಗಿಯೇನು ಹೇಳಲಿಲ್ಲ.

ತಲೆಯೆತ್ತಿ ಅವನ ಕಣ್ಣುಗಳನ್ನ ನೋಡಿದಳು. ಅತ್ಯಂತ ಧೈರ್ಯವಂತ, ಚುರುಕಾದ, ಸೂಕ್ಷ್ಮಮತಿ ಕಣ್ಣುಗಳಲ್ಲಿ ಪ್ರಜ್ವಲಿಸುತ್ತಿದ್ದುದ್ದು ಪ್ರಾಮಾಣಿಕತೆಯ ಹೊಳಪು.

"ಅದೇನು ಕೇಳ್ಬೇಕೋ, ಕೇಳು. ಈಗ ನೀನು ಸಂತೋಷವಾಗಿರಬೇಕು. ಸೃಷ್ಟಿಯ ಪ್ರಕ್ರಿಯೆಯಲ್ಲಿ ಶಾಂತತೆ ಕೂಡ ಅಗತ್ಯ" ಅವಳೇನೋ ತನ್ನಿಂದ ಮುಚ್ಚಿಡುತ್ತಿದ್ದಾಳೆಂದು ಅವನ ಅನಿಸಿಕೆ. ಸತ್ಯ ಸ್ಪಷ್ಟವಾಗಿ ಅವನ ಎದುರಿನಲ್ಲಿಯೇ ಇತ್ತು.

"ನೀವು ಬರೀ ಮಗುವಿಗಾಗಿ ಮದ್ವೆಯಾದ್ರ?" ಅವಳ ಸ್ವರದಲ್ಲಿ ಕಂಪನವಿತ್ತು. ಮುಕ್ತವಾಗಿ ನಕ್ಕುಬಿಟ್ಟ. "ಹೌದು, ಅದಷ್ಟೇ ಕೂಡ ಅಲ್ಲ"

"ಅಕಸ್ಮಾತ್ ನಂಗೆ ಮಕ್ಳು ಆಗದಿದ್ರೆ...." ಎಂದಿದ್ದವಳ ಬಾಯಿ ಮುಚ್ಚಿದ. "ಆಗೇನು ಮಾಡ್ತಾ ಇದ್ನೋ ಗೊತ್ತಿಲ್ಲ. ಆದ್ರೆ... ಮತ್ತೆ ಅಂಥದೊಂದು ಸಾಹಸಕ್ಕೆ ಕೈಹಾಕ್ತಾ ಇರ್ಲಿಲ್ಲ. ಇನ್ನು ಬೇರೆ ಮಕ್ಕಳನ್ನ ತಂದಿಟ್ಕೊಂಡೋ, ದತ್ತು ಮಾಡ್ಕೊಂಡ್ ವಂಶಕ್ಕೆ ನಾಮಕರಣ ಮಾಡಿಯೋ ಅಂಥ... ಅವಕಾಶಾನೇ ಸಾಧ್ಯವಿರಲಿಲ್ಲ. ಹೆಣ್ಣು ಮಡಿಲಲ್ಲಿ ಮಗುವನ್ನು ಹೊತ್ತಾಗ ಸೃಷ್ಟಿ ಸೌಂದರ್ಯದ ಜೀವಂತಿಕೆ ಅವಳಲ್ಲಿ ಸಾಕ್ಷಾತ್ಕಾರವಾಗುತ್ತೆ. ಅದರಲ್ಲಿ ಭಾಗಿಯಾಗಬೇಕು. ಮನದಣಿಯ ನೋಡ್ಬೇಕು ಅನ್ನೋದೇ ನನ್ನ ಆಸೆ" ಸೂಕ್ಷ್ಮವಾಗಿ ವಿವರಿಸಿದ.

ಭವಾನಿಯ ತಲೆಯನ್ನು ತನ್ನ ತೊಡೆಯ ಮೇಲಿಟ್ಟುಕೊಂಡು "ಮತ್ತೆ ಮದುವೆಯಾಗುವ ಯೋಚನೆ ಬಂದಾಗ ಕಣ್ಮುಂದೆ ನಿಂತಿದ್ದು ನಿನ್ನ ಪ್ರತಿಮೆ. ನನ್ನ ಹೃದಯದಲ್ಲಿ ನಿನಗಾಗಿ ಪ್ರೀತಿ ಇತ್ತು. ಅದನ್ನ ನಾನೇ ಗುರುತಿಸಿಕೊಂಡಿರಲಿಲ್ಲ. ಸದಾನಂದ ಒಮ್ಮೆ ಪ್ರಸ್ತಾಪಿಸಿದಾಗಲೇ... ಅದು ಹೊರಬಂದಿದ್ದು."

ಅವನ ಮಾತುಗಳನ್ನು ಕೇಳುತ್ತ ಕಣ್ಮುಚ್ಚಿದವಳು ತಟ್ಟನೇ ಎದ್ದು,

"ನನ್ನಿಂದ ಪಾರಿಜಾತ ಅವರಿಗೆ ಅನ್ಯಾಯವಾಗಿದೆ" ಅಂದು ತುಟಿ ಕಚ್ಚಿಕೊಂಡಳು. ಎಂದೂ ಈ ಪ್ರಸ್ತಾಪ ಮಾಡಬಾರದೆಂಬ ನಿರ್ಬಂಧವೇರಿದ್ದ.

ಬೇರೆ ಸಮಯದಲ್ಲಿಯಾದರೇ ಹೇಗೆ ವರ್ತಿಸುತ್ತಿದ್ದನೋ ಇಂದು ಸಹನೆ ಕಳೆದುಕೊಳ್ಳಲಿಲ್ಲ.

"ಅನ್ಯಾಯವಾಗಿಲ್ಲ. ಅನ್ಯಾಯವಾಗೋಕು.... ನಾನು ಬಿಡೋಲ್ಲ. ನಿಂಗೆ ಹಾಗೇ ಅನ್ನಿಸಿದರೆ ನಾನು ತಲೆ ತಗ್ಗಿಸಬೇಕಾಗುತ್ತೆ. ನಾನು ಸ್ವಾರ್ಥಿಯಲ್ಲ" ಅವನಿಗೆ ಅರಿವಾಗದಂತೆ ಅವನ ಸ್ವರವೇರಿತು.

"ನಂಗೆ ಆದರ್ಶವಾದಿಯಂತೆ ನಟನೆ ಮಾಡೋಕೆ ಇಷ್ಟವಿಲ್ಲ. ಸಮಾಜದ ಬಗ್ಗೆ ಗೌರವ ಇದ್ರೂ... ನಾನು ಅಂಜುಕುಳಿಯಲ್ಲ. ಸಂಬಂಧಗಳ ಬಗ್ಗೆ ನಂಗೆ ಅತಿಯಾದ ವ್ಯಾಮೋಹ ಕೂಡ. ಹಾಗೆಂದು ನನ್ನ ವ್ಯಕ್ತಿತ್ವ ಬಲಿಕೊಡೋಲ್ಲ" ಮನಬಿಚ್ಚಿ ಹೇಳಿದ.

ಓಲೈಸುವ ಅಥವಾ ಹೀಯಾಳಿಸುವ ಮಾತುಗಾರಿಕೆಯಲ್ಲ ಅವನದು. ಲೆಕ್ಕಾಚಾರದ ನುಡಿಗಳು.

"ಮತ್ತೇನಾದ್ರೂ... ಕೇಳುವುದಿದೆಯೋ, ನನ್ಮಗು ಶಾಪವಾಗಬಾರದು, ವರವಾಗಬೇಕು" ಮತ್ತಷ್ಟು ಹೇಳಿದಾಗ ಅವಳು ಬೆಪ್ಪಾದಳು.

ಶಂಕರ್ ಒಬ್ಬ ಅತ್ಯುತ್ತಮ ತಂದೆ. ಕಣ್ಣಂಚಿನ ಬಿಂದುಗಳು ಕೆನ್ನೆಮೇಲೆ ಇಳಿಯುವ ಮುನ್ನವೇ ಒರೆಸಿಕೊಂಡಳು.

"ನನ್ನ, ನಿನ್ನ ಪ್ರಪಂಚದ ಮಧ್ಯೆ ಬೇರೆಯವ್ರ ನೆರಳು ಕೂಡ... ಬೇಡ" ಅವನ ಕೈಹಿಡಿದುಕೊಂಡು ಕೆನ್ನೆಗೊತ್ತಿಕೊಂಡಳು.

"ಎಕ್ಸ್‌ಕ್ಯೂಸ್ ಮೀ.... ನಾನು ಲಕ್ಕಿ...."

ಅಂದಿನಿಂದ ಸಂಪೂರ್ಣ ಗೆಲುವಾದಳು ಭವಾನಿ. ಸದಾ ಅವಳ ತುಟಿಯಂಚಿನಲ್ಲಿನಗು, ಮುಖದಲ್ಲಿ ಪ್ರಸನ್ನತೆ.

ಸದಾನಂದ ಐದನೇ ತಿಂಗಳಿನ ವೇಳೆಗೆ ಬಂದ. ಪತ್ರ, ಫೋನ್‌ನ ಮಾತಿಗೆ ಅವನು ಒಪ್ಪಲು ಸಿದ್ಧವಿರಲಿಲ್ಲ.

"ಜಗಳ ಆಗಿಯೇ ಬಿಡ್ಲಿ. ಮೊದಲ ಹೆರಿಗೆ ತವರು ಮನೆಯಲ್ಲಿ ಆಗಬೇಕು. ಇದು ಅವರ ಅಧಿಕಾರ" ಬಂದಕೂಡಲೇ ತಂಗಿಯ ಮುಂದೆ ಕೂಗಾಡಿದ.

ಮೌನವಾಗಿ ಗದ್ದಕ್ಕೆ ಕೈಯೂರಿ ಕೂತಳು ಭವಾನಿ.

"ನೀನು ಈಗ ಶಂಕರ್ ಪರ ಇರಕೂಡದು. ನೀನು ಹೊರಡು... ಅವ್ನು ಹೇಗೆ ತಡೀತಾನೋ, ನೋಡ್ತೀನಿ" ಅವನ ಆವೇಶ ತಗ್ಗಿರಲಿಲ್ಲ.

ಮೂರು ದಿನದ ಹಿಂದೆ ಫೋನ್‌ನಲ್ಲಿ ಶಂಕರ್, "ಭವಾನಿ ಇಲ್ಲೇ ಇರ್ತಾಳೆ. ವಾರ ವಾರ ಡಾಕ್ಟರ್ ಚೆಕ್‌ಅಪ್ ಮಾಡ್ತಾ ಇದ್ದಾರೆ. ಅವಳ ಆರೋಗ್ಯ ನಾರ್ಮಲ್ಲಾಗಿದೆ. ನಿಂಗೆ ಅಷ್ಟು ತಂಗಿಯ ಮೇಲೆ ಪ್ರೀತಿ ಇದ್ದರೆ... ರಜ ಹಾಕಿ ಬಾ" ರಿಸೀವರ್ ಇಟ್ಟಿದ್ದ.

ಮೊದಲ ಸಲ ಶಂಕರ್ ಮೇಲೆ ಅವನು ಕೋಪಿಸಿಕೊಂಡಿದ್ದ. ಈ ಸಲ ಬಂದ ಅವನಪ್ಪ ಕೂಡ ಹೇಳಿ ಹೋಗಿದ್ದರು.

"ಭವಾನಿನ ಹೋಗಿ ಕರ್ಕೊಂಡ್ಬಾ. ಅವ್ಳು ಹೆರಿಗೆ ಆಗೋವರ್ಗ್ಗೂ ಇಲ್ಲೇ ಇರ್ತೀನಿ. ಹೆತ್ತ ತಾಯಿಯಂತು ಇಲ್ಲ, ಈ ಸಮಯದಲ್ಲಿ ಇದ್ದು ಇಲ್ಲವಾಗ್ಬಾರ್ದು."

ಅವರನ್ನು ಈ ವ್ಯಾಮೋಹವಾದರೂ ಕಟ್ಟಿ ಹಾಕಲಿಯೆಂಬುದು ಸದಾನಂದ್‌ನ ಆಸೆ ಕೂಡ.

ಅಡಿಗೆಯವನು ತಣ್ಣಗಿನ ಕಿತ್ತಲೆ ಹಣ್ಣಿನ ರಸವನ್ನು ತಂದಿಟ್ಟ. ಬಿಗುವಿನಿಂದ ಕೂತಿದ್ದ ಅಣ್ಣನನ್ನು ನೋಡಿ ಪಕ್ಕನೇ ನಕ್ಕುಬಿಟ್ಟಳು.

"ಮೊದ್ಲು ಕುಡಿಯಣ್ಣ, ಜಗಳ ಆಡೋಕೆ ಶಕ್ತಿ ಬೇಡ್ವೆ" ತಾನೇ ಕೊಟ್ಟಳು. ಕುಡಿದಿಟ್ಟವನು ಡಯಲ್ ತುರಿಗಿಸಿದ. "ಇಲ್ಲ..." ಆಫೀಸ್‌ನಿಂದ ಉತ್ತರ ಬಂತು.

ಮನೆಯ ನಂಬರ್‌ಗೆ ಡಯಲ್ ತಿರುಗಿಸಿದಾಗ ತೆಗೆದಿಟ್ಟಳು ರಿಸೀವರ್. ಆಗ ನೆನಪಿಸಿಕೊಂಡ ಶಂಕರ್‌ನ ಮಾತುಗಳನ್ನು 'ಅವರೇನು ಅಲ್ಲ.'

ಏಳರ ಹೊತ್ತಿಗೆ ಅವರ ಮನೆಗೇನೇ ಹೋದ. ಜಗನ್ನಾಥ್ ಲಾನ್ ಮೇಲಿನ ಕೇನ್‌ಛೇರ್‌ನಲ್ಲಿ ಕೂತು ನಿತೀಶ್‌ನ ತೊಡೆಯ ಮೇಲೆ ಕೂಡಿಸಿಕೊಂಡು ಕತೆ ಹೇಳುತ್ತಿದ್ದರು.

"ನಮಸ್ತೆ..." ಎಂದ.

ಅವರ ನೋಟ ಇತ್ತ ಹರಿದಾಗ ನಗೆ ಬೀರಿದರು.

"ಬಾ... ಬಾ... ಸದಾನಂದ್... ಯಾವಾಗ್ಬಂದಿದ್ದು" ವಿಚಾರಿಸಿದರು.

ಅವರ ಎದುರುಗಿನ ಛೇರ್‌ನಲ್ಲಿ ಕೂತ. "ಒಂದು ನಾಲ್ಕು ಗಂಟೆ ಆಗಿರಬಹುದು..." ನಿತೀಶ್‌ನೇ ನೋಡಿದ. ಮುದ್ದಾದ ಮಗು.

ಇಲ್ಲಿಂದ ಹೊರಡುವ ಮುನ್ನ ಒಂದು ಮಾತು ಅವನ ಕಿವಿಗೆ ಬಿದ್ದಿತ್ತು.

"ಮಕ್ಕಳಾಗಲಿಲ್ಲಂತ ಮದ್ವೆಯಾಗಿರೋದುಂಟು. ಈಗ ಮೊದಲ ಹೆಂಡತಿಗಾಗಿ ದತ್ತು ತಗೋಳೋದು ಯಾವ ನ್ಯಾಯ? ಇದು ತುಂಬ ಅನ್ಯಾಯ, ಹಣವಿದ್ದವರ ರೀತಿ ನೀತಿಗಳೇ ಅರ್ಥವಾಗೋಲ್ಲ" ಅವನಿಗೆ ತೀರಾ ಬೇಕಾಗಿದ್ದ ಹಿರಿಯರೊಬ್ಬರು ಅಂದಿದ್ದರು. ಅವರು ಸಿಂಹ ತಂದೆಯ ಇಸ್ಪೀಟ್ ಗೆಳೆಯರು. ನಿಜಾನೂ... ಇರಬಹುದು, ಸುಳ್ಳೂ ಇರಬಹುದು–ಶಾಂತ ಮನಸ್ಸಿನಿಂದ ಅದನ್ನು ಮರೆತಿದ್ದ.

ನಿಜವೇ ಇರಬೇಕೆಂದುಕೊಂಡಿದ್ದ.

"ನಿನ್ನ ಫ್ರೆಂಡ್... ಸಿಕ್ಕಿದ್ನಾ?" ಕೇಳಿದರು.

"ಇಲ್ಲ, ಅವನನ್ನೇ ಹುಡುಕಿಕೊಂಡು ಬಂದೆ..." ಅವನನ್ನೇ ನೋಡುತ್ತಿದ್ದ ನಿತೀಶ್‌ನ ಹತ್ತಿರಕ್ಕೆ ಕರೆದ.

"ತುಂಬಾ ಚೆನ್ನಾಗಿದ್ದಾನೆ." ಕೈ ಹಿಡಿದು ಹತ್ತಿರಕ್ಕೆ ಕರೆದುಕೊಂಡ.

"ನನ್ನ ಸೊಸೆ ಪಾರಿಜಾತ ತಂಗಿ ಮಗು. ಇವಳಿಗೆ ಮಕ್ಕಳಾಗ್ಲಿಲ್ಲ. ಅದಕ್ಕೆ ಇವನನ್ನ ಇಲ್ಲೇ ತಂದಿಟ್ಟುಕೊಂಡಿದ್ದೀನಿ.... ಈ ವಯಸ್ಸಿನಲ್ಲಿ ಪುಟ್ಟ ಮಕ್ಕಳ ಒಡನಾಟ ಮುದ ಕೊಡುತ್ತೆ" ಹಿಂದೆ ಅವನೊಂದಿಗೆ ಮಾತಾಡುವಂತೆ ನಿರಾಳವಾಗಿ ಮಾತಾಡಿದರು.

ಅಷ್ಟರಲ್ಲಿ ಪರ್ಸ್ ಹಿಡಿದ ಪಾರಿಜಾತ ಬಂದಳು. ಇಂದು ಸದಾನಂದ್ ಸಂಕೋಚಿಸಲಿಲ್ಲ.

"ನಮಸ್ತೆ, ಚೆನ್ನಾಗಿದ್ದೀರಾ?" ತಾನೇ ಮಾತಾಡಿಸಿದ.

"ಫೈನ್, ಯಾವಾಗ ಬಂದ್ರಿ? ಏನು... ವಿಶೇಷ?" ಕೇಳಿದಳು.

"ಇಂದೇ ಬಂದಿದ್ದು, ನನ್ತಂಗಿ ಪ್ರೆಗ್ನೆಂಟ್. ಈಗ ಐದನೇ ತಿಂಗಳು ಕರ್‍ಕೊಂಡ್ಹೋಗೋಕೆ ಬಂದಿದ್ದೀನಿ. ಹೆಚ್ಚು ಆಯಾಸವಾಗ್ದಂತೆ ಫ್ಲೈಟ್‌ನಲ್ಲಿ ಕರ್‍ಕೊಂಡ್ಹೋಗ್ಬೇಕು" ಈಗ ಶಂಕರ್‌ನ ಗೆಳೆಯನಾಗಿ ಮಾತ್ರ ಮಾತಾಡುತ್ತಿದ್ದ.

ಪಾರಿಜಾತಗೆ ಈ ಸುದ್ದಿಯೇ ಗೊತ್ತಿರಲಿಲ್ಲ. ಅವಳ ಮುಖದ ಬಣ್ಣವೇ ಬದಲಾಯಿತು.

"ಮಾತಾಡಿ... ಬರ್ತೀನಿ" ನಡೆದುಬಿಟ್ಟಳು.

ಅವಳ ಮಿದುಳಿನಲ್ಲಿ ಭಯಂಕರ ವಿಪ್ಲವ. ಯಾರೊಂದಿಗೆ ಹಂಚಿಕೊಳ್ಳುವುದು?

ಅಲ್ಲಿಗೆ ಅವನ ಕೆಲಸ, ಪರಿಸರ, ಸೌಲಭ್ಯಗಳ ಬಗ್ಗೆ ಹೇಳಿದ. ಅವರು ವಿಚಾರಿಸಿದ್ದು ಕೂಡ ಅಷ್ಟೆ. ದಾಕ್ಷಾಯಿಣಿ ಕೂಡ ಹಿಂದಿನಂತೆಯೇ ಮಾತಾಡಿಸಿದರು.

ಗೇಟಿನೊಳಕ್ಕೆ ಬಂದ ಕಾರು ಬಾಲ್ಕನಿಯೊಳಕ್ಕೆ ಹೋಗದಂತೆ ಅರ್ಧದಲ್ಲಿಯೇ ನಿಂತುಬಿಟ್ಟಿತು. ಇಳಿದು ಓಡಿ ಬಂದ ಶಂಕರ್ ಗೆಳೆಯನನ್ನು ಅಪ್ಪಿಕೊಂಡ. ಈ ಸ್ನೇಹ ಬಲ್ಲವರೇ.

"ರಾತ್ರಿ..... ಡಿನ್ನರ್ ಇಲ್ಲೇ" ಅಲ್ಲೇ ಕೂತ ಶಂಕರ್ ಕೂಡ.

"ಸಾರಿ ಡಿಯರ್ ಫ್ರೆಂಡ್... ನನ್ತಂಗಿ ಅಣ್ಣನಿಗೋಸ್ಕರ ಏನೇನೋ ಮಾಡಿರ್ತಾಳೆ. ನೀನು ಕೂಡ ಬಂದರೇ ಸಂತೋಷ. ಅಕಸ್ಮಾತ್ ಇದ್ದರೆ.... ನಾಳಿದ್ದು ರಾತ್ರಿಯ ಡಿನ್ನರ್ ಇಲ್ಲಿಯೇ." ಸಮಾಜಾಯಿಸಿ ನೀಡಿದ.

"ಯೂ ಈಡಿಯಟ್, ರಕ್ತ ಸಂಬಂಧಕ್ಕಿಂತ ಸ್ನೇಹನೇ ಹೆಚ್ಚು. ರಾತ್ರಿಯ ಡಿನ್ನರ್ ಇಲ್ಲಿಯೇ" ರೇಗಿದ.

"ಬೇಕಾದ್ರೆ ನೂರು ಸಲ ಬಸ್ಕೀ ಹೊಡೀತೀನಿ. ರಾತ್ರಿ ಮಾತ್ರ ಬಲವಂತ ಮಾಡಬೇಡ. ತಂಗಿ ನನ್ನವಳು ಆಗಬಹುದು. ಭಾವ... ಅವನಿಗೆ ಕೋಪ ಬರಬಾರದು" ಕ್ಷಮೆ ಯಾಚಿಸಿದ.

ದಾಕ್ಷಾಯಿಣಿ, ಜಗನ್ನಾಥ್ ನೋಡಿಯೇ ನೋಡಿದರು. ಕೇಳಿಯೇ... ಕೇಳಿದರು. ಯಾಕೋ ನಾಟಕವಾಗಿ ಕಾಣಲಿಲ್ಲ. ಸಹಜವೆನ್ನುವಂತೆ ಮಾತಾಡುತ್ತಿದ್ದರು.

ಹೋಗುವಾಗ ಅತ್ಯಂತ ವಿನಯದಿಂದ ಜಗನ್ನಾಥ್, ದಾಕ್ಷಾಯಿಣಿಯವರಿಗೆ ಆಹ್ವಾನ ಕೊಟ್ಟ ಸದಾನಂದ್.

"ನೀವೊಂದು ಸಲ ಬನ್ನಿ. ನಾಲ್ಕು ದಿನ ನಮ್ಮಲ್ಲಿದ್ದರೇ ಸಂತೋಷವಾಗುತ್ತೆ" ಕೈ ಜೋಡಿಸಿದ.

"ಖಂಡಿತ... ಬರ್ತೀವಿ" ಅಂದರು.

ಇಬ್ಬರೂ ಜೊತೆಯಾಗಿಯೇ ಹೊರಟರು. ದಾರಿಯಲ್ಲಿ ಸದಾನಂದ ಹೊಸ ಉದ್ಯೋಗದ ಬಗ್ಗೆ ಮಾತ್ರ ಪ್ರಸ್ತಾಪಿಸುತ್ತಿದ್ದ.

ಪುಷ್ಪಕ್ ಮುಂದೆ ಕಾರು ನಿಂತಾಗ ಇಳಿದು "ವೆಲ್‌ಕಮ್ ಡಿಯರ್ ಬ್ರದರ್.... ಇನ್... ಲಾ" ಎಂದ. ಸ್ವರದಲ್ಲಿ ವ್ಯಂಗ್ಯವೇನು ಇರಲಿಲ್ಲ.

ಮಡದಿಯತ್ತ ನೋಡಿದ ಶಂಕರ್ ಮೆಲುನಗೆ ಬೀರಿದ.

"ಅಣ್ಣಾ, ನಿಮ್ಮ ಮೇಲೆ ವಾರ್ ಡಿಕ್ಲೇರ್ ಮಾಡಿದ್ದಾನೆ" ಎಂದಳು ನಗುತ್ತ.

"ಈ ಗಂಡಿಗೆ ಹೆದರೋ ಅಭ್ಯಾಸವೇ ಇಲ್ಲ..." ಅವನತ್ತ, ತಿರುಗಿ ಕಣ್ಣು ಮಿಲುಕಿದಾಗ ಸದಾನಂದನ ಮುಖ ಬಿಗಿದುಕೊಂಡಿತು.

ಮಾತುಕತೆ ಶುರು ಮಾಡುವ ಮುನ್ನವೇ ಸೀರಿಯಸ್ಸಾಗಿ ಹೇಳಿದ ಸದಾನಂದ್.

"ಈಗ ನೀನು ನನ್ನ ಮಾತು ಕೇಳ್ಬೇಕು. ಈಗ ಭವಾನಿ ಇರಬೇಕಾದ್ದು ತವರು ಮನೆಯಲ್ಲಿ. ಅಪ್ಪ, ಹೋಗಿ ಕರಕೊಂಡು ಬಾ ಅಂದಿದ್ದಾರೆ. ಇನ್ನೊಂದು ಮಾತು ನಾನು ಕೇಳೋಲ್ಲ" ಗುಡುಗಿದ.

"ಓಕೇ... ಓಕೇ... ಅದಕ್ಯಾಕೆ ಕೋಪ? ಶಾಸ್ತ್ರಿಗಳ ಜೊತೆ ಡಾಕ್ಟರನ್ನ ಕನ್‌ಸಲ್ಟ್ ಮಾಡಬೇಕಲ್ಲ. ನಿನ್ನ ನಾಲ್ಕರಷ್ಟು, ಐವತ್ತರಷ್ಟು ನೂರರಷ್ಟು... ಅಧಿಕಾರ, ಪ್ರೀತಿ, ಕರ್ತವ್ಯ ಎಲ್ಲಾ ಇರುತ್ತಲ್ಲ" ಬೆನ್ನ ಮೇಲೆ ಆತ್ಮೀಯತೆಯಿಂದ ಕೈಹಾಕಿದ.

ತಂಗಿ ಮೇಲೆ ಸದಾನಂದನ ಪ್ರೀತಿಯೆಷ್ಟೆಂದು ಅವನಿಗೆ ಗೊತ್ತು. ಅವಳನ್ನ ಒಳ್ಳೆ ನೆಲೆ ಸೇರಿಸಲು ಸಮಸ್ತ ಕಳೆದುಕೊಳ್ಳಲೂ ಸಿದ್ಧನಾಗುವಂಥ ಉದ್ವಿಗ್ನತೆ ಅವನದು.

ಊಟ ಮುಗಿಯುವವರೆಗೂ ಶಂಕರ್ ಮಾತನಾಡಲಿಲ್ಲ. ಎರಡು ಸಲ ಫೋನ್ ಬಂತು.

"ಇನ್ನೂರು ಮೂಟೆ ಸಿಮೆಂಟ್ ಕಮ್ಮಿ ಇದೆ. ಅಕೌಂಟ್‌ನಲ್ಲಿ ಮಾತ್ರ ಸರ್ಯಾದ ಫಿಗರ್ ಇದೆ. ಈಗೇನ್ಮಾಡ್ಬೇಕು?" ಫೋನಿಡಿದವನು ಕ್ಷಣಕಾಲ ಸುಮ್ಮನಿದ್ದ.

ಎರಡು ಸಿಮೆಂಟ್ ಫ್ಯಾಕ್ಟರಿಗಳು ಲಾಕೌಟ್. ಸಪ್ಲೈ ಬರುವ ಸಿಮೆಂಟ್ ಬಂದಾಗಿತ್ತು. ಅರ್ಜೆಂಟ್ ಮುಗಿಯಬೇಕಾದ ಕೆಲಸಗಳಿದ್ದವು. ರಂಗಮಂದಿರದ ಕಟ್ಟಡ ತುರ್ತು ಆಗಬೇಕಿತ್ತು. ಬೇರೆ ಸಮಯದಲ್ಲಾಗಿದ್ದರೆ ಇನ್ನೂರು ಮೂಟೆ ದೊಡ್ಡ ಲೆಕ್ಕವಾಗಿರಲಿಲ್ಲ. ಬ್ಲಾಕ್‌ನಲ್ಲಿ ಯದ್ವಾತದ್ವಾ ರೇಟಾದರೂ ಸಿಕ್ಕುತ್ತಿರಲಿಲ್ಲ.

"ಈಗೇನ್ಮಾಡ್ಲಿ?" ಮತ್ತೆ ಕೇಳಿದ ಸಿಂಹ.

"ಮೊದ್ಲು ಫೋನ್ ಇಡು. ಮನೆಗೆ ಹೋಗಿ ಮಲಕ್ಕೋ. ಬೆಳಿಗ್ಗೆ ಆರಕ್ಕೆ ಗೋಡೌನ್ ಬಳಿ ಬಾ" ರಿಸೀವರ್ ಇಟ್ಟ.

'ಪರಾಶರ' ಕಂಪನಿ ದೊಡ್ಡದು. ಆದರೆ ಮಾಡುವ ಕೆಲಸಗಳೆಲ್ಲ ಸಣ್ಣಪುಟ್ಟವೆ! ಹಳಬರು ಎಷ್ಟೋ ಜನ ಇದ್ದರೂ ಸ್ಪರ್ಧೆಗೆ ಅವರು ಇವನನ್ನೆ ಆರಿಸಿಕೊಂಡಿದ್ದರು. ಅವರದು ಆರೋಗ್ಯಕರ ಸ್ಪರ್ಧೆಯಲ್ಲ. ಶಂಕರ್ ಕನ್‌ಸ್ಟ್ರಕ್ಷನ್ ಬುಡ ಅಲ್ಲಾಡಿಸಲು ಅವರದು ಸತತ ಪ್ರಯತ್ನ.

ಆಗಲೇ ಕೆಲವು ಸಿಮೆಂಟ್ ಡೀಲರ್‌ಗಳನ್ನ ಸಂಪರ್ಕಿಸಿದ ವಡಿವೇಲುನ ಕರೆಸಿ ಏನೋ ಹೇಳಿದ.

"ನೀವು ಮಲ್ಗಿ ಸಾಮಿ, ನಾನೆಲ್ಲ ನೋಡ್ಕೊತೀನಿ" ಮಫ್ಲರ್ ಅನ್ನು ಕತ್ತಿಗೆ ಸುತ್ತಿಕೊಂಡು ನಡೆದ. ಶಂಕರ್ ಕರೆದು ಎಚ್ಚರಿಸಿದ. "ಒರಟುತನ ಬೇಡಾ, ವೇಲು. ಅವ್ರ ನಿಸ್ಸಹಾಯಕ ಸಂಸಾರಗಳ್ನ ನೆನಪಿನಲ್ಲಿಟ್ಕೊ."

ಸೋಫಾ ಮೇಲೆ ಮೈಚೆಲ್ಲಿ "ಈಗ್ಹೋಳು..." ಎಂದ.

ಅಷ್ಟರಲ್ಲಿ ಮತ್ತೆ ಫೋನ್ ಸದ್ದಾಯಿತು. ಕಂಪನಿ ಅಕೌಂಟೆಂಟ್ "ನನ್ನ ಲೆಕ್ಕದಲ್ಲಿ ತಪ್ಪಿಲ್ಲ. ಎಲ್ಲೋ ಗೋಲ್‌ಮಾಲ್ ಆಗಿದೆ" ಉದ್ವಿಗ್ನತೆಯಿಂದ ಸ್ವರ ಕಂಪಿಸುತ್ತಿದ್ದುದನ್ನು ಗಮನಿಸಿದ.

"ಎಲ್ಲಿಂದ... ಮಾತಾಡ್ತಾ ಇರೋದು?" ಕೇಳಿದ ಶಾಂತವಾಗಿ.

"ಪಬ್ಲಿಕ್ ಟೆಲಿಫೋನ್ ಬೂತ್‌ನಿಂದ. ಇನ್ನೂ ಮನೆಗೆ ಹೋಗಿಲ್ಲ" ಏದುಸಿರಿನೊಂದಿಗೆ ಹೇಳಿದ. "ನಿಮ್ಮ ಮನೆಗೆ ಹೊರಟಿದ್ದೀನಿ. ಡಿಸ್ಟರ್ಬ್ ಅಂತ ತಿಳ್ಕೊಬೇಡಿ. ನಾನು ಮಕ್ಕಳೊಂದಿಗ" ಬಡಬಡಿಸಿದ.

"ರ್ರೀ ಮಿಸ್ಟರ್ ಸುಬ್ರಹ್ಮಣ್ಯಂ, ನೀವು ಆಫೀಸ್ ಅಕೌಂಟೆಂಟ್. ಚೆಕ್ ಮಾಡೋದು ಇನ್ನೊಂದು ಕೆಲ್ಸ. ಆದ್ರೂ ನೀವೇನು ಗೋಡೋನ್ ವಾಚ್‌ಮನ್ ಅಲ್ಲ. ಸುಮ್ನೇ ಮನೆಗೆ ಹೋಗಿ" ಹೇಳಿದ.

"ನಿಮ್ಮನ್ನ ಕಂಡ ಹೊರ್ತು.... ನಂಗೆ ಸಮಾಧಾನವಿಲ್ಲ. ನಾನು ಎರಡು ಸಲ ಕೆಲಸ ಕಳ್ದುಕೊಂಡಿದ್ದೀನಿ. ಈ ಸಲ ಕಳಕೊಂಡ್ರೆ.... ನನ್ನ ಹೆಂಡ್ತಿ, ಮಕ್ಳು ಬೀದಿ ಪಾಲಾಗಿಬಿಡ್ತಾರೆ" ಕಣ್ಣೀರು ಬಂದು ಸೋಕಿದಂತಾಯಿತು.

"ಐ ಡೋಂಟ್ ಲೈಕ್ ಇಟ್. ಇಂಥದ್ನ ನಾನು ಇಷ್ಟಪಡೋಲ್ಲ. ಮನೆಯಲ್ಲಿ ಕಾಯ್ತ ಇರ್ತಾರೆ. ಮೊದ್ಲು ಹೋಗಿ" ಫೋನಿಟ್ಟ.

ಸೂಕ್ಷ್ಮವಾಗಿ ಗಮನಿಸಿದ ಸದಾನಂದ್. ಆದರೆ ಶಂಕರ್ ಮುಖದಲ್ಲಿ ಏರಿಳಿತಗಳಿಲ್ಲ. ಪ್ರಸನ್ನವಾಗಿಯೇ ಇದ್ದ.

ಬಂದು ಸದಾನಂದನ ಪಕ್ಕ ಕೂತು ಷರಟಿನ ತೋಳುಗಳನ್ನ ಮಡಚಿ "ಈಗ್ಹೇಳು, ಅಲ್ಲೆಲ್ಲ ಹೇಗಿದೆ? ಪಪ್ಪು... ಹೇಗಿದ್ದಾನೆ" ಮತ್ತೆ ಫೋನ್ ಸದ್ದಾಯಿತು.

"ಎಕ್ಸ್‌ಕ್ಯೂಸ್ ಮಿ, ಯಜಮಾನ್ರೆ, ಇದ್ರಲ್ಲಿ ನನ್ನ ತಪ್ಪಿಲ್ಲ. ನಿಮ್ಗೆ ನನ್ಮೇಲೆ ಅನುಮಾನ ಇರ್ಬಹ್ದು. ಮತ್ತೆ ಅಂಥ ಕೆಲ್ಸ ಮಾಡಿಲ್ಲ" ಸಿಂಹನ ಗೋಗರೆತ.

"ರ್ರೀ, ಸಿಂಹ ಸುಮ್ನೆ ಮನೆಗೆ ಹೋಗಿ. ತಲೆ ಕೆಟ್ಟು ಎಲ್ಲಾದ್ರೂ ಮೋರಿಯಲ್ಲಿ ಬೀಳ್ಬೇಡಿ. ಇನ್ನೊಂದ್ಸಲ ಫೋನ್ ಮಾಡಿದ್ರೆ... ರಿಸೀವರ್ ಎತ್ತಿ ಇಲ್ಲಿಂದಲೇ ಎಸೆದುಬಿಡ್ತೀನಿ" ಫೋನಿಟ್ಟ.

"ಏನದು.... ಗಲಾಟೆ?" ಸದಾನಂದ ಕುತೂಹಲದಿಂದ ಕೇಳಿದ. "ಅಂಥದೇನಿಲ್ಲ, ಇವೆಲ್ಲ ಮಾಮೂಲಿ." ಅವನಿಗೇನೂ ಹೇಳಲು ಹೋಗಲಿಲ್ಲ.

"ಭವಾನಿನ.... ಕರ್ಕೊಂಡ್ಹೋಗ್ತೀನಿ" ಎಂದ.

"ಯಾರು ಬೇಡಾಂದ್ರು! ನಂಗೆ ಪ್ರತಿದಿನ ಬಂದು ಹೋಗೋಕೆ ಪ್ಲೈಟ್ ಬುಕ್ ನೀನೇ ಮಾಡ್ಸಬೇಕಾಗುತ್ತೆ. ಇಲ್ಲಿನ ನಿರ್ವಹಣೆ ಕೂಡ ನಿನ್ನ ಜವಾಬ್ದಾರಿಗೆ ಬರುತ್ತೆ. ಹೇಗೆ... ಮಾಡ್ತಿಯೋ ಯೋಚ್ನೆ ಮಾಡು. ಬೆಳಿಗ್ಗೆ.... ಮಾತಾಡೋಣ" ಎದ್ದು ಕೋಣೆಗೆ ಹೋಗಿಬಿಟ್ಟ.

ಭವಾನಿ ಅತ್ಯಂತ ಗಂಭೀರವಾಗಿದ್ದಳು. ಸದಾ ಆತ್ಮೀಯರು

ಹತ್ತಿರದಲ್ಲಿರಲಿಯೆಂದು ಬಯಸುವ ಸಮಯ. ಹೋಗುವ ಆಸೆ ಇದ್ದರೂ ಅದನ್ನ ಮೆಟ್ಟಿ ನಿಲ್ಲಿಸಿಕೊಳ್ಳುವಂಥ ಶಕ್ತಿ ಶಂಕರನ ಪ್ರೀತಿಗೆ ಇತ್ತು.

ಶಂಕರ್‌ಗೆ ನಿದ್ದೆ ಹತ್ತದಿದ್ದರೂ ಭವಾನಿಗೆ ಸುಳಿವು ಕೊಡಲಿಲ್ಲ. ಐದಕ್ಕೆ ಎದ್ದವನು ಬೆಚ್ಚಗೆ ಅವಳಿಗೆ ಹೊದ್ದಿಸಿ ಸ್ನಾನ ಮುಗಿಸಿ ಹೊರಗೆ ಬರುವ ವೇಳೆಗೆ ಸದಾನಂದ್ ಹಾಲ್‌ನಲ್ಲಿ ಹಿಂದಿನ ದಿನದ ಪೇಪರ್ ನೋಡುತ್ತ ಕೂತಿದ್ದ.

"ಗುಡ್ ಮಾರ್ನಿಂಗ್..." ಅವನ ಭುಜದ ಮೇಲೆ ಕೈಹಾಕಿ ಪಕ್ಕದಲ್ಲಿಯೇ ಕೂತ. "ಯಾಕೆ ನಿದ್ದೆ ಬರಲಿಲ್ವಾ?" ಬಂದ ಕಾಫೀಯನ್ನ ಇಬ್ಬರು ಕುಡಿದರು.

ಶಂಕರ್ ಅವನ ಕೈಯನ್ನ ತನ್ನ ಕೈಯೊಳಗೆ ತಗೊಂಡ. "ನಿನ್ನ ನೋವು ನಂಗೆ ಅರ್ಥವಾಗುತ್ತೆ. ನಾನು ಖಂಡಿತ ಕಳಿಸೋಲ್ಲ. ಸೃಷ್ಟಿಯ ಮುನ್ನಿನ ಜೀವಂತಿಕೆಯನ್ನ ನಾನು ನೋಡ್ಬೇಕು. ಸ್ವಲ್ಪ ಅರ್ಥ ಮಾಡ್ಕೋ" ಎಂದ.

ಅರ್ಧ ಗಂಟೆಯ ನಂತರ ಸದಾನಂದ್‌ನ್ನ ಒಪ್ಪಿಸಿದ. ಇನ್ನೂ ಅರೆ ಮನಸ್ಸೇ ಅವನದು.

"ಭವಾನಿಗೆ ಶ್ರೀಮಂತ ಮಾಡ್ಬೇಕು, ಬಳೆ ತೊಡಿಸ್ಬೇಕು, ಅದಕ್ಕಾಗಿಯಾದ್ರೂ ಕೆಲವು ದಿನ ಅವಳನ್ನ ಕಳಿಸು. ನಿನ್ನ ಹಟಕ್ಕೆ ನಾನು ಶರಣು" ಕೇಳಿದ ಸದಾನಂದ್.

"ಒಮ್ಮೆ ಡಾ॥ ಸ್ವರ್ಣಲತಾನ ವಿಚಾರ್ಸಿಬಿಡುವ" ಎಂದವನು ಫೋನ್ ಮಾಡಿ ಬರುವಂತೆ ಹೇಳಿದ. "ನೀನೇ... ವಿಚಾರ್ಸು. ಭವಾನಿ ಎದ್ದಿಲ್ಲ. ಅಪ್ಪ ಬೆಳಗಿನ ವಾಕ್ ನಿಂಗೆ ಬಿಟ್ಟಿದ್ದೀನಿ. ಇವತ್ತು ಸ್ವಲ್ಪ ಅರ್ಜೆಂಟಿದೆ." ಹೊರಟೇಬಿಟ್ಟ.

ಗೋಡೋನ್ ಬಳಿಗೆ ಬರುವ ವೇಳೆಗೆ ವಡಿವೇಲು, ಸಿಂಹ, ಅಕೌಂಟೆಂಟ್ ಸುಬ್ರಹ್ಮಣ್ಯ, ವಾಚ್‌ಮನ್‌ಗಳು ಎಲ್ಲಾ ಅಲ್ಲೇ ಇದ್ದರು.

"ಇನ್ನೂರ ಅರವತ್ತು ಮೂಟೆ ಲೆಕ್ಕಕ್ಕೆ ಸಿಗ್ತಾ ಇಲ್ಲ" ವಡಿವೇಲು ಮುಂದೆ ಬಂದು ಹೇಳಿದ. "ಏನಾದ್ರೂ... ಸುಳಿವು ಸಿಕ್ತಾ?" ವಡಿವೇಲು ಏನು ಹೇಳಲು ಇಚ್ಛಿಸಲಿಲ್ಲ. ತಲೆ ತಗ್ಗಿಸಿದಾಗಲೇ ಅರ್ಥ ಮಾಡಿಕೊಂಡ.

"ಬೇಗ ಹಾಕ್ಕೊಂಡ್.... ಆಫೀಸ್‌ಗೆ ಬಂದ್ಬಿಡಿ" ಕಾರು ಹತ್ತಿಬಿಟ್ಟ. ವಿಂಡೋ ಬಳಿಗೆ ಬಂದ ವಡಿವೇಲುಗೆ ಹೇಳಿದ. "ಇನ್ನೊಂದ್ಸಲ ಚೆಕ್ ಮಾಡ್ಕೊಂಡ್... ಲೆಕ್ಕ ಬರೆದುಕೊಳ್ಳೋ ಗೋಪಾಲನ್ನ ಕರ್ಕೊಂಡ್ಬಾ..."

ಸಣ್ಣ ತೂತು ಕೂಡ ಬೃಹತ್ತಾದ ಹಡಗನ್ನ ಮುಳುಗಿಸುತ್ತದೆಯೆಂದು ಅವನಿಗೆ ಗೊತ್ತು.

ಆದರೆ ಗಂಟೆಯೊಳಗೆ ಬಾಯಿಬಿಡಿಸಿದ. ಲಾರಿ ಡ್ರೈವರ್, ಮೂಟೆ ಹೊರುವವ, ಲೆಕ್ಕ ಬರೆಯುವ ಗೋಪಾಲ ಕೂಡಿಯೇ ಐದೈದು ಮೂಟೆಗಳನ್ನ ಲಾರಿಗೆ ಹಾಕುವಾಗ ಪತ್ತೆ ಆಗದಂತೆ ಎದುರಿನ ಹಳೇ ಕಾಕ ಹೋಟೆಲ್‌ಗೆ ಸಾಗಿಸಿ ಮಾರಿಕೊಳ್ಳುತ್ತಿದ್ದರು.

ವಡಿವೇಲು ಹೇಳಿದ. "ಪೊಲೀಸ್‌ಗೆ ಕಂಪ್ಲೇಂಟ್ ಕೊಡೋಣ... ಒಂದಷ್ಟು ದಿನ ಲಾಪಕ್‌ನಲ್ಲಿ ಕೊಳೆಯಲಿ" ಅವರೆಲ್ಲ ಅವನವರೇ. ಅಂಥ ಸಮಯದಲ್ಲಿ ಅವನಿಗೆ

ಕಾಡುತ್ತಿದ್ದುದ್ದು ಅವರುಗಳ ನಿಸ್ಸಾಯಕ ಸಂಸಾರದ ಚಿತ್ರಗಳು. ಆದರೆ ಕೆಲವು ಸಲ ಕರುಣೆ ನಿಷಿದ್ಧ.

"ಕೆಲಸದಿಂದ ವಜಾ ಮಾಡು. ಇಲ್ಲಿಂದ ಅವ್ರುಗಳು ದಾರಿ ಕಿತ್ತೋ ಹಾಗೇ ಮಾಡು" ಎಂದ. ವಡಿವೇಲು ಅರ್ಥವಾಗದವನಂತೆ ಮುಖ ಮುಖ ನೋಡಿದ.

ಏನೋ ಹೇಳಲು ಹೋದಾಗ ಸುಮ್ಮನಿರುವಂತೆ ಸನ್ನೆ ಮಾಡಿದ.

ನಾಲ್ಕು ಜನಕ್ಕೆ ಅನ್ನ ಕೊಡುವಂತಾಗಿದೆಯಲ್ಲ 'ಶಂಕರ್ ಕನ್‌ಸ್ಟ್ರಕ್ಷನ್ ಕಂಪನಿ' ಎನ್ನುವ ಸಂತೃಪ್ತಿ. 'ಪರಾಶರ ಕಂಪನಿ'ಯಲ್ಲಿ ಹಿಂದೆ ಇಂಥದ್ದೆ ಕಳುವಿನ ಪ್ರಸಂಗದಲ್ಲಿ ಇಬ್ಬರು ಕೂಲಿಗಳು ಪೊಲೀಸ್ ಸ್ಟೇಷನ್‌ನಲ್ಲಿ ಸತ್ತು ಗಲಾಟೆ ಆಗಿತ್ತು. ಪ್ರಕರಣ ಮುಚ್ಚಿಹೋಗಿತ್ತು. ಆ ಕುಟುಂಬಗಳಿಗೆ ಹಣವೇನು ಸಿಗಲಿಲ್ಲ. ಇಂಥ ಚಿತ್ರಗಳು ಅವನ ಕಣ್ಮುಂದೆ.

ಈ ಗಲಾಟೆಯ ಮಧ್ಯೆಯೇ ಫೋನ್ ಮಾಡಿದರು ಜಗನ್ನಾಥ್, "ಪಾರಿಜಾತಗೆ ರಾತ್ರಿಯಿಂದ ಜ್ವರ, ಎದ್ದೇ ಇಲ್ಲ." ಕ್ಷಣ ಯೋಚಿಸಿದ, "ಡಾಕ್ಟ್ರು... ಬಂದಿದ್ರಾ? ಬರ್ತೀನಿ" ರಿಸೀವರ್ ಇಟ್ಟ.

ಹೊರಗೆ ತನ್ನ ಕೆಲಸದಲ್ಲಿ ಮಗ್ನವಾಗಿರುವ ಗಂಡನಿಗೆ ತೊಂದರೆ ಕೊಡಬಾರದೆಂಬುದು ಭವಾನಿಯ ಪಾಲಿಸಿ. ಆಗಾಗ ಅವನ ಲಕ್ಷ್ಯ ತನ್ನ ಮೇಲೆ ಹಿಡಿದಿರಬೇಕೆಂಬುದು ಪಾರಿಜಾತಳ ಮನೋಭಾವ.

ಸಂಜೆ ಹೋದಾಗ ನಿತೀಶ್ ಓಡಿಬಂದ. "ಹಲೋ ಮೈ ಚೈಲ್ಡ್..." ಎತ್ತಿಕೊಂಡ. "ಡ್ಯಾಡಿ..." ಶುರು ಮಾಡಿದಾಗ ಅವನ ಮೈ ಬೆಂಕಿಯಾಯಿತು. "ಅಂಕಲ್ ಅಂತ ಕೂಗಬೇಕು. ಡ್ಯಾಡಿ ಊರಲ್ಲಿದೆ." ಕೆಳಗಿಳಿಸಿದ.

ಅಲ್ಲೇ ಕೂತಿದ್ದ ಜಗನ್ನಾಥ್, ದಾಕ್ಷಾಯಿಣಿಯರತ್ತ ನೋಡಿದ.

"ತಂದೆ, ತಾಯಿ ಇಲ್ದ ಬೇಕಾದಷ್ಟು ಮಕ್ಳು ಅನಾಥಾಶ್ರಮದಲ್ಲಿ ಕೊಳೀತಾ ಇದ್ದಾರೆ. ನಿತೀಶ್ ಪುಣ್ಯವಂತ. ಅವ್ನಿಗೆ ತಂದೆ, ತಾಯಿ, ಸಮಸ್ತವು ಇದೆ. ಅವ್ನಿಗ್ಯಾಕೆ ಇಬ್ಬರು ಅಪ್ಪಂದಿರನ್ನ ಸೃಷ್ಟಿಸ್ತೀರಾ! ಇದು ಆರೋಗ್ಯಕರವಲ್ಲ, ನಂಗೆ ಇಷ್ಟವೂ ಇಲ್ಲ" ಎಂದ ಸಹಜ ಸ್ವರದಲ್ಲಿ.

ಅವರಿಬ್ಬರು ಮಾತಾಡಲಿಲ್ಲ. ನಿತೀಶ್ ಅಷ್ಟು ದೂರದಲ್ಲಿ ಹೋಗಿ ನಿಂತ.

ಮೆಟ್ಟಲು ಹತ್ತಿ ಕೋಣೆಗೆ ಹೋದ. ಬೆಳಗಿನಿಂದ ಎದ್ದ ಸೂಚನೆಗಳಿಲ್ಲ. ಮೈ ತುಂಬ ಹೊದ್ದು ಮಲಗಿದ್ದಳು. ಹಣೆ, ಕತ್ತು ಮುಟ್ಟಿ ನೋಡಿದ. ಬರೀ ಬೆಚ್ಚಗಿತ್ತು. ಟೆಂಪರೇಚರ್ ನೋಡಿದ, ಒಂದೂವರೆ ಡಿಗ್ರಿಯಷ್ಟು ಜಾಸ್ತಿಯಾಗಿತ್ತು.

"ಪಾರಿಜಾತ... ಏಳು. ನೀನು ರಾತ್ರಿವರ್ಗೂ ಹೀಗೇ ಮಲ್ಗಿಬಿಟ್ಟರೆ ಜ್ವರವೇ ಬಂದುಬಿಡುತ್ತೆ." ತೋಳಿಡಿದು ಅಲುಗಾಡಿಸಿದ.

"ನೀವು, ನನ್ನತ್ರ ಎಲ್ಲಾ ಮುಚ್ಚಿಟ್ರಿ" ಎಂದಳು ಕಣ್ಣೀರು ಸುರಿಸುತ್ತ. ಅವನಿಗೆ ನಗು ಬಂತು. "ಹೊಸ್ದಾಗಿ... ಮುಚ್ಚಿಡೋದೇನು, ನೀನೆಂದು ನಿನ್ನ ಸ್ವಂತ ವಿಷ್ಯ ಬಿಟ್ಟು

ಯಾವುದನ್ನ ಕೇಳಲಿಚ್ಛಿಸಲಿಲ್ಲ. ಇನ್ನೊಂದು ಮುಖ್ಯ ವಿಷ್ಯ ಹೇಳಿದಂತೆ... ತೀರ್ಮಾನವಾಯಿತಲ್ಲ, ಯಾವುದೇ ಕಾರಣಕ್ಕೆ, ಯಾವುದೇ ಪರಿಸ್ಥಿತಿಯಲ್ಲಿ ಕೆಲವು ವಿಷ್ಯಗಳನ್ನು ನಿನ್ನಲ್ಲಿ ಹಂಚಿಕೊಳ್ಳಲಾರೆ. ಅದು ನಿನ್ನ ಆರೋಗ್ಯಕ್ಕೂ ಒಳ್ಳೇದು. ಸುಮ್ನೆ ಎದ್ದು ಸ್ನಾನ ಮಾಡಿ ಓಡಾಡು." ಎಂದ ಅಲಕ್ಷ್ಯದಿಂದ.

ಅವಳು ಪೆಚ್ಚಾದಳು. ಶಂಕರ್ ಒಂದು ರೀತಿಯಲ್ಲಿ ಪರಿಪೂರ್ಣ ಗಂಡು. ಹೇಡಿಯಂತೆ, ಅಂಜುಕುಳಿಯಂತೆ ಜೀ ಹೂಜೂರು ಅನ್ನಲಾರ.

ಪಾರಿಜಾತ ತೀರಾ ಸಾಮಾನ್ಯ ಹೆಣ್ಣು. ಮಕ್ಕಳಾದರೇ ಮೈಮಾಟ ಕೆಡುತ್ತೆ ಎನ್ನುವ ಗುಂಗು ಕೂಡ ಅವಳಲ್ಲಿತ್ತು. ಹೆರಿಗೆ ಕಷ್ಟ, ಬಸುರಿಯ ಕುರೂಪತನ-ಅವಳಿಗೆ ಇಷ್ಟವಿಲ್ಲವಾದ ಕಾರಣ ತನಗೆ ಮಕ್ಕಳಾಗಲಿಲ್ಲವೆಂದು ಮನಃಪೂರ್ತಿ ಕೊರಗಲಾರಳು.

"ಪಾರಿಜಾತ, ಇನ್ನೊಂದು.... ನಿತೀಶ್ ಸಣ್ಣ ಮಗುವಾದ್ರೂ... ಈಗಾಗ್ಲೇ ಅವನಪ್ಪ, ಅಮ್ಮನನ್ನ ಗುರುತಿಸಿದ್ದಾನೆ. ಅವ್ನಿಗೆ 'ಡ್ಯಾಡಿ' ಅಂತ್ಹೇಳಿ ನನ್ನ ತಲೆ ತಗ್ಗಿಸೋ ಹಾಗೆ ಮಾಡ್ಬೇಡ. ನಂಗೆ ಒಂದು ರೀತಿ ಹಿಂಸೆ" ಪೂರ್ತಿ ತೆರೆ ಎಳೆದುಬಿಟ್ಟ. ಇನ್ನೆಂದೂ ಅಂಥ ಸಾಹಸ ಅವಳು ಮಾಡಳು.

ಸದಾನಂದ್ ನಿತೀಶ್‌ನ ನೋಡಿದರೂ ಪ್ರಶ್ನಿಸಿರಲಿಲ್ಲ. 'ದತ್ತು' ವಿಷಯ ಎಲ್ಲೆಡೆ ಹರಡಿತ್ತು. ಅವನ ಕಿವಿ ಕೂಡ ಮುಟ್ಟಿರುವುದು ಸಹಜ. ಆದರೆ ಅವನು ಪ್ರಶ್ನಿಸಲಿಲ್ಲ-ಅಭಿಮಾನಗೊಂಡಿತು ಶಂಕರ್ ಮನ.

ಅವನು ಕೆಳಗಿಳಿದು ಬರುವ ವೇಳೆಗೆ ಅಳಸಿಂಗಾಚಾರ್ಯರು ಕೂತಿದ್ದರು. ಅವರು ಹಾರ್ಟ್ ಅಟ್ಯಾಕ್‌ನಿಂದ ಚೇತರಿಸಿಕೊಂಡ ಮೇಲೆ ಇದೇ ಮೊದಲ ಸಲ ಇವರ ಮನೆಗೆ ಬಂದಿದ್ದು.

"ಹೇಗೆ ನಡೀತಾ ಇದೆ ಕಂಟ್ರಾಕ್ಟ್? ಇದ್ರೆ.... ನಿನ್ನಂಥ ಮಗ ಇರ್ಬೇಕು. ಅಕಸ್ಮಾತ್ ಇಲ್ಲ.... ಅಂತಿಟ್ಕೋ, ನಿಮ್ಮಪ್ಪನಂಥ ಸ್ನೇಹಿತ, ಅವ್ನಿಗೆ ನಿನ್ನಂಥ ಮಗ ಇರ್ಬೇಕು" ಮೆಚ್ಚಿಗೆಯಾಡಿದರು. ಅವರು ನರ್ಸಿಂಗ್‌ಹೋಂನಲ್ಲಿದ್ದಾಗ ಮಗನಿಗಿಂತ ಹೆಚ್ಚು ಓಡಾಡಿದ್ದ ಶಂಕರ್.

"ಅಂತೂ ನೀವು ಕೋರ್ಟಿನ ಮೂಡಿನಲ್ಲೇ ಇರ್ತೀರಾ, ಅದೇ ಧಾಟಿಯ ಮಾತುಗಳು. ಈಗ... ಹೇಗಿದ್ದೀರಾ?" ಅಲ್ಲೇ ಕೂತ.

ಎದೆಯ ಮೇಲೆ ಕೈಯಿಟ್ಟುಕೊಂಡು ಆಲಿಸಿದರು. 'ಲಬ್ ಡಬ್, ಲಬ್ ಡಬ್' ಎನ್ನುತ್ತಿತ್ತು. "ಪರ್ವಾಗಿಲ್ಲ, ಅಂತಾರೆ ಇದು ನಿಲ್ಲೋವರ್ಗೂ. ಅದ್ರೆ.... ಇದು ಯಾವಾಗ ಬೇಕಾದ್ರೂ.... ನಿಲ್ಲಲಿ, ಕೋರ್ಟಿನಲ್ಲಿ ವಾದಮಾಡ್ತಾ ಇರೋವಾಗ ಬೇಕಾದ್ರೂ ನಿಲ್ಲಲೀಂತ ನನ್ನ ಬಯಕೆ. ಆಗ ಪ್ರಾಮಾಣಿಕವಾಗಿ ನನ್ನ ಪ್ರೀತಿಸೋ, ಗೌರವಿಸೋ ಬಂದಿಬ್ಬರು ಅಥವಾ ಕಡೆ ಪಕ್ಷ ಒಬ್ಬರಾದ್ರೂ ಇರ್ತಾರೇಂತ ನನ್ನ ನಂಬಿಕೆ, ಸಾವಿನಲ್ಲಿ ಪ್ರತಿಯೊಬ್ಬರ ಬಯಕೆ ಕೂಡ ಇದೆಯೇನೋ" ಕಂಬನಿ ತೊಡೆದುಕೊಂಡರು. ಅವರಿಗೆ ಮಕ್ಕಳ ಬಗ್ಗೆ ನಿರಾಸೆಯಾಗಿತ್ತು.

ಅರ್ಥವಾಯಿತು ಶಂಕರ್‌ಗೆ. ನರ್ಸಿಂಗ್ ಹೋಂ ಬಿಲ್ ಅವನು ಕಟ್ಟಿದ್ದ. "ಇಷ್ಟೊಂದು ಸೆನ್ಸಿಟಿವ್ ಆಗಿ ಯೋಚ್ನೆ ಮಾಡೋದು ಒಳ್ಳೆದಲ್ಲ ಅಂಕಲ್" ಸಾಂತ್ವನಿಸಲು ನೋಡಿದ.

ಅಳಸಿಂಗಾಚಾರ್ಯರು ಅತ್ತೇಬಿಟ್ಟರು. ಲಕ್ಷ ಲಕ್ಷಗಳನ್ನ ತಮ್ಮ ಪ್ರೊಫೆಷನ್‌ನಿಂದ ದುಡಿದ ವ್ಯಕ್ತಿ. ಮಕ್ಕಳು ಉಪಾಯವಾಗಿ ತಮ್ಮ ತಮ್ಮ ಖಾತೆಗಳಲ್ಲಿ ಸೇರಿಸಲು ಸಫಲರಾಗಿದ್ದರು.

"ಪುಷ್ಪಕ್‌ಗೆ ಹೋಗಿದ್ದೆ. ಬಸುರಿ ಹುಡ್ಗಿ. ಸಾಕ್ಷಾತ್ ಶ್ರೀದೇವಿಯಂತೆ ಇದ್ಲು. ಕೈ ಮುಗಿಬೇಕೂಂತ ಅನ್ನಿಸ್ತು. ಬಾಲಾಜಿ ಹುಟ್ತಾನೆ. ಎಷ್ಟೊಂದು ಪ್ರೀತಿ, ವಿಶ್ವಾಸ... ಅಲ್ಲೇ ಇದ್ದುಬಿಡೋಣಾಂತ ಅನ್ನಿಸಿಬಿಡ್ತು" ಸ್ವಚ್ಛ ಮನಸ್ಸಿನಿಂದ ಹೊಗಳಿಬಿಟ್ಟರು.

ಇದೆಷ್ಟು ಮುಜುಗರದ ಸಂಗತಿ ಇಲ್ಲಿನವರಿಗೆ ಎಂದು ಅವನಿಗೆ ಗೊತ್ತು, ವಾಚ್ ನೋಡಿ ಶಂಕರ್ ಮೇಲೆದ್ದ.

"ಒಂದಿಷ್ಟು ಅರ್ಜೆಂಟ್ ಕೆಲ್ಸ ಇದೆ ಅಂಕಲ್, ನಿಮ್ಮನ್ನ ಏನಾದ್ರೂ ಡ್ರಾಪ್ ಮಾಡ್ಬೇಕಾ?" ಕೇಳಿದ. ಅವರು ತಲೆ ಅಡ್ಡಡ್ಡ ಆಡಿಸಿಬಿಟ್ಟರು. "ಬಹಳ ದಿನ ಆಯ್ತು ಇನ್ನೂರು ರೂಪಾಯಿ ಜೇಬಿನಲ್ಲಿ ಹಾಕ್ಕೊಂಡ್ ಬಂದಿದ್ದೀನಿ. ಇವತ್ತು ಕಾರ್ಡ್ಸ್‌ನಲ್ಲಿ ಪೂರ್ತಿ ಸೋಲಬೇಕು, ಇಲ್ಲ ಗೆದ್ದು ಹೋಗಬೇಕು" ಎಂದರು ಎದೆಯುಬ್ಬಿಸಿ. ಶಂಕರ್ ಮುಗುಳ್ನಕ್ಕು ನಡೆದುಬಿಟ್ಟ.

"ಯಾವತ್ತು ಸೊಸೆಗೆ.... ಶ್ರೀಮಂತ?" ದಾಕ್ಷಾಯಿಣಿಯವರನ್ನು ಕೇಳಿದರು. ಆಕೆ ಸುಮ್ಮನೆ ಮುಖ ತಿರುಗಿಸಿಕೊಂಡರು "ಯಾವ ಸೊಸೆ? ನನ್ನ ಸೊಸೆಗೆ ಮಕ್ಳೇ ಆಗೋಲ್ಲ. ನಂಗೆ ಬೇರೆ ಗಂಡು ಮಕ್ಕಳಿಲ್ಲ" ಗುಡುಗಿದರು ಜಗನ್ನಾಥ್.

"ಸಾಕು ಬಾಯಿ ಮುಚ್ಕೋ, ನಿಂಗೆ ಶಂಕರ್‌ನೊಬ್ಬ ಇಲ್ದಿದ್ರೆ.... ಎಲ್ಲಿ ಹೋಗ್ತಾ ಇದ್ದೆ? ಅವ್ನು ತನ್ನ ಮಗುನ ಬಯಸೋದು ತಪ್ಪಾ? ಅದು ಅವ್ನ ಹಕ್ಕು. ಅವನಲ್ಲೇನಾದ್ರೂ ಲೋಪ ಇದ್ದು ಮಕ್ಳು ಆಗದಿದ್ರೆ... ನಿನ್ನ ಸೊಸೆಗೆ ಡೈವೋರ್ಸ್ ಕೊಟ್ಟು ಅವ್ನೇ ನಿಂತು ಮದ್ವೆ ಮಾಡುವಂಥ ಕೆಚ್ಚೆದೆಯ ಗಂಡು ಅವ್ನು. ದೀಪಕ್‌ನ ಅಪ್ಪನಿಗೆ ಲೆಕ್ಕಕ್ಕೆ ಇರೋ, ಲೆಕ್ಕಕ್ಕೆ ಇಲ್ದ ಎಷ್ಟು ಸಂಸಾರಗಳು ಗೊತ್ತಾ? ಅವ್ನ ಮಗ ದೀಪಕ್... ಹೆಂಡ್ತಿನು ಸೇರಿ ಅವ್ನ ಲೆಕ್ಕಕ್ಕೆ ಪರ್ಮನೆಂಟಾಗಿ ಮೂರು ಜನ ಇದ್ದಾರೆ. ಇನ್ನ ನೀನೇನೋ ಶ್ರೀರಾಮಚಂದ್ರ. ಶಂಕರ್... ಅವ್ನ ಶತ್ರುಗಳು ಕೂಡ ಅವನ ನಡತೆ ಬಗ್ಗೆ ಬೆಟ್ಟು ಮಾಡಲಾರರು. ಅವ್ನು ಭವಾನಿನ ಶಾಸ್ತ್ರೋಕ್ತವಾಗಿ ನೂರಾರು ಜನರ ಮುಂದೆ ಕೈ ಹಿಡಿದಿದ್ದಾನೆ. ಅದನ್ನೇನು ಗುಟ್ಟಾಗಿ ಇಡೋಕೆ ಹೋಗಿಲ್ಲ. ಈಗ ತಂದೆ ಆಗ್ತಾ ಇದ್ದಾನೆ. ಸಂತೋಷಪಡೋದು ಬಿಟ್ಟು... ಬೇಡ ಬಿಡು, ನಾನು ನಿನ್ನ ಸ್ಥಾನದಲ್ಲಿ ನಿಂತು ನೋಡ್ಕೋತೀನಿ" ಹೆಗಲ ಮೇಲಿನ ಶಲ್ಯ ಸರಿಪಡಿಸಿಕೊಂಡರು.

"ಆ ವಿಷ್ಯ ಬೇಡವೇ... ಬೇಡ" ಒತ್ತಿ ಹೇಳಿದರು ಜಗನ್ನಾಥ್.

ಬಾಗಿಲವರೆಗೂ ಬಂದವನು ಕೇಳಿಸಿಕೊಂಡ ಶಂಕರ್. ಬಂದ ಕೆಲಸಬಿಟ್ಟು

ಹಾಗೆಯೇ ಹಿಂದಿರುಗಿದ. ಅವರು ಭವಾನಿಯನ್ನ ಒಪ್ಪಿಕೊಳ್ಳಲಾರರು. ಆದರೆ ಅವಳ ಮನದಲ್ಲು ನಿಮಗೆ ಸ್ಥಾನವಿರದು.

ಇಲ್ಲೇ ನಿಂತು ಸದಾನಂದ್ ತಂಗಿಯ ಶ್ರೀಮಂತ ಜೋರಾಗಿ ಮಾಡಲು ನಿಶ್ಚಯಿಸಿದ. ಇದು ಹಟವಲ್ಲ. ದ್ವೇಷವಲ್ಲ, ಮಮತೆ. ಅವನ ಕರ್ತವ್ಯ ಕೂಡ.

ಮುದ್ರಿತ ಆಹ್ವಾನ ಪತ್ರಿಕೆಗಳು ಎಲ್ಲೆಡೆ ಹೋದವು. ಸದಾನಂದ್ ಜಗನ್ನಾಥ್‌ಗೂ ಒಂದು ಪತ್ರಿಕೆ ಕೊಟ್ಟು ಆಹ್ವಾನಿಸಿದ.

"ನೀವು ಬಂದು ಆಶೀರ್ವಾದ ಮಾಡ್ಬೇಕು" ಹೇಳಿದ.

"ಆ ದಿನ ನಾನು ಊರಿನಲ್ಲಿ ಇರೋಲ್ಲ. ನೀನೇ ಒಂದ್ಸಲ ಕರ್‍ಕೊಂಡ್ಬಾ" ಹೇಳಿದರು.

ಜಾಣ್ಮೆಗ್ರೆ ತಲೆದೂಗಿದರೂ ಕಠೋರತೆಗೆ ನೊಂದ.

"ನೋಡೋಣ ಸರ್, ಅವ್ಳು ಈಗ ನಂಗೆ ತಂಗಿ ಮಾತ್ರವಲ್ಲ, ಅವ್ಳ ಪತಿ ಇದ್ದಾನೆ. ಅವ್ರ ಒಪ್ಪಿಗೆ ಸಿಕ್ಕರೆ ಖಂಡಿತ ಕರ್‍ಕೊಂಡ್ಬರ್ತೀನಿ" ಎಂದ ಸದಾನಂದ್.

ಕೋಣೆಗೆ ಹೋದ ದಾಕ್ಷಾಯಿಣಿ ಕಣ್ಣೀರು ಸುರಿಸುತ್ತ ಕೂತುಬಿಟ್ಟರು. ಬಸುರಿಯೆಂದ ಕೂಡಲೇ ಕಾಂಪ್ರಮೈಸ್ ಆಗುವಷ್ಟು ಮೃದುವಾದರು. ಆದರೆ ಒಂದು ಸಲ ಕೂಡ ಅದರ ಪ್ರಸ್ತಾಪವೆತ್ತಲಿಲ್ಲವಲ್ಲ ಮಗ ಎನ್ನುವ ಕೋಪ ಅವರಿಗೆ, ಅವನಾಗಿ ಕರೆಯಬಹುದಿತ್ತು.

ಮಧ್ಯಾಹ್ನ ಶಂಕರ್ ಬಂದಾಗ ಹರಿದ ಇನ್ವಿಟೇಷನ್ ಚೂರುಗಳನ್ನು ಟೀಪಾಯಿ ಮೇಲಾಕಿದ್ದರು. ಅವನೆದೆಯಲ್ಲಿ ಬೆಂಕಿ ಭಗ್ಗೆಂದಿತು. ಒಂದೊಂದೆ ಚೂರನ್ನ ಹೆಕ್ಕಿಕೊಂಡ.

ದಾಕ್ಷಾಯಿಣಿ ಗಾಬರಿಯಾದರು. "ನಿತೀಶ್ ಹರಿದು ಹಾಕಿರಬಹುದ್ದು". ಕಾರಣ ಕೊಡಲು ನೋಡಿದರು. ಅದನ್ನ ಹರಿದಿದ್ದು ಜಗನ್ನಾಥೇ, ಶಂಕರ್ ಮಾತಾಡದೇ ತನ್ನ ಕೋಣೆಗೆ ಹೋಗಿಬಿಟ್ಟ.

ಮಗನ ಮೇಲೆ ಅವರಿಗೆ ಭಯಂಕರ ಪ್ರೀತಿಯ ಜೊತೆ ತಾವು ದೊಡ್ಡ ಆದರ್ಶವಾದಿಯೆಂಬ ಅಮಲು ಕೂಡ ಇದೆಯೆಂದು ಗುರುತಿಸಿಕೊಂಡಿದ್ದ. ಇಂದು ದೃಢಪಟ್ಟಿತು.

"ನಾಳೆ ಫಿಲಂಗೆ ಹೋಗೋಣ" ಪಾರಿಜಾತ ಪೇಪರ್ ಹಿಡಿದು ಬಂದಳು. "ಇನ್ನ ಮೂರು ದಿನ ಎಲ್ಲಿಗೂ ಬರೋಕಾಗೋಲ್ಲ ಮನೆಗೂ... ಕೂಡ." ಆ ಕ್ಷಣ ಕಲ್ಲಾಗಿಬಿಟ್ಟಿದ್ದ.

"ಎಲ್ಲಾದ್ರೂ... ಹೋಗೋದಿದ್ಯಾ?" ಹತ್ತಿರ ಬಂದು ಕೇಳಿದಳು. "ಹಾಗಂತ... ತಿಳ್ಕೋ" ಅಲ್ಲಿಂದ ಎದ್ದು ಹೋದ, ಹರಿದ ಚೂರುಗಳು ಹಿಡಿಯಲ್ಲಿಯೇ ಇತ್ತು. 'ಅವಳ ಗರ್ಭಕ್ಕೆ ಇವರುಗಳ ಶಾಪ.'

ಸಂಜೆಯವರೆಗೂ ಹೊರಗೆ ಹೋಗಲಿಲ್ಲ, ಊಟಕ್ಕೂ ಹೊರಗೆ ಬರಲಿಲ್ಲ.

"ಊಟಕ್ಕೆ... ಬನ್ನಿ" ಪಾರಿಜಾತ ಕೂಗಿದಳು.

"ನಂಗೆ ಹಸಿವಿಲ್ಲ, ನೀನ್ಹೋಗಿ ಮಾಡು" ಹಳೇ ಮ್ಯಾಗಝೀನ್ ಹಿಡಿದ ಮುಖದ ಮುಂದೆ.

ಮದುವೆನ ತಂದೆ ವಿರೋಧಿಸಿದಾಗ ಅಚ್ಚರಿಗೊಂಡಿದ್ದ, ಅಭಿಮಾನದಿಂದ ಗೌರವಿಸಿದ್ದ, ವ್ಯವಹಾರಕ್ಕೆ ಇಳಿದಾಗ ನೊಂದಿದ್ದ.... ಇಂದಿನ ಘಟನೆಯಂತು ಅವನನ್ನ ಅಲ್ಲಾಡಿಸಿಬಿಟ್ಟಿತು. ಎಡಗೈ ಮುಷ್ಟಿಯಲ್ಲಿ ಹರಿದ ಚೂರುಗಳು ಇನ್ನೂ ಹಾಗೆಯೇ ಇತ್ತು.

ಕೆಳಗಡೆ ಊಟ ಮುಗಿದು ಕೋಣೆಗೆ ಹೋದಾಗ ಹಾಗೆಯೇ ಕೆಳಗಿಳಿದು ಬಂದು ಅವರ ರೂಮು ಹೊಕ್ಕ.

"ಹಾಸಿಗೆಯಲ್ಲಿ ಒದ್ದೆ ಮಾಡಿದ್ದಾನೆ. ಬೇರೆ ಮಲಗಿಸ್ಬೇಕು. ರಾತ್ರಿಯೆಲ್ಲ ಎದ್ದೆದ್ದು ಅಳ್ತಾನೆ" ದಾಕ್ಷಾಯಿಣಿ ಗೊಣಗಾಡುತ್ತಿದ್ದರು.

ಅವನ ಮಾತು, ನಗು, ಆಟ ಎಲ್ಲಾ ಅವರಿಗೆ ಇಷ್ಟವೇ. ಆದರೆ ಸುಧಾರಿಸಲು ಮಾತ್ರ ಅವರಿಂದಾಗದು. ಆಳುಗಳನ್ನು ಹತ್ತಿರ ಸೇರಿಸುತ್ತಿರಲಿಲ್ಲ. ಸುಧಾರಿಸಲು ಅವರೇ ಶ್ರಮಪಡಬೇಕಿತ್ತು. ಹರಿಣಿ ಬೇಗ ತಾಳ್ಮೆ ಕಳೆದುಕೊಂಡು ಹೊಡೆಯುತ್ತಿದ್ದುದ್ದರಿಂದ ಹಟಮಾರಿಯಾಗಿದ್ದ.

"ಒಬ್ಬ ಆಯಾನ ಗೊತ್ತು ಮಾಡು. ಪಾರಿಜಾತ ಅಂತೂ ಹಚ್ಚಿಕೊಳ್ಳೋಲ್ಲ" ಅದು ಜಗನ್ನಾಥ್‌ರ ಸಲಹೆ.

ಒಳಗೆ ಬಂದವನು ನಿತೀಶ್ ಕೈಗೆ ಒಂದು ಚಾಕ್‌ಲೇಟ್ ಕೊಟ್ಟು "ಆಂಟಿ ಹತ್ರ ಮಲಕ್ಕೋ ಹೋಗು" ಕಳಿಸಿದ.

ಜಗನ್ನಾಥ್ ಆಶ್ಚರ್ಯದಿಂದ ಮಗನನ್ನ ನೋಡಿದರು. ಬಹಳ ಸಂಯಮಿ, ಅಷ್ಟೆ ಹಟವಾದಿಯೆಂದು ಅವರಿಗೆ ಗೊತ್ತು.

ಅಂಗೈ ಬಿಡಿಸಿ ಅವರ ಮುಂದಿಡಿದ. "ಇದು ಒಂದು ಇನ್ವಿಟೇಷನ್. ತನ್ನ ಪ್ರೀತಿಯ ತಂಗಿಯ ಭವಿಷ್ಯದ ನೂರು ಕನಸು ಕಾಣುವ ಒಬ್ಬನ ಆಹ್ವಾನ ಪತ್ರಿಕೆ, ಆಕಸ್ಮಿಕವಾಗಿ ಕಸಕ್ಕೋ, ಹರಿದು ಹೋಗಿಯೋ ಆಗುವುದು ಸಹಜ. ಇನ್ನು ಫಂಕ್ಷನ್ ಕೂಡ ಮುಗ್ದಿಲ್ಲ. ಇದು ನನ್ನ ಫ್ರೆಂಡ್ ಸದಾನಂದನ ತಂಗಿಯ ಶ್ರೀಮಂತದ ಕರೆಯೋಲೆ. ಇದ್ನ ನೋಡಿದ್ಮೇಲೆ ನನ್ನೆದೆಯಲ್ಲಿ ಪ್ರೀತಿ ಹಾಗೆಯೇ ಇರ್ಬಹ್ದು. ಆದ್ರೆ... ಗೌರವ ಮಾತ್ರ ಫಿಫ್ಟಿ ಪರ್ಸೆಂಟ್ ಕಮ್ಮಿ ಆಗಿದೆ" ಅವರ ಮುಂದೇನೇ ಕಸದ ಬುಟ್ಟಿಗೆ ಹಾಕಿ ನಡೆದುಬಿಟ್ಟ.

ದಿಗ್ಭ್ರಾಂತರಾದರು ಜಗನ್ನಾಥ್. ಇಂಥ ಪ್ರತಿರೋಧ, ಪ್ರತಿಭಟನೆ ಸಿಗಬಹುದೆಂದು ಅವರೆಣಿಸಿರಲಿಲ್ಲ.

"ಯಾಕೆ... ಹರಿದ್ರಿ? ನೀವು ಬೇಡಾಂದ್ಕೊಂಡ್ರು ಅವ್ಳು ಸೊಸೆ ತಾನೆ. ಪಾರಿಜಾತ ಕೂಡ ನಮ್ಗೇನು ಅಲ್ಲ, ಅವ್ಳು ಶಂಕರ್‌ನ ಕೈ ಹಿಡಿದ್ಮೇಲೆ ತಾನೇ ಸೊಸೆ ಆಗಿದ್ದು. ಆ

ಹುಡ್ಗೀ ಏನಾಗ್ತಿತ್ತು? ಅಷ್ಟು ಕಟ್ಟುನಿಟ್ಟು ಮಾಡಿ ಪೇಪರ್‌ಗಳಿಗೆಲ್ಲ ಸಹಿ ಹಾಕ್ಸಿಕೊಂಡು ಬಿಟ್ರಲ್ಲಾ.... ಅವ್ನು ಈ ಕಡೆ ತಲೆ ಹಾಕದಿದ್ರೆ... ಏನಾಗ್ತ ಇತ್ತು ಗೊತ್ತಾ?"

ದಾಕ್ಷಾಯಿಣಿ ದಬಾಯಿಸಿಬಿಟ್ಟರು.

"ಛೇ ನೀನು ನನ್ನ ಅರ್ಥಮಾಡಿಕೊಳ್ಳಿಲ್ಲ" ಮುಖ ಕಿವುಚಿದರು.

ಶ್ರೀಮಂತದ ಸಮಾರಂಭಕ್ಕೆ ದೀಪಕ್ ಸಂಸಾರದ ಜೊತೆ ಅವನ ತಂದೆ! ತಾಯಿಯರು ಕೂಡ ಬಂದಿದ್ದರು. ಶಂಕರ್, ಪಾರಿಜಾತ ಮದುವೆಗೆ ಬಂದ ಶಾಸ್ತ್ರ ಮಾಡಿದ ಜನ–ಅವರ ಪ್ರೆಸ್ಟಿಜ್‌ಗೆ ಇವರು ಸಮವಿರಲಿಲ್ಲ. ಈಗ ಅಸಮತೆ ಅಳಸಿ ಹೋಗಿತ್ತು.

ಕೆಲವರು ಅವನ ತಂದೆ, ತಾಯಿ, ಪಾರಿಜಾತ ಬಗ್ಗೆ ಪ್ರಶ್ನಿಸಿದರು. "ಬರ್ತಾರೆ..." ಅಷ್ಟೇನೇ ಹೇಳಿದ. ಅದನ್ನು ತಲೆಗೆ ಹಚ್ಚಿಕೊಳ್ಳಲಿಲ್ಲ.

ಎಲ್ಲರಿಗಿಂತ ಈ ನೋವು ಹೆಚ್ಚಾಗಿ ಭವಾನಿಗೆ ಇದ್ದರೂ ತೋರ್ಪಡಿಸಿಕೊಳ್ಳಲು ಹೋಗಲಿಲ್ಲ. ಒಂದು ವಾರ ಕರೆದೊಯ್ಯಲು ಶಂಕರ್‌ನಿಂದ ಸದಾನಂದ್‌ಗೆ ಪರ್ಮಿಷನ್ ಸಿಕ್ಕಿತ್ತು.

ಸಂಜೆಯ ಬಳೆ ತೊಡಿಸುವ ಶಾಸ್ತ್ರ ಮುಗಿದು ಊಟಗಳು ಮುಗಿದು ಬಂದವರು ಹೊರಡುವ ವೇಳೆಗೆ ಹತ್ತು ಗಂಟೆಯೇ ಆಗಿಹೋಯಿತು.

ಸರಳ, ನಾದಿನಿಯ ಮುಖದ ಬೆವರೊತ್ತಿದಳು. "ಸಾಕು ರೆಸ್ಟ್ ತಗೋ..." ಇಂದು ಎಂದಿಗಿಂತ ಹೆಚ್ಚು ಭಾರವೆನಿಸಿತು ಮೈ ಭವಾನಿಗೆ.

ಕೋಣೆಗೆ ಹೋದವಳೇ ಮಂಚಕ್ಕೆ ಒರಗಿ ಕಣ್ಣು ಮುಚ್ಚಿದಳು. ಒಳಗೆ ಬಂದ ಶಂಕರ್ ಗೊಂಬೆಯಂತೆ ನಿಂತ, ಜೀವಂತ ಸೌಂದರ್ಯದ ಸೌಮ್ಯ ಪ್ರತಿಕೃತಿಯಂತೆ ಕಂಡಳು.

ಕಪ್ಪುಗೂದಲು ಈಗ ಸ್ವಲ್ಪ ಅಸ್ತವ್ಯಸ್ತವಾಗಿ ಹಣೆ, ಕೆನ್ನೆಯ ಮೇಲೆ ಹರಡಿಕೊಂಡಿತ್ತು. ಮೊದಲೇ ಚೆಲುವಾಗಿದ್ದಳು. ಈಗ ಮತ್ತಷ್ಟು ತುಂಬಿಕೊಂಡು ಹಸುರಿನ ವನರಾಣಿಯಂತೆ ಕಂಡಳು. ಅವಳ ಮೈಯಲ್ಲಿನ ಏರು-ಇಳಿತಗಳು ಪ್ರಕೃತಿ ಮೈಯಲ್ಲಿ ನಡೆಯುವ ಲಯಗತಿಯಂತೆ ಕಂಡಿತು. ಸೃಷ್ಟಿ ಶಕ್ತಿಯ ಗರ್ಭಕ್ಕೆ ಅನಂತ ಚೇತನದ ದಿವ್ಯಪ್ರಭೆ ಇದೆಯೆನಿಸಿತು.

ಹತ್ತಿರದಲ್ಲಿ ಕೂತು ಮೃದುವಾಗಿ ಅವಳ ಮುಂಗುರುಗಳನ್ನು ಪಕ್ಕಕ್ಕೆ ಸರಿಸಿದ. ನಿಧಾನವಾಗಿ ಕಣ್ಣು ತೆರೆದ ರೆಪ್ಪೆಗಳನ್ನು ಚುಂಬಿಸಿದ.

"ನಿನ್ನ ನೋಡೋಕೆ ನಂಗೆ ಭಯ. ಎಲ್ಲಿ ನನ್ನ ಕಣ್ಣೇ ದೃಷ್ಟಿಯಾಗಿ ಬಿಡುತ್ತೋ" ನಕ್ಕ.

ಅವಳ ಲಜ್ಜಿತ ಮುಖದಲ್ಲಿ ನೂರು ಗುಲಾಬಿಗಳು ಅರಳಿದವು.

ವಡಿವೇಲು ಹೆಂಡತಿಯ ಸ್ವರ ಕೇಳಿಸಿತು. "ಅಮ್ಮ ಯಜಮಾನಿಯಮ್ಮ..." ಶಂಕರ್ ಮೇಲೆದ್ದು ಬಾಗಿಲಿಗೆ ಬಂದ.

"ದೃಷ್ಟಿ ತೆಗೀಬೇಕು, ಸಾಮಿ" ತಲೆ ಕೆರೆದುಕೊಂಡಳು.

ಬಂದು ಸದಾನಂದನ ಬಳಿ ಕೂತ. ಅವನಪ್ಪ ಬಂದಿದ್ದು ಒಂದು ರೀತಿಯ ಸಡಗರ.

"ಶಂಕರೂ, ಒಂದ್ಮಾತು... ಅಪ್ಪನ್ನ ಇಲ್ಲೇ ಇರೂಂತ ಬಲವಂತ ಮಾಡು. ಅಳಿಯನ ಮಾತಿಗೆ ಒಂದಿಷ್ಟು ಬೆಲೆ ಸಿಕ್ಕೀತೇನೋ ನೋಡೋಣ. ಒಂದು ಸಲ ನಿಂತರೆ... ಹೇಗೋ ಕಟ್ಟಿಹಾಕಬಹುದು" ತೋಡಿಕೊಂಡ.

ತುಂಬ ಸಾತ್ವಿಕ ಮುಖದ ಅವರು ದೃಢಚಿತ್ತರೆಂದು ಅವನ ನಂಬಿಕೆ.

"ಬಹುಶಃ ಸಾಧ್ಯವಿಲ್ಲ ಅನ್ನಿಸುತ್ತೆ" ಅನುಮಾನ ವ್ಯಕ್ತಪಡಿಸಿದ.

"ನನ್ನ, ನಿನ್ನ ಒತ್ತಾಯಕ್ಕಿಂತ ಭವಾನಿ ಹೇಳಿದರೇ... ಚೆನ್ನಾಗಿರುತ್ತೆ" ಸೂಚನೆ ಕೊಟ್ಟ ಕೂಡ.

ಆದರೆ ಅಂದೇ ಮಧ್ಯರಾತ್ರಿಯ ವೇಳೆಗೆ ಮೇಸ್ತ್ರಿ ಓಡಿ ಬಂದ. ಇಂದು ಬಟವಾಡೆಯ ದಿನ. ಕಳ್ಳಬಟ್ಟಿ ಕುಡಿದು ಒದ್ದಾಡುತ್ತಿರುವ ಕೂಲಿಗಳನ್ನು ಆಸ್ಪತ್ರೆಗೆ ಸೇರಿಸಬೇಕೆಂದು ಗೋಳಾಡಿದ.

ವಡಿವೇಲುನ ಕರೆದುಕೊಂಡು ಹೊರಟೇಬಿಟ್ಟ. ಕಾಮಗಾರಿ ನಡೆಯುತ್ತಿದ್ದ ಜಾಗದಲ್ಲಿಯೇ ಗುಡಿಸಿಲು ಹಾಕಿಕೊಂಡಿದ್ದರು. ಹೆಂಗಸರ ಗೋಳಾಟ, ಚಿತ್ಕಾರ.

ಹಿಂದೆಯೇ ಆ್ಯಂಬ್ಯುಲೆನ್ಸ್ ಬಂತು. ಆಗ ಶಂಕರ್ ತಾನೊಬ್ಬ ಮನುಷ್ಯನೆಂದು ಮಾತ್ರ ತಿಳಿದಿದ್ದ. ತಾನೇ ಕೆಲವರನ್ನು ಕಾರಿಗೆ ತುಂಬಿ ಆಸ್ಪತ್ರೆಗೆ ಕೊಂಡೊಯ್ದ. ಅದರಲ್ಲಿ ಒಂದೆರಡು ಮಕ್ಕಳು ಕೂಡ ಇದ್ದರು. ಒಂದು ರೀತಿಯ ಸ್ಮಶಾನ ಮೌನ ಆಸ್ಪತ್ರೆಯಲ್ಲಿ. ಕೆಲವರು ಹೆಣವಾದರು. ಅಳು, ಆಕ್ರಂದನ ಸಹಿಸಲಸಾಧ್ಯವಾಗಿತ್ತು.

ಶಂಕರ್ ಅಲ್ಲೇ ನಿಂತ. ಅವರುಗಳಿಗೆ ತುರ್ತಾಗಿ ಬೇಕಾದ ಗ್ಲೂಕೋಸ್, ಇಂಜಕ್ಷನ್‌ಗಳನ್ನು ತಾನೇ ಸಪ್ಲೈ ಮಾಡಿದ. ಉಳಿದವರಾದರು ಉಳಿಯಬಹುದೆಂಬ ಸೂಚನೆ ದೊರೆತಾಗ ಅಲ್ಲಿಂದ ಹೊರಗೆ ಬಂದ.

"ನೀವ್ಹೋಗಿ ಯಜಮಾನ್ರೆ.... ನಾನೆಲ್ಲ ನೋಡ್ಕೋತೀನೀ" ವಡಿವೇಲು ಬಲವಂತ ಮಾಡಿದ. ಜೇಬಿನಲ್ಲಿದ್ದ ನೋಟುಗಳನ್ನು ಅವನ ಕೈಯಲ್ಲಿಟ್ಟು "ಹಣದ ಮುಖ ನೋಡಬೇಡ. ಒಂದೊಂದು ಜೀವಕ್ಕೂ ಮಹತ್ತರ ಬೆಲೆ ಇದೆ. ಆ ಮಕ್ಕಳು ಅನಾಥರಾಗೋಲ್ಲ" ಅವನ ಮನ ತಪ್ತಗೊಂಡಿತ್ತು.

ಕಾಲೆಳೆಯುತ್ತ ಕಾರಿನ ಬಳಿ ಬಂದ. ಹತ್ತಾರು ಜನ ಹೆಂಗಸರು ಗೋಳಾಡುತ್ತ ಬಂದು ಅವನ ಕಾಲಿಗೆ ಬಿದ್ದರು, ತುಟಿ ಕಚ್ಚಿದ.

ಪೊಲೀಸರು ಬಂದು ಅವನನ್ನು ಕಾರಿಗೆ ಹತ್ತಿಸಬೇಕಾಯಿತು. ನೇರವಾಗಿ ಮನೆಗೆ ಬಂದ. ತುಂಬಾ ಬಳಲಿಕೆ ಇತ್ತು ಅವನ ಮುಖದಲ್ಲಿ.

ದಾಕ್ಷಾಯಿಣಿ ಮಗನ ಮುಖ ನೋಡಿ ಗಾಬರಿಯಾದರು.

"ಇದೆಲ್ಲ ನಿಂಗ್ಯಾಕೆ ಬೇಕಿತ್ತು! ಸರ್ಕಾರಿ ನೌಕರಿ ಸಾಕಾಗಿತ್ತು."

ಅದೇ ಹಳೆಯ ರಾಗ. "ಸ್ವಲ್ಪ ಸ್ನಾನ ಮಾಡಬೇಕು" ಬಾತ್‌ರೂಂಗೆ ಹೋಗಿ ಬಾಗಿಲು ಹಾಕಿಕೊಂಡ.

ತೊಟ್ಟ ಬಟ್ಟೆಗಳನ್ನು ಎಸೆದು ಷವರ್ ಕೆಳಗೆ ನಿಂತ. ಅವರೆಲ್ಲ ಕೂಲಿಗಾಗಿ ವಲಸೆ ಬಂದ ಜನರು. ಬದುಕಿನಲ್ಲಿ ಭದ್ರವಾದ ನೆಲೆಯಿಲ್ಲದ ಪರದೇಶಿಗಳು.

ಶಂಕರ್ ಸಂಕಟದಿಂದ ಒದ್ದಾಡಿಹೋದ.

ಷವರ್‌ನ ನೀರು ಅವನ ಮೈಮೇಲೆ ಇಳಿಯುತ್ತಿದ್ದರೆ, ಕಲ್ಲಾಗಿಬಿಟ್ಟಿದ್ದ. ಭಯಂಕರ ದುರಂತ ಇದು ಅವನ ಪಾಲಿಗೆ.

ಹೊರಗೆ ಬಂದವನು ಪೊಲೀಸ್ ಸ್ಟೇಷನ್‌ಗೆ ಫೋನ್ ಮಾಡಿದ.

"ಮಾರಾಟಗಾರರನ್ನ ಅರೆಸ್ಟ್ ಮಾಡಿದ್ದೀವಿ. ಮುಖ್ಯವಾದ ವ್ಯಕ್ತಿ ತಪ್ಪಿಸಿಕೊಂಡಿದ್ದಾನೆ. ಯಾರೋ ಅಪರಾಧಿಗಳಾಗುತ್ತಾರೆ. ಎಲ್ಲೋ ಸತ್ಯ ಹುದುಗಿಹೋಗುತ್ತೆ. ಇಂಥ ಕೆಲಸಕ್ಕೆ ಒತ್ತಾಸೆಯಾಗಿ ನಿಲ್ತಾರೆ ದೊಡ್ಡ ಜನ" ಇನ್‌ಸ್ಪೆಕ್ಟರ್ ತಮ್ಮ ನಿಸ್ಸಹಾಯಕತೆಯನ್ನು ತೋಡಿಕೊಂಡರು.

"ಆಸ್ಪತ್ರೆಯಲ್ಲೇ... ಇದ್ರಾ?" ಪಾರಿಜಾತ ಬಂದು ಕೇಳಿದಳು.

"ಇಲ್ಲ, ಫಿಲಂ ನೋಡೋಕೆ ಹೋಗಿದ್ದೆ" ರೇಗಿಬಿಟ್ಟ.

ಆಮೇಲೆ ಪಶ್ಚಾತ್ತಾಪಗೊಂಡ. "ಸಾರಿ ಪಾರಿಜಾತ, ನನ್ನ ಮನಸ್ಸೇ ಚೆನ್ನಾಗಿಲ್ಲ. ಅದೊಂದು ಭಯಂಕರ ದೃಶ್ಯ. ಒಂದೊಂದು ಕುಟುಂಬದಲ್ಲಿ ಅಪ್ಪ, ಅಮ್ಮ ಅನ್ನಿಸ್ಕೊಂಡೋರು ಇಬ್ಬರೂ ಸತ್ತಿದ್ದಾರೆ. ಆ ಮಕ್ಕಳು ಬೀದಿಗೆ. ನೆನಪಾದ್ರೆ... ಹೊಟ್ಟೆಯಲ್ಲಿ ಬೆಂಕಿ ಬಿದ್ದಂಗಾಗುತ್ತೆ" ನೊಂದ ನುಡಿಗಳು ಅವಳಲ್ಲಿ ಬೇಸರವನ್ನು ತರಿಸಿತು.

"ನೀವು ತುಂಬ ಸೆನ್ಸಿಟಿವ್ ಆಗಿಬಿಟ್ರಿ. ನಾವೇನು ಹೆಂಡ, ಸಾರಾಯಿ ಮಾರಿಲ್ಲ. ಸತ್ತವರು ನಮ್ಮ ಬಂಧುಗಳು ಕೂಡ ಅಲ್ಲ. ಯಾಕಿಷ್ಟು ತಲೆ ಕೆಡಿಸ್ಕೋತಿರೋ" ಎಂದಳು ಪಾರಿಜಾತ.

ಅವಳತ್ತ ನೋಡಿ ನಿಟ್ಟುಸಿರು ಚೆಲ್ಲಿದ. ಇವನ ಸಂವೇದನೆಗೆ ಅವಳ ಪ್ರತಿಸ್ಪಂದನವಿಲ್ಲ. ಅವನದಕ್ಕಿಂತ ಅವಳ ಜಗತ್ತು ಪೂರ್ತಿ ಬೇರೆ.

"ಹೋಗ್ಲಿ ಬಿಡು, ಬೈದಿ ಬೈ... ಡಾಕ್ಟ್ರ ಹತ್ರ ಅಪ್ಪ ಚೆಕ್‌ಅಪ್‌ಗೆ ಹೋಗಿದ್ರಾ? ಬಿ.ಪಿ. ಎಷ್ಟಿದೆ?" ಕೇಳಿದ.

ಅವರ ಲೇಡಿಸ್ ಕ್ಲಬ್ಬಿನಿಂದ ಮೂರು ದಿನ ಊಟಿಯ ಪ್ರೋಗ್ರಾಂ ಹಾಕಿಕೊಂಡಿದ್ದರು. ಅವಳು ಬಂದಿದ್ದು ಕೂಡ ಇಂದಿನ ಬೆಳಗಿನ ಜಾವವೇ. ಅವನಿಗೆ ಹೇಳಿರಲಿಲ್ಲ ಅಲ್ಲ, ಹೇಳೋಕೇ ಹೋಗಿರಲಿಲ್ಲ.

"ನಾನು ಇರಲೇ ಇಲ್ಲ. ಊಟಿಗೆ ಹೋಗಿದ್ದೆ" ಅವಳ ಮಾತಿಗೆ ಬೆಚ್ಚಿಬಿದ್ದ.

"ಏನು ವಿಶೇಷ?" ತನಗೆ ಯಾಕೆ ಹೇಳಿ ಹೋಗಲಿಲ್ಲವೆಂಬ ನಿಷ್ಠುರ ಕೂಡ ಇತ್ತು ಅವನ ಸ್ವರದಲ್ಲಿ. ಇದು ಖಂಡಿತವಾಗಿ ಅವನು ಇಷ್ಟಪಡಲಾರ.

"ಕ್ಲಬ್‌ನ ಮೆಂಬರ್ಸ್ ಎಲ್ಲಾ ಹೋಗಿದ್ರು" ಎಂದಳು.

ಬಂದ ಕೋಪವನ್ನು ಅದುಮಿಡಿದ. "ನಂಗೆ ಯಾಕೆ ಹೇಳ್ಲಿಲ್ಲ? ಸರ್ಕಾರದಿಂದ ಅನುದಾನ ಪಡೆಯುವ ಸಂಸ್ಥೆಗಳು ಅದರ ರೂಲ್ಸುಗಳನ್ನು ಫಾಲೋ ಮಾಡೋದು ಮಾತ್ರವಲ್ಲ, ಅಪ್ಪಣೆ ಕೂಡ ಪಡೆದುಕೊಳ್ಳಬೇಕಾಗುತ್ತೆ" ಸೂಕ್ಷ್ಮವಾಗಿ ಹೇಳಿದ.

"ಅಂದರೆ..." ಎಂದಳು.

ರೋಷದಿಂದ ಅವಳತ್ತ ನೋಡಿದ.

"ಏನಂದರೂಂತ... ನಂಗ್ಯಾಕೆ ತಿಳಿಸಿಲ್ಲ, ಹೋಗಲೇ ಕೂಡದಾಗಿತ್ತು. ಊಟಿಗೆ ಎಷ್ಟು ಸಲ ಹೋಗಿಲ್ಲ. ಸದಾ ತಿರುಗೋದು. ಷಾಪಿಂಗ್ ಇಷ್ಟಕ್ಕಿಂತ ಇನ್ನೇನು ಬಿಸಿನೆಸ್ ಇಲ್ವಾ! ಕಡೆ ಪಕ್ಷ ಅಪ್ಪ, ಅಮ್ಮನನ್ನ ನೋಡಿಕೊಳ್ಳಲಾರದಂಥ ಬಿಜಿ. ಮತ್ತೆ ಇಂಥ ತಪ್ಪಾದರೇ... ಖಂಡಿತ ಕ್ಷಮಿಸೋಲ್ಲ" ರೇಗಾಡಿಬಿಟ್ಟ. ಇಂಥದನ್ನು ಅವನು ಸಹಿಸನೆಂದು ಅವಳಿಗೆ ಗೊತ್ತು.

ಕೆಳಗಿಳಿದು ಬಂದವನು ತಾಯಿಯನ್ನು ತರಾಟೆಗೆ ತಗೊಂಡ.

"ಯಾಕೆ ಊಟಿಗೆ ಕಳಿಸಿದ್ರಿ?" ಡಯಲ್ ತಿರುಗಿಸಿದವನೇ ಕ್ಲಬ್‌ನ ಕಾರ್ಯದರ್ಶಿಯನ್ನು ಸಂಪರ್ಕಿಸಿದ. ಹೋದವರ ಲಿಸ್ಟ್ ಸಿಕ್ಕಾಗ ಅವನ ಮೈ ಉರಿದು ಹೋಯಿತು.

"ಹೋದವ್ರು ಎಂಥವರು ಗೊತ್ತಾ? ಮಕ್ಕಳು ಮರಿ ಇದ್ರೂ ಸಂಸಾರದಿಂದ ಹೊರತಾಗಿ... ಬೇರೆ ಪುರುಷರ ಜೊತೆ ಓಡಾಡುವ ಲಲನೆಯರು. ಅವ್ರುಗಳು ಹೋಗೋದು ಸೈಟ್ ಸಿಯಿಂಗ್‌ಗಲ್ಲ. ಕುಡಿದು, ತಿಂದು, ಮಜಾ ಮಾಡಿ ಬರೋಕೆ. ಅಂಥ ಹೆಣ್ಣನ್ನು ನಾನು ಖಂಡಿತ ಕ್ಷಮಿಸೋಲ್ಲ."

ಜಗನ್ನಾಥ್ ಕೂಡ ಅವಾಕ್ಕಾದರು. ಲಿಸ್ಟ್‌ನಲ್ಲಿದ್ದವರ ಹೆಸರುಗಳನ್ನು ಓದರಿದ. ಅವರು ಕೂಡ ಬೆವತುಬಿಟ್ಟರು. ಇಂಥವರೊಂದಿಗೆ ಸೊಸೆಯ ಸ್ನೇಹ, ಓಡನಾಟ.

"ಇವಳಿಗೆ ಏನು ಕಡಮೆಯಾಗಿದೆ? ಮನೆಯಲ್ಲಿನ ಎಲ್ಲಾ ಸೌಲಭ್ಯ, ಸುಖಗಳು ಹೆಚ್ಚು ಆಗಿದೆ. ನಿಮ್ಗೆ ಸೊಸೆಯ ಮೇಲಿನ ಪ್ರೀತಿ ಈ ರೀತಿ ನಷ್ಟವಾಗ್ಬಾರ್ದು. ಅವ್ಳು ನಂಗೆ ಹೆಂಡ್ತಿಯಾಗಿರೋದ್ರಿಂದ.... ಇದೆಲ್ಲ ನಡೀದು" ಶಾಸಿಸಿ ಬಿಟ್ಟ.

ಅಷ್ಟು ಉದ್ವೇಗಗೊಂಡರೂ ಪುಷ್ಪಕ್‌ಗೆ ಬಂದಾಗ ಪ್ರಸನ್ನವಾಗಿಯೇ ಇದ್ದ. ಭವಾನಿ ತಂದೆ ಹೊರಟು ನಿಂತವರು ಇವನ ಬರುವಿಗಾಗಿ ಕಾದಿದ್ದರು.

"ಭವಾನಿ ಇಲ್ಲೇ ಇರ್ತಾಳೇಂತ ತಿಳೀತು, ಹೆರಿಗೆ ಹೊತ್ಗೆ... ಬರ್ತೀನಿ." ಚೀಲ ಕೈಯಲ್ಲಿಡಿದು ಹೊರಟೇಬಿಟ್ಟರು. ಯಾರೂ ಅವರನ್ನ ತಡೆಯಲಾರರು.

ಅತ್ತ ಗುರುತುಗಳು ಕೆನ್ನೆಯ ಮೇಲಿದ್ದರೂ ನಕ್ಕಳು ಭವಾನಿ. "ಹೇಗಿದಾರೆ, ಆ ಜನ?" ಅವರುಗಳ ಬಗ್ಗೆ ವಿಚಾರಿಸಿದಳು. ವಿಷಾದ ಮಿನುಗಿತು ಅವನ ಮುಖದಲ್ಲಿ. "ನಾಳೆ ಹೊತ್ಗೆ ಗೊತ್ತಾಗುತ್ತೆ. ಹೆಣವಾದವರೆ ಹೆಚ್ಚು... ದೊಡ್ಡ.... ದುರಂತ..." ನೋವಿನ ಉಸಿರುದಬ್ಬಿದ.

ಶಂಕರ್ ಮತ್ತೆ ಹೊರಟಾಗ ಸದಾನಂದ್ ಜೊತೆಗೂಡಿದ. ಸರಳಾಗೆ ನಾದಿನಿಯ ಜೊತೆ ಮನಬಿಚ್ಚಿ ಮಾತಾಡಲು ಸಮಯ ಸಿಕ್ಕಂತಾಯಿತು.

"ಹೇಗೆ... ನೋಡ್ಕೊತಾರೆ ಶಂಕರ್." ಅತ್ತಿಗೆಯ ಪ್ರಶ್ನೆಗೆ ಸಹಜವಾಗಿಯೇ ಉತ್ತರಿಸಿದಳು. "ಚೆನ್ನಾಗಿಯೇ ನೋಡ್ಕೊತಾರೆ. ನಿಮ್ಗೇ... ಏನಾದ್ರೂ ಅನುಮಾನನ?"

'ಇಲ್ಲ'ವೆನ್ನುವಂತೆ ತಲೆಯಾಡಿಸಿದಳು ಸರಳ.

"ಅಂಥದೇನಿಲ್ಲ, ಕೆಲವೊಮ್ಮೆ ನಿಮ್ಮಣ್ಣನೇ ಪೇಚಾಡ್ತಾರೆ. ಗೆಳೆಯ ಅನ್ನೋ ಮುಲಾಜಿಗೆ ಒಪ್ಪಿಕೊಂಡು ಭವಾನಿಗೆ ಅನ್ಯಾಯ ಮಾಡಿದನೇನೋಂತ ನೊಂದ್ಕೋತಾರೆ. ಶ್ರೀಮಂತಕ್ಕೂ ನಿಮ್ಮತ್ತೆ, ಮಾವ... ಬರ್ಲಿಲ್ಲ..."

ಸಣ್ಣನೆಯ ಸೂಜಿಯಿಂದ ಚುಚ್ಚಿದಂತಾಯಿತು ಭವಾನಿಗೆ.

"ಮದ್ವೆಗೆ ಮುನ್ನವೇ ತಿಳಿಸಿದ್ರು. ಮುಂದು ಈ ಮನೆ ಆ ಮನೆ ಬೇರೆಯಾಗಿಯೇ ಇರುತ್ತೆ. ಅದೇ ಅವ್ರ ಇಷ್ಟ ಕೂಡ ಅನ್ನಿಸುತ್ತೆ." ಬಾವಿಯಾಳದಿಂದ ಬಂದಂತಿತ್ತು ಅವಳ ಸ್ವರ.

"ಒಂದು ರೀತಿಯಲ್ಲಿ ಸರಿಯೇ. ಆದರೆ ನೀನು ಬಸುರಿಯಾಗಿದ್ದೂ ಪಾರಿಜಾತ ತಂಗಿ ಮಗನ ಶಂಕರ್ ದತ್ತು ತಗೋತಾರಂತಲ್ಲ. ಇದು ಯಾವ ಸೀಮೆ ನ್ಯಾಯ. ಮಗುಗೋಸ್ಕರ ಮದ್ವೆ ಅನ್ನೋದು ಸುಳ್ಳು" ರಹಸ್ಯ ಹೊರಹಾಕಿದ ಮೇಲೆ ಸರಳ ನಾಲಿಗೆ ಕಚ್ಚಿಕೊಂಡು ಘಟಸ್ಫೋಟಕ್ಕಾಗಿ ಹೆದರಿದಳು.

ಅಂದು ಕುರುಕ್ಷೇತ್ರದಲ್ಲಿ ಧರ್ಮರಾಯ ತಾಯಿಯ ಬಗ್ಗೆ ನೊಂದು, ಕನಲಿ, ಹೆಣ್ಣು ಜಾತಿಗೆ ಶಾಪವಿತ್ತ. 'ಹೆಣ್ಣಲ್ಲಿ ಯಾವ ಗುಟ್ಟು ನಿಲ್ಲದಿರಲಿ'–ಆ ಶಾಪ ಇಂದಿಗೂ ಕೂಡ ಅನ್ವಯವಾಗುತ್ತೆ ಎನ್ನುವಂತೆ ಸರಳ ನಡೆದುಕೊಂಡಳು.

ವಜ್ರಾಘಾತವಾದಂತಾಯಿತು ಭವಾನಿಗೆ. ಆದರೆ ಬೇಗನೆ ಚೇತರಿಸಿಕೊಂಡಳು.

"ಮಾಡಿಕೊಳ್ಳಿ ಬಿಡಿ, ಅದು ಆ ಮನೆಯ ಮಗುವಾಗಿ ಬೆಳೆಯುತ್ತೆ. ಆಗ್ಲೂ ಅವರ ನಡತೆ ನ್ಯಾಯಯುತವಾಗಿಯೇ ಇರುತ್ತೆ" ಹಗುರವಾಗಿ ಆಡಿದಳು. ಹಿಂಸೆಯೆನಿಸಿದರೂ ಅವಳಲ್ಲಿ ಒಳ್ಳೆಯತನ, ವಿವೇಕ ಎರಡೂ ಇತ್ತು.

ರಾತ್ರಿ ಹಿಂದಿರುಗಿದ್ದು ಸದಾನಂದ ಮಾತ್ರ. ಸರಳಳ ಕಣ್ಣಲ್ಲಿ ಕುತೂಹಲ ಇಣಕಿದಾಗ ತಲೆಯಾಡಿಸಿದ.

ಊಟ ಮುಗಿಸಿದ ಶಂಕರ್ ಕೋಣೆಗೆ ಹೋದ. ಕನಿಷ್ಟ ಇವನ ಕೌಟುಂಬಿಕ ಸಾಮರಸ್ಯವನ್ನಾದರೂ ಹದಗೆಡಿಸಲು ದೀಪಕ್ ಕಾಯುತ್ತಿದ್ದ. ಟೂರ್‌ನ ಹಿನ್ನೆಲೆಯಲ್ಲಿ ಅವನ ಕೈವಾಡವಿತ್ತೆಂದು ತಿಳಿದುಕೊಂಡ.

ಮಲಗಿದ್ದ ಪಾರಿಜಾತಳನ್ನು ಎಬ್ಬಿಸಿದ. "ಪದೇ ಪದೇ ಆಡಿದ ಮಾತುಗಳನ್ನು ಆಡೋಕೆ ನಂಗಿಷ್ಟವಿಲ್ಲ. ನಿಂಗೆ ಮನೆ ಬೋರ್ ಎನಿಸಿದರೆ, ಮದರ್ ತೆರೇಸಾ ನರ್ಸಿಂಗ್ ಸ್ಕೂಲ್‌ಗೆ ಹೋಗಿ ಕೆಲ್ಸ ಮಾಡು. ಸಿಟಿ ಕ್ಲಬ್‌ಗೆ ಹೋಗಿ ಬ್ಯಾಡ್‌ಮಿಂಟನ್

ಆಡು. ಆದರೆ ಅಷ್ಟರ ನಡುವೆಯೂ ನೀನು ಸಂಸಾರನ ನಿರ್ಲಕ್ಷಿಸೋಹಾಗಿಲ್ಲ. ಆನರಬಲ್ ಆಗಿ ಕೆಲ್ಸ ಮಾಡೋಕೆ ಕೆಲವು ಒಳ್ಳೆಯ ಸಂಸ್ಥೆಗಳಿವೆ. ಅಲ್ಲಿ ಕೆಲ್ಸ ಮಾಡೋದು ಕೂಡ ಗೌರವವೇ. ಇನ್ನ ನಿಂಗೆ ಹಣದ ಅಗತ್ಯವಿಲ್ಲ. ನಾಳೆಯಿಂದ ನಿತೀಶ್‌ನ ನೀನೇ ಸ್ಕೂಲ್‌ಗೆ ಬಿಡ್ಬೇಕು, ಕರ್‍ಕೊಂಡ್ಬರ್ಬೇಕು, ಕಾರು ಇಲ್ಲೇ ಇರುತ್ತೆ. ಅರ್ಥ ಆಯ್ತು ತಾನೇ" ಹತ್ತಿರಕ್ಕೆಳೆದುಕೊಂಡ.

ನಿತೀಶ್ ಅಳು ಕೇಳಿಸಿತು.

"ಮಗು ಯಾಕೋ ಅಳ್ತಾ ಇದೆ" ಕೇಳಿದ.

"ಅತ್ತೆ, ಸುಧಾರಿಸ್ತಾರೆ..." ಅವನ ಬಿಸಿಯಪ್ಪುಗೆಯಲ್ಲಿ ಕರಗಲು ಸಿದ್ಧವಾಗಿದ್ದಳು. ಅಳು ಮತ್ತಷ್ಟು ಜೋರಾಯಿತು. ಶಂಕರ್ ಕೈಗಳನ್ನು ಹಿಂದಕ್ಕೆ ತಗೊಂಡು "ಹೋಗಿ, ನಿತೀಶ್‌ನ ಕರ್‍ಕೊಂಡ್ಬಾ..." ಎಂದ. ಆ ಕಡೆ ತಿರುಗಿಕೊಂಡು ಮಲಗಿದಳು. "ಪ್ಲೀಸ್ ಹೋಗು, ಇಷ್ಟೊಂದು ರಚ್ಚೇ ಮಾಡ್ತಾ ಇದ್ದಾನೆ. ಅವ್ರಿಗೆ ಸುಧಾರಿಸೋಕೆ ಕಷ್ಟ" ರಮಿಸಿ ಎಬ್ಬಿಸಲು ನೋಡಿದ.

ತಾಯಿ, ತಂದೆಯರ ಮನೆಯಲ್ಲಿ ಸುಖವಾಗಿ ಬೆಳೆದವಳು. ಇಲ್ಲೂ ಸುಖಕ್ಕೆ ಕೊರತೆ ಇಲ್ಲ. ಹೀಗಾಗಿ ಅಲ್ಲಿ ಎಳೆ ಮಕ್ಕಳು, ಇಲ್ಲೂ ಎಳೆ ಮಕ್ಕಳು ಇಲ್ಲದಿದ್ದರಿಂದ ಅವುಗಳ ಸಾಂಗತ್ಯವೇ ಇರಲಿಲ್ಲ. ಅವಳಿಗೆ ಆಗಿದ್ದರೇ... ಸರಿ ಹೋಗುತ್ತಿತ್ತೇನೊ. ಈಗ ಅಂಥ ತೊಂದರೆ ಅವಳಿಗೆ ಒಗ್ಗದು.

ಅರ್ಧ ಗಂಟೆ, ಒಂದು ಗಂಟೆ ಕಳೆದರೂ ನಿತೀಶ್‌ನ ಅಳು ನಿಲ್ಲಲಿಲ್ಲ. ಸಹಿಸಲಾರದೆ ಅವನೇ ಎದ್ದ.

ಕೆಳಗಿಳಿದು ಬಂದ. ಜಗನ್ನಾಥ್, ದಾಕ್ಷಾಯಿಣಿ ಜೊತೆ ಆಳುಗಳು ಇದ್ದರು. ಸಮಸ್ತ ಆಟದ ಸಾಮಾನುಗಳ ಜೊತೆ ಹಾಲು ಬಿಸ್ಕಟ್ಟು, ತಿನಿಸುಗಳ ರಾಶಿ.

ಕಣ್ಣೀರು ತೊಡೆದು ಎತ್ತಿಕೊಂಡ. "ಯಾಕೋ... ಯಾಕೋ... "ರಮಿಸುತ್ತ ಬಾಲ್ಕನಿಗೆ ಕರೆದೊಯ್ದ.

ಹತ್ತು ನಿಮಿಷದ ನಂತರ ಅಳು ನಿಂತಿತು. ತಂದು ಪಾರಿಜಾತಳ ಪಕ್ಕ ಮಲಗಿಸಿದವನು, ಒಂದು ದಿಂಬು ಹಿಡಿದು ಹೋಗಿ ಸೋಫಾ ಮೇಲೆ ಉರುಳಿಕೊಂಡ.

ಬೆಳಿಗ್ಗೆ ಪಾರಿಜಾತ ಏಳುವ ವೇಳೆಗೆ ಅವಳ ರಾತ್ರಿಯುಡುಗೆಯೆಲ್ಲವನ್ನೂ ನಿತೀಶ್ ಒದ್ದೆ ಮಾಡಿಬಿಟ್ಟಿದ್ದ. ದೊಡ್ಡ ರಂಪವೇ ಶುರುವಾಯಿತು. ಇವಳ ಗಲಾಟೆಗೆ ಮತ್ತೆ ಅವನ ಅಳು ಶುರುವಾಯಿತು.

ಸ್ನಾನ ಮುಗಿಸಿ ನೇರವಾಗಿ ಪುಷ್ಪಕ್‌ಗೆ ಹೋಗಿಬಿಟ್ಟ ಶಂಕರ್. ಅವನಿಗೆ ನಿತೀಶ್‌ನ ಮೇಲೆ ಕೋಪವಿಲ್ಲ. ಸ್ವಲ್ಪ ಬುದ್ಧಿ ಬಂದ ಮಗುವನ್ನು ಸುಧಾರಿಸಲು ಇವಳಿಗೆ ಬರದೇ?

ಸದಾನಂದ್ ಮಂಕಾಗಿ ಹೇಳಿದ.

"ಟಿಕೆಟ್ ಖರೀದಿಸಿ ಆಗಿದೆ. ಭವಾನಿ ಈಗ ಬರೋಲ್ಲಾಂದ್ಲು. ನಾನು ಬಲವಂತ ಮಾಡ್ಲಾರೆ."

ಮೈ ಕೈ ತುಂಬಿಕೊಂಡ ಭವಾನಿಯ ಮುಖದಲ್ಲಿ ಆಯಾಸವಿತ್ತು. ಕರುಣೆಯಿಂದ ತುಂಬಿತು ಅವನ ಮನ. ಅವಳು ಈ ಸ್ಥಿತಿಯಲ್ಲಿರುವಾಗ ಪೂರ್ಣ ಗಮನ ಕೊಡಲು ತನ್ನಿಂದ ಆಗುವುದಿಲ್ಲವೇನೋ, ಎನ್ನುವ ಸಂಶಯ. ಎರಡು ಹೆಣ್ಣುಗಳ ಮೇಲಿನ ಅವನ ನಡಿಗೆ ತಂತಿಯ ಕಸರತ್ತಿನಂತೆ. ಆದರೆ ಅವನು ನಡೆಯಬಲ್ಲ. ಆ ಮನೋನಿಶ್ಚಯ ಅವನಲ್ಲಿತ್ತು.

ರೂಮಿಗೆ ಕರೆದೊಯ್ದು ಕೇಳಿದ.

"ಸದಾ, ಬೇಜಾರು ಮಾಡ್ಕೊತ್ತಾನೆ. ನಂಗೂ ಕನಿಷ್ಟ ಎರ್ಡು ದಿನವಾದ್ರೂ ಬರುವ ಆಸೆ ಇತ್ತು. ಈಗ ಸಾಧ್ಯವಿಲ್ಲ. ಎಲ್ಲಾ ಏರ್ಪಾಟು ಮಾಡಿದ್ದರೂ... ನನಗೆ ಸಮಾಧಾನವಿಲ್ಲ." ಅಪರೂಪದ ಖಿನ್ನತೆ ಅವನ ಮುಖದಲ್ಲಿ ಕಾಣಿಸಿಕೊಂಡಿತು.

"ನಂಗೆ ನಿಮ್ಮನ್ನು ಬಿಟ್ಟು ಹೋಗೋ ಮನಸ್ಸು ಆಗ್ತಾ ಇಲ್ಲ" ಭವಾನಿಯ ಕಣ್ಣಂಚಿನಿಂದ ಕಂಬನಿ ತುಳುಕಿತು. ಬಿಗಿಯಾಗಿ ಅಪ್ಪಿಕೊಂಡ. ಆ ಕ್ಷಣ ಸುಖ, ಸಂತೋಷ ವರ್ಣಿಸಲಸಾಧ್ಯವಾದುದ್ದು. ಮನುಷ್ಯ ಜೀವನಕ್ಕೆ ತುಂಬು ಆಹ್ಲಾದಕರ.

ಸಾವಿರ ಕಷ್ಟಗಳ ನಡುವೆಯು ಇನ್ನೂರು ವರ್ಷ ಬದುಕುವಂಥ ಆಸೆ ಅವನಲ್ಲಿ ಉತ್ಪನ್ನವಾಗುತ್ತೆ.

"ಎಲ್ಲೂ ಹೋಗ್ಬೇಕಿಲ್ಲ" ಅವಳ ಕಣ್ಣೊರೆಸಿ ಚುಂಬಿಸಿದ.

"ಬೈ ದಿ ಬೈ, ನಾನು ಕಾಲೇಜಿನಲ್ಲಿ ಓದ್ತಾ ಇದ್ದ ದಿನಗಳು, ನಮಗೆಲ್ಲ ವಯಸ್ಸಿನಲ್ಲಿ ಒಬ್ಬ ಸೀನಿಯರ್ ವಿದ್ಯಾರ್ಥಿ ಇದ್ದ. ಆಗಲೇ ಮದ್ವೆಯಾಗಿ ಒಂದೆರೆಡ್ವರ್ಷ ಆಗಿತ್ತು. ಯಾವುದೋ ಪ್ರೈವೇಟ್ ಕಂಪನಿಯಲ್ಲಿ ಅವ್ನಿಗೆ ಕೆಲ್ಸ ಸಿಕ್ತು. ವಿದ್ಯಾಭ್ಯಾಸ ನಿಲ್ಸಿ ಮುಂಬಯಿ ರೈಲು ಹತ್ತಿದ. ನಾವೆಲ್ಲ ಅವನನ್ನ ಬಿಳ್ಕೊಡೋಕೆ ಹೋಗಿದ್ವಿ. ಅವ್ನಿಗೆ ಒಂದ್ವರ್ಷದ ಪುಟ್ಟ ಮಗು. ಬೀಳ್ಕೊಡಲು ಅವ್ನ ಹೆಂಡ್ತಿ ತನ್ನ ಪುಟ್ಟ ಮಗುವಿನೊಂದಿಗೆ ಬಂದಿದ್ದಳು. ಅವಳ ಕಣ್ಣೀರು, ಅಗಲುವಿಕೆಯ ಸಂಕಟ ಇನ್ನೂ ನನ್ನ ಕಣ್ಮುಂದೆ ಹಚ್ಚ ಹಸಿರಾಗಿದೆ. ಅದು ಬದುಕಿನ ಅತ್ಯಂತ ಸುಂದರ ದೃಶ್ಯ" ತನ್ಮಯತೆಯಿಂದ ನೆನೆಸಿಕೊಂಡ.

ಆದರೆ ಎಂದೂ ಅವನ ಜೀವನದಲ್ಲಿ ಆ ದೃಶ್ಯ ಪುನರಾವರ್ತನೆಯಾಗಿರಲಿಲ್ಲ. ಅವನು ಹೊರಟರೆ ಬೀಳ್ಕೊಡಲು ಬರುತ್ತಿದ್ದ ಪಾರಿಜಾತ ತರಬೇಕಾದ ವಸ್ತುಗಳನ್ನು ಪದೇಪದೇ ಜ್ಞಾಪಿಸುತ್ತಿದ್ದಳು. ಇಂದು ಅವನೆದೆ ಹರ್ಷಾತಿರೇಕದಿಂದ ತೋಯ್ದುಹೋಯಿತು.

* * * *

ಈ ಸಲ ಬಂದ ವಾಸು ನಾಲ್ಕು ದಿನ ಮಡದಿ, ಮಕ್ಕಳೊಂದಿಗೆ ನಿಂತ. ಶಂಕರ್

ಹಿಂದಿನಷ್ಟೆ ಈಗಲೂ ಮಾತುಕತೆ. ಹಣದ ಬಗ್ಗೆ ಅವನದು ಕಟ್ಟಾ ಎಚ್ಚರ. ಎರಡು ಸಲ ಪಡೆದ ಹಣದ ವಿಷಯವೇ ಇಲ್ಲ.

ಅಂದು ಊಟ ಮುಗಿಸಿ ರೂಮಿಗೆ ಬಂದಾಗ ಪಾರಿಜಾತ ಅವನ ಬರುವನ್ನೇ ನಿರೀಕ್ಷಿಸುವಂತೆ ಕಂಡಿತು.

"ನಿತೀಶ್‌ನ ಹುಟ್ಟಿದ ಹಬ್ಬ ಇಲ್ಲೇ ಮಾಡ್ಬೇಕೂಂತ" ಅವಳು ಹೇಳಿದಾಗ ಅವನಿಗೆ ಅರ್ಥವಾಯಿತು. 'ಹ್ಞೂ' ಅನ್ನಲಿಲ್ಲ. 'ಊಹ್ಞೂ' ಅನ್ನಲಿಲ್ಲ. ಇನ್ನೊಂದು ಬೀರು ತೆಗೆದು ಏನೋ ಹುಡುಕುತ್ತಿದ್ದ.

ಪಾರಿಜಾತ ಅವನ ತೋಳಿಡಿದುಕೊಂಡಳು. "ನಾನು ಹೇಳಿದ್ದು.... ನಿಮ್ಗೆ ಕೇಳಿಸ್ಲಿಲ್ವಾ?" ಮೆಲ್ಲಗೆ ಅವಳ ಕೈಯನ್ನು ಪಕ್ಕಕ್ಕೆ ಸರಿಸಿದ.

"ನಿತೀಶ್‌ಗಿಂತ ಇನ್ನೊಂದು ಚಿಕ್ಕ ಮಗುವಿದೆಯಲ್ಲ. ಅದರ ಹುಟ್ಟಿದ ಹಬ್ಬ ಯಾವಾಗ?" ಸ್ವಲ್ಪ ಖಾರವಾಗಿಯೇ ಇತ್ತು ಅವನ ಸ್ವರ.

"ಅದ್ಕೆ ನಾವು ಯಾಕೆ ಮಾಡ್ತೀವಿ. ನಿತೀಶ್ ನಮ್ಮ ಮಗುವಲ್ಲವಾ?" ಬೀರು ಬಾಗಿಲು ರಪ್ಪೆಂದು ಮುಚ್ಚಿ ಅವಳತ್ತ ತಿರುಗಿದ.

"ನಿತೀಶ್ ಹರಿಣಿ ಮಗ. ಅದು ಕೂಡ ಅವಳ ಮಗುವೇ ಅಲ್ವಾ? ಅದ್ಕಿಂತ ನಿಂಗೆ ಬೇರೆ ಕೆಲ್ಸವೇನಿದೆ? ಪಾರ್ಟಿಗಳಲ್ಲಿ ಭಾಗವಹಿಸೋದು, ಒಂದು ನೆವ ಮಾಡಿಕೊಂಡು ಪಾರ್ಟಿ ಕೊಡೋದು."

ಪಾರಿಜಾತಳಿಗೆ ಅಳುವೇ ಬಂದುಬಿಟ್ಟಿತು. ಸೆರೆ ಕುಡಿದು ಆಸ್ಪತ್ರೆ ಸೇರಿ ಅಳಿದುಳಿದವರ ಕುಟುಂಬದವರಿಗೆ, ಅನಾಥರಾದ ಮಕ್ಕಳಿಗೆ ಎರಡು ಲಕ್ಷಕ್ಕೂ ಮೀರಿ ಖರ್ಚು ಮಾಡಿದ್ದ. ಅದು ಅವಳ ಕಿವಿಗೂ ಬಿದ್ದಿತ್ತು.

"ಇದು ಪ್ರೆಸ್ಟಿಜ್‌ಗೋಸ್ಕರ, ಆ ಕುಡುಕರಿಗಾಗಿ ಸುರಿದು ಹಣ ಹಾಳು ಮಾಡಿದ್ರಲ್ಲ..." ಕೈಯೆತ್ತಿ ಮುಂದೆ ಮಾತಾಡದಂತೆ ತಡೆದ. "ಆ ಬಗ್ಗೆ ನಿಂಗೆ ಮಾತಾಡೋ ಅಧಿಕಾರವಾಗ್ಲಿ, ಹಕ್ಕಾಗ್ಲಿ ಇಲ್ಲ..." ಅವಳ ಸ್ವರವೇಳಲಿಲ್ಲ.

ಶಂಕರ್‌ನ ಮುಂದೆ ನಿಂತು ನೈತಿಕವಾಗಿ ಮಾತಾಡಲು ಹೆದರುತ್ತಿದ್ದಳು. ಅಂದು, ಇಂದು ಅವನು ಒಂದೇ.

ಪಾರಿಜಾತ ತಲೆ ಬಗ್ಗಿಸಿದಳು ಅವಳ ಗದ್ದವಿಡಿದು ತೋರು ಬೆರಳಿನಿಂದೆತ್ತಿದ. "ಹೆಣ್ಣು ತನ್ನ ವ್ಯಕ್ತಿತ್ವದ ಕಡೆ ಬೆಲೆ ಕೊಡ್ಬೇಕು. ಅಡ್ಗೇ ಮನೆ, ಅತಿಥಿ ಸತ್ಕಾರ, ಮಕ್ಕಳ ಕಾಟ–ಇವು ಮೂರರಿಂದ ಮುಕ್ತಳಾದ ಹೆಣ್ಣು. ನೀನು ರಾತ್ರಿ ಕೊಡೋ ಬರೀ ಸುಖಕ್ಕಾಗಿ.... ನನ್ನ ವ್ಯಕ್ತಿತ್ವಾನೇ ನಿನ್ನ ಕೈಯಲ್ಲಿಟ್ಟುಕೊಳ್ಳೋಕ್ಕಾಗೋಲ್ಲ. ಎಂದಾದ್ರು ನನ್ನ ಭಾವನೆಗಳಿಗೆ, ಕಷ್ಟಗಳಿಗೆ, ತೊಂದರೆಗಳಿಗೆ ಸಂವೇದಿಸಿದ್ದೀಯಾ! ಬರೀ ಪಾರ್ಟಿಗೆ ಕರ್‍ಕೊಂಡ್ಹೋಗಿಲ್ಲ, ಷಾಪಿಂಗ್ ಇಲ್ಲ. ಮುಕ್ತವಾಗಿ ಗಂಡನೆದೆಗೆ ಒರಗಿ ಐಸ್‌ಕ್ರೀಮ್ ತಿನ್ನಿಲ್ಲ.... ಇದಿಷ್ಟಕ್ಕೆ ನಿನ್ನ ಹೋರಾಟ..." ನಿಟ್ಟುಸಿರು ದಬ್ಬಿದ.

ಆಮೇಲೆ ಅವನಿಗೆ ಅಲ್ಲಿ ನಿಲ್ಲಲು ಕೂಡ ಮನಸ್ಸಾಗಲಿಲ್ಲ. ಎದುರಾದ ವಾಸು

ಕೈಯೆತ್ತಿದ. "ಹಲೋ, ಶಂಕರ್... ನೀವು ತುಂಬ ಬಿಜಿ..." ಮಾತಾಡಿಸಿ ನಿಲ್ಲಿಸಿಕೊಳ್ಳಲು ನೋಡಿದ. "ಸೋ ಸಾರಿ... ಆಮೇಲೆ ಮೀಟ್ ಮಾಡೋಣ" ನಡೆದುಬಿಟ್ಟ.

ಅವನಿಗೆ ಈ ದಿನ ತಲೆ ಕೆಟ್ಟಂತಾಗಿತ್ತು. ನಗಬೇಕೆನಿಸಿತು ಕೂಡ. ವಿವಾಹ ಸಂಬಂಧದ ಅರ್ಥವೇನು? ಸಾಮರಸ್ಯ, ಅನ್ಯೋನ್ಯತೆ-ಎಷ್ಟು ಸಂಸಾರಗಳು ಇದಕ್ಕೆ ಬದ್ಧವಾಗಿವೆ.

ಹೆಣ್ಣನ್ನ ಜೀವಂತವಾಗಿ ದಹಿಸೋ ಗಂಡಂದಿರು ಇದ್ದಾರೆ. ಅವರನ್ನ ತಮ್ಮ ಕನ್ವಿನ್ಸ್‌ಗೆ ಉಪಯೋಗಿಸಿಕೊಳ್ಳುವ ಹೆಂಡತಿಯರು ಇದ್ದಾರೆ. ಎಲ್ಲಿಯ ಸಾಮರಸ್ಯ?

ನಿತೀಶ್‌ನ ಬರ್ತ್‌ಡೆ ಪಾರ್ಟಿ ಗ್ರಾಂಡಾಗಿಯೇ ಅರೇಂಜ್ ಆಯಿತು. ಕರೆಯೋಲೆಗಳನ್ನ ಮುದ್ರಿಸಿ ಹಂಚಿದ್ದರು ಜಗನ್ನಾಥ್. ತಂಗಿಯೊಂದಿಗೆ ಪಾರಿಜಾತ ಓಡಾಡಿದಳು. ಅದರಲ್ಲಿ ಶಂಕರ್‌ನ ಪೂರ್ತಿ ಪಾಲು ಇದ್ದರೂ ಇವರೊಂದಿಗೆ ಚಪ್ಪಾಳೆ ತಟ್ಟಿ ಭವಾನಿಗೆ ಅನ್ಯಾಯ ಮಾಡಲು ಶಂಕರ್ ಸಿದ್ಧವಿರಲಿಲ್ಲ. ಅವನ ಕೈಗೆ ಬಂದ ಇನ್ವಿಟೇಷನ್ ಅನ್ನು ಡ್ರಾಯರ್ ಮೂಲೆಗೆ ತಳ್ಳಿದ.

ಬೆಳಿಗ್ಗೆ ಹೊರಡುವಾಗ ಪಾರಿಜಾತಗೆ ಹೇಳಿದ. "ಬೇಗ ರೆಡಿಯಾಗು. ನಿತೀಶ್‌ಗೆ ಏನಾದ್ರೂ ಪ್ರೆಸೆಂಟೇಷನ್ ಖರೀದಿ ಮಾಡೋಣ. ನಾನು ನಿನ್ನ ಮನೆಗೆ ಬಿಟ್ಟು ಆಫೀಸ್‌ಗೆ ಹೋಗ್ತೀನಿ."

ಒಂದು ಡಬ್ಬಿ ತಂದು ಪಾರಿಜಾತ ಅವನ ಮುಂದೆ ಹಿಡಿದಳು. "ಇದ್ನೆ ನಿಮ್ಮ ತಾತ ನಿಮ್ಗೆ ಅಂತ ಕೊಟ್ಟಿದ್ರಂತಲ್ಲ. ಕಾಲೇಜು ಓದು ಮುಗಿಯೋವರ್ಗೂ ನೀವೇ ಹಾಕ್ಕೊಂಡಿದ್ರಂತಲ್ಲ. ಅದ್ನ ನಿತೀಶ್‌ಗೆ ಪ್ರೆಸೆಂಟ್ ಮಾಡೋದು" ಹನ್ನೆರಡು ಇಂಚಿನ ಚೈನು. ಅದಕ್ಕೆ ಐದು ವಜ್ರಗಳನ್ನ ಕೂಡಿಸಿದ ಡಾಲರ್.

ಅದು ಅವನ ತೂತ ಕೂಡ ಮಾಡಿಸಿದ್ದಲ್ಲ. ದೀಪಕ್‌ನ ದೊಡ್ಡ ಮಗುವಿನ ಕತ್ತುನಲ್ಲಿಯೂ ಅಂಥದ್ದೇ ಇತ್ತು. ವಂಶ ಪಾರಂಪರ್ಯವಾಗಿ ಬಂದಿದ್ದು.

ಮುತ್ತಾತ ಎನ್ನಿಸಿಕೊಂಡ ವ್ಯಕ್ತಿ ತನ್ನ ಇಬ್ಬರು ಗಂಡು ಮಕ್ಕಳಿಗೂ ಮಾಡಿಸಿದ್ದು. ಅದು ಹಾಗೆಯೇ ಮುಂದಿನ ತಲೆಮಾರಿನತನಕ ಹರಿದು ಬಂದಿತ್ತು. ಅದು ನ್ಯಾಯವಾಗಿ ತನ್ನ ಮಗುವಿಗೆ ಸೇರಬೇಕು.

ಕೈಗೆತ್ತಿಕೊಂಡವನು ಅದರಲ್ಲಿಯೇ ಹಾಕಿದ. "ಆಯಿತಲ್ಲ, ಸಿಂಹ ಇಲ್ಲೇ ಇರ್ತಾರೆ. ಏನಾದ್ರೂ ಬೇಕಾದ್ರೆ ಹೇಳು. ಐದಕ್ಕೆ ತಾನೇ ಪಾರ್ಟಿ. ಆ ಹೊತ್ತಿಗೆ ಬರ್ತೀನಿ" ಎಂದ.

ಎದುರಾದ ತಂದೆಯನ್ನ ಕೂಡ ಅವನಿಗೆ ಮಾತಾಡಿಸಬೇಕೆನಿಸಲಿಲ್ಲ. ಅವನ ವ್ಯಕ್ತಿತ್ವದ ಮೇಲೆ ಕಾಲಿಟ್ಟುಬಿಟ್ಟಿದ್ದರು. ಮಗನ ಮಗುವಾದರೂ ಭವಾನಿಯ ಹೊಟ್ಟೆಯಲ್ಲಿ ಹುಟ್ಟುವುದರಿಂದ ಸಂಬಂಧವಿಲ್ಲ.

ಶಂಕರ್‌ನ ಅವುಡುಗಳು ಬಿಗಿದುಕೊಂಡವು. ಅವಮಾನ ಬೆಂಕಿಯಂತೆ ಅವನನ್ನ

ದಹಿಸುತ್ತಿತ್ತು, ನಿತೀಶ್‌ನ ಒಂದು ಮಗುವಾಗಿ ಅವನು ಪ್ರೀತಿಸಿದ್ದ. ಇಡೀ ರಾತ್ರಿ ಎದೆಯ ಮೇಲೆ ಮಲಗಿಸಿಕೊಂಡು ಜೋಗುಳ ಹಾಡಿದ್ದ. ಅವನ ಇರುವಿಕೆಗೂ ಅವನ ವಿರೋಧವಿರಲಿಲ್ಲ. ಮಗನಾಗಿಯೇ ಪಾರಿಜಾತಗಾಗಿ ಸ್ವೀಕರಿಸಲು ಸಿದ್ಧವಿದ್ದ. ಅವನ ಮನ ಈಗ ಕಲ್ಲಾಯಿತು. ಇವರೆಲ್ಲರ ಜೊತೆ ತಾನು ಕೂಡ ಭವಾನಿಗೆ ಅನ್ಯಾಯ ಮಾಡುತ್ತಿದ್ದೇನೆ. ಹುಟ್ಟುವ ಮಗುವಿಗೆ ಮೋಸ. ಎಂದಾದರೂ ಅದು ತನ್ನನ್ನು ಪ್ರಶ್ನಿಸಿದರೆ... ಹೇಗೆ ಉತ್ತರಿಸುವುದು?

ಡಿ.ಸಿ. ಆಫೀಸ್‌ಗೆ ಹೋದವನು ಎಂ.ಎಲ್.ಎ.ನ ನೋಡಿಕೊಂಡು ಪುಷ್ಪಕ್‌ಗೆ ಊಟಕ್ಕೆ ಹೋದ.

ತೀರಾ ಸ್ನಿಗ್ಧವಾಗಿ ಕಾಣುತ್ತಿದ್ದ ಭವಾನಿಯ ಮೈಮನ ತುಂಬಾ ಮಾರ್ದತೆ ತುಂಬಿಕೊಂಡಿತ್ತು. ಮುಖದಲ್ಲಿ ಒಂದು ರೀತಿಯ ಆಯಾಸ.

ತಟ್ಟೆ ಹಾಕಿದ ಭಟ್ಟರು "ಅಮ್ಮಾವ್ರು ಇನ್ನೂ ಊಟ ಮಾಡಿಲ್ಲ. ಹೊತ್ತು ಹೊತ್ತಿಗೆ ಊಟ ತಿಂಡಿ ಇಲ್ಲದಿದ್ರೆ.... ಈ ದಿನಗಳಲ್ಲಿ ಸೊರಗಿಬಿಡ್ತಾರೆ" ಎಂದವರು ಒಂದು ಬೇಡಿಕೆ ಸಲ್ಲಿಸಿದರು. "ತಾಯಿಯಾಗಲಿರುವ ಹೆಣ್ಣು, ನೀವಿದ್ದಾಗ ಒಂದು ತುತ್ತು ಹೆಚ್ಚಿಗೆ ತಿಂತಾರೆ. ಇಲ್ಲದಾಗ ಅವರದ್ದು ಊಟವೇ ಅಲ್ಲ, ಬಡಿಸಿದ್ದೆಲ್ಲ ಬಚ್ಚಲಿಗೆ. ದಯವಿಟ್ಟು ಒಂದಿಷ್ಟು..." ಮುಂದೆ ಹೇಳಲು ಸಂಕೋಚಿಸಿದರು.

ತಲೆದೂಗಿ ರೂಮಿನ ಬಾಗಿಲಿಗೆ ಬಂದ. ವಾರ್ಡ್‌ರೋಬ್‌ನಲ್ಲಿ ಅವನ ಬಟ್ಟೆಗಳಲ್ಲಿ ಅರಸುತ್ತಿದ್ದವಳು ಹಿಂದಕ್ಕೆ ತಿರುಗಿ.

"ಇವತ್ತು ಇದ್ನ ಹಾಕ್ಕೊಳ್ಳಿ" ಕ್ರೀಮ್ ಕಲರ್‌ನ ಪ್ಯಾಂಟ್, ಟಿಷರ್ಟ್ ತೆಗೆದು ಅವನ ಮುಂದಿಡಿದಳು. ಎರಡನ್ನ ತೆಗೆದು ಪಕ್ಕಕ್ಕಿಟ್ಟು "ಇದ್ವರ್‍ಗೂ ಯಾಕೆ ಊಟ ಮಾಡಿಲ್ಲ?" ಕೋಪದಿಂದ ಕೇಳಿದ. ಆರಾಮಾಗಿ ನಕ್ಕುಬಿಟ್ಟಳು.

"ಹಸಿವೇ ಇಲ್ಲ. ಮನಸ್ಸಿನಲ್ಲಿ ನೀವು, ಹೊಟ್ಟೆಯಲ್ಲಿ ನಿಮ್ಮ ಮಗು-ಊಟ, ತಿಂಡಿಗೆ ಜಾಗವೆ ಇಲ್ಲ" ಎಂದಳು. ಮೃದುವಾಗಿ ಅವಳ ಕಿವಿ ಹಿಡಿದುಕೊಂಡ. "ಅಂತು, ಮಾತು ಚೆನ್ನಾಗಿ ಆಡೋದು ಕಲಿತೆ. ನಿನ್ನ ಮಗ ಚಾಟರ್ ಬಾಕ್ಸ್ ಆಗ್ತಾನೆ" ಕೆನ್ನೆ ಸವರಿದ.

ಈಗ ಅವನಲ್ಲಿನ ಪುರುಷತ್ವದ ಕಾಠಿಣ್ಯ ಕರಗಿಹೋಗಿತ್ತು. ಹೆಚ್ಚು ಭದ್ರವಾಗಿ ಕೂಡ ಅವಳ ಶರೀರ ಮುಟ್ಟಲು ಹೆದರುತ್ತಿದ್ದ. ತಾಯ್ತನದಿಂದ ಶೋಭಾಯಗೊಂಡ ಅವಳ ಕೋಮಲ ಶರೀರ ಎಲ್ಲಿ ಘಾಸಿಗೊಳ್ಳುವುದೋ ಎನ್ನುವ ಭಯ.

"ನಡೀ... ಊಟ ಮಾಡೋಣ. ಭಟ್ಟರಿಗೆ ರಜ ಕೊಟ್ಟು ನಿನ್ನ ಊಟ, ತಿಂಡಿ ನೋಡ್ಕೊಂಡ್ ಮನೆಯಲ್ಲಿ ಇದ್ದುಬಿಡ್ತೀನಿ. ಸದಾ ಮನೆಯಲ್ಲಿ ಗಂಡ ಇದ್ದರೆ... ಎಂಥ ಕಾಟ ಗೊತ್ತಾ" ಕಣ್ಹೊಡೆದ. ಮುಕ್ತವಾಗಿ ನಕ್ಕುಬಿಟ್ಟಳು.

ಅವಳ ಊಟದ ಬಗ್ಗೆ ಪೂರ್ಣ ಲಕ್ಷ್ಯವಹಿಸಿದ.

"ನನ್ನ ಕೈಯಲಾಗೋಲ್ಲ, ಆಯಾಸ ಆಗುತ್ತೆ" ಹೇಳಿದಳು.

"ಸಂಜೆವರ್ಗೂ ತೊಡೆ ಮೇಲೆ ಮಲಗಿಸಿಕೊಂಡು ತಟ್ಟುತ್ತೀನಿ" ಭಟ್ಟರ ಮುಂದೆಯೇ ಅಂದಾಗ ಅವಳಿಗೆ ನಗು ತಡೆಯದಾಯಿತು. ಅವರು ನಗುತ್ತ ಅಡಿಗೆ ಮನೆಗೆ ಹೋದರು.

ಒಂದೆರಡು ಸಲ ಫೋನ್ ಅಟೆಂಡ್ ಮಾಡಿದ್ದು ಅಷ್ಟೆ, ಭವಾನಿನ ತೊಡೆಯ ಮೇಲೆ ಮಲಗಿಸಿಕೊಂಡು ತಟ್ಟಿದ. ಸ್ಪಷ್ಟತೆಯನ್ನು ಕೊಡಲಾಗದಂಥ ತೃಪ್ತಿ ಅವನಿಗೆ. ಜಗತ್ತಿನ ಸೃಷ್ಟಿ ಶಕ್ತಿಯಲ್ಲಿ ತನ್ನ ಪಾಲು ಕೂಡ ಇದೆಯೆಂಬ ಅಭಿಮಾನ. ಹಿಂದೆಂದೂ ಅನುಭವಿಸದಂಥ ಉಲ್ಲಾಸ ಅವನಿಗೆ.

"ಇನ್ನು ಏಳೋಕೆ ಅಪ್ಪಣೆ ಕೊಡಿ. ನಿಮ್ಮ ಜವಾಬ್ದಾರಿಯ ಅರಿವಿದೆ" ಎಂದಳು ಶಂಕರ್‌ನ ಮುಖ ದಿಟ್ಟಿಸುತ್ತ. ಸಹಾನೂಭೂತಿಯಿಂದ ಅವಳನ್ನು ನೋಡಿದ. ತಕ್ಷಣ ಚೇತರಿಸಿಕೊಂಡ. "ಓಕೇ, ಮೇಡಮ್..." ಅವಳು ಏಳಲು ಸಹಾಯ ಮಾಡಿದ.

ಹೋಗುವ ಮುನ್ನ ಹೇಳಿದ. "ಹತ್ತಕ್ಕೆ ಸರಿಯಾಗಿ ಹಾಜರು. ನಾಳೆ ಸಂಜೆ ಮಹಾಲಕ್ಷ್ಮಿ ಟೆಂಪಲ್‌ಗೆ ಹೋಗ್ಬರೋಣ. ಬಹಳ ಪ್ರಶಾಂತವಾದ ಸ್ಥಳ. ಕೆಲವು ಗಂಟೆಗಳು ಸಂತೋಷದಿಂದ ಕಳೀಬಹುದು" ಕಾರಿನತ್ತ ಹೋದವನು ಹಿಂದಕ್ಕೆ ಬಂದ.

ಹಿಂದಿನ ಫಿಯೆಟ್ ಅಲ್ಲಿಗೆ, ಈಚೆಗೆ ಕೊಂಡ ಮಾರುತಿ ಪುಷ್ಪಕ್‌ಗೆ. ಅವನ ಕೆಲಸಗಳಿಗೆ ಹೆಚ್ಚು ಉಪಯೋಗವಾಗುತ್ತಿದ್ದುದು ಜೀಪು.

ಅಷ್ಟರಲ್ಲಿ ಡ್ರೈವರ್ ಜೀಪು ತಂದ. ಹತ್ತಿ ಕೂತು ಕೈ ಬೀಸಿದ.

ಸದಾನಂದ ಕೈ ಹಿಡಿದುಕೊಂಡಿದ್ದ. "ಭವಾನಿ ಬಸುರಿ. ನಿನ್ನ ಕೆಲವು ರಾತ್ರಿಗಳು ಪಾರಿಜಾತಗೆ ಮೀಸಲು. ಅದ್ನ ನಾನು ತಪ್ಪೂಂತ ಆಕ್ಷೇಪಿಸ್ತ ಇಲ್ಲ. ಈಗ ಭವಾನಿ ಇರೋ ಸ್ಥಿತಿಯಲ್ಲಿ ಏನಾದ್ರೂ ಹೆಚ್ಚು ಕಡ್ಮೆಯಾದರೆ..." ಅವನ ಕಣ್ಣಲ್ಲಿ ಕಂಬನಿ ತುಂಬಿಕೊಂಡಿತ್ತು.

"ಡೋಂಟ್ ವರೀ ಸದೂ, ಆರು ತುಂಬಿದ ಮೇಲೆ ನಾನು ಖಾಯಮ್ಮಾಗಿ ಪುಷ್ಪಕ್‌ನಲ್ಲಿ ಉಳ್ದುಬಿಡ್ತೀನಿ. ಕೆಲವರಿಗಾಗಿ ಬದುಕು-ನನಗಾಗಿ ಕೂಡ ಬದುಕಬೇಕಾಗಿದೆ. ನಾನೇನು ತ್ಯಾಗಿಯಲ್ಲ, ಆದರ್ಶವಾದಿಯಲ್ಲ, ಮನಸ್ಸು, ಹೃದಯ, ಸಾಮಾನ್ಯ ಆಸೆ ಆಕಾಂಕ್ಷೆಗಳುಳ್ಳ ನಾರ್ಮಲ್ ಮನುಷ್ಯ. ನೀನು ವರೀ ಮಾಡ್ಕೋಬೇಡ." ಆಶ್ವಾಸನೆ ಕೊಟ್ಟಿದ್ದ.

ಐದಕ್ಕೆ ಮೂರು ನಿಮಿಷ ಇದೆಯೆಂದಾಗ ಮನೆಗೆ ಹೋದ. ಬಣ್ಣ ಬಣ್ಣದ ಪೇಪರ್ ಬೇಲೂನ್‌ಗಳ ನಡುವೆ ಗುಲಾಬಿಗಳಿಂದ ಮನೆ ಪೂರ್ತಿ ಅಲಂಕರಣಗೊಂಡಿತ್ತು. ಹುಬ್ಬೇರಿಸಿದ.

ಸಿಂಹ ಸುಸ್ತಾದವನಂತೆ ಬಂದು "ನಾನು ನಿಮಗೋಸ್ಕರ ಕಾಯ್ತ ಇದ್ದೆ ಸರ್. ಇನ್ನೂ ಊಟ ಕೂಡ ಇಲ್ಲ. ಹತ್ತು ಸಲ ಓಡಾಡಿದೆ. ಹೊಟ್ಟೆಯಲ್ಲಿ ಒಂದು ರೀತಿಯ ದೊಂಬರಾಟ ಶುರುವಾಗಿದೆ" ಹೊಟ್ಟೆಯ ಮೇಲೆ ಕೈಯಿಟ್ಟುಕೊಂಡ.

ಒಳಗೆ ಬರುವಂತೆ ಸನ್ನೆ ಮಾಡಿ ನೇರವಾಗಿ ಡೈನಿಂಗ್ ಹಾಲ್‌ಗೆ ಕರೆದೊಯ್ದು, ಅವನ ಮೈಯೆಲ್ಲ ಬೆಂಕಿ ಆಗಿತ್ತು.

ಹಿಂದೆಯೇ ಬಂದ ದಾಕ್ಷಾಯಿಣಿ ಏನೋ ಹೇಳಲು ಬಾಯಿ ತೆರೆದವರು ಸುಮ್ಮನಾದರು.

"ಸಿಂಹ, ಹೋಗಿ ಕೈಕಾಲು ತೊಳ್ಕೊಂಡ್ಬಾ" ಎಂದು ಕಳಿಸಿದವನು ಅಡಿಗೆಯ ಮನೆಗೆ ನುಗ್ಗಿದ. ಮಾಮೂಲಿ ಅಡಿಗೆಯವನ ಜೊತೆ ಇನ್ನ ನಾಲ್ಕು ಮಂದಿ ಇದ್ದರು.

"ಏನಿದೆ ಬಿಸಿಯಾಗಿ, ಅಡ್ಗೇ ಊಟ..." ಅವನ ಸ್ವರ ಒರಟಾದ್ದರಿಂದ ಅಡಿಗೆಯವನು ನಮ್ರನಾಗಿ ನಿಂತ "ಎಲ್ಲಾ ಇದೆ..." ಎಂದ.

ಅಷ್ಟರಲ್ಲಿ ಸಿಂಹ ಬಂದ. ಅವನಿಗೆ ಬಡಿಸುವಂತೆ ಸನ್ನೆ ಮಾಡಿದವನು ತಾಯಿಯ ಕಡೆ ತಿರುಗಿದ. ಮಗನಿಗೆ ಅಷ್ಟು ಕೋಪ ಬಂದಿದ್ದು ಆಕೆ ಕಂಡೇ ಇರಲಿಲ್ಲ. ಕಣ್ಣಲ್ಲಿ ಭಯಂಕರ ಆಕ್ಷೇಪಣೆ ಇತ್ತು. ಆಕೆಗೆ ತಪ್ಪಿನ ಅರಿವಾಯಿತು.

ಬೇಕಾದಷ್ಟು ಸಲ ಓಡಾಡಿಸಿದ್ದೂ ಅಲ್ಲದೇ, ಕೆಲಸ ಕೂಡ ಮಾಡಿಸಿದ್ದರು. ಕಾಫೀ ಕೂಡ ಕೊಡಿಸಿದ್ದು ಆಕೆಗೆ ನೆನಪಿರಲಿಲ್ಲ.

"ಒಂದೇ ಗಲಾಟೆ... ನಿಮ್ಮತ್ತೆ ಮಾವ ಎಲ್ಲಾ ಬಂದಿದ್ದಾರೆ" ಹೇಳಲು ಹೋದರು. ಕೈಯೆತ್ತಿ ಹೇಳಬೇಡವೆಂದು ತಡೆದವನು, ಸಿಂಹನತ್ತ ತಿರುಗಿ "ಜೀಪು ಡ್ರೈವರ್ ಹೊರ್ಗೇ ಇದ್ದಾನೆ. ನಿನ್ನ ಮನೆಗೆ ಡ್ರಾಪ್ ಮಾಡ್ತಾನೆ" ವಾಚ್‌ನತ್ತ ನೋಡಿ ಹೊರಗೆ ಬಂದ.

ಪಾರಿಜಾತ ತಾಯಿ, ತಂದೆಯರನ್ನ ತಾನೇ ಹೋಗಿ ಮಾತಾಡಿಸಿ ಬಂದವನು ಹೊರಗಿನ ಸಿಟ್ಟಿಂಗ್ ರೂಂನಲ್ಲಿ ಕೂತ. ಪಾರಿಜಾತ ಕ್ಲಬ್‌ನ ಕೆಲವು ಗೆಳತಿಯರು ಬಂದರು.

ಈ ಗ್ರಾಂಡಾದ ಅಲಂಕಾರ, ಸೆಲಬ್ರೇಟ್‌ಗೆ ಆ ಜನ ಸಾಕಲ್ಲ ಅನ್ನಿಸಿರಬೇಕು. ಪಾರಿಜಾತ ಬಂದಳು. ಗ್ರಾಂಡಾದ ಅಲಂಕಾರ, ಒಡವೆಗಳ ಜೊತೆಗೆ ಭಾರಿ ಮೇಕಪ್ ಕೂಡ.

"ನಿಮ್ಮ ಫ್ರೆಂಡ್ಸ್ ಯಾರೂ ಬರಲೇ ಇಲ್ಲ" ಎಂದಳು.

"ಅವ್ರುಗಳೆಲ್ಲ ಯಾಕೆ ಬರ್ತಾರೆ? ಹೊರ್ಗಡೆ... ನೋಡೋಗು" ಎಂದ ಸಿರಿಯಸ್ಸಾಗಿಯೇ. ಶ್ರೀಮಂತದ ಹರಿದೆಸೆದ ಇನ್ವಿಟೇಷನ್ ತುಂಡುಗಳು ಇಂದು ಅವನ ಹಿಡಿಯಲ್ಲಿಯೇ ಇದೆ ಎನ್ನುವ ಅನುಭವವಾಗುತ್ತಿತ್ತು.

ವಾಸು ನಿತೀಶ್‌ನ ಎತ್ತಿಕೊಂಡೇ ಬಂದ.

"ನೋಡಿ ಹೇಗಿದ್ದಾನೆ ಭೂಪ?" ಅವನನ್ನ ಹತ್ತಿರಕ್ಕೆ ಕರೆದುಕೊಳ್ಳುವ ವೇಳೆಗೆ ಅಳಸಿಂಗಾಚಾರ್ಯರು ನುಗ್ಗಿದರು. "ಸದ್ಯ, ಇವತ್ತಾದ್ರೂ.... ಅರ್ಧ ಗಂಟೆ ಪುರುಸತ್ತಾಗಿದ್ದೀಯಲ್ಲ. ನಾಲ್ಕು ಮಾತು ಹೇಳ್ಕೋಬೇಕು" ಅವನ ಪಕ್ಕದಲ್ಲಿಯೇ ಕೂತುಬಿಟ್ಟರು.

ಶಂಕರ್ ವಾಸುನ ಪರಿಚಯಿಸಿದ. "ಇವ್ರು ನಮ್ಮ ಪಾರಿಜಾತ ತಂಗಿ ಗಂಡ. ಚಂದ್ರಾ ಸಿಮೆಂಟ್ಸ್‌ನಲ್ಲಿ ಜನರಲ್ ಮ್ಯಾನೇಜರ್ ಆಗಿದ್ರು, ಅವ್ರ ಮಗ ನಿತೀಶ್..."

ಅಳಸಿಂಗಾಚಾರ್ಯರು ಮಾತಿನ ಮನುಷ್ಯ. "ಗ್ಲಾಡ್ ಟು ಮೀಟ್ ಯು. ಒನ್ ಡೌಟ್... ನಮ್ಮ ಶಂಕರೂ ಚಂದ್ರಾ ಸಿಮೆಂಟ್ಸ್‌ನಲ್ಲಿ ಜನರಲ್ ಮ್ಯಾನೇಜರ್ ಆಗಿದ್ರು ಅಂದ್ರು. ಆಗಿದ್ರು ಭೂತಕಾಲ. ವರ್ತಮಾನಕಾಲ ಇಂಪಾರ್ಟೆಂಟ್ ನೋಡಿ, ಈಗೇನು ಮಾಡ್ತಾ ಇದ್ದೀರಾ?" ಕೇಳಿಯೇಬಿಟ್ಟರು.

ಶಂಕರ್ ನಕ್ಕುಬಿಟ್ಟ. "ನಿಮ್ಮ ಮಿದುಳಿನ ಶಕ್ತಿಗೆ ಎದುರು ಪಾರ್ಟಿಯವ್ರು ಸುಸ್ತು. ನೀವು ಯಾವ ಫೈಲೂ ನೋಡ್ಬೇಕಿಲ್ಲ. ಅವ್ರ ಮಾತಿನಿಂದ್ಲೇ... ಅವ್ರಿಗೆ ನೇಣು ಹಾಕಿಬಿಡ್ತೀರಾ"

ವಾಸು ಮುಖಭಂಗಿತನಾಗಿದ್ದರೂ ಬಲವಂತದ ನಗೆಯನ್ನು ಬೆರೆಸಿದ.

"ನನ್ನ ಜಾಡು ತಪ್ಪಿಸೋಕ್ಕಾಗೋಲ್ಲ ಶಂಕರ್. ನೀವ್ಹೇಳಿ ಮಿಸ್ಟರ್ ವಾಸುದೇವ ಮೊದಲಿಯಾರ್. ಈಗೇನು ಮಾಡ್ತಾ ಇದ್ದೀರಾ... ಬಹುಶಃ ಏನಿಲ್ಲ" ಅವರೇ ಹೇಳಿಬಿಟ್ಟರು. ತಲೆಯೆತ್ತಲು ವಾಸುಗೆ ಕಷ್ಟವಾಯಿತು. ಶಂಕರ್ ಅವನ ಭುಜದ ಮೇಲೆ ಕೈಹಾಕಿದ. "ಅವ್ರಿಗೆ ಇದೇ ತರಹ ಮಾತಾಡಿ ಅಭ್ಯಾಸ. 'ಶೇರ್' ಎಂದೇ ನಾಮಾಂಕಿತರು."

ವಾಸು ಸ್ವಲ್ಪ ಚೇತರಿಸಿಕೊಂಡ. "ಥ್ಯಾಂಕ್ಯೂ ವೆರಿ ಮಚ್, ನಾನು ಇಂಥ ಫ್ರಾಂಕ್‌ನೆಸ್‌ನೇ ಇಷ್ಟಪಡೋದು" ಎಂದ. ಅವರು ಗೋಡೆಗಳು ಅದರುವಂತೆ ನಕ್ಕರು.

"ಅಂದರೆ, ಇದೆಂಥ ಫ್ರಾಂಕ್‌ನೆಸ್, ಇದ್ರಿಂದ ನಿಮ್ಗೇನು ಪ್ರಯೋಜನ? ನಮ್ಮಿಬ್ಬರ ಮಧ್ಯೆ ವ್ಯಾಪಾರವೇ, ವ್ಯವಹಾರವೇ ಬಿಡಿ... ಬಿಡಿ...." ಮಾತಿನಿಂದಲೇ ಕೊಡವಿಬಿಟ್ಟರು.

ನಿತೀಶ್‌ನ ಕರೆದುಕೊಂಡು ವಾಸು ಹೊರಗೆ ಹೋದ.

ಶಂಕರ್‌ನೊಂದಿಗೆ ಅಳಸಿಂಗಾಚಾರ್ಯರು ಮಾತಿಗೆ ಕೂತರು. ಎರಡು ಸಲ ಪಾರಿಜಾತ ಒಳಗೆ ಬಂದುಹೋದಳು. ದಾಕ್ಷಾಯಿಣೀ ಕೂಡ ಬಂದರು.

"ಹೀಗ ಕೂತುಬಿಟ್ಟರೆ... ಹೇಗೆ? ಬಂದ ಜನನ ಮಾತಾಡಿಸೋದ್ಬೇಡ್ವ ಶಂಕರ್" ಆಕ್ಷೇಪಿಸಿ ಹೊರಗೆ ಕರೆದೊಯ್ದರು.

ಒಂದಷ್ಟು ಹೆಂಗಳೆಯರು ಮಾತ್ರ ಇದ್ದರು ಹಾಲ್‌ನಲ್ಲಿ. ಜಗನ್ನಾಥ್ ಸ್ನೇಹಿತರು ಕೋಣೆ ಸೇರಿ ಎಲೆಗಳನ್ನು ಕಲೆಸತೊಡಗಿದರು.

ಮಾತನಾಡಿಸಿದ ಶಾಸ್ತ್ರ ಮಾಡಿದ ಅಳಸಿಂಗಚಾರ್ಯರು ಅವನ ರಟ್ಟೆಹಿಡಿದು "ಇಲ್ಲೇನು ಮಾಡ್ತೀಯಾ, ನೀನು ಹ್ಯಾಪಿ ಬರ್ತ್‌ಡೇ ಅಂತ ಹಾಡ್ತೀಯಾ! ಹೆಣ್ಣು ಮಕ್ಳು ಹಾಡಿಕೋತಾರೆ. ನಮ್ಮ ಕರ್ಕಶ ಗಂಟಲುಗಳ ಸೇರ್ಪಡೆ ಯಾಕೆ? ಅದು ಮುಗೀಲಿ... ಬಫೇ ತಟ್ಟೆ ತಗೋಳೋಕೆ ಬರೋಣ" ಎಳೆದೊಯ್ದರು.

ಅವನು ಯಾರಿಗೂ ಇನ್ವಿಟೇಷನ್ ಕೊಟ್ಟಿಲ್ಲದಿದ್ದರಿಂದ ಅತ್ಯಂತ ಪ್ರತಿಷ್ಠರಾಗಲಿ, ಅವನ ಸ್ನೇಹಿತರಾಗಲಿ, ಆಫೀಸ್‌ನವರಾಗಲಿ ಬರುವ ಸಾಧ್ಯತೆ ಇರಲಿಲ್ಲ. ಆರಾಮಾಗಿ ಕೂತು ಅವರ ಮಾತುಗಳನ್ನು ಕೇಳತೊಡಗಿದ.

ಐದೂವರೆ ಆರಾಯಿತು. ಪಾರಿಜಾತ ಸಿಟ್ಟಿಂಗ್ ರೂಮಿಗೆ ಬಂದಳು. "ಕೇಕ್ ಕಟ್ ಮಾಡ್ಬೇಕು, ಬನ್ನಿ" ಎಂದಾಗ ಅವನ ಹುಬ್ಬುಗಳು ಬೆಸೆದುಕೊಂಡವು. "ನಂಗೆ ಆ ಪದ್ಧತಿನೇ ಗೊತ್ತಿಲ್ಲ. ನಮ್ಮಮ್ಮ ಆರತಿ ಮಾಡಿ ದೇವಸ್ಥಾನಕ್ಕೆ ಕರ್‍ಕೊಂಡ್ಹೋಗ್ತಾ ಇದ್ರು. ಈಗ್ಲೂ ಅದೇ ರೂಢಿ. ಈ ದಿನ ನನ್ನ ಹುಟ್ಟಿದ ಹಬ್ಬ ಅಲ್ಲ ಕೂಡ" ನೇರವಾಗಿತ್ತು ಅವನ ಮಾತುಗಳು.

ಈ ಫಂಕ್ಷನ್‌ನ್ನೊಂದು ದೊಡ್ಡ ಸಾಧನೆಯೆಂದು ನಿರೀಕ್ಷಿಸಿಕೊಂಡಿದ್ದ ವಾಸು ದಂಪತಿಗಳು ಅತ್ಯಂತ ನಿರಾಶರಾದರು. ಪಾರಿಜಾತಳ ತಂಗಿಯೇ ಹರಿಣಿ. ಅವಳದು ಕೂಡ ಅಕ್ಕನ ಸ್ವಭಾವವೇ. ಮೂರನ್ನು ಹೆತ್ತಿದ್ದಾಳು ಅನ್ನೋದೆ ವ್ಯತ್ಯಾಸ.

ಕಾರ್ಡ್ಸ್ ಆಡೋದರಲ್ಲಿ ಮುಳುಗಿ ಹೋಗಿದ್ದ ಜಗನ್ನಾಥ್ ಗೆಳೆಯರು ಕೂಡ ಹೊರಗೆ ಬರಲಿಲ್ಲ.

"ನಾವೆಲ್ಲ ಯಾಕೆ, ಹುಡುಗ್ರು ಹೆಣ್ಣು ಮಕ್ಳು ಇದ್ದಾರಲ್ಲ ಸಾಕು, ನಾವು ಕೇಕ್‌ನ ತಿನ್ನೋಲ್ಲ" ಒಬ್ಬರು ಹೇಳಿದರು. ಮಿಕ್ಕವರ ಅನುಮೋದನೆ ಕೂಡ ಅದೇ.

ಅವರಲ್ಲಿ ಎಲ್ಲರೂ ಹೆಚ್ಚು ಕಡಿಮೆ ಐವತ್ತೈದು ದಾಟಿದವರೇ. ಒಬ್ಬರಿಗೆ ಬಿ.ಪಿ. ಉಪ್ಪಿನ ಪದಾರ್ಥ ತಿನ್ನೋಹಾಗಿಲ್ಲ, ಇನ್ನೊಬ್ಬರಿಗೆ ಷುಗರ್, ಅವರು ಕೇಕ್ ತಿನ್ನೋ ಹಾಗಿಲ್ಲ. ಮೊಟ್ಟೆ ಉಪಯೋಗಿಸಿರುತ್ತಾರೆ ಎನ್ನುವ ವೆಜಿಟೇರಿಯನ್ಸ್ ಹಲವರು.

ಬರೀ ಸಪ್ಪೆಯ ವಾತಾವರಣ, ಕೇಕ್ ಕಟ್ ಮಾಡಿ ಹ್ಯಾಪಿ ಬರ್ತ್‌ಡೇ ಹೇಳಿದ್ದಾಯಿತು. ಶುಭ ಹಾರೈಸಿ ಪ್ರೆಸೆಂಟೇಷನ್ ಕೊಟ್ಟು ಮುಗಿದಿತ್ತು.

ಪಾರಿಜಾತ ತಟ್ಟನೆ ದಾಕ್ಷಾಯಿಣಿಯವರ ಕಡೆ ತಿರುಗಿದಳು. "ಸರದ ಡಬ್ಬಿ ನಿಮ್ಮ ಕೈಯಲ್ಲಿ ಕೊಟ್ಟಿದ್ದೆ" ಆಕೆ ಹೌದೆಂದು ಕೋಣೆಗೆ ಹೋದರು.

ಡಬ್ಬಿ ತೆರೆದರು. ಅದು ಗಂಡ ಧರಿಸಿದ್ದ ಸರ, ಮಗನ ಕತ್ತಿನಲ್ಲೂ ಇತ್ತು. ಈಗ ನ್ಯಾಯವಾಗಿ ಅವನ ಮಗುಗೆ ಸೇರಬೇಕು. ಕೆಲವು ಹಕ್ಕುಗಳು, ಅಧಿಕಾರಗಳು ತಾನಾಗಿ ಬರುತ್ತೆ, ಹಿರಿಯರಾದ ಮಾತ್ರಕ್ಕೆ ಉಲ್ಲಂಘನೆ ಮಾಡೋಕಾಗುತ್ತ?

ಐದು ನಿಮಿಷದ ಘರ್ಷಣೆಯ ನಂತರ ಅವರ ಮನಸ್ಸು ಒಂದು ನಿರ್ಧಾರಕ್ಕೆ ಬಂತು. ಅದನ್ನು ಲಾಕರ್‌ನಲ್ಲಿಯೇ ಇಟ್ಟು, ಯಾರೋ ಪ್ರೆಸೆಂಟೇಷನ್ ಆಗಿ ಕೊಟ್ಟಿದ್ದ ಸರವೊಂದನ್ನು ಕೈಯಲ್ಲಿಡಿದು ಬಂದರು.

"ಪಾರಿಜಾತ, ಎಲ್ಲಿ ಇಟ್ಟೆನೋ... ಸಿಕ್ಕಿಲ್ಲ. ಇದ್ನೆ ಕೊಟ್ಟು ಬಿಡು" ಸರವನ್ನು ಅವಳ ಕೈಯಲ್ಲಿಟ್ಟರು. ಅವಳ ಮುಖ ಪೆಚ್ಚಾಯಿತು.

"ಅದ್ನ ಹರಿಣಿ, ವಾಸುಗೆ ತೋರಿಸಿದ್ದೆ. ಈಗೇನಾದ್ರೂ ತಪ್ಪು ತಿಳ್ಕೋತಾರೆ. ಸ್ವಲ್ಪ ಹುಡ್ಕಿ ಅತ್ತೆ" ಕೇಳಿಕೊಂಡಳು.

ಸುಮ್ಮನೆ ಹೋಗಿ ಕೋಣೆಯಲ್ಲಿ ಕೂತುಬಿಟ್ಟರು.

ಅವಸರವಸರವಾಗಿ ಬಂದ ಜಗನ್ನಾಥ್ "ಎಲ್ಲಿ... ಸರ?" ಎಂದರು.

"ಎಲ್ಲೋ ಮರುತ್ತುಬಿಟ್ಟಿದ್ದೀನಿ. ಬೇರೆ ಸರ ಕೊಟ್ಟಿದ್ದೀನಲ್ಲ, ಇನ್ನೇನು?" ಹೆಂಡತಿಯ ಮಾತಿನಲ್ಲಿ ಉದಾಸೀನ ಗುರ್ತಿಸಿದರು.

"ಅವ್ಳು, ಎಲ್ಲರಿಗೂ ತೋರ್‍ಸಿಬಿಟ್ಟಿದ್ದಾಳಂತೆ. ಪಾರಿಜಾತ ನೊಂದ್ಕೊತಾಳೆ" ಎಂದರು.

"ಸುಮ್ನೆ ಹೋಗಿ, ನಂಗೆ ಬಿ.ಪಿ. ಜಾಸ್ತಿ ಆಗಿದೆ. ಬೇಕಾದ್ರೆ ಮಾವ, ಸೊಸೆ ಹುಡ್ಕಿಕೊಳ್ಳಿ" ತಲೆ ಹಿಡಿದುಕೊಂಡು ಕೂತುಬಿಟ್ಟರು.

ಮತ್ತೊಂದು ಸಲ ಬಂದ ಪಾರಿಜಾತ ಎಲ್ಲಾ ಹುಡುಕಿ ನೋಡಿದಳು. ಕಡೆಗೆ ಫಂಕ್ಷನ್ ಮುಗಿಯಿತು.

ಲಕ್ಷಣವಾಗಿ ಜಗನ್ನಾಥ್ ಗೆಳೆಯರು ಅಚ್ಚುಕಟ್ಟಾಗಿ ಎರಡೆರಡು ಸಲ ತಮ್ಮ ಕಾಯಿಲೆಗಳನ್ನು ಮರೆತು ಹಾಕಿಸಿಕೊಂಡು ತಿಂದರು. ಸ್ವತಃ ಶಂಕರ್ ಓಡಿಯಾಡಿ ವಿಚಾರಿಸಿಕೊಂಡ.

"ಪುಣ್ಯವಂತ, ಶಂಕರ್‌ನಂಥ ಹುಡ್ಗ ಸಾವಿರಕ್ಕೊಬ್ಬ. ನಿನ್ನಂಥ ಅಪ್ಪ ಲೆಕ್ಕಕ್ಕಿಲ್ಲದಷ್ಟು ಇರ್‍ತಾರೆ" ಅಳಸಿಂಗಾರಾಯರು ಜಗನ್ನಾಥ್‌ಗೆ ಮೂದಲಿಸಲು ಮರೆಯಲಿಲ್ಲ.

ಎಲ್ಲರೂ ಹೋದ ಮೇಲೆ ಈ ಕುಟುಂಬದೊಂದಿಗೆ ಉಳಿದವರು ಅಳಸಿಂಗಾಚಾರ್ಯರು ಒಬ್ಬರೆ.

"ಇನ್ನು ರಾತ್ರಿ ಅಲ್ಹೋಗಿ ನಾನೇನು ಮಾಡ್ಲಿ? ಆರಾಮಾಗಿ ಇಲ್ಲೇ ಮಲಗ್ತೀನಿ" ಎಂದ ಅಳಸಿಂಗಾಚಾರ್ಯರು ಶಂಕರ್‌ನ ಕಡೆ ತಿರುಗಿ ರೇಗಿಸಿದರು. "ಏನಯ್ಯ ಇಲ್ಲೇ ಇರ್‍ತೀಯಾ! ಬಸುರಿ ಹುಡ್ಗಿ ಅಲ್ಲಿ. ತವರು ಮನೆಗೂ ಕಳಿಸಿಲ್ಲ. ಇಲ್ಲಿನ ಯೋಚ್ನೆನೇ ನಿಂಗೆ ಬೇಡ. ಈ ಸಮಯದಲ್ಲಿ ಅದೂ ಇದೂಂತ ಚಿಂತೆ ಮಾಡ್ಬೇಡ. ಇಲ್ಲಿ ಅತ್ತರೆ... ಒಬ್ಬರಿಗೊಬ್ಬರು ಕಣ್ಣೊರೆಸೋಕೆ ಜನ ಇದ್ದಾರೆ. ನಿನ್ನ ಅಗತ್ಯ ಭವಾನಿಗೆ, ಅಲ್ಲೇ ಇದ್ದುಬಿಡು. ಆ ಹುಡ್ಗಿ ಕಣ್ಣಲ್ಲಿ ನೀರು ಬಂದರೆ... ಒರೆಸ್ಬೇಕಾದೋನು.... ನೀನೊಬ್ನೆ. ಮೊದ್ಲು ಹೋಗು. ಗೆಟ್‌ಔಟ್..." ಸ್ವರವೇರಿಸಿದರು. ಅವರಿಗೆ ಆ ಅಧಿಕಾರ ಇತ್ತು. ಜಗನ್ನಾಥ್ ಮತ್ತು ಅವರ ಸ್ನೇಹ ನಲವತ್ತು ವರ್ಷದಷ್ಟು ಹಳೆಯದು.

ಶಂಕರ್ ನಕ್ಕು ಮೇಲಿನ ರೂಮಿಗೆ ಹೋದ. ಹಿಂದೆಯೇ ಬಂದ ಪಾರಿಜಾತ ಬಾಗಿಲಿನಲ್ಲಿಯೇ ನಿಂತಳು.

"ನೀವು ಯಾರ್‍ಗೂ... ಇನ್ವಿಟೇಷನ್ ಕೊಟ್ಟಿರಲಿಲ್ವಾ?" ಆಡಿಟ್ ಫೈಲ್ ತೆಗೆದುಕೊಳ್ಳುತ್ತಿದ್ದವನು ಹಿಂದಕ್ಕೆ ತಿರುಗಿದ.

"ಇಲ್ಲ...." ಎಂದ.

"ಯಾಕೆ...?" ಜೋರಾಗಿ ಕೇಳಿದಳು.

ಅವಳ ರಟ್ಟೆ ಹಿಡಿದು ಒಳಕ್ಕೆಳೆದುಕೊಂಡ. "ಯಾಕೆ ಹೊರ್ಗಡೆ ನಿಂತು ಮಾತಾಡ್ತಿಯಾ! ನಿನ್ನ ಹುಟ್ಟಿದ ಹಬ್ಬ ಆಚರಿಸಿ ಕೆಲವೇ ತಿಂಗ್ಳು ಆಗಿರೋದು. ಪಾರ್ಟಿಗಳ ನಿಜವಾದ ಉದ್ದೇಶವೇನು ಗೊತ್ತಾ? ಆ ಸಮಯದ ಉಪಯೋಗ ಪಡೆದುಕೊಂಡು ವ್ಯವಹಾರಗಳನ್ನು ಕುದುರ್ಸಿಕೊಳ್ಳೋದು, ಪ್ರೊಫೆಷನ್ ಜಲಸಿಯಿಂದ ಒದ್ದಾಡುವ ಜನ ತಮಗೆ ಹಗೆ ಇಲ್ಲವೆಂದು ಹಲ್ಲು ಕಿರಿದು ಕೃತಕ ಆತ್ಮೀಯತೆ ವ್ಯಕ್ತಪಡಿಸೋದು. ಇನ್ನೂ ಹತ್ತಾರು ಕಾರಣಗಳು ಇರುತ್ತೆ. ಅದ್ಕೆ ಸಕಾರಣವು ಇರ್ಬೇಕು. ಜನ ಆಡಿಕೊಳ್ಳೋಕೆ ನಾನು ಕೇರ್ ಮಾಡೋಲ್ಲ. ಅನಾವಶ್ಯಕವಾಗಿ ಅವ್ರ ನಾಲಿಗೆಗೆ ಆಹಾರವಾಗ್ಬಾರ್ದು" ತೋಳು ಬಿಟ್ಟ.

"ನಿಮ್ಮ ಮೂಗಿನ ನೇರಕ್ಕೆ ಮಾತಾಡ್ತೀರಾ!" ಕನಲಿದಳು.

"ಎಲ್ಲರೂ ಅಷ್ಟೆ ತಾನೇ! ನಾನು ಕೂಡ ಆರ್ಡಿನರಿ ಮನುಷ್ಯ. ವರ್ತನೆ ಕೂಡ ನಾರ್ಮಲ್ ಆಗಿಯೇ ಇರ್ಬೇಕು. ಸುಮ್ನೆ ಎಂಥ ವಿಷ್ಯಕ್ಕೆ ತಲೆ ಕೆಡಿಸ್ಕೋಬೇಡ" ರಮಿಸಲು ನೋಡಿದ.

"ನಂಗೆಲ್ಲ ಗೊತ್ತು. ನಿತೀಶ್ ಇಲ್ಲೇ ಇರ್ತಾನೆ."

"ಇರಲಿ, ನಾನೆಲ್ಲಿ ಬೇಡಾಂದೆ" ಫೈಲ್‌ನ ಪೇಪರ್‌ಗಳನ್ನು ಚೆಕ್ ಮಾಡತೊಡಗಿದ. "ಬೆಳಿಗ್ಗೆ ಸಿಂಹ ಬಂದರೆ... ಈ ಫೈಲು ಅವನ ಕೈಯಲ್ಲಿ ಕೊಟ್ಟು ಕಳುಹಿಸು. ತೀರಾ ಇಂಪಾರ್ಟೆಂಟ್ ಫೈಲು. ಮರೀಬೇಡ ಕೂಡ" ಫೈಲನ್ನ ಡ್ರಾಯರ್‌ನಲ್ಲಿಟ್ಟ.

"ನಾನು... ಕಳಿಸೋಲ್ಲ" ಡ್ರಾಯರ್‌ನಲ್ಲಿದ್ದ ಫೈಲನ್ನೆತ್ತಿ ಮಂಚದ ಮೇಲಕ್ಕೆಸೆದಳು. ಶಂಕರ್ ಆರಾಮಾಗಿ ಕಾಲು ಚಾಚಿ ಕೂತ.

"ಫೈಲು ತೆಗೆದಿಡು. ನೀನೇ ಕೊಟ್ಟು ಕಳಿಸಬೇಕು ಕೂಡ" ದೃಢತೆ ಇತ್ತು ಅವನ ಸ್ವರದಲ್ಲಿ.

"ತೆಗೆಯೋದು ಇಲ್ಲ, ಕಳಿಸೋದು ಇಲ್ಲ" ಅಬ್ಬರಿಸಿದಳು.

"ಬಿಹೇವ್ ಲೈಕ್ ಎ ಸಿವಿಲೈಸ್ಡ್ ವುಮನ್. ಬಟ್ಟೆಗಳಲ್ಲ ನಾಗರಿಕತೆಯ ಗುರುತು. ನಡತೆ, ಯಜಮಾನ, ಯಜಮಾನಿ ಅನ್ನೋದರ ಅರ್ಥ ಕನಿಷ್ಟ ಓದಿದ ಜ್ಞಾಪ್ಕವಾದ್ರೂ... ಇರಬೇಕಲ್ಲ. ನಿಂಗೆ ರಕ್ಷಣೆ, ಸಮಾಜದಲ್ಲಿ ಗೌರವ. ಜೊತೆಗೆ ನಿನ್ನ ಮಾನಸಿಕ ನೆಮ್ದಿಗಾಗಿ ನನ್ನ ಕಾಲವನ್ನು ವ್ಯಯ ಮಾಡ್ತಾ ಇದ್ದೀನಿ. ದೈಹಿಕ ಸುಖದಿಂದ ನೀನೇನು ವಂಚಿತಳಾಗಿಲ್ಲ. ಆ ವಿಷಯದಲ್ಲಿ ನಾನೇ ಅತೃಪ್ತ, ಶ್ರಮದ ದುಡಿಮೆಯಲ್ಲಿ ಸಾವಿರಾರು ನಿಂಗಾಗಿ ಸುರೀತಾ ಇದ್ದೀನಿ. ನಿಂಗೆ ಕಾರು, ಎ.ಸಿ. ರೂಮು, ಲಾಕರ್ ತುಂಬ ಒಡವೆ, ವಾರ್ಡ್‌ರೋಬ್ ತುಂಬ ಸೀರೆಗಳು. ನಿನ್ನ ಕನ್ವಿನ್ಸ್ ನೋಡ್ಕೊಂಡೆ. ನನ್ನ ಬಗ್ಗೆ ಯೋಚಿಸಿದ್ದೀಯಾ? ಎಲ್ಲಾ ಪಡೆದುಕೊಂಡೆ. ಕೊಟ್ಟಿದ್ದು ನಿಲ್. ನಿನ್ನ ಎಲ್ಲಾ ಸವಲತ್ತು, ಬಯಕೆಗಳನ್ನು ನಾನು ಎಲ್ಲಿನವರ್ಗೂ ಪೂರೈಕೆ ಮಾಡ್ತೀನೋ... ಅಲ್ಲಿನವರ್ಗೂ ನೀನು ನನ್ಮಾತು ಕೇಳಲೇ... ಬೇಕು" ಫೈಲನ್ನು ಅದರ ಪಾಡಿಗೆ ಬಿಟ್ಟು ಹೊರ ನಡೆದ.

ಅಳಸಿಂಗಾಚಾರ್ಯರು ಇನ್ನೂ ಮಾತಿನಲ್ಲಿಯೇ ಇದ್ದರು.

"ಬರ್ತೀನಮ್ಮ..." ತಾಯಿಗೆ ಹೇಳಿ ತಂದೆಯ ಕಡೆ ನೋಡಿದ.

"ರಾತ್ರಿಯೆಲ್ಲ ಕಾರ್ಡ್ಸ್ ಆಡ್ಬೇಡಿ" ಎಂದವನು ಹೊರಗೆ ನಡೆದ.

ಜೀಪು ಹೋದ ಶಬ್ದ ಕೇಳಿಸಿತು.

ಹರಿಣಿ, ವಾಸು ಇಬ್ಬರೂ ಪಾರಿಜಾತಳ ರೂಮಿಗೆ ಬಂದರು.

"ಶಂಕರ್ ಹೋದರಲ್ಲ, ಬಸುರಿ ಮಡದಿ ಯಾಕೆ ಬಿಟ್ಟಿದ್ದಾರು?" ವಾಸು ಆಡಿದ.

"ನೀನು ತಪ್ಪು ಮಾಡ್ದೇ ಪಾರಿಜಾತ. ವಿರೋಧಿಸಬೇಕಾಗಿತ್ತು. ಮಗುವಿಲ್ಲ ಅನ್ನೋ ಒಂದು ಕಾರಣಕ್ಕೆ ಮದುವೆ ಆಗೋದೇ. ನೀನು ಮೊದ್ಲೇ ನಿತೀಶ್‌ನ ದತ್ತು ತಗೊಂಡುಬಿಡಬೇಕಿತ್ತು. ಈಗ್ಲೂ... ಹಟಮಾಡು."

ಪಾರಿಜಾತ ತಲೆ ಅಡ್ಡಡ್ಡ ಆಡಿಸಿದಳು.

"ಕೆಲವು ವಿಷಯದಲ್ಲಿ ಅವರು ಮೃದುವೂ, ಕೆಲವು ವಿಷಯಗಳಲ್ಲಿ ಅಷ್ಟೆ ಹಟವಾದಿಯೂ. ಒಂದಿಂಚು ಕೂಡ ಅತ್ತಿತ್ತ ಅಲುಗಾಡಲಾರರು. ಅವರಿಗೆ ಅವರದೇ ಮಗು ಬೇಕಾಗಿತ್ತು. ನಂಗೇನು ಮದುವೆ ಮಾಡಿಕೊಂಡಿದ್ದು ಬೇಜಾರಿಲ್ಲ. ಅವರೇನು ಬದಲಾಗಿಲ್ಲ."

ಅವಳ ಮಾತಿಗೆ ಗಂಡ, ಹೆಂಡತಿ ಅವಕ್ಕಾದರು. ಕೋಪವಿದ್ದರೂ ಗಂಡನನ್ನು ಬಿಟ್ಟುಕೊಡಲು ಅವಳಿಗೆ ಮನಸ್ಸಿಲ್ಲ.

"ಅವ್ರು ಈ ಮನೆ, ಆ ಮನೆಯನ್ನು ಬೇರೆಯಾಗಿಯೇ ಇಟ್ಟಿದ್ದಾರೆ. ಪುಷ್ಪಕ್‌ನಿಂದ ಇಲ್ಲಿಗೆ ಯಾವುದೇ ಸಂದರ್ಭದಲ್ಲೂ ಫೋನ್ ಮಾಡೋಲ್ಲ. ಅಲ್ಲಿನ ಸಮಾಚಾರವನ್ನ ಇಲ್ಲಿ ಎತ್ತೋಲ್ಲ. ಬಹುಶಃ ಅಲ್ಲು ಅಷ್ಟೆ ಅಂತ ಕಾಣಿಸುತ್ತೆ. ದೊಡ್ಡದಾಗಿ ಶ್ರೀಮಂತ ಮಾಡಿದ್ರು. ಕನಿಷ್ಟ ಅತ್ತೆ, ಮಾವನವ್ರಿಗೂ ತಿಳಿಸಿಲ್ಲ. ಅಂದು ಕೂಡ ಮಾಮೂಲಾಗಿ ಮನೆಗೆ ಬಂದು ಹೋದ್ರು. ಇದುವರೆಗೂ ಎಂದೂ ಭವಾನಿಯ ಪ್ರಸ್ತಾಪ ನನ್ನ ಮುಂದೆ ಎತ್ತಿಲ್ಲ" ಹೇಳಿಕೊಂಡಳು.

"ಈಗ ನಿತೀಶ್ ಬಗ್ಗೆ ನಿನ್ನ ಅಭಿಪ್ರಾಯವೇನು?" ನೇರವಾಗಿ ಪ್ರಸ್ತಾಪಕ್ಕೆ ಬಂದ ವಾಸು.

"ಇಲ್ಲೇ ಇರಲಿ, ಮಾವ ಕೂಡ ಹೇಳಿದ್ದಾರಲ್ಲ. ಅವ್ರು ಕೂಡ ಬೇಡ ಅನ್ನಿಲ್ಲ. ಮತ್ತೆ ಮತ್ತೆ ಅದೇ ವಿಷಯ ಯಾಕೆ?"

ಮುಷ್ಟಿ ಬಿಗಿಹಿಡಿದು ಹಣೆಗೊತ್ತಿಕೊಂಡ.

"ನೀನು ತುಂಬ ಇನ್ನೋಸೆಂಟ್. ಮುಂದೂ ಕೂಡ ಶಂಕರ್ ಇರ್ತಾನೇಂತ ನಂಬ್ತೀಯಾ! ಮಗು ಆದ್ಮೇಲೆ ಅಲ್ಲಿನ ಆಕರ್ಷಣೆ ಜಾಸ್ತಿಯಾಗುತ್ತೆ. ಹಿರಿಯರ ವಿಷ್ಯ ಕೂಡ ಹೇಳೋ ಹಂಗಿಲ್ಲ ನೀನು. ದತ್ತು ಪತ್ರಕ್ಕೆ ಅವನಿಂದ ಸಹಿಪಡ್ಕೋ, ನಾವು ನಿಶ್ಚಿಂತೆಯಿಂದ ಊರಿಗೆ ಹೋಗ್ತೀವಿ, ನಿತೀಶ್ ನಿನ್ನಗನೇ."

ಪಾರಿಜಾತ ಮಿಡುಕಿದಳು. 'ದತ್ತು' ತೆಗೆದುಕೊಳ್ಳಲು ಶಂಕರ್‌ನ ಪೂರ್ಣ ವಿರೋಧವಿತ್ತು.

"ನೋಡೋಣ..." ಎಂದಳು.

ವಾಸು ಅಷ್ಟಕ್ಕೇ ಮಾತು ಮುಗಿಸಲಿಲ್ಲ, ಮಧ್ಯರಾತ್ರಿಯವರೆಗೂ ಕೊರೆದ. ಹರಿಣಿ ಬರೀ ಆಲಿಸುತ್ತಿದ್ದಳು. ಅವನು ಎದ್ದುಹೋದ ಮೇಲೆ ಅವಳು ಅಲ್ಲೇ ಉಳಿದಳು.

"ನಾನಿಲ್ಲೇ... ಮಲಗುತೀನಿ" ಎಂದು ಹಾಸಿಗೆಯ ಮೇಲೆ ಉರುಳಿಕೊಂಡಳು. "ಏಯ್, ವಾಸು ಬೇಜಾರು ಮಾಡ್ಕೋಬಹ್ದು, ಮೊದ್ಲು... ಹೋಗು" ಎಂದಳು.

ಹರಿಣಿ ದಿಂಬಿನಲ್ಲಿ ಮುಖ ಹುದುಗಿಸಿ ಬಿಕ್ಕಿದಳು.

"ಏನಾಯ್ತೆ?" ಪಾರಿಜಾತ ಗಾಬರಿಯಾದಳು.

ತೀರಾ ಅತ್ತು ಸಮಾಧಾನಗೊಂಡ ಮೇಲೆಯೇ ಹೇಳಿದ್ದು. "ಪಿಂಕಿ, ಹುಟ್ಟಿದ್ಮೇಲೆ ನಮ್ಮಿಬ್ಬರಲ್ಲಿ ಯಾವುದೇ ಸಂಬಂಧವಿಲ್ಲ. ಅವ್ರಿಗೆ ಇನ್ನೊಂದು ಸಂಸಾರವಿದೆ" ಬೆಚ್ಚಿಬಿದ್ದಳು ಪಾರಿಜಾತ. ಇವಳಿಗೇನಾದರೂ ಹುಚ್ಚಿಡಿದಿದೆಯೇ.

ಹರಿಣಿ ತನ್ನ ಮೈಮೇಲಿನ ಒಡವೆಗಳನ್ನು ತೆಗೆದು ಹಾಸಿಗೆಯ ಮೇಲೆ ಹಾಕಿದಳು.

"ಇವೆಲ್ಲ ಗಿಲೀಟಿನವು. ಅಪ್ಪ ಕೊಟ್ಟಿದ್ದು, ಅವ್ರು ಮಾಡಿಸಿದ್ದು ಎಲ್ಲಾ ಅವ್ರಿಗೆ ಕೊಟ್ಟುಬಿಟ್ಟಿದ್ದಾರೆ. ನಂಗೇನೂ ಇಲ್ಲ" ಸತ್ಯ ಹೊರಬಿದ್ದಿತ್ತು.

"ಕೆಲಸ ಹೋಗಿದ್ದು ಅವಳ ಕಾರಣವಾಗಿಯೇ, ಹುಷಾರಿಲ್ಲದಿದ್ದರೂ ವಾರಗಟ್ಟಲೇ ಸಂಸಾರದತ್ತ ತಿರುಗಿ ನೋಡದ ವ್ಯಕ್ತಿ.

"ಮನೆಯಲ್ಲಿದ್ರೆ... ಅವ್ರ ಮೈ ಬಣ್ಣದಿಂದ ಹಿಡಿದು ಪ್ರತಿಯೊಂದಕ್ಕೂ ನನ್ನನ್ನು ಹೋಲಿಸಿ ಹೀಯಾಳಿಸ್ತಾರೆ, ಅವಮಾನಿಸ್ತಾರೆ, ಮಕ್ಳು ಇಲ್ಲದಿದ್ರೆ... ನಾನು ಖಂಡಿತ ಆತ್ಮಹತ್ಯೆ ಮಾಡ್ಕೊಂಡ್ ಬಿಡ್ತಾ ಇದ್ದೆ" ಮತ್ತಷ್ಟು ಅತ್ತಳು.

ಇಡೀ ರಾತ್ರಿ ಪಾರಿಜಾತ ನಿದ್ರಿಸಲಿಲ್ಲ. ಅವಳ ಚಿಂತನೆಗಳು ತಾತ್ಕಾಲಿಕ. ಆ ಸಮಯ ಜಾರಿ ಬಿಟ್ಟರೇ ಮತ್ತದೇ ಪಾರಿಜಾತ. ಹರಿಣಿ ಜಾರಿದ್ದು ಅಲ್ಲಿಯೇ. ಅಕ್ಕತಂಗಿಯರ ಸ್ವಭಾವದಲ್ಲಿ ಅಂತಹ ಭಿನ್ನತೆಯೇನಿಲ್ಲ ಇದು ಅವರಪ್ಪ, ಅಮ್ಮನ ಹಣೆಯ ಬರಹವಿರಬಹುದು.

* * * *

ಬ್ರೇಕ್‌ಫಾಸ್ಟ್ ಮುಗಿಸಿಕೊಂಡು ಮೇಲೆದ್ದಾಗ ಪಾರಿಜಾತ ತಾಯಿ, ತಂದೆ ತಾವು ಹೊರಡುವ ಬಗ್ಗೆ ಹೇಳಿದರು.

"ಸಂಜೆ ಟ್ರೈನ್‌ಗೆ ಹೋಗ್ತೀವಿ" ಟವಲಿಗೆ ಕೈಯೊರೆಸುತ್ತಿದ್ದ ಶಂಕರ್ ತಲೆಯೆತ್ತಿದ. "ಇನ್ನು ನಾಲ್ಕು ದಿನ ಇರಬಹುದಿತ್ತು ಮನೆ ತುಂಬಿದಂಗಿತ್ತು" ಎಂದ.

"ಇಲ್ಲ, ಆಗಾಗ ಅಳಿಯ, ಮಗ್ಳು ಮಾವನ ಮನೆಗೆ ಬರೋದು ಸಂಪ್ರದಾಯ.

ಇಲ್ಲಿ ಸ್ವಲ್ಪ ತಿರುಗು ಮುರುಗು. ನಾವೇ ಆಗಾಗ್ಗೆ, ಬಂದುಹೋಗ್ತಾ ಇದ್ದೀವಲ್ಲ" ನಗೆಯಾಡಿದರು.

"ಸಂಪ್ರದಾಯಕ್ಕಿಂತ ಮನಸ್ಸು ಮುಖ್ಯ. ರಿಸರ್ವೇಶನ್ ಸಾಧ್ಯವೇನೋ ನೋಡ್ತೀನಿ" ಎಂದವನು ಪಾರಿಜಾತ ತಲೆಯ ಮೇಲೆ ಮೊಟಕಿ "ಒಂದಿಷ್ಟು ಏಕಾಂತ ದಯಪಾಲಿಸಿ" ಟವಲನ್ನು ಹೆಗಲ ಮೇಲೆ ಹಾಕಿ ಕೋಣೆಗೆ ಹೋದ.

ಹೊಟ್ಟೆಯಲ್ಲಿ ಹಾಲು ಸುರಿದುಕೊಂಡಂತಾಯಿತು ಅವಳಪ್ಪ ಅಮ್ಮನಿಗೆ. ಏನಾಗುತ್ತದೆಯೋ ಎಂದು ನಡುಗಿಹೋಗಿದ್ದ ಅವರು ಮಾಮೂಲಿನಂತಿದ್ದ ಅಳಿಯನನ್ನು ನೋಡಿ ಸಂತೋಷಿಸಿದ್ದರು.

ಆಗಲೇ ಮಡದಿಯನ್ನು ಜೊತೆಯಲ್ಲಿ ಕರೆದೊಯ್ದ. "ಹೇಗೂ, ನಮ್ಮ ಮನೆ ಫಂಕ್ಷನ್‌ಗೇಂತ ಕರ್ಸ್ಕೊಂಡಿದ್ದೀಯಾ, ಅವ್ರಿಗೆ ಏನು ಬೇಕೋ... ತಗೋ" ರೇಷ್ಮೆ ಸೀರೆಗಳ ಮಾರಾಟ ಮಳಿಗೆಯ ಮುಂದೆ ನಿಲ್ಲಿಸಿದ.

ಖುಷಿಯಿಂದಲೇ ಇಳಿದಳು. ಅವಳೇ ಮೂರು ಸೀರೆಗಳನ್ನು ಆಯ್ದುಕೊಂಡಳು. ಅವನಿಗೆ ಅರ್ಥವಾಯಿತು. ಇನ್ನೊಂದು ಸೀರೆಯನ್ನು ತಾನು ಆಯ್ದಿಟ್ಟ.

"ಅಮ್ಮನಿಗೆ... ಇರ್ಲಿ" ಎಂದ ಬಿರುಸಾಗಿ.

"ಅವರ್ಹತ್ರ ತುಂಬ ಸೀರೆಗಳು ಇವೆ. ಮೊನ್ನೆ ಬೇಜಾರು ಮಾಡಿಕೋತಾ.... ಇದ್ರು" ಎಂದಳು ಅನುಮಾನಿಸುತ್ತ. ಆ ಕಲರ್ ಕೂಡ ಅವಳಿಗೆ ಇಷ್ಟವಾಗಿತ್ತು. "ಇದೊಂದು ಹೆಚ್ಚಾಗೋಲ್ಲ, ಬಿಡು" ಕೌಂಟರ್‌ಗೆ ಬಂದು ಬಿಲ್ಲು ತೆತ್ತ.

ಸಮಸ್ತರಿಗೂ ಉಡುಗೊರೆ. ಮನೆಯ ಬಳಿ ಇಳಿಸಿಹೋದ. ಅರ್ಧ ಗಂಟೆಯಲ್ಲಿಯೇ ರಿಸರ್ವೇಶನ್ ಸಿಕ್ಕ ವಿಷಯ ತಿಳಿಸಿದ.

ಫೋನ್‌ನಲ್ಲಿ ಒಮ್ಮೆ ಭವಾನಿಯನ್ನ ವಿಚಾರಿಸಿಕೊಂಡು ಸಂಜೆಯವರೆಗೂ ನಾಲ್ಕು ಸಲ ಹೊರಟರೂ ಅವನಿಗೆ ಹೋಗಲಾಗಲಿಲ್ಲ. ಹತ್ತೂವರೆಯ ಟ್ರೈನ್ ಆದುದ್ದರಿಂದ ಏಳಕ್ಕೆ ಪುಷ್ಪಕ್‌ಗೆ ಹೋದ.

ಅಲ್ಲಿ ಪಾರಿಜಾತ ಅಪ್ಪ, ಅಮ್ಮನನ್ನ ನೋಡಿ ಗರಬಡಿದು ಹೋದ. "ಬಸುರಿ ಹುಡ್ಗೀನ ನೋಡ್ಕೊಂಡ್ಹೋಗೋಣಾಂತ ಬಂದ್ವಿ" ಪಾರಿಜಾತ ಅಮ್ಮ ಹೇಳಿದರು. ವ್ಯಂಗ್ಯವಾಗಲಿ, ಅಸಹನೆಯಾಗಲಿ ಇರಲಿಲ್ಲ.

ಟೀಪಾಯಿ ಮೇಲೆ ಐದು ತಟ್ಟೆಗಳನ್ನು ಇಟ್ಟಿದ್ದರು. ಎರಡರಲ್ಲಿ ಹಣ್ಣುಗಳು, ಒಂದರಲ್ಲಿ ಚಕ್ಕುಲಿ, ತೆಂಗೋಳೂ, ಉಂಡೆಗಳು, ಇನ್ನೊಂದರಲ್ಲಿ ಅರಿಶಿನ, ಕುಂಕುಮ ಹೂ, ಇನ್ನೊಂದರಲ್ಲಿ ಗೇಣಂಚಿನ ಹಸಿರು ರೇಶಿಮೆ ಸೀರೆ, ಕುಪ್ಪಸ.

ಇದೆಲ್ಲ ಏನು ಎನ್ನುವಂತೆ ನೋಡಿದ.

"ಬಸುರಿ ಹುಡ್ಗೀನ ನೋಡೋಕೆ ಬರೀ ಕೈಯಲ್ಲಿ ಬರಬಾರ್ದು" ಅವಳಪ್ಪ ಉಸುರಿದರು.

ಅವನನ್ನ ಬಲವಂತ ಮಾಡಿ ಭವಾನಿಯ ಪಕ್ಕದಲ್ಲಿ ಕೂಡಿಸಿ ಆರತಿಯೆತ್ತಿ ಬಳೆ

ತೊಡಿಸಿ ಅರಿಶಿನ ಕುಂಕುಮ ಹಚ್ಚಿ ಮಡಿಲು ತುಂಬಿ, ಮನಃಪೂರ್ವಕವಾಗಿ ಆಶೀರ್ವದಿಸಿದರು.

"ಯಾವ ಮಗು? ವೈಜ್ಞಾನಿಕ ಯುಗದಲ್ಲಿ ಕೇಳೋದೇನು ತಪ್ಪಿಲ್ಲ" ಪಾರಿಜಾತ ಅಪ್ಪ ನಕ್ಕು ತಮಾಷೆ ಮಾಡಿದರು "ಯಾವುದಾದ್ರಾಗ್ಲಿ... ಸುಖವಾಗಿ ಮೈ ಕಳೆದು ಭವಾನಿ ಮಡಿಲಲ್ಲಿ ಮುದ್ದಾದ ಮಗು ಮಲಗ್ಲಿ" ತಮ್ಮ ಮಗಳಿಗೆ ಆಗಬೇಕಾಗಿತ್ತು ಎನ್ನುವ ನೋವಿದ್ದರೂ ಆಗ ಮರೆತುಬಿಟ್ಟಿದ್ದರು.

ಅಲ್ಲೇ ಊಟ ಮುಗಿಸಿ ನಗು ನಗುತ್ತಾ ಅರ್ಧಗಂಟೆ ಕಳೆದು ನಿಲ್ಲಿಸಿಕೊಂಡಿದ್ದ ಟ್ಯಾಕ್ಸಿಯಲ್ಲಿಯೇ ಹೋದರು. ಆ ಮನೆಯ ಸುದ್ದಿಯೊಂದು ಎತ್ತಲಿಲ್ಲ.

ಆಮೇಲೆ ಭವಾನಿ ತಿರುಗಿ ತನ್ನ ಗಂಟಲು ತೋರಿಸಿದಳು. "ಇದ್ನ ಅವ್ರೇ ಹಾಕಿದ್ದು. ಮೊಗ್ಗು ಕೂಡ ಪೋಣಿಸಿ ಮುಡಿಸಿದ್ದು. ನಿಮ್ಮ ಸೋದರತ್ತೆಗೆ ಮಲ್ಲಿಗೆ ಮೊಗ್ಗೆಂದರೆ ತುಂಬ ಇಷ್ಟಾನಂತೆ" ಆನಂದಾತಿರೇಕದಲ್ಲಿ ಹೇಳಿಕೊಂಡಳು ಭವಾನಿ. ಅತ್ಯಂತ ಕರುಣೆಯಿಂದ ನೋಡಿದ. ಹೆಚ್ಚು ಒತ್ತುಕೊಡಲು ಮಾತ್ರ ಇಚ್ಛಿಸಲಿಲ್ಲ.

ಅವರುಗಳು ಹೊರಡೋ ವೇಳೆಗೆ ಮನೆಗೆ ಬಂದ. ಪಾರಿಜಾತ ಜಗಳ ಕಾಯುತ್ತಿದ್ದಳು.

"ನಾನು ಇಷ್ಟೆಲ್ಲ ಅಡ್ಗೆ ಮಾಡ್ಸಿದ್ದೀನಿ. ನೀವೆಲ್ಲೋ ಊಟ ಮಾಡ್ಬಂದಿದ್ದೀರಾ! ಅಂಥ ನೆಂಟರು ಇಲ್ಲಿ ಯಾರಿದ್ದಾರೆ?"

"ಈಗೇನಾಯ್ತು, ಇಷ್ಟು ದಿನ ಇಲ್ಲೇ ತಾನೇ ಊಟ ಮಾಡಿದ್ದು" ಸಮಾಧಾನ ಹೇಳುತ್ತಿದ್ದರು.

ಅಂದರೆ ಅವರುಗಳು ಪುಷ್ಪಕ್‌ಗೆ ಬಂದಿದ್ದು ಯಾರಿಗೂ ಗೊತ್ತಿಲ್ಲ. ಅಲ್ಲೂ ಕೂಡ ಆ ಪ್ರಸ್ತಾಪವೆತ್ತಿಲ್ಲ–ಅಷ್ಟನ್ನ ಬಿಟ್ಟು ಬೇರೇನು ಯೋಚಿಸಲು ಹೋಗಲಿಲ್ಲ.

ರೈಲ್ವೆ ಸ್ಟೇಷನ್‌ಗೆ ಅವನು, ಪಾರಿಜಾತ, ನಿತೀಶ್ ಮಾತ್ರ ಹೋಗಿದ್ದು. ಹರಿಣಿಗೆ ಹುಷಾರಿಲ್ಲವೆಂದು ವಾಸು ಕೂಡ ಮನೆಯಲ್ಲಿಯೆ ಉಳಿದ.

ಬರುವಾಗ ಮುಂದೆ ಹತ್ತಿಸಲು ಹೋದಾಗ ನಿತೀಶ್ ಹಿಂದೆ ಕೂಡಲು ಇಚ್ಛಿಸಿದ.

"ಬೇಡ, ಇಲ್ಲೇ ಕೂತ್ಕೋ" ಅಧಿಕಾರದ ದನಿಯಲ್ಲಿ ಹೇಳಿದಳು. "ಬೇಡ..." ತಲೆ ಅಲ್ಲಾಡಿಸಿದ.

ಮೂರು ನಾಲ್ಕು ಸಲ ಹೇಳಿದ ಪಾರಿಜಾತ ಕೆನ್ನೆಗೊಂದು ಕೊಟ್ಟಳು. ಅವನದು ರಚ್ಚೆಯ ಸ್ವಭಾವ. ಬಿಸ್ಕಟ್ ಪ್ಯಾಕೆಟ್, ಚಾಕಲೇಟು ಬಳುವಳಿ ಸಿಕ್ಕ ಮೇಲೆಯೇ ಅವನು ಅಳು ನಿಲ್ಲಿಸಿದ್ದು.

ಬಹಳ ದಿನ ಹರಿಣಿ, ವಾಸು ಇಲ್ಲೇ ಉಳಿಯುವುದು ಶಂಕರ್‌ಗೆ ಇಷ್ಟವಿರಲಿಲ್ಲ.

"ವಾಸು, ಸಂಸಾರ ಯಾವಾಗ ಹೊರಡುತ್ತೆ?" ಡ್ರೈವ್ ಮಾಡುತ್ತ ಕೇಳಿದ. "ಗೊತ್ತಿಲ್ಲ, ಇನ್ನೂ ಇರ್ತಾರೇಂತ ಕಾಣಿಸುತ್ತೆ" ಎಂದಳು. ಇದು ಆರೋಗ್ಯಕರ ಲಕ್ಷಣವಾಗಿ ಕಾಣಲಿಲ್ಲ. "ಯಾಕೆ... ಇರ್ತಾರೆ? ಕೆಲ್ಸವಿಲ್ಲದವ್ರ ತಲೆಯಲ್ಲಿ ಭೂತಗಳು

ಓಡಾಡುತ್ತೆ. ಹರಿಣಿ ಬೇಕಾದ್ರೆ ಇನ್ನಷ್ಟು ದಿನ ಇರಲಿ. ವಾಸುನ ಕಳಿಸೋ ಏರ್ಪಾಟು ಮಾಡು" ಸ್ಪಷ್ಟವಾಗಿಯೇ ಹೇಳಿದ.

"ಇದ್ದರೆ ಇದ್ಕೊಳ್ಳಿ, ಅವ್ನಿಗ ಕೆಲಸವಿಲ್ಲ. ಅಲ್ಹೋಗಿ ಏನು ಮಾಡ್ತಾನೆ?" ಮುಗ್ಧಳಂತೆ ಮಾತಾಡಿದಳು. ಕಾರನ್ನ ಪಕ್ಕಕ್ಕೆ ನಿಲ್ಲಿಸಿ ಆಫ್ ಮಾಡಿದ. "ಬಹುಶಃ ನಿಂಗೆ ಇದೆಲ್ಲ ಅರ್ಥವಾಗೋಲ್ಲ. ಕಷ್ಟವಿದ್ದರೆ ಸಹಾಯ ಮಾಡೋಣ. ಮನೆಯಲ್ಲಿ ಇಟ್ಟುಕೊಳ್ಳೋಕೆ ನಾನು ತಯಾರಿಲ್ಲ. ನಿಂಗೆ ಹೇಳೋಕ್ಕಾಗದಿದ್ರೆ.... ನಾನು ಹೇಳ್ತೀನಿ. ಆಗಬಹುದು... ತಾನೇ?" ಅವನ ಸ್ವರ ಒರಟಾಯಿತು.

"ದತ್ತು ಶಾಸ್ತ್ರ ಮುಗಿಯೋವರ್ಗೂ ಅವ್ರು ಹೋಗೋಲ್ಲ" ವಿಷಯ ಹಳೆಯದಾದರೂ ಹೊಸ ಬಾಟಲಿಗೆ ಸುರಿದಂತಿತ್ತು "ಶಾಸ್ತ್ರಪೂರ್ವಕವಾಗಿಯೇ ಮಾಡ್ಕೋಬೇಕಂತೆ. ದೊಡ್ಡ ಸಮಾರಂಭಾನೇ ಆಗ್ಬೇಕೂಂತಾರೆ. ಪೇಪರ್ಸ್ ಕೂಡ ರೆಡಿ ಮಾಡ್ಸಿ ತಂದಿದ್ದಾರೆ" ಒಂದೇ ಸಾರಿಗೆ ಎಲ್ಲವನ್ನು ಉಸುರಿದಳು.

ದೀರ್ಘವಾಗಿ ಉಸಿರೆಳೆದು ದಬ್ಬಿದ.

"ನಿನ್ನಿಷ್ಟ, ಯಾಕೆ ನಾಳೆನೇ ದತ್ತು ಮಾಡ್ಕೊ. ಅದ್ಕೆ ನಿಧಾನವೇಕೆ?" ಅಲಕ್ಷ್ಯದಿಂದ ನುಡಿದ.

"ಅದಕ್ಕೆ, ಅವ್ರ ಒಪ್ಗೇ ಇಲ್ಲ. ನಾವಿಬ್ರೂ ಕೂಡಿಯೇ ದತ್ತು ತಗೋಬೇಕು. ಮಾವ, ಅತ್ತೆ ಅವತ್ತು ಮಾತು ಕೊಟ್ಟಿದ್ದಾರೆ, ಕೂಡ."

ಬಹಳ ಶ್ರದ್ಧೆಯಿಂದ ಆಲಿಸಿದ. ತನ್ನನ್ನು ಹೊರಗಿನವನಾಗಿಸಿ ನಿರ್ಣಯ ತೆಗೆದುಕೊಂಡರೂ ಆ ಸರಪಣಿಯಲ್ಲಿ ಬಿಗಿಯಲು ದೊಡ್ಡ ಸನ್ನಾಹವೆ ನಡೆದಿದೆ.

ಕಾರು ಸ್ಟಾರ್ಟ್ ಮಾಡಿದ. ಮನೆ ತಲುಪುವವರೆಗೂ ಇನ್ನೊಂದು ಮಾತಾಡಲಿಲ್ಲ. ಹಿಂದಿನ ಸೀಟಿನಲ್ಲಿ ನಿತೀಶ್ ನಿದ್ರಿಸಿಬಿಟ್ಟಿದ್ದ. ಸ್ವಲ್ಪ ದಷ್ಟಪುಷ್ಟವಾಗಿಯೇ ಇದ್ದ.

ಕೂತೇ, ಇಳಿಯುತ್ತಿದ್ದವಳಿಗೆ ಹೇಳಿದ. "ನಿತೀಶ್‌ನ ಎತ್ತಿಕೊಂಡ್ಹೋಗು..." ಹಿಂದೆ ಇಂಥ ಸಂದರ್ಭಗಳಲ್ಲಿ ಅವನೇ ಒಯ್ದು ಮಲಗಿಸುತ್ತಿದ್ದ ಸಹೃದಯತೆ ತಪ್ಪು ಮಾಡಿದೆಯೆನಿಸಿತು.

ಹಿಂದಕ್ಕೆ ತಿರುಗಿದಳು. "ಆಳುನ ಕಳುಸ್ತೀನಿ..." ಒಳಗೆ ಹೋದಳು. ಐದು ನಿಮಿಷ ಕಾದ, ಯಾರೂ ಬರಲಿಲ್ಲ. ಕಾರಿನಿಂದಿಳಿದು ಜೀಪು ಹತ್ತಿ ಹೊರಟುಬಿಟ್ಟ.

"ನಿತೀಶ್‌ನ, ಒಳ್ಗೆ ತಂದು ಮಲಗಿಸು" ಬಾಗಿಲು ತೆಗೆದ ಆಳಿಗೆ ಹೇಳಿ ತನ್ನ ರೂಮಿಗೆ ಹೋಗಿಬಿಟ್ಟಳು.

ಬೆಳಿಗ್ಗೆಯೇ ಗೊತ್ತಾಗಿದ್ದು ನಿತೀಶ್ ಇಡೀ ರಾತ್ರಿ ಕಾರಿನ ಹಿಂದಿನ ಸೀಟಿನ ಮೇಲೆಯೇ ಇದ್ದ. ಹರಿಣಿ ಗೊಳೋ ಎಂದು ಅತ್ತಳು.

"ನಾನು ಚೆಲುವಯ್ಯನಿಗೆ ಹೇಳ್ದೆ" ಪಾರಿಜಾತ ಅವನೆಡೆ ಬೊಟ್ಟು ಮಾಡಿದಳು. "ನನ್ನ ಮಕ್ಕಳಾಣೆಗೂ ಹೇಳಿಲ್ಲ, ಚಿಕ್ಕಮ್ಮಾವ್ರು ಸುಮ್ನೇ ಹೋಗ್ಬಿಟ್ರು. ಚಿಕ್ಕೆಜಮಾನ್ರು

ಪುಷ್ಪಕ್‌ಗೆ ಹೋಗ್ತಾರೇಂತ ನಾನು ಬಾಗ್ಲು ಹಾಕ್ಕೊಂಡೆ. ನಂಗೊಂದೂ ಗೊತ್ತಿಲ್ಲ" ಕೆನ್ನೆಗೊಡೆದುಕೊಂಡ.

"ಶಂಕರ್, ಒಳ್ಗೆ ತಂದು ಮಲಗಿಸ್ಲಿಲ್ವಾ!" ಜಗನ್ನಾಥ್ ಮುಖ ಕಿವುಚಿದರು. "ನನ್ನನ್ನೇ ಎತ್ತಿಕೊಂಡು ಹೋಗೂಂದ್ರು...." ಪಾರಿಜಾತ ಸುಳ್ಳೇನು ಹೇಳಲಿಲ್ಲ.

ಅವಳದೆ ತಪ್ಪೆಂದುಕೊಂಡರೂ ಸುಮ್ಮನಾದರು.

ನಿತೀಶ್‌ಗೆ ಮಧ್ಯಾಹ್ನದ ವೇಳೆಗೆ ಸ್ವಲ್ಪ ಜ್ವರ ಬಂತು. ವಾಸು ಅದನ್ನ ಬೆಟ್ಟದಷ್ಟು ಮಾಡಿದ.

"ನಿಮ್ಮ ಮಾತು ಪ್ರಕಾರ ದತ್ತು ಶಾಸ್ತ್ರ ಮುಗ್ಸಿಕೊಳ್ಳಿ. ನಿತೀಶ್‌ಗೆ ಎಲ್ಲಾ ಇದ್ದು ಕೂಡ ಯಾರೂ ಇಲ್ಲವಾಗಿಬಿಡ್ತೀವಿ. ಆಮೇಲೆ ನಿಮ್ಮ ಮಗನ ನಿರ್ಲಕ್ಷ್ಯ ಕಮ್ಮಿ ಆಗುತ್ತೆ" ವಾಸು ಹೇಳಿದ.

"ಮಾವ, ಪ್ಲೀಸ್..." ಪಾರಿಜಾತ ರಿಕ್ವೆಸ್ಟ್ ಮಾಡಿಕೊಂಡಳು.

"ಆಯ್ತು, ಇವತ್ತು ಶಂಕರ್‌ನ ಹತ್ರ ಮಾತಾಡಿ, ಪುರೋಹಿತರನ್ನ ಕರ್ಸಿ ದಿನ ನಿಶ್ಚಯ ಮಾಡ್ತೀನಿ" ನಿರ್ಧಾರಿತವಾಗಿ ನುಡಿದರು.

ಮಾತು ಮುಗಿಸಿಬಿಟ್ಟಿದ್ದರೂ ಒಂದು ರೀತಿಯ ಹಿಂಜರಿಕೆ. ಶಂಕರ್ ಹೇಗೆ ಪ್ರತಿಕ್ರಿಯಿಸಬಲ್ಲನೆಂದು ಅವರಿಗೆ ಗೊತ್ತು.

ಆಮೇಲೆ ದಾಕ್ಷಾಯಿಣಿ ತರಾಟೆಗೆ ತಗೊಂಡರು.

"ಯಾರು ದತ್ತು ತಗೋಳ್ಳೋದು? ಶಂಕರ್‌ನ ಒಪ್ಗೆ ಇಲ್ಲ. ಸಿಕ್ಕೋದು.... ಇಲ್ಲ. ನಿತೀಶ್ ಹೇಗೂ ಇಲ್ಲೇ ಇದ್ದಾನೆ. ನಾವೇ ಓದಿಸೋಣ. ಅವನೇ ಮನೆ ಮಗು. ಕಾಲಕ್ರಮೇಣ ಏನಾದ್ರೂ.... ಮಾಡಿದ್ರಾಗುತ್ತೆ."

ಅದು ಅವರಿಗೂ ಒಪ್ಪಿಗೆಯೇ. ಆದರೆ ವಾಸು ಒಪ್ಪೋಲ್ಲ. ಅವನ ಮಗನ ಭವಿಷ್ಯದ ಬಗ್ಗೆ ಅವನಿಗೆ ಆತಂಕ.

"ಅವತ್ತು ನಾನೇ ದತ್ತು ಪ್ರಸ್ತಾಪ ಎತ್ತದಿದ್ರೂ... ಒಪ್ಪಿಕೊಂಡಿದ್ದೆ. ಈಗ ಮಾತು ಬದಲಾಯಿಸೋದೇಕೆ? ಈ ಮನೆಗೂ ಒಂದು ಮಗು ಬೇಕು. ಪಾರಿಜಾತ ಬಗ್ಗೆ ಯೋಚ್ಸು. ರಾತ್ರಿ ಶಂಕರ್ ಪುಷ್ಪಕ್‌ನಲ್ಲೇ ಇದ್ದುಬಿಡ್ತಾನೆ" ಸೊಸೆಯ ಮೇಲಿನ ಸಹಾನುಭೂತಿಯಿಂದ ಅವರ ಸ್ವರ ಒದ್ದೆ ಆಯಿತು.

ಆಕೆಯ ಮನಸ್ಸು ಕೂಡ ಮೆತ್ತಗಾಯಿತು. "ಅವ್ಳು ತುಂಬಿದ ಬಸುರಿ. ಏನಾದ್ರೂ ಹೆಚ್ಚು ಕಡ್ಮೆಯಾದ್ರೆ... ಅಲ್ಲಿ ಯಾರಿದ್ದಾರೆ? ಇದು ತಪ್ಪು ಅನ್ನೋದು ಮಾನವೀಯತೆಯಲ್ಲ" ಮಗನ ಪರ ವಹಿಸಿದರು. ಅವರು ಮತ್ತೆ ಆಕ್ಷೇಪಿಸಲಿಲ್ಲ.

"ಅವ್ನ ದತ್ತು ಯಾಕೆ ತಗೋಬಾರ್ದು. ನಿತೀಶ್ ಮೊದಲನೇ ಮಗ ಆಗ್ತಾನೆ ಅಷ್ಟೆ. ಪಾರಿಜಾತಗಾಗಿ ಅವ್ನ ಒಪ್ಪಿಕೊಳ್ಳಲೇಬೇಕು" ಕಡ್ಡಿ ತುಂಡು ಮಾಡಿದಂತೆ ಆಡಿದರು.

"ತಂದೆಯುಂಟು, ಮಗನುಂಟು. ನಾನು ಮಧ್ಯೆ ಬರೋಲ್ಲ. ಅವನಂತು

ಒಪ್ಪೋಲ್ಲ. ಇನ್ನು.... ನಿಮ್ಮಿಷ್ಟ... ಸುಮ್ನೆ ನೀವು ವಾಸುನ ಒಪ್ಪಿಸೋಕೆ ನೋಡಿ" ಆಕೆ ಎದ್ದು ಹೋದರು.

ಮತ್ತೆ ಹರಿಣಿ, ವಾಸು, ಪಾರಿಜಾತನ ಕೂಡಿಸಿಕೊಂಡು ಮಾತಾಡಿದರು. ಮೂವರದು ಒಂದೇ ನಿಲುವು.

"ಶಂಕರ್, ಹತ್ರ ಮಾತಾಡ್ತೀನಿ" ಎಂದವರು ಡಯರ್ ತಿರುಗಿಸಿದರು. "ನಿನ್ಹತ್ರ ಸ್ವಲ್ಪ ಮಾತಾಡ್ಬೇಕು" ಎಂದರು. ಅವನು ಯಾವುದೋ ಡಿಸ್‌ಕಸ್‌ನಲ್ಲಿದ್ದ. "ಲಂಚ್‌ಗೆ ಬರ್ತೀನಲ್ಲ. ಆಗ ಮಾತಾಡೋಣ" ಎಂದ. "ನಾನೇ ಆಫೀಸ್‌ಗೆ ಬರ್ತೀನಿ" ಫೋನಿಟ್ಟರು.

ಅವನೇನು ತಲೆಕೆಡಿಸಿಕೊಳ್ಳಲಿಲ್ಲ. ಡಯರ್ ತಿರುಗಿಸಿ.

"ಹಲೋ, ನಾನೇ ಬರ್ತೀನಿ, ಮಗ ತಂದೆ ಹತ್ರ ಬರ್ತಾನೆ, ತಂದೆ ಮಗನನ್ನು ಹುಡುಕಿಕೊಂಡು ಬರಬೇಕಾದ ಅಗತ್ಯವಿಲ್ಲ" ತಮಾಷೆಯಾಗಿಯೇ ಹೇಳಿದ.

"ನಾನು ತಂದೆಯಾಗಿ ಬರ್ತಾ ಇಲ್ಲ. ಐಯಾಮ್ ಎ ಜಗನ್ನಾಥ್..." ಅವರ ಕೆಂಪಾದ ಮುಖವನ್ನು ಶಂಕರ್ ಕಣ್ಮುಂದೆ ಕಲ್ಪಿಸಿಕೊಂಡ.

"ಓಕೆ... ಮಿಸ್ಟರ್ ಜಗನ್ನಾಥ್.... ಬನ್ನಿ" ಫೋನಿಟ್ಟ.

ಇಂದು ಹತ್ತು ನಿಮಿಷ ಕಾಯಿಸಿದ ಕೂಡ. ಒಳಗಿನ ಛೇಂಬರ್‌ಗೆ ಕರೆದೊಯ್ದವನು, ಅವನ ಕಂಪನಿ ಅಡ್ರೆಸ್ ನಮೂದಾದ ಕಾರ್ಡು ಜೊತೆ ಒಂದು ಪುಸ್ತಕವನ್ನು ಕೊಟ್ಟ.

"ಸಂಪೂರ್ಣ ವಿವರ ಇದೆ. ನನ್ನ ಟೈಮ್ ತೀರಾ ದುಬಾರಿ. ಆದರೆ ನನಗೆ ಹಿರಿಯರ ಬಗ್ಗೆ ತುಂಬ ಗೌರವ. ಬೇಗ ಮಾತಾಡಿ ಮುಗಿಸಿದರೇ..." ಯಾವುದೇ ಕಾಂಪ್ಲೆಕ್ಸ್‌ಗೆ ಒಳಗಾಗದೇ ಹೇಳಿದ.

ಕಾರ್ಡು, ಪುಸ್ತಕ ಪಕ್ಕಕ್ಕೆ ಸರಿಸಿದರು.

"ಒಂದು ಸಮಸ್ಯೆಯ ಬಗ್ಗೆ ಮಾತಾಡೋಕೆ ಬಂದಿದ್ದೀನಿ" ಎಂದಾಗ ತುಟಿ ತೆರೆಯಲು ಹೋದ.

"ಕಂಪನಿಗೆ ಸಂಬಂಧ ಪಟ್ಟಿದ್ದು ಅಲ್ಲದಿರಬಹುದು. ಜನರಲ್ ನಾಲೆಡ್ಜ್‌ನಿಂದ್ಲೇ ಬಗೆಹರಿಸಬಹುದು. ನಾನೀಗ ದತ್ತು ತಗೋಬೇಕೂಂತ ಇದ್ದೀನಿ..." ಅಂದವರು "ಸಾಗ್ರ ದತ್ತು ತಗೋಬೇಕಾಗಿದೆ."

"ಅದಕ್ಕೆ ನನ್ನ ಒಪ್ಗೆ ಬೇಕಾಗಿದೆಯೆ?" ನಗೆಯಾಡಿದ.

"ಅವ್ನು ಒಪ್ತಾ ಇಲ್ಲ. ಹೃದಯ ಇಲ್ದ ಮನುಷ್ಯ" ಕೋಪದಿಂದ ಗುಡುಗಿದರು.

ಅವನಿಗೆ ತಮಾಷೆಯೆನಿಸಿತು. "ಬೇಡ ಬಿಡಿ. ಇನ್ನು ನಿಶ್ಚಿಂತೆ. ಅವರಿಗೆ ಮಕ್ಕಳು ಇಷ್ಟ ಇಲ್ದೇ ಇರಬಹುದು."

"ಅಲ್ಲ, ಅವನಿಗೆ ಮಕ್ಕಳು ಇಷ್ಟಾನೇ. ಆದರೆ ಅವನ ಹೆಂಡತಿಗೆ ಮಕ್ಕಳು ಆಗೋಲ್ಲ" ಕನಲಿದರು.

ಶಂಕರ್ ಚಪ್ಪಾಳೆ ತಟ್ಟಿದ. "ಅವ್ನು ಲಕ್ಕಿ ಪರ್ಸನ್. ಮಕ್ಕಳು ಇಲ್ಲದವರಿಗೆ ಒಂದೇ ಚಿಂತೆ. ಮಕ್ಕಳು ಇದ್ದವರಿಗೆ ನಾನಾ ಚಿಂತೆ. ನರ್ಸರಿಯಿಂದ ಕಾಲು ಹಿಡಿದು, ಕ್ಯೂ ನಿಲ್ಲೋಕೆ ಶುರು ಮಾಡಿದ್ರೆ... ಕಾಲೇಜು ಹಂತದವ್ರಿಗೂ ಅದೇ ಪಾಡು. ಆಮೇಲೆ ತಾನೇ ಉದ್ಯೋಗ ಸಿಗುತ್ತಾ? ಅದೂ... ಇಲ್ಲ, ಲಿವ್ ಇಟ್."

ಜಗನ್ನಾಥ್ ಮುಷ್ಟಿ ಹಿಡಿದು ಮೇಜಿನ ಮೇಲೆ ಅದುಮಿದರು.

"ಹಾಗಲ್ಲ, ಅದೇ ಕಾರಣನ ಮುಂದು ಮಾಡ್ಕೊಂಡ್ ಬೇರೆ ಮದುವೆ ಮಾಡಿಕೊಂಡಿದ್ದಾನೆ. ಅದಕ್ಕೆ ಅವನ ತಾಯ್ತಂದೆಯರ ವಿರೋಧ..." ಹಲ್ಲು ಕಡಿದರು.

"ಹಾಗಾದ್ರೆ, ಅವ್ನು ನಿಮ್ಮನ್ನೆಲ್ಲ ಬಿಟ್ಟು ಹೋಗಿದ್ದಾನ? ಮೊದಲ ಹೆಂಡತಿನ ತವರಿಗೆ ಅಟ್ಟಿ ಬಿಟ್ಟಿದ್ದಾನ?" ಕೇಳಿದ.

"ಎರಡೂ ಇಲ್ಲ. ಎರಡು ಸಂಸಾರನೂ ನಿಭಾಯಿಸ್ತ ಇದ್ದಾನೆ" ಉಸಿರು ಬಿಗಿಹಿಡಿದು ಹೇಳಿದರು.

ಗಾಜಿನ ಹೂಜಿಯಲ್ಲಿದ್ದ ನೀರನ್ನು ಗ್ಲಾಸಿಗೆ ಬಗ್ಗಿಸಿ ಅವರ ಮುಂದಿಟ್ಟ. "ಮೊದ್ಲು ಕುಡೀರಿ, ನಂಗೂ ಕೂಡ ಕುಡಿಯೋ ಹಾಗಾಗಿದೆ" ತಾನೊಂದು ಗ್ಲಾಸ್ ಬಗ್ಗಿಸಿಕೊಂಡು ಕುಡಿದ.

"ಭಪ್ಪರೇ, ಒಂದು ಕುದುರೆ ಮೇಲಿನ ಸವಾರಿನೇ ಕಷ್ಟ. ಇನ್ನು ಎರಡು ಹೆಣ್ಣುಗಳ ಮಧ್ಯದ ಬಾಳು. ಭಯಂಕರ... ಭೇಷ್... ಒಳ್ಳೆ ಸಾಹಸಿ. ಇದು ಇಪ್ಪತ್ತನೇ ಶತಮಾನ ನೋಡಿ. ಪತಿಯೇ ದೇವರು ಎಂದು ಪೂಜಿಸೋ ಹೆಣ್ಣುಗಳೇನು ಸಿಕ್ಕೋಲ್ಲ. ಈಗ ಬೇಗ ವಿಷಯಕ್ಕೆ ಬನ್ನಿ...." ವಾಚ್ ಕಡೆ ನೋಡಿದ.

"ಅವ್ನು ಈಗ ದತ್ತು ತಗೋಳೋಕೆ ಒಪ್ಕೋಬೇಕು" ವಾದ ಹೂಡಿದರು. ಟೇಬಲ್ ಮೇಲಿನ ವೈಟನ್ನು ಒಂದು ಸುತ್ತು ತಿರುಗಿಸಿ ಇಟ್ಟ ಶಂಕರ್.

"ಅವ್ನ ಎರಡನೇ ಹೆಂಡತಿಗೂ ಮಕ್ಕಳು ಆಗೋಲ್ಲವಂಥ?" ಅವನ ಹಣೆಯ ಮೇಲೆ ನೆರಿಗೆಗಳು ಮೂಡಿದವು.

"ನಾವು ಆ ಸಂತಾನನ ಒಪ್ಪಿಕೊಳ್ಳೋಲ್ಲ!" ಬಿಗಿಯಾದರು ಮತ್ತಷ್ಟು.

ಶಂಕರ್ ನಕ್ಕುಬಿಟ್ಟ. "ಅದ್ನ ಒಪ್ಪಿಕೊಳ್ಳೋಕ್ಕೆ ನೀವ್ಯಾರು? ಅವ್ನು ಎಂದಿನವರ್ಗೂ ನಿಮ್ಮ ಮಗಾಂತ ಸಮಾಜದಲ್ಲಿ ಗುರ್ತಿಸಪಡುತ್ತಾನೋ ಅಂದಿನವರ್ಗೂ ಅದು ನಿಮ್ಮ ಮೊಮ್ಮಗುವೆ. ಆ ಬಗ್ಗೆ ಕೂಡ ನಿಮ್ಮ ಮಗ ಬಲವಂತ ಮಾಡೋಲ್ಲ" ಎಂದ.

ಜಗನ್ನಾಥ್ ಎದ್ದೇಬಿಟ್ಟರು. "ಅವ್ನು ನಿತೀಶ್‌ನ ದತ್ತು ಸ್ವೀಕಾರಕ್ಕೆ ಒಪ್ಪದಿದ್ರೆ... ನಾನೇ ದತ್ತು ತಗೋತೀನಿ. ನಂಗೆ ಮಕ್ಕಳೇ ಇಲ್ಲ" ಹೊರಟುಬಿಟ್ಟರು.

ಒಂದು ರೀತಿ ಶಂಕರ್‌ನ ಮೇಲೆ ಯುದ್ಧ ಸಾರಿ ಹೋಗಿದ್ದರು. ತಮ್ಮ ಹಟ, ಅವಿವೇಕಕ್ಕಾಗಿ ಮಗನನ್ನೇ ಅಲ್ಲ ಎನ್ನುವ ಮಟ್ಟಿಗೆ ಬಂದಿದ್ದರು.

ಇದರ ಹತ್ತು ಪಟ್ಟು ದೊಡ್ಡ ಸಮಸ್ಯೆ ಬಂದರೂ ಅಚಲವಾಗಿ ಬಂಡೆಯಂತೆ ನಿಲ್ಲಬಲ್ಲ. ಭವಾನಿಗೆ ಖಂಡಿತ ಅನ್ಯಾಯ ಮಾಡಲಾರ.

ಪುಷ್ಪಕ್‌ಗೆ ಹೋಗುವ ವೇಳೆಗೆ ಮಹೇಂದ್ರ ಪರಾಶರ ಅಂದರೇ ಅವನ ದೊಡ್ಡಪ್ಪ, ದೊಡ್ಡಮ್ಮ ಬಿಜಯ ಮಾಡಿಸಿದ್ದರು. ಆಶ್ಚರ್ಯದ ಜೊತೆ ಆತಂಕ ಕೂಡ ಅವನಿಗೆ.

"ಹೇಗಿದ್ದೀಯಾ? ಈ ದೊಡ್ಡಪ್ಪನ ಸಲಹೆ, ಸಹಾಯ, ಸಹಕಾರ ಇಲ್ಲದೇನೇ... ಬೆಳ್ದುಬಿಟ್ಟೆ!" ಮೆಚ್ಚಿಗೆಯಾಡಿದರು. ಅದನ್ನು ಹಾಗೆಯೇ ಸ್ವೀಕರಿಸಿದ. ವ್ಯಂಗ್ಯ ಹುಡುಕಿ ಕಿರಿ ಕಿರಿ ಮಾಡಿಕೊಳ್ಳಲು ಹೋಗಲಿಲ್ಲ.

ಬರೀ ಮುಗುಳ್ನಕ್ಕ. ಸರ್ಕಾರಿ ಕಂಟ್ರಾಕ್ಟ್‌ನ ಸಮಸ್ಯೆಗಳು, ಬಿಲ್‌ಗಳು ನಿಧಾನವಾಗುತ್ತಿರುವ ಬಗ್ಗೆಯು ವಿಶ್ಲೇಷಿಸಿದರು.

"ಸಂಡೇ, ನಿಮ್ಮಿಬ್ಬರನ್ನು ನಮ್ಮ ಮನೆಗೆ ಊಟಕ್ಕೆ ಕರೆಯೋಕೆ ಬಂದಿದ್ದೀವಿ. ಮನೆ ಸೊಸೆ ಒಡಲು ತುಂಬಿದಾಗ ಮಡಿಲು ತುಂಬುವುದು ಸಂಪ್ರದಾಯ. ಇನ್ನೊಂದ್ಮಾತು ಬೇಡ" ಅಧಿಕಾರದ ದನಿಯಲ್ಲಿ ಹೇಳಿದರು.

ಚಿಂತಿಸಲು ವೇಳೆ ಇರಲಿಲ್ಲ. ಯಾರ ರೀತಿಯಿಂದಲೂ ತನ್ನ ತಾಯ್ತಂದೆಯರಿಗೆ ಅವಮಾನ ಮಾಡಲು ಸಿದ್ಧವಿಲ್ಲ. ಆದರೆ ಭವಾನಿಯ ಸ್ಥಾನಮಾನಗಳನ್ನು ಕಡಿಮೆ ಮಾಡಲು ಇಚ್ಛಿಸಲಿಲ್ಲ.

"ಖಂಡಿತ... ದೊಡ್ಡಪ್ಪ..." ಭರವಸೆ ಕೊಟ್ಟ.

ಹೆಚ್ಚು ಸಂಬಂಧವಿಟ್ಟುಕೊಳ್ಳದ ಮನುಷ್ಯ. ಇವನು ಬೆಳೆದ ಮೇಲೆಯೇ ಅಷ್ಟಿಷ್ಟು ಸಂಬಂಧ ಬೆಳೆಸಿಕೊಂಡಿದ್ದು, ಈಗ ಅವರಾಗಿ ಕರೆಯಲು ಬಂದರೆಂದರೆ... ತನ್ನ ತಂದೆಯನ್ನು ಮುಖ ಭಂಗಿಸಲೆಂದುಕೊಂಡ.

"ನಿಮ್ಗೆ ಹೋಗೋಕೆ ಇಷ್ಟವಿಲ್ಲ" ಭವಾನಿ ಹೇಳಿದಾಗ ನಕ್ಕುಬಿಟ್ಟ.

"ನೀನು ಸೈಕಾಲಜಿ ಸ್ಟಡಿ ಮಾಡಿದ್ದೀಯ?" ಮೂಗು ಹಿಂಡಿದ.

"ಇದಕ್ಕೆಲ್ಲ ಸೈಕಾಲಜಿ ಬೇಕಾಗೋಲ್ಲ" ಎಂದಳು ನಗುತ್ತ.

ಆರು ಪೂರ್ತಿ ತುಂಬಿದ ಭವಾನಿ ಮಾತೃತ್ವ ಛಾಯೆಯಿಂದ ತುಂಬಿಹೋಗಿದ್ದಳು. ಮೊದಲೇ ಕಾಠಿಣ್ಯವಲ್ಲದ ಅವಳು ಪೂರ್ತಿ ಮೃದುವಾಗಿಬಿಟ್ಟಿದ್ದಳು.

"ಅಣ್ಣ.... ಫೋನ್ ಮಾಡಿದ್ದ" ನೆನಪಿಸಿದಳು.

ಗಾಬರಿಯಿಂದ ತಲೆಯ ಮೇಲೆ ಕೈಹೊತ್ತ ಶಂಕರ್. "ಅವ್ನ ಇಡೀ ಸಂಬ್ಳ ಫೋನ್ ಬಿಲ್‌ಗೆ ಸಾಕಾಗೋಲ್ಲ. ಅವ್ನು ಹುಡ್ಗಾಟ ಮಾಡ್ಕೊಂಡ್ಬಿಟ್ಟಿದ್ದಾನೆ. ಅದ್ರ ಬದ್ಲು ದಿನಕ್ಕೊಮ್ಮೆ ಬಂದು ಹೋಗೂಂತ... ಹೇಳ್ಬೇಕು" ಬೈಯ್ದ.

ಆಗಲೇ ಸಿಂಹಗೆ ಫೋನ್ ಮಾಡಿ ಫ್ಲೈಟ್‌ನಲ್ಲಿ ಎರಡು ಟಿಕೆಟ್ ರಿಸರ್ವ್ ಮಾಡಿಸಿದ.

"ನಾಳೆ ಮುಂಬಯಿಗೆ ಹೋಗೋಣ" ಅವಳ ಹೆಗಲ ಮೇಲೆ ಕೈಯಿಟ್ಟ. "ನಾಲ್ಕು ದಿನ ಅಲ್ಲೇ ವಾಸ್ತವ್ಯ" ಕಣ್ಣಲ್ಲಿ ಕಣ್ಣಿಟ್ಟು ನೋಡಿದ.

ಎಸ್.ಟಿ.ಡಿ. ಮುಖಾಂತರ ಸದಾನಂದ್‌ಗೆ ಇನ್‌ಫರ್ಮೇಷನ್ ಹೋಯಿತು. ಅಲ್ಲಿಂದಲೇ "ಹುರ್‍ರೆ... ಹುರ್‍ರೆ..." ಎಂದು ಅರಚಿಕೊಂಡ.

ಬದುಕಿನಲ್ಲಿ ಹಣ, ಐಶ್ವರ್ಯಕ್ಕಿಂತ ಇಂಥ ನಿಜವಾದ ಪ್ರೀತಿ ಅಗತ್ಯವೆನಿಸಿತು ಅವನಿಗೆ.

* * * *

ಪುಷ್ಪಕ್‌ನಿಂದ ನೇರವಾಗಿ ಮನೆಗೆ ಹೋದ. ಮನೆಯವರೆಲ್ಲ ಒಟ್ಟಿಗೆ ಬ್ರೇಕ್‌ಫಾಸ್ಟ್‌ಗೆ ಕೂತಿದ್ದರು. ತಾನು ಅವರ ನಡುವೆ ಕೂತ, ಕಾಫಿ ಕುಡಿದ.

ಕಪ್ ಇಟ್ಟು "ಅಮ್ಮ ಸ್ವಲ್ಪ... ಬಾ" ಕೋಣೆಗೆ ಕರೆದೊಯ್ದ. "ಜಗನ್ನಾಥ್ ನನ್ತಂದೆ ತಾನೆ? ಇದಕ್ಕೆ ಉತ್ತರ ನಂಗೆ ಬೇಕಿಲ್ಲ." "ಅಪ್ಪನನ್ನೆ... ಕೇಳು" ಹೊರಟವನು ಬಾಗಿಲ ಬಳಿ ನಿಂತ.

"ನಾನು ನಾಲ್ಕು ದಿನ ಮುಂಬಯಿಗೆ ಹೋಗ್ತಾ ಇದ್ದೀನಿ. ಅಪ್ಪ, ನಾನು ಮಗಾಂತ ಒಪ್ಪಿಕೊಂಡ್ರೆ.... ಮಾತ್ರ ಹೋಗೋ ವಿಷ್ಯ ತಿಳ್ಸು. ಇಲ್ದಿದ್ರೆ...." ಅವನ ಮನಸ್ಸು ತೀರಾ ಕಟುವಾಗಿಹೋಗಿತ್ತು.

ರೂಮಿಗೆ ಹೋದವನೆ ಉಡುಪು ಬದಲಾಯಿಸಿ ಬಾಗಿಲಿಗೆ ಬಂದ. ಪಾರಿಜಾತಳ ನಗು ಕೇಳಿಸುತ್ತಿತ್ತು. ಆಳನ್ನು ಕರೆದು ಹೇಳಿ ಕಳಿಸಿದ.

"ನಾನು ಮುಂಬಯಿಗೆ ಹೋಗ್ತಾ ಇದ್ದೀನಿ. ಸಿಕ್ಸ್‌ಟೀನ್ತ್ ಬರೋದು" ಎಂದ. ಪಾರಿಜಾತ ಅವನ ಬಳಿಗೆ ಬಂದಳು.

"ನಾನು.... ಬರ್ತೀನಿ..."

"ಮೈಡಿಯರ್ ಡಾರ್ಲಿಂಗ್.... ಈ ಸಲ ಬೇಡ. ಯಾವ್ದೇ ಲಿಸ್ಟ್‌ನ ಅಕ್ಸೆಪ್ಟ್ ಮಾಡಿಕೊಳ್ಳೋಲ್ಲ. ನಾನು ಬರೋವರೆಗೂ ಓಡಾಟ ಕ್ಯಾನ್ಸಲ್. ಅಪ್ಪ ಬೇಗ ಎಕ್ಸೈಟ್ ಆಗಿಬಿಡುತ್ತಾರೆ. ಹುಷಾರಾಗಿ ನೋಡ್ಕೋ" ಮೃದುವಾಗಿ ಅವಳ ತುಟಿಯನ್ನು ಚುಂಬಿಸಿದ.

ಮೆಟ್ಟಲು ಇಳಿದು ಬಂದವನೇ ಹೊರಟುಬಿಟ್ಟ. ಇಂದು ಪ್ರಥಮ ಬಾರಿ ತಂದೆಗೆ ಹೇಳದೆಯೇ ಹೊರಟಿದ್ದ. ಯಾವ ಹೆಣ್ಣೂ ಸಹಿಸದ ಮಾತನ್ನು ತಾಯಿಗೆ ಹೇಳಿದ್ದ.

ದಾಕ್ಷಾಯಿಣಿ ಕಾಳಿಯಾದರೂ ಸಂಜೆಯವರೆಗೂ ಕಾದರು. ಅವರುಗಳು ಹೊರಟ ಮೇಲೆ ಕ್ಲಬ್‌ಗೆ ಹೊರಟಿದ್ದ ಗಂಡನನ್ನ ನಿಲ್ಲಿಸಿಕೊಂಡು ಆಳುಗಳನ್ನು ಕಳಿಸಿಬಿಟ್ಟರು.

"ಇದೇನೆ... ಇದು! ಏಕಾಂತದ...." ಹೆಂಡತಿಯ ಕಣ್ಣೀರು ನೋಡಿ ತಮಾಷೆ ಮಾಡಲಾರದೆ ಹೋದರು. "ಶಂಕರ್... ಯಾರ್‍ಮಗ?" ಪ್ರಶ್ನೆ ಬೆಂಕಿಯುಂಡೆಯಂತೆ ಅವರ ಮೇಲೆ ಸಿಡಿಯಿತು. "ವಿಚಿತ್ರವಾಗಿ ಕೇಳ್ತೀಯಲ್ಲ, ಅವ್ನು.... ನನ್ಮಗ ಅಲ್ಲ ಅನ್ನೋಕೆ ಏನಾದ್ರೂ ಪುರಾವೇ ಸಿಕ್ಕದ್ಯಾ?" ಪೂರ್ತಿ ವಿಚಲಿತರಾಗಿ ಹೋದರು.

"ನಿಮ್ಮ ಮಗ ಕೇಳೂಂತ ಹೇಳಿ ಹೋಗಿದ್ದಾನೆ. ಅವ್ನಿಗೆ ಉತ್ತರ ಬೇಡವಂತೆ.

ನೀವು ಒಪ್ಕೊಂಡ್ರೆ... ಮಾತ್ರ ಅವ್ನು ಮುಂಬಯಿಗೆ ಹೋದ ಸಮಾಚಾರ ತಿಳ್ಸೀಂತ ಹೇಳಿದ್ದಾನೆ" ಕಣ್ಣೀರಿನ ಕೋಡಿಯೇ ಹರಿಸಿಬಿಟ್ಟರು.

ಶಕ್ತಿ ಕಳೆದುಕೊಂಡವರಂತೆ ಕೂತುಬಿಟ್ಟರು. ಅವರ ಕಣ್ಣಂಚು ಒದ್ದೆಯಾಯಿತು. ಕೆಲಸ ಬೇಡವೆಂದು ಕಂಟ್ರಾಕ್ಟ್ ಹಿಡಿದಿದ್ದು, ಅವರನ್ನು ವಿರೋಧಿಸಿ ಭವಾನಿಯ ಮದುವೆಯಾಗಿದ್ದು-ಅವರಿಗೆ ವಿರುದ್ಧವಾಗಿ ಮಾಡಿದ್ದು ಎರಡೇ ಕೆಲಸ.

"ವ್ಹಾ, ನಾನೇನೋಂತ ತಿಳ್ಕೊಂಡಿದ್ದೆ, ತುಂಬ ಬುದ್ಧಿವಂತ. ಇಲ್ದಿದ್ರೆ ಪರಾಶರ ಕನ್‌ಸ್ಟ್ರಕ್ಷನ್ ಕಂಪನಿ ಮೇಲೆ ಇವ್ನು ಪೈಪೋಟಿಗೆ ನಿಲ್ಲೋಕಾಗ್ತ... ಇತ್ತಾ!" ಮೆಚ್ಚಿಕೊಂಡರು. ಅವರಿಗೆ ಮಾತು ಮುಖ್ಯವಾಗಿತ್ತು.

ಅದು ಪ್ರೆಸ್ಟಿಜ್ ಕೂಡ. ಸೊಸೆಯ ಮುಂದೆ ತಾವು ಸಣ್ಣವರಾಗಿಬಿಡುವುದು ಅವರಿಗಿಷ್ಟವಿಲ್ಲ.

"ಆಗಿದ್ದ, ಇನ್ಮೇಲೆ ಅಲ್ಲಾಂತ ಹೇಳು. ನಿತೀಶ್‌ನ ನಾನು ದತ್ತು ತಗೋತೀನಿ" ಘೋಷಿಸಿಬಿಟ್ಟರು.

"ನಮ್ಗೆ ಮಗ ಇಲ್ವಾ, ನಾನ್ಯಾಕೆ ನಿತೀಶ್‌ನ ದತ್ತುಪುತ್ರ ಅಂತ ಒಪ್ಪಿಕೊಳ್ಳಿ? ನಾನು ಕೋರ್ಟಿಗೆ ಹೋಗೋಕು....ಸಿದ್ಧನೆ" ದಾಕ್ಷಾಯಿಣಿ ಶಕ್ತಿಯಾಗಿದ್ದರು. ತಮ್ಮ ಬಸುರಿಗೆ ಆಗುವ ಅನ್ಯಾಯವನ್ನು ಅವರು ಸಹಿಸಲಾರರು.

ಹೆಂಡತಿಯ ಈ ಘರ್ಜನೆಗೆ ಸುಸ್ತಾದರೂ ಒಲಿಸಿಕೊಳ್ಳುವ ಹಟವಿತ್ತು.

* * * *

ಸದಾನಂದನ ಫ್ಲಾಟ್ ಅತಿ ದೊಡ್ಡದಲ್ಲದಿದ್ದರೂ ನಾಲ್ಕು ಕೋಣೆಗಳ ಸುಂದರ ಗೃಹ. ಕಂಪನಿಯವರೇ ಆಸನಗಳನ್ನು ಒದಗಿಸಿದ್ದರು. ಅವನ ಓಡಾಟಕ್ಕೆ ಒಂದು ಕಾರು-ಅಂತು ನೆಮ್ಮದಿಯ ಬದುಕು.

ಒಂದು ರೀತಿಯಲ್ಲಿ ಶಂಕರ್‌ಗೆ ಸಮಾಧಾನವೇ ಆಯಿತು. ಛಲವಾದಿಯಲ್ಲದಿದ್ದರೂ ಅತ್ಯಂತ ಸ್ವಾಭಿಮಾನಿ, ಸದಾನಂದನ ಬದುಕಿನಲ್ಲಿ ಅವನ ಪಾಲಿಗೆ ಕಷ್ಟದ ದಿನಗಳೇ ಜಾಸ್ತಿ.

ಬೆಳಗಿನ ತಿಂಡಿಗೆ ಇಡ್ಲಿ, ಚಟ್ನಿ, ಉದ್ದಿನವಡೆ ಜೊತೆ ಎರಡು ಸಿಹಿಗಳನ್ನು ಮಾಡಿ ಬಡಿಸಿದಾಗ ತಲೆಯ ಮೇಲೆ ಕೈಯಿಟ್ಟುಕೊಂಡ ಶಂಕರ್.

"ಅತ್ತೆ ಮನೆಗೆ ಭೇಟಿ ಕೊಡೋಕೆ ಅಳಿಯಂದಿರು ಯಾಕೆ ಹೆಚ್ಚು ಇಷ್ಟಪಡುತ್ತಾರೆಂದರೇ, ಬಹುಶಃ ಇಂಥ ಉಪಚಾರಕ್ಕೆ."

ಅವನ ಮಾತಿಗೆ ಸದಾನಂದ್, ಸರಳ ನಕ್ಕರೂ ಭವಾನಿ ಗಂಭೀರವಾಗಿದ್ದಳು. ಮೊದಲು ಕೂಡ ಅಂಥ ಮಾತುಗಾರ್ತಿಯೇನಲ್ಲ. ಈಗ ಮತ್ತಷ್ಟು ಮೌನಿಯಾಗತೊಡಗಿದ್ದಳು, ಎನಿಸಿತು ಸದಾನಂದನಿಗೆ.

"ನಿನ್ನ ಗಾಂಭೀರ್ಯ ನೋಡಿದ್ರೆ... ಹೆಣ್ಣು ಮಗುವೇ ಆಗೋದು ಅನ್ನಿಸುತ್ತೆ"

ಸದಾನಂದ ತಂಗಿಯನ್ನು ಹಾಸ್ಯ ಮಾಡಿದ. ಲಜ್ಜೆಯ ಕೆಂಪು ಅವಳ ಕೆನ್ನೆಗಳ ಮೇಲೆ ಹರಡಿದರೂ ಎಲ್ಲೋ ನೋವಿದೆಯೆನಿಸಿತು ಅವನಿಗೆ.

ಶಂಕರ್ ಸ್ವೀಟನ್ನು ಅವಳ ತುಟಿಗಳ ಬಳಿ ಹಿಡಿಯುತ್ತ "ನಂಗೆ ಹೆಣ್ಣೇ ಇಷ್ಟ. ಆದರೆ ಶಂಕರ್ ಕನ್‌ಸ್ಟ್ರಕ್ಷನ್ ಗತಿಯೇನು? ನಾನೆಲ್ಲಿ ಸದಾ ತಾಯಿ, ಮಗಳನ್ನು ನೋಡ್ತಾ ಕೂತುಬಿಡ್ತೀನೋ" ಭವಾನಿ ತುಟಿಗಳನ್ನು ತೆರೆಯಲಾರದೆ ಹೋದಳು. "ಸದಾನ, ಪರ್ಮಿಷನ್ ಇದೆ, ಬೇಗ... ತೆಗೀ..." ಅಂತ ಬಾಯಿ ತೆರೆಸಿದ.

ಶಂಕರ್ ಸಮಯ ಸಿಕ್ಕಾಗ ತುಂಬ ರಸಿಕನೆ, ಪಾರಿಜಾತ ಒಡನೆ ಕಳೆದ ದಾಂಪತ್ಯಕ್ಕಿಂತ ಭವಾನಿಯೊಡನೆ ಹಂಚಿಕೊಂಡ ದಿನಗಳು ಅವನನ್ನು ಅತ್ಯಂತ ತೃಪ್ತನನ್ನಾಗಿರಿಸಿತ್ತು.

ಟವಲಿಗೆ ಕೈಯೊರೆಸುತ್ತ ಮೇಲೆದ್ದ ಸದಾನಂದ್ ಭವಾನಿಯ ಕೆನ್ನೆಯ ಮೇಲೆ ಹರಡಿಕೊಂಡಿದ್ದ ಮುಂಗುರುಳು ಸರಿ ಮಾಡಿದ.

"ನೀವಿಲ್ಲಿ ಇರೋಷ್ಟು ದಿನ ರಜ. ಕಾರಿದೆ ಆರಾಮಾಗಿ ಸುತ್ತಾಡೋಣ" ಎಂದ. ಶಂಕರ್ ಎದ್ದು ಅವನ ಬೆನ್ನ ಮೇಲೊಂದು ಗುದ್ದಿದ. "ನಾನು ಕನಿಷ್ಟ ನಾಲ್ಕು ವಾರಗಳಾದ್ರೂ ಇರೋಕೆ ಬಂದಿದ್ದೀನಿ. ನೀನು ಜೊತೆಗೆ ಇದ್ದುಬಿಡು. ಪ್ರೈವೇಟ್ ಕಂಪನಿ. ಮುಲಾಜಿಲ್ಲದೆ ಟರ್ಮಿನೇಟ್ ಮಾಡಿ ಕಳಿಸ್ತಾರೆ. ಆಗ ನೀನು ಬೇಲ್‌ಪುರಿ ಮಾರು. ನಾನು ನಿಂಗೆ ಅಸಿಸ್ಟೆಂಟ್ ಆಗಿರ್ತೀನಿ" ತಮಾಷೆ ಮಾಡಿದ.

ಆಮೇಲೆ ಕೋಣೆಗೆ ಕರೆದೊಯ್ದು ಹೇಳಿದ. "ಭವಾನಿಯ ಸದ್ಯದ ಸ್ಥಿತಿಯಲ್ಲಿ ಎಲ್ಲೂ ಸುತ್ತಾಟ ಬೇಡ. ಇಲ್ಲಿಂದಲೇ ಸಮುದ್ರ ಕಾಣುತ್ತೆ. ಆರಾಮಾಗಿ ನೋಡ್ತಾ ಇರ್ತೀವಿ. ಸಂಜೆ ಮರುಳಿನ ಮೇಲೆ ಓಡಾಟ, ಅಷ್ಟು ಸಾಕು. ನಿನ್ನ ರಜೆ ಮುಂದೆ ಅಗತ್ಯವಿದೆ" ಮನವೊಲಿಸಿ ಆಫೀಸ್‌ಗೆ ಕಳುಹಿಸಲು ಶಕ್ಯನಾದ.

ಕೋಣೆಯಿಂದ ನೋಡಿದರೆ ಸಮುದ್ರ ಕಾಣುತ್ತಿತ್ತು. ಅಲೆಗಳ ನಿನಾದ ಪ್ರಕೃತಿಯಲ್ಲಿನ ಅತ್ಯಂತ ರಮಣೀಯ ದೃಶ್ಯ.

ಕಿಟಕಿಯ ಬಳಿ ನಿಂತ ಭವಾನಿಯ ಹೆಗಲ ಮೇಲೆ ಕೈಯಿಟ್ಟ. "ಯಾಕೋ ಒಂದು ತರಹ ಇದ್ದಿ. ಈ ಸ್ಥಿತಿಯಲ್ಲಿ ಚಿಂತೆ ಒಳ್ಳೇದಲ್ಲ" ಅವಳನ್ನು ತನ್ನತ್ತ ತಿರುಗಿಸಿಕೊಂಡ. ಆಯಾಸ ಅವಳ ಮುಖದ ಮೇಲಿತ್ತು.

"ಏನಿಲ್ಲ, ಯಾಕೋ ಅಮ್ಮನ ನೆನಪು ಪದೇ ಪದೇ ಬರುತ್ತೆ..." ಅವಳ ಕಣ್ಣಿಂದ ಮುತ್ತಿನ ಬಿಂದುಗಳು ಉದುರಿದವು.

ಎದೆಗೊರಗಿಸಿಕೊಂಡು ತಲೆ ಸವರಿದ. "ಬದ್ಕು, ಒಂದು ರೀತಿ ಉಗಿಬಂಡಿಯ ತರಹ. ಅವರವರ ಸ್ಟೇಷನ್ ಸಿಕ್ಕಾಗ ಇಳಿದುಹೋಗ್ತಾರೆ. ಆ ನೋವು ಕಾಡುತ್ತೆ ನಿಜ. ಆದರೆ ನಿರಂತರವಾಗಬಾರದು. ಸಮಾಜದ ಏಳಿಗೆಗೆ ಅಪಾಯ. ಇದೊಂದು ಸೃಷ್ಟಿ ರಹಸ್ಯ" ಕೆನ್ನೆ ತಟ್ಟಿದ.

ಅಷ್ಟರಲ್ಲಿ ಫೋನ್ ಬಂತು. ವಡಿವೇಲು ಅಲ್ಲಿನ ಸಮಾಚಾರಗಳನ್ನು ತಿಳಿಸಿ ಕೆಲವು ಸಲಹೆಗಳನ್ನು ಕೇಳಿದ.

"ಮಲ್ಟೀ ಕಾಂಪ್ಲೆಕ್ಸ್ ಕಟ್ಟಡದ ಇಪ್ಪತ್ತು ಜನ ಕೂಲಿಗಳು ನಾಪತ್ತೆ. ಬೇರೆ ಕಡೆಯವರನ್ನು ಅಲ್ಲಿಗೆ ಕಳಿಸಿದ್ದು ಆಯ್ತು. ಹೋಟೆಲ್ ಕ್ಯೂರಿಂಗ್ ಮುಗೀತು. ಇವತ್ತು ಅಲ್ಲಿ ಕೆಲ್ಸ ಶುರು ಮಾಡಿಸ್ದೆ. ಸಿಂಹ ಅವ್ರು ಅಲ್ಲೇ ಇದ್ರು" ವರದಿ ಒಪ್ಪಿಸಿದ.

ಫೋನಿಟ್ಟ ಅವನು ಮಂಚದ ಮೇಲೆ ಉರುಳಿಕೊಂಡ. ಕಿಟಕಿಯ ಬಳಿಯಲ್ಲಿ ನಿಂತಿದ್ದ ಭವಾನಿಯನ್ನು ದಿಟ್ಟಿಸಿ ನೋಡಿದ. 'ಬಸುರಿ... ಹೊಟ್ಟೆ ಉಬ್ಬಿರುತ್ತೆ. ನೋಡೋಕೆ ತುಂಬ ಕೆಟ್ಟದಾಗಿ ಕಾಣುತ್ತೆ. ನಂಗೇನಾದ್ರೂ ಆ ಸ್ಥಿತಿ ಬಂದರೆ ನಿಮ್ಮ ಕಣ್ಣಿಗೆ ಕೂಡ ಕಾಣಿಸಿಕೊಳ್ಳೋಕೆ ಇಷ್ಟಪಡೋಲ್ಲ, ಎಂದೋ ಪಾರಿಜಾತ ಹಗುರವಾಗಿ ಆಡಿದ ಮಾತುಗಳು ನೆನಪಾಯಿತು.

ಆದರೆ ಇಂದು ಭವಾನಿಯ ಮೇಲಿಂದ ಕಣ್ಣು ತೆಗೆಯದಾದ. ಹೊಟ್ಟೆಯಲ್ಲಿನ ಜೀವದ ವಿಕಾಸದಂತೆ ಅವಳ ರೂಪವು ಅರಳಿದೆಯೆನಿಸಿತು. ಸೃಷ್ಟಿ ಶಕ್ತಿ ಅವಳಲ್ಲಿ ಎಂತಹುದೋ ಕಳೆಯನ್ನು ತುಂಬಿದೆಯೆನಿಸಿತು.

"ಭವಾನಿ, ಎಷ್ಟೊತ್ತು ನಿಂತ್ಕೊತೀಯಾ, ಮಲ್ಗು ಬಾ..." ಕರೆದು ತನ್ನ ತೊಡೆಯ ಮೇಲೆ ಮಲಗಿಸಿಕೊಂಡ. "ಸರಳನ ನಮ್ಜೊತೆಯಲ್ಲಿ ಕರ್ಕೊಂಡ್ ಹೋಗೋಣ್ವಾ?" ಕೇಳಿದ.

"ಬೇಡ, ಸದಣ್ಣ ತೀರಾ ಒಂಟಿಯಾಗಿ ಬಿಡ್ತಾನೆ. ಅವ್ನು ಇಷ್ಟು ದೂರ ಬಂದಿದ್ದು ಆಶ್ಚರ್ಯವೇ. ಮುಂಬಯಿ ವರನ ಒಂದು ಜಾತ್ಕ ಬಂದಾಗ ನಿರಾಕರಿಸಿದ್ದೆ. ನನ್ನ ಎಲ್ಲೂ ದೂರ ಕಳಿಸೋ ಇಚ್ಛೆ ಇರ್ಲಿಲ್ಲ. ತೀರಾ ಮೃದು. ಅತ್ಗೆ ಇಲ್ಲಾಂದ್ರೆ... ಅವ್ನು ಹುಚ್ಚನೇ ಆಗ್ಬಿಡ್ತಾನೆ. ಆ ಪ್ರಸ್ತಾಪವೆತ್ತಲೇ ಬೇಡಿ."

ಬಾಗಿಲಿಗೆ ಬಂದ ಸರಳ ಕಿವಿಯ ಮೇಲೆ ಈ ಮಾತುಗಳು ಬಿದ್ದವು. "ಅವ್ರು ಚೆನ್ನಾಗಿರ್ಬೇಕು. ನನ್ನ ಶಂಕರ್‌ನ ಮಧ್ಯ ಅಗಾಧ ಅಂತರ ಕಾಣತ್ತೆ. ಸಮಾಜ ಜಗನ್ನಾಥ್, ದಾಕ್ಷಾಯಿಣಿ ಸ್ವಾರ್ಥಕ್ಕಾಗಿ ತಂಗಿನ ಕೊಟ್ಟು ಮದ್ವೆ ಮಾಡಿದ್ರು ಅಂತ ತಿಳ್ಕೋಬಾರ್ದು. ನಾವು ಇಲ್ಲೇ... ಇದ್ದರೆ ನಾವು ಕರ್ದು ಕಳಿಸೋಕ್ಕಾಗೋಲ್ಲ. ಅದ್ಕೇ ಮುಂಬಯಿ ಕಂಪನಿಗೆ ಅಪ್ಲಿಕೇಷನ್ ಹಾಕ್ಕೊಂಡಿದ್ದು" ಎಂದಿದ್ದ ಸದಾನಂದ ಹೆಂಡತಿಯ ಬಳಿಯಲ್ಲಿ. ಇಬ್ಬರು ಒಬ್ಬರನ್ನೊಬ್ಬರು ಅರ್ಥಮಾಡಿಕೊಂಡಿದ್ದರು.

ಅಡಿಗೆಯ ಮನೆಗೆ ಹೋಗಿಬಿಟ್ಟಳು. ಇದ್ದ ಎರಡು ಬೆಡ್‌ರೂಂನಲ್ಲಿ ಸ್ವಲ್ಪ ವಿಶಾಲವಾಗಿ, ಚೆನ್ನಾಗಿರುವುದನ್ನೇ ಭವಾನಿ ಶಂಕರ್‌ಗೆ ಬಿಟ್ಟುಕೊಟ್ಟಿದ್ದರು.

ಆದರೆ ಊಟಕ್ಕೆ ಕೂಡುವ ಹೊತ್ತಿಗೆ ಮತ್ತೆ ಫೋನ್ ಬಂತು. "ನಿಮ್ತಂದೆಗೆ ಹಾರ್ಟ್ ಅಟ್ಯಾಕ್..." ಸಿಂಹ ಹೇಳಿದ. ಅವನಲ್ಲಿನ ಶಕ್ತಿಯೆಲ್ಲ ಉಡುಗಿಹೋಯಿತು.

ಡಯಲ್ ತಿರುಗಿಸಿ ಏರ್‌ಪೋರ್ಟ್; ಫ್ಲೈಟ್ ಟೈಮ್ ವಿಚಾರಿಸಿ, ಸದಾನಂದನ ಆಫೀಸ್‌ಗೆ ಫೋನ್ ಮಾಡಿದ, ಕೂಡಲೇ ಬರುವಂತೆ.

"ಸ್ವಲ್ಪ ಆಫೀಸ್ ಪ್ರಾಬ್ಲಮ್ ಇದೆ. ಹೊರಟುಬಿಡೋಣ" ರೆಡಿಯಾಗಿಯೇಬಿಟ್ಟ.

ಸದಾನಂದನಿಗೆ ಮಾತ್ರ ಸತ್ಯಸಂಗತಿ ತಿಳಿಸಿದ. "ಭವಾನಿಗೆ ಹೇಳ್ಲಿಲ್ಲ. ಟಿಕೆಟ್ ಸಿಕ್ಕರೆ ಜೊತೆಯಲ್ಲಿ ಕರ್ರ್‍ಕೊಂಡ್ಹೋಗ್ತೀನಿ. ಇಲ್ಲಿದ್ರೆ.... ನೀನು ರಜ ಹಾಕಿ ಕರ್ರ್‍ಕೊಂಡ್ಬಂದ್ಬಿಡು. ನಾಳೆ ಒಂದ್ಸಲ ಡಾಕ್ಟು ಹತ್ರ ಚೆಕ್‌ಅಪ್‌ಗೆ ಕರ್ರ್‍ಕೊಂಡ್ಹೋಗಿ... ಬಾ"

ಒಂದೇ ಟಿಕೆಟ್ ಸಿಕ್ಕಿದ್ದರಿಂದ ಶಂಕರ್‌ನ ಬೀಳ್ಕೊಟ್ಟು ಹಿಂದಿರುಗಿದರು. ಕಣ್ಣೀರಿನ ಪರೆಯನ್ನು ಗುರ್ತಿಸಿದ್ದ ಶಂಕರ್.

ಆತಂಕದಿಂದ ಯೋಚಿಸುತ್ತಿದ್ದ. ಅವರ ಆರೋಗ್ಯವನ್ನು ಉದಾಸೀನ ಮಾಡಿದ ತಾಯಿ, ಪಾರಿಜಾತ ಬಗೆಗೆ ಅವನಿಗೆ ಕೋಪ. ಉಪ್ಪಿನಕಾಯಿ, ಹಪ್ಪಳ, ಸಂಡಿಗೆ ಇಲ್ಲದೆ ಅವರಿಗೆ ರುಚಿ ಹತ್ತದು. ನಿರ್ಬಂಧ ಇವನದು ಮಾತ್ರ.

ಟ್ಯಾಕ್ಸಿ ಹತ್ತಿ ಮನೆಯ ಬಳಿ ಇಳಿದಾಗ ಅಂತಹ ಆತಂಕದ ಲಕ್ಷಣಗಳೇನು ಕಾಣಿಸಲಿಲ್ಲ. ನಿತೀಶ್, ಹರಿಣಿಯ ಇನ್ನಿಬ್ಬರು ಮಕ್ಕಳೊಂದಿಗೆ ಆಡುತ್ತಿದ್ದ.

ಆಳು ಓಡಿ ಬಂದ. ತಂದೆಯ ಕೋಣೆಗೆ ಹೋದ. ಖಾಲಿಯಾಗಿತ್ತು. ಮೇಲಿನ ತಮ್ಮ ಕೋಣೆಗೆ ಹೋದ. ಯಾರೂ ಇರಲಿಲ್ಲ. ಅವನೆದೆಯ ಬಡಿತ ಏರಿತು.

ಅಡಿಗೆಯ ಚಾಮಿ ಹೊರಗೆ ಬಂದರು. "ಏನು.... ತರಲೀ, ದೊಡ್ಡ ಯಜಮಾನ್ರು, ಅಮ್ಮಾವ್ರು ಮದ್ವೆಗೆ ಹೋದ್ರು. ಚಿಕ್ಕಮ್ಮಾವ್ರು ಷಾಪಿಂಗ್ ಹೋಗಿದ್ದಾರೆ" ತಿಳಿಸಿದರು.

"ಕಾಫೀ... ತಗೊಂಡ್ಬನ್ನಿ..." ಅಲ್ಲೇ ಕೂತ.

ತಂದೆ ಸಣ್ಣ ಜನವಲ್ಲವೆಂದು ಅವನಿಗೆ ಗೊತ್ತು. ಮತ್ತೆ ಸಿಂಹ ಫೋನ್ ಮಾಡಿದ್ದೇಕೆ? ಆತುರಪಡುವುದು ಬೇಡವೆನಿಸಿತು.

ಕಾಫೀ ತಂದಿಟ್ಟ ಚಾಮಿ ಅಂದರು. "ಯಜಮಾನ್ರ ಸ್ನೇಹಿತರು ವಕೀಲು ಆಳಸಿಂಗಚಾರ್ಯರು ಬಲವಂತ ಮಾಡಿ ಕರ್ರ್‍ಕೊಂಡ್ಹೋದ್ರು. ನಾಳೆ... ಬರ್ತೀವಿ... ಅಂದ್ರು" ಮತ್ತಷ್ಟು ತಿಳಿಯಿತು.

ಹೊರಗಿನಿಂದ ಅಳು ಕೇಳಿಸಿತು. ಆಮೇಲೆ ಇನ್ನೊಂದು ಸ್ವರ ಸೇರಿತು. ಮೂರು ಸ್ವರಗಳ ಲಯಬದ್ಧವಾದ ಮೇಳ.

ಅಡಿಗೆ ಮನೆಯಲ್ಲಿನ ಚಾಮಿ ಕೂಡ ಹೊರಗೆ ಓಡಿದರು. ಮಾಲಿ ಕೂಡ ಬಂದು ಸೇರಿರಬಹುದು. ಸುಧಾರಿಸುತ್ತಿದ್ದುದು ಅವನಿಗೆ ಕೇಳಿಸಿತು.

ದಡಬಡ ಅವರೆಲ್ಲ ಓಡಾಡಿದರು. ಪಾರಿಜಾತ, ಹರಿಣಿ ಇಬ್ಬರಿಗೂ ನಾಲ್ಕು ನಾಲ್ಕು ಹಾಕಬೇಕೆನಿಸಿತು. ಅವರುಗಳ ಅಳುವೇನು ನಿಲ್ಲಲಿಲ್ಲ. ಮೇಲಿನ ತನ್ನ ಕೋಣೆಗೆ ಹೋಗಿಬಿಟ್ಟ.

ಕಡೆಗೆ ಸಿಂಹ ಫೋನ್ ಮಾಡಿ ಸತ್ಯ ತಿಳಿಸಿದ. "ಸಾರಿ ಸರ್, ವಾಸುದೇವ್ ಅವ್ರು ತಿಳಿಸಿದ್ರು. ಅದ್ಕೆ.... ನಿಮ್ಗೆ ಇನ್‌ಫರ್ಮೇಷನ್ ಕೊಟ್ಟೆ. ಈಗ ದೊಡ್ಡ ಯಜಮಾನ್ರು ಮದ್ವೆಗೆ ಹೋಗಿರೋ ಸುದ್ದಿ ತಿಳೀತು. ಖಂಡಿತ ನನ್ನ ತಪ್ಪಲ್ಲ..." ಗೊಗೆರೆದ.

"ಬೆಳಿಗ್ಗೆ... ಮಾತಾಡೋಣ" ಫೋನಿಟ್ಟ.

ಊಟವನ್ನು ಮೇಲಕ್ಕೆ ತರಿಸಿಕೊಂಡು ಊಟ ಮಾಡಿದ. ಅಡಿಗೆಯ ಚಾಮಿ ಹೇಳಿದರು. "ಮಕ್ಳು, ತುಂಬ ಗಲಾಟೆ ಮಾಡಿಬಿಟ್ಟವು. ಅವ್ರನ್ನ ಸುಧಾರಿಸೋಕೆ ಆಗೋಲ್ಲ. ನೀವೊಂದಿಷ್ಟು ಅಮ್ಮಾವ್ರಿಗೆ ಹೇಳ್ಬೇಕು. ಅವ್ರು ಕೋಪ ಮಾಡಿಕೋತಾರೆ."

ಮನೆಯ ಪರಿಸ್ಥಿತಿ ಕೆಡಲು ಅವನು ಬಿಡಲಾರ.

"ಆಯ್ತು ಚಾಮಿ, ನೀವು ಊರ್ಗೆ ಹೋಗ್ಬೇಕೂಂತ ಹಿಂದಿನ ತಿಂಗ್ಳೆ ಕೇಳಿದ್ರಿ, ನಾಳೆ ಹೋಗ್ಬನ್ನಿ. ಈ ಸಲ ಎಷ್ಟು ದಿನ ಬೇಕೊ ಇದ್ದುಕೊಳ್ಳಿ. ಪದೇ ಪದೇ ಹೋಗೋ ಮಾತು ಎತ್ತಬಾರ್ದು."

ಹರ್ಷದಿಂದ ಅವರು ಹೋದತ್ತಲೇ ನೋಡಿದ. ಪಾರಿಜಾತ ಈ ಮನೆಗೆ ಸೊಸೆಯಾಗಿ ಬಂದಾಗ ಹೊರಗಿನ ಕೆಲಸಕ್ಕೆ ಒಬ್ಬ ಹೆಣ್ಣಾಳು ಮಾತ್ರ ಇದ್ದಳು. ಅಡಿಗೆ ಮನೆ ಕೆಲಸ ಅತ್ತೆ, ಸೊಸೆ ಸೇರಿ ಪೂರೈಸಿಕೊಳ್ಳುತ್ತಿದ್ದರು.

ಆಮೇಲೆ ಕಾಂಪೌಂಡ್‌ನಲ್ಲಿನ ಗಿಡಗಳನ್ನು ನೋಡಿಕೊಳ್ಳಲು ಮಾಲಿಬಂದ. ಡ್ರೈವರ್‌ನ ಅಗತ್ಯ ಕಂಡಿತು. ನಂತರ ನಾಲ್ವರ ಸೇರ್ಪಡೆಯಾಯಿತು. ಚಾಮಿ, ಚಾಮಿಗೆ ಒಬ್ಬ ಅಸಿಸ್ಟೆಂಟ್. ಮನೆಯಲ್ಲಿದ್ದ ನಾಲ್ವರಿಗೆ, ಐವರ ಅಗತ್ಯ.

ದಾಕ್ಷಾಯಿಣಿ ಆಗಾಗ ಅಡಿಗೆಯ ಮನೆ ಮೇಲ್ವಿಚಾರಣೆ ನೋಡುತ್ತಿದ್ದರು. ಈಗ ಅತ್ತ ಸುಳಿಯರು. ಪಾರಿಜಾತಗೆ ನೆನಪಿದೆಯೋ ಇಲ್ಲವೋ! ಇಷ್ಟು ಪುರಸತ್ತಾದ ಮಹಿಳೆಯರು ಅಧಿಕ ರಕ್ತ ಒತ್ತಡದಿಂದ ನರಳುತ್ತಿರುವ ಜಗನ್ನಾಥ್‌ನ ನೋಡಿಕೊಳ್ಳಲು ಸಾಧ್ಯವಿಲ್ಲ. ಮಾತ್ರೆಯಿಂದ ಹಿಡಿದು ಊಟದವರೆಗೂ ಅವನೇ ನಿಗಾ ವಹಿಸಬೇಕು.

ಅಕ್ಕ, ತಂಗಿಯರಿಬ್ಬರು ಮನೆಗೆ ಬಂದಾಗ ಹನ್ನೊಂದಕ್ಕೆ ಐದು ನಿಮಿಷವಿತ್ತು. ಅವನು ಮಲಗಿಬಿಟ್ಟಿದ್ದ. ಮಕ್ಕಳನ್ನಾದರೂ ಕರೆದು ಆಡಿಸುವ ಮನಸ್ಸಾದರೂ ಅದುಮಿಟ್ಟ.

"ಯಾವಾಗ್ಬಂದ್ರಿ...?" ಪಾರಿಜಾತ ಸ್ವರದಲ್ಲಿ ಗಾಬರಿ ಇತ್ತು. ಕಣ್ಣು ಮುಚ್ಚಿದವನು ಉತ್ತರಿಸಲಿಲ್ಲ. ಯಾಕೋ ಮತ್ತೆ ಪ್ರಶ್ನಿಸುವ ಧೈರ್ಯವಾಗಲಿಲ್ಲವೇನೋ, ಅವಳಿಗೆ. ಉಡುಪು ಬದಲಾಯಿಸಿ ಅವನ ಪಕ್ಕ ಉರುಳಿಕೊಂಡಳು.

ಬೇಗ ಎದ್ದ ಶಂಕರ್ ಜಾಗಿಂಗ್ ಮುಗಿಸಿ ರೆಡಿಯಾಗಿ ಬಂದು ಬ್ರೇಕ್ ಫಾಸ್ಟ್ ತಗೊಂಡ. ಹರಿಣಿಯ ಕೊನೆ ಮಗು ಅಳುತ್ತಿತ್ತು. ವಾಸು ಆಳುಕಾಳುಗಳನ್ನಿಟ್ಟು,

ಹೆಂಡತಿಯನ್ನು ಸೋಮಾರಿ ಮಾಡಿದ್ದ. ಸೌಲಭ್ಯಗಳಿಗೆ ಕತ್ತರಿಬಿದ್ದರೂ ಒಗ್ಗಿಕೊಳ್ಳಲಾರದಂಥ ಸ್ಥಿತಿ. ಅದರ ಪರಿಣಾಮ ಮಕ್ಕಳ ಮೇಲೆ.

ಒಂದು ಬಿಗಿದಿರಬಹುದು. ಅದರ ಸ್ವರ ತಾರಕಕ್ಕೇರಿತು. ದಢ ದಢನೆ ಮೇಲಕ್ಕೆ ಬಂದವನೇ ಪಾರಿಜಾತ ತೋಳಿಡಿದು ಒರಟಾಗಿಯೇ ಅಲ್ಲಾಡಿಸಿದ.

"ಕಡೆ ಮಗು ಅಳ್ತಾ ಇದೆ. ಹೋಗಿ ನೋಡು" ಗದರಿದಂತಿತ್ತು.

ನೇರವಾಗಿ ಪುಷ್ಪರ್‌ಗೆ ಹೋಗಿಬಿಟ್ಟ. ಪಾರಿಜಾತಳ ಅಮಾಯಕತ್ವ, ಅಸಹಾಯಕತನಕ್ಕೆ ನೋಯುತ್ತಿದ್ದ.

ಮಗ ಬಂದ ಸುದ್ದಿ ಜಗನ್ನಾಥ್‌ಗೆ ಮುಟ್ಟಿತು. ಮಾತಿನ ವರಸೆಯಲ್ಲಿ ಅಳಸಿಂಗಚಾರ್ಯರ ಮುಂದೆ ನಾನೇ ನಿತೀಶ್‌ನ ದತ್ತು ತಗೋತೀನೀಂತ ಹೇಳಿಬಿಟ್ಟಿದ್ದರು.

ಅವರದು ವೀರಾವೇಶ. "ನಿನ್ನ ಸುಪ್ರೀಮ್ ಕೋರ್ಟುವರ್‍ಗೂ ಎಳೀತೀನಿ ಪಬ್ಲಿಕ್‌ನಲ್ಲಿ ನಿನ್ನ ಇಮೇಜ್ ಕಳೀತೀನಿ. ಊರು ಬಿಟ್ಟು ಓಡೋ ಹಾಗೇ ಮಾಡ್ತೀನಿ" ಸವಾಲ್‌ಗಳನ್ನು ಹಾಕಿಬಿಟ್ಟಿದ್ದರು.

ಸಿಂಹ ಬಂದು ಅವರ ಮುಂದೆ ಅತ್ತುಕೊಂಡ.

"ಯಜಮಾನ್ರು... ನನ್ನ ಕೆಲ್ಸದಿಂದ ತೆಗ್ದು ಹಾಕಿದ್ದಾರೆ. ವಾಸುದೇವ್ ಮಾತಿನಿಂದ ನನ್ನ ಹೊಟ್ಟೆ ಮೇಲೆ ಕಲ್ಲುಬಿತ್ತು" ತಲೆಯ ಮೇಲೆ ಕೈಯೊತ್ತು ಉಪವಾಸ ಕೂತುಬಿಟ್ಟ.

ಜಗನ್ನಾಥ್‌ಗೂ ವಿಷಯ ಹೊಸದೆ. ಅದಕ್ಕೆ ವಾಸು ಬಂದೇ ಉತ್ತರ ಹೇಳಬೇಕು.

"ನಾನೆಲ್ಲ ಹೇಳ್ತೀನಿ, ನಿನ್ಕೆಲ್ಸ.... ಎಲ್ಲೂ ಹೋಗೋಲ್ಲ. ಈಗ ತೆಪ್ಪಗೆ ಮನೆಗೆ ಹೋಗಿ ಊಟ ಮಾಡು" ಅವನನ್ನು ಸಮಾಧಾನಿಸಿ ಕಳುಹಿಸುವ ವೇಳೆಗೆ ಅವರಿಗೆ ಸಾಕು ಸಾಕಾಯಿತು.

ಸೊಸೆಯನ್ನು ಕರೆದು ಅಪರೂಪಕ್ಕೆ ತರಾಟೆಗೆ ತಗೊಂಡರು. "ಇದೆಲ್ಲ.... ಏನು ? ಶಂಕರ್ ಹತ್ರ ಹುಡ್ಗಾಟ ಒಳ್ಳೇದಲ್ಲ. ಅವ್ನ ಸ್ವಭಾವದ ಬಗ್ಗೆ ನಿಂಗೇನು ಗೊತ್ತೇ ಇಲ್ಲವಲ್ಲಮ್ಮ" ಸ್ವಲ್ಪ ಸಹಾನುಭೂತಿ ಕೂಡ ವ್ಯಕ್ತಪಡಿಸಿದ್ದರು.

ಪಾರಿಜಾತ ಗಾಬರಿಯಿಂದ ಮುಖ ನೋಡಿದಳು. ಬಹುಶಃ ಶಂಕರ್ ಗುಣ, ಸ್ವಭಾವಗಳ ಆಳಕ್ಕೆ ಇಳಿದು ಯೋಚಿಸಿರಲೇ ಇಲ್ಲ. ಇಂಥ ಹೆಣ್ಣುಗಳ ಸಂಖ್ಯೆ ಜಾಸ್ತಿ. ನೂರಕ್ಕೆ ಐವತ್ತರಷ್ಟು ಪುರುಷರ ಅಭಿಪ್ರಾಯ! ಸೀರೆ, ಒಡ್ವೆ ಕಾಸ್ಮಟಿಕ್ ಜಗತ್ತೆ ತಮ್ಮ ಪತ್ನಿಯರ ಬದುಕು. ಮೌಢ್ಯಗಳನ್ನ ತಮ್ಮ ಮೂಗಿನ ನೇರಕ್ಕೆ ಮೆಟ್ಟಿ ಹೊರಬರುವ ಮಹಿಳೆಯರು ಇನ್ನೊಂದು ಹೆಣ್ಣು ಆ ರೀತಿಯಲ್ಲಿ ನಡೆದರೆ ಆಕ್ಷೇಪಿಸದೇ ಇರಲಾರರು.

ರಾತ್ರಿ ಶಂಕರ್ ಮನೆಗೆ ಬಂದರೂ ಮಾಮೂಲಾಗಿಯೇ ಇದ್ದ.

ಹೊರಗಿನ ಲಾನ್ ಮೇಲಿನ ಕುರ್ಚಿಯ ಮೇಲೆ ಕೂತು ಆಕಾಶದ ಕಡೆ

ನೋಡತೊಡಗಿದ. ಸ್ವಚ್ಛ ಆಕಾಶದಲ್ಲಿ ಮಿನುಗುವ ಲಕ್ಷ ಲಕ್ಷ ನಕ್ಷತ್ರಗಳು. ಅವನು ಕಲಾ ತಪಸ್ವಿಯಲ್ಲ, ಸಾಹಿತಿಯಲ್ಲ. ಸೂಕ್ಷ್ಮ ಸಂವೇದನೆಗೆ ಒಳಗಾಗುವ ಕವಿಯೂ ಅಲ್ಲ-ವ್ಯಾವಹಾರಿಕ ಜೀವನದಲ್ಲಿ ಹೊಂದಿಕೊಂಡಿದ್ದರೂ ದಿವ್ಯ ಪ್ರಕೃತಿಯ ಸೃಷ್ಟಿ ರಹಸ್ಯದ ಬಗ್ಗೆ ಅವನಿಗೆ ಕುತೂಹಲ.

"ಶಂಕರ್..." ಸನಿಹದಲ್ಲಿ ತಂದೆಯ ಕೂಗು ಕೇಳಿದಾಗ ತಟ್ಟನೆ ಎದ್ದು ನಿಂತ. ಏನು ಎನ್ನುವಂತೆ ನೋಡಿದ "ಸಿಂಹನ ಕೆಲಸದಿಂದ ತೆಗ್ದು ಹಾಕಿದೆಯಂತಲ್ಲ..." ಹೌದೆನ್ನುವಂತೆ ತಲೆದೂಗಿದ.

ಮಗನ ಬಳಿಯಲ್ಲಿ ಮಾತಾಡಲು ಗಂಟಲು ಸರಿಪಡಿಸಿಕೊಂಡರು. "ಯಾಕೆ ತೆಗೆದಿದ್ದು? ಇಷ್ಟು ವರ್ಷ ನಿನ್ನತ್ರ ನಿಯತ್ತಿನಿಂದ ಕೆಲ್ಸ ಮಾಡಿಕೊಂಡಿದ್ದ. ಈಗ ಏಕಾಏಕಿ ತೆಗೆದರೆ ಎಲ್ಲಿಗೆ ಹೋಗ್ತಾನೆ? ಜಾಬ್ ಸೆಕ್ಯೂರಿಟಿ ಬೇಡ್ವಾ?" ಕೇಳಿದರು.

"ಜಾಬ್ ಸೆಕ್ಯೂರಿಟಿ ಇಲ್ಲಾಂದ ಮೇಲೆ ಕೇರ್‌ಫುಲ್ ಆಗಿ ಕೆಲಸ ಮಾಡ್ಬೇಕು" ಬಿಗುವಿನಿಂದಲೇ ಹೇಳಿದ.

"ಮಾನವೀಯತೆ ಬೇಕು. ಸುಮ್ನೇ.... ತಗೋ..." ಹೇಳಿದರು.

ತಂದೆಯ ಬಳಿ ಯಾವ ಕಾಂಟ್ರವರ್ಸಿ ಅವನಿಗೆ ಬೇಕಿರಲಿಲ್ಲ. ಆದರೆ ಈಗ ಇನ್ನಷ್ಟು ಗಟ್ಟಿ ಆಗಿದ್ದ.

"ನಿಮ್ಮ ಸಲಹೆನ ಪುರಸ್ಕರಿಸೋಕೆ ಸಾಧ್ಯವಿಲ್ಲ. ನಾನು ದೊಡ್ಡ ಕಂಟ್ರಾಕ್ಟರ್. ಮಣ್ಣು ಹೊತ್ತು ಮೇಲಕ್ಕೆ ಬರದಿದ್ರೂ.... ಆ ಪರಿಧಿಯೊಳಕ್ಕೆ ಬರುವ ಎಲ್ಲಾ ಜನರ ಕಷ್ಟ ಸುಖಗಳು ನಂಗೆ ಗೊತ್ತು, ಒಬ್ಬ ಹಡಗಿನ ಕ್ಯಾಪ್ಟನ್‌ಗೆ ಅದಕ್ಕೆ ಸಂಬಂಧಪಟ್ಟ ರೂಲ್ಸುಗಳು ಇರುತ್ತೆ. ಏನು ಗೊತ್ತಿಲ್ಲದವ್ರ ಸಲಹೆ ಕೇಳೋಲ್ಲ" ಸಮಾಧಾನವಾಗಿಯೇ ನುಡಿದ.

ಜಗನ್ನಾಥ್ ಬೆಚ್ಚಿಬಿದ್ದರು. ಅವರಿಗೆ ಏನು ಮಾತಾಡಬೇಕೆಂದು ತೋಚಲಿಲ್ಲ. ದಾಪುಗಾಲು ಹಾಕುತ್ತ ನಡೆದುಬಿಟ್ಟರು.

ಮತ್ತೆ ಆಕಾಶ ನೋಡತೊಡಗಿದ. ಅತ್ಯಂತ ನಿರ್ಮಲವಾಗಿತ್ತು. ಹಿತವಾದ ತಂಗಾಳಿ, ಸುತ್ತಲೂ ಹಸುರಿನ ಪರಿಸರ.

"ಎಲ್ಲಾ ಊಟಕ್ಕೆ ಕೂತಿದ್ದಾರೆ" ಚಾಮಿ ಅಸಿಸ್ಟೆಂಟ್ ಬಂದು ಹೇಳಿದ. ತಲೆಯೆತ್ತಿ ಅವನತ್ತ ನೋಡಿ "ಅವ್ರಿಗೆ ಬಡ್ಸಿಬಿಡು" ಎಂದ.

ಹಿಂದೆ ಪಾರಿಜಾತ ಅಥವಾ ದಾಕ್ಷಾಯಿಣಿ ಊಟಕ್ಕೆ ಕರೆಯುತ್ತಿದ್ದರು. ಒತ್ತಾಯ, ಒತ್ತಡ ಎಲ್ಲ ಇರುತ್ತಿತ್ತು. ಸೌಲಭ್ಯಗಳು ಹೆಚ್ಚಿದಂತೆಲ್ಲ ಮನುಷ್ಯ ಮನುಷ್ಯರಲ್ಲಿನ ಮಧುರ ಸಂಬಂಧಗಳು ಜಾಳು ಜಾಳು, ಸೃಷ್ಟಿಯ ಮೂಲ ತತ್ವದಲ್ಲಿಯೇ ಬಿರುಕು.

"ನೀನು ಊಟ ಮಾಡದಿದ್ರೆ... ನಾನೂ ಮಾಡೋಲ್ಲ" ಹಿಂದೆ ದಾಕ್ಷಾಯಿಣಿ ಹೇಳುತ್ತಿದ್ದ ಮಾತು. ಈಗ ಅವು ಅಪರೂಪ ಮಾತ್ರವಲ್ಲ... ಬರೀ ನೆನಪಷ್ಟೆ. ಅಂಥ ದಿನಗಳು ಬೇಕೆನಿಸಿತು.

ತುತ್ತು ಮಾಡಿ ತಿನ್ನಿಸುತ್ತಿದ್ದರು. ಮದುವೆಗೆ ಮುನ್ನ ದಿನಗಳು ಕೂಡ ತಾಯಿ ತುತ್ತಿಗಾಗಿ ಬಾಯಿ ತೆರೆಯುತ್ತಿದ್ದ. ಆ ಕ್ಷಣಕ್ಕಾಗಿ ಮಮತೆಯ ಮಡಿಲು ಕಾಯುತ್ತಿತ್ತು. ಈಗ ಅವರು ಲೇಡಿಸ್ ಕ್ಲಬ್‌ಗೆ ಹೋಗುತ್ತಿದ್ದರು. ಬಹಳಷ್ಟು ಜನ ಗೆಳತಿಯರು ಇದ್ದರು. ಹೊರ ಪ್ರಪಂಚದ ಸಿಂಧುವಿನಲ್ಲಿ ಮನೆಯ ಬಿಂದುವಿನಂಥ ಜವಾಬ್ದಾರಿಗಳು ಮರೆತೇ ಹೋಗುತ್ತಿದ್ದವು.

ಇನ್ನು ಪಾರಿಜಾತ ಅವನ ಮಧುರ ದಾಂಪತ್ಯದ ಕನಸುಗಳಿಗೆ ಸ್ಪಂದಿಸಿರಲೇ ಇಲ್ಲ. ಅದೆಲ್ಲವನ್ನೂ ತುಂಬಿಕೊಟ್ಟವಳು ಭವಾನಿ. ಬಹುಶಃ ಅವಳನ್ನು ಮದುವೆಯಾಗದೇ ಹೋಗಿದ್ದರೇ ಅವನೆದೆಯ ಅತೃಪ್ತಿ ಎಲ್ಲಿಯೋ ಅಡಗಿಹೋಗುತ್ತಿತ್ತು ಅಷ್ಟೆ.

ಇಂದು ಅಪ್ಪರೂಪಕ್ಕೆ ಪಾರಿಜಾತ ಬಂದಳು.

"ಊಟ ಬೇಡ ಅಂದಿರಂತೆ..." ಅವಳ ಹಿಂದೆಯೇ ನಿತೀಶ್ ಓಡಿಬಂದು ತೊಡೆಯೇರಿದ.

"ಡ್ಯಾಡಿ..." ಎಂದಾಗ ನೋಟವೆತ್ತಿ ಪಾರಿಜಾತ ಕಡೆಗೆ ನೋಡಿದ.

"ನಿತೀಶ್ ಅದೃಷ್ಟವಂತ. ಅವನಿಗೆ ತಂದೆ ಇದ್ದಾನೆ. ಇನ್ನೊಬ್ಬ ತಂದೆಗೆ ಅವನೆದೆಯಲ್ಲಿ ಯಾಕೆ ಹುಟ್ಟು ಹಾಕ್ತೀಯಾ? ನೀನು ಮಮ್ಮಿ ಅಂತ ಬಲವಂತ ಮಾಡಿ ಕರೆಸಿಕೊಳ್ಳೋಕೆ ನನ್ನ ಅಭ್ಯಂತರವಿಲ್ಲ" ಗುಡುಗಿದವನು ನಿತೀಶ್‌ನ ಕೆಳಗಿಳಿಸಿ "ಸ್ವಲ್ಪ ಬಾ..." ಅವಳ ರೆಟ್ಟೆ ಹಿಡಿದು ಕಾರಿನತ್ತ ಕರೆದೊಯ್ದ.

ಕಾರು ಗೇಟು ದಾಟಿದಾಗ ಎಲ್ಲರಿಗೂ ಆಶ್ಚರ್ಯ. ರಾತ್ರಿಯ ಉಡುಪಿನಲ್ಲಿಯೇ ಎಲ್ಲಿ ಹೋದರು? ಯೋಚಿಸುವಂತಾಯಿತು.

"ಎಲ್ಲೋ ಪಾರಿಜಾತ ಮಾತಾಡಲು ಕರೆದೊಯ್ದಿರಬೇಕು" ವಾಸು ಸ್ವರದಲ್ಲಿ ಆಸೆ ಮಿನುಗಿತು.

ಜಗನ್ನಾಥ್ ಅತ್ತ ತಿರುಗಿದ. "ನೀವು ದತ್ತು ತಗೊಳ್ಳೋದು ಅಷ್ಟು ಚೆನ್ನಾಗಿರೋಲ್ಲ. ಹೇಗೂ ಶಂಕರ್‌ಗೆ ಇನ್ನೊಬ್ಬ ಹೆಂಡತಿ ಇದ್ದಾಳೆ. ಮಗುನೂ ಆಗುತ್ತೆ. ಬರಿದಾಗೋದು ಪಾರಿಜಾತ ಅದೃಷ್ಟವೇ. ಅವಳು ಅಂದೇ..." ಮುಂದೆ ಹೇಳಲಾಗದೇ ವಾಸು ಆ ಮಾತನ್ನು ಕಾಯ್ದಿರಿಸಿದ.

ಕಾರು ನಿಂತಿದ್ದು, ಚೇತನ ಅನಾಥಾಲಯದ ಮುಂದೆ. ಒಂದೆರಡು ಮೂರು ಸಲ ಆ ಸಂಸ್ಥೆಗೆ ಆರ್ಥಿಕ ಸಹಾಯ ನೀಡಿದ್ದ. ಆದ್ದರಿಂದ ಆ ಹೊತ್ತಿನಲ್ಲೂ ಮೇಡಮ್ ಪೆಸ್ಟಿಲ್ಲಾ ಸ್ವಾಗತಿಸಿದರು.

ಸೂಕ್ಷ್ಮವಾಗಿ ತಿಳಿಸಿ "ಕೆಲವು ದಿನ, ಕೆಲವು ವಾರ, ಕೆಲವು ತಿಂಗಳುಗಳಲ್ಲಿನ ಮಕ್ಕಳನ್ನು ತೋರಿಸಿ" ಕೇಳಿದ.

ಪಾರಿಜಾತ ಮುಖ ಒಂದು ತರಹ ಮಾಡಿದಳು. ಇಂಥದೊಂದು ಕಲ್ಪನೆ ಕೂಡ ಮಾಡಲು ಅವಳು ಸಿದ್ಧಳಿಲ್ಲ.

ದೊಡ್ಡ ಕೋಣೆಯಲ್ಲಿ ಹತ್ತು ತೊಟ್ಟಿಲುಗಳು ಇತ್ತು. ಅದರಲ್ಲಿ ಒಂಭತ್ತನೆಯದು ಮಾತ್ರ ಖಾಲಿ ಇತ್ತು.

ಒಂದೊಂದೇ ಮಗುವನ್ನು ನೋಡಿದರು. ಪ್ರತಿಯೊಂದರ ಬಣ್ಣ, ರೂಪು, ರೇಖೆಗಳಲ್ಲಿ ಅಲ್ಪಸ್ವಲ್ಪ ವ್ಯತ್ಯಾಸಗಳು ಕಂಡರೂ ಮಕ್ಕಳು ಮುದ್ದಾಗಿದ್ದವು. ಒಂದು ಹೆಣ್ಣು ಮಗು ಅವನನ್ನು ಆಕರ್ಷಿಸಿತು ಕೂಡ.

ಮುಖವನ್ನು ಓದಿದವರಂತೆ ಮೇಡಮ್ ಪೆಸ್ಸಿಲ್ಲಾ ಮಗುವನ್ನು ಎತ್ತಿ ಅವನ ಕೈಗೆ ಕೊಟ್ಟರು.

"ನಮ್ಮ ಆಶ್ರಮಕ್ಕೆ ಬಂದು ಮೂರು ತಿಂಗಳಾಯ್ತು. ಈ ಮಗುನ ಕಾಲೇಜು ವಿದ್ಯಾರ್ಥಿಗಳು ಇಲ್ಲಿಗೆ ತಂದುಕೊಟ್ಟರು. ಆ ಆವರಣದಲ್ಲಿ ಮಲಗಿಸಿ ಹೋಗಿದ್ದರಂತೆ. ಚೀಟಿಯಲ್ಲಿ ಬರೆದ ಪ್ರಕಾರ ಕಾವೇರಿ ಅಂತ ಹೆಸರು ಇಟ್ಟಿದ್ದೀವಿ. ಷಿ ಈಸ್ ಕಾವೇರಿ..." ಪ್ರೀತಿಯಿಂದ ಮಗುವಿನ ಕೆನ್ನೆ ಸವರಿದರು.

ಮಗುವನ್ನು ಪಾರಿಜಾತ ಮುಂದಿಡಿದ. ಎರಡು ಹೆಜ್ಜೆ ಹಿಂದಕ್ಕೆ ಸರಿದಳು. ಮಗುವನ್ನು ಮೇಡಮ್ ಕೈಗೆ ಕೊಟ್ಟು ಏನೋ ಹೇಳಿ ಹಿಂದಿರುಗುವ ವೇಳೆಗೆ ಪಾರಿಜಾತ ಹೋಗಿ ಕಾರಿನಲ್ಲಿ ಕೂತುಬಿಟ್ಟಿದ್ದಳು.

ಡ್ರೈವಿಂಗ್ ಸೀಟ್‌ನಲ್ಲಿ ಕೂತವನು ಅವಳತ್ತ ಓರೆನೋಟ ಬೀರಿದ.

"ಹರಳೆಣ್ಣೆ ಕುಡಿದಂತಿದೆ. ನಿನ್ನ ಮುಖ. ಎಷ್ಟು ಮುದ್ದಾದ ಮಗು." ಕಾರಿನ ಚಕ್ರಗಳು ಮುಂದಕ್ಕೆ ಉರುಳಿದವು.

"ನೋಡು ಪಾರಿಜಾತ, ನಿತೀಶ್‌ಗೆ ಬುದ್ಧಿ ಬಂದಿದೆ. ಅವನಿಗೆ ಅವನಪ್ಪ, ಅಮ್ಮನ ಗುರುತಿದೆ. ಅವನೆಂದೂ ನಿಂಗೆ ಮಗುವಾಗೊಲ್ಲ. ಆ ಹೆಣ್ಣು ಮಗು ಬೇಡಾಂದ್ರೆ... ಗಂಡು ಮಗುನೇ ತಗೋಳ್ಳೋಣ. ಅದಕ್ಕೂ ಬೆಚ್ಚಗಿನ ತಾಯ ಮಡಿಲು ಸಿಕ್ಕುತ್ತೆ. ನಿನ್ನ ಮಗು ಆಸೆನೂ ಪೂರೈಸುತ್ತೆ. ನಿನಗಾಗಿ ನಾನೇ ಆ ಮಗುನ ದತ್ತು ಸ್ವೀಕಾರ ಮಾಡ್ತೀನಿ" ಭರವಸೆಯಿಂದ ಭುಜ ಅದುಮಿದ.

"ನೋ... ನೋ... ನೋ... ಯಾರದೋ ಮಗುನಾ ನಾನು ಬೆಳೆಸೋದೆ? ಇಂಪಾಜಿಬಲ್... ನಂಗೆ... ಬೇಡ..." ಆವೇಶ ಬಂದವಳಂತೆ ಕಿರುಚಿಕೊಂಡಳು.

ತಟ್ಟನೇ ಬ್ರೇಕ್ ಹಾಕಿದ. "ಇಂದಿಗೆ ಮುಗಿಯಿತು ದತ್ತು ಸ್ವೀಕಾರದ ಮಾತು. ವಾಸು, ಹರಿಣಿಗೆ ಟಿಕೆಟ್ ರಿಸರ್ವ್ ಮಾಡ್ಸು" ಕಾರಿಗೆ ಜೀವ ತುಂಬಿದ.

ಗೇಟಿನಲ್ಲಿಯೇ ಕಾರು ನಿಲ್ಲಿಸಿದ. "ಇನ್ನು ಒಂದು ಅವಕಾಶವಿದೆ. ರಾತ್ರಿಯೆಲ್ಲ ಒಂಟಿಯಾಗಿ ಯೋಚ್ನೆ ಮಾಡು. ಅಪ್ಪ ಅಮ್ಮನಿಗೆ ಕನ್ವಿನ್ಸ್ ಮಾಡು. ಬೆಳಿಗ್ಗೆ ನಿನ್ನ ಅಭಿಪ್ರಾಯ ತಿಳಿದ್ರೆ... ಸಾಕು" ಅವಳ ಮೇಲೆ ಬಗ್ಗಿ ಗೇಟು ತೆಗೆದವನು ಮತ್ತೆ ಹಾಕಿಕೊಂಡ.

ಕಾರು ಬಾಲ್ಕನಿಯ ಮುಂದೆ ನಿಂತಿತು. ತಾನೇ ಡೋರ್ ದೂಡಿದ.

"ಬೆಳಿಗ್ಗೆ... ತಿಳಿಸು" ಅವಳು ಇಳಿದ ಕೂಡಲೇ ಹಾಕಿಕೊಂಡ. ಕೈಯೆತ್ತಿ ಏನೋ ಹೇಳಬೇಕೆಂದವಳು ಸುಮ್ಮನಾದಳು.

ಪುಷ್ಪಕ್‌ನಲ್ಲಿ ಭವಾನಿ ಇಲ್ಲದ ಸಮಾಚಾರ ಸಿಂಹ ಹೇಳಿದ್ದ. ಆದರೂ ಆ ಪರಿಸರದ ಮೇಲಿನ ಮಮಕಾರ ಅವನನ್ನು ಎಳೆದೊಯ್ದಿರಬೇಕು.

ಪಾರಿಜಾತದು ಕೆಟ್ಟ ಮನಸ್ಸಲ್ಲ! ಸಹಜವಾದ ಜಲಸಿ, ಅದು ಸಹಜವು ಕೂಡ. ಅದನ್ನ ಶಂಕರ್ ಕೂಡ ಆಕ್ಷೇಪಿಸಲಾರ. ಹೆಚ್ಚು ಸಹಾನುಭೂತಿಯಿಂದ ನೋಡುತ್ತಾನೆ.

ಭಾರವಾಗಿದ್ದ ಅವನ ಮನ ಪುಷ್ಪಕ್ ಬಳಿ ಇಳಿದ ಕೂಡಲೇ ಹಗುರವಾಯಿತು. ಉಲ್ಲಾಸದಿಂದಲೇ ಒಳಗೆ ನಡೆದು ಡಯಲ್ ತಿರುಗಿಸಿದ.

ಭಟ್ಟರು ಬಂದು ಕೈಕೈ ಹೊಸೆದರು.

"ಅಮ್ಮಾವ್ರು. ಎರಡು ಸಲ ಫೋನ್ ಮಾಡಿದ್ರು. ಊಟ, ತಿಂಡಿ ಎಲ್ಲಾ ವಿಚಾರಿಸಿದ್ರು. ಹಾಲಿಡು ಅಂದ್ರು... ಇಟ್ಟಿದ್ದೀನಿ."

ಅವರ ಮಾತುಗಳನ್ನು ಆಲಿಸಿದವನು ಮುಗುಳ್ನಕ್ಕ.

"ಇನ್ನು ಹೋಗಿ ಮಲಗಿಕೊಳ್ಳಿ. ನಾಳೆ ಬೆಳಗಿನ ಆರರವರೆಗೂ ನಿಮ್ಗೆ... ವಿಶ್ರಾಂತಿ" ಅವರನ್ನು ಕಳಿಸಿದ.

ಎಸ್.ಟಿ.ಡಿ. ಕಾಲ್‌ನಲ್ಲಿ ಮೊದಲು ಕೇಳಿದ್ದು ಸದಾನಂದನ ಸ್ವರ.

"ಹಲೋ, ಡಿಯರ್ ಬ್ರದರ್-ಇನ್-ಲಾ..... ಕೊಟ್ಟೆ ನಿಮ್ಮ ಶ್ರೀಮತಿಯವ್ರ ಕೈಗೆ. ನಾನು ಕೋಣೆಯಿಂದ ಹೊರಗೆ ಹೋಗ್ತಾ ಇದ್ದೀನಿ. ಮಾತಾಡಬಹುದು..." ತಂಗಿಯ ಕೈಗೆ ರವಾನಿಸಿರಬಹುದು.

"ಹೇಗಿದ್ದೀರಾ?" ಅವಳ ಕಂಠದಲ್ಲಿ ನೋವಿತ್ತು.

"ನನಗಂತು ಆಗೋಲ್ಲ. ಕವಿನೋ, ಸಾಹಿತಿನೋ ವರ್ಣಿಸಬೇಕು, ಈ ವಿರಹ ವೇದನೆಯನ್ನು, ಇದ್ದೀನಿ... ಇದ್ದೀನಿ... ಅಷ್ಟೆ. ಹೇಗಿದ್ದಾನೆ.... ನನ್ಮಗ?" ಅವಳ ಕೆಂಪಾದ ಮುಖವನ್ನು ಕಲ್ಪಿಸಿಕೊಂಡ. ಎರಡು ಕ್ಷಣ ಮೌನ.

"ನೀನು ಮಾತಾಡೋಲ್ಲ. ಎದುರಿಗೆ ಕೂತೇ ನಿನ್ನ ಮುಖದ ಭಾವನೆಗಳನ್ನು ಅಳೆಯಬೇಕು. ನಾಳಿದ್ದು ಫ್ಲೈಟಿಗೆ ಬಂದುಬಿಡು. ಟಿಕೆಟ್‌ಗೆ ನಾನೇ ಅರೆಂಜ್ ಮಾಡ್ತೀನಿ..." ಇನ್ನಷ್ಟು ಮಾತಾಡಿದವನು ಸದಾನಂದನನ್ನು ಕರೆಯುವಂತೆ ಹೇಳಿದ.

"ಹಲೋ, ನೀನೇನು ಹೇಳ್ತೀಯಾಂತ ನಂಗೆ ಗೊತ್ತು. ನಿನ್ನ ಪ್ರಕಾರನೇ... ಭವಾನಿಗೆ ನಮ್ಗಿಂತ ನಿನ್ನ ಅಗತ್ಯವೇ ಹೆಚ್ಚಾಗಿದೆ..." ನಕ್ಕು ಆಮೇಲೆ ಕೇಳಿದ.

ರಿಸೀವರ್ ಹುಕ್ ಮೇಲಿಟ್ಟ ಶಂಕರ್ ಹಾಲು ಕುಡಿದು ಮಲಗಿದ.

ಅನಾಥ ಮಗುವಿಗೆ ವಾರಸುದಾರರಾಗುವುದು ಯಾರಿಗೂ ಸಮ್ಮತವಲ್ಲ! ಮಗ್ಗಲು ಬದಲಾಯಿಸಿದ. ಒಂಟಿಯಾಗಿಸಿದರು ಅವನ ಆಕಾಂಕ್ಷೆಯ ನಡುವೆ.

ಬೆಳಿಗ್ಗೆ ಫೋನ್ ಬಂತು. ಎತ್ತಿ "ಹಲೋ..." ಎಂದ. ವಾಸುವಿನ ದನಿ "ರಾಂಗ್ ನಂಬರ್..." ಇಟ್ಟ. ಆ ಮನೆಯ ಫೋನ್‌ಗಳು ಇಲ್ಲಿ ರಿಸೀವ್ ಆಗದು.

ಇಲ್ಲೇ ಬ್ರೇಕ್‌ಫಾಸ್ಟ್ ಮುಗಿಸಿಕೊಂಡು ಆ ಮನೆಗೆ ಬಂದ.

ಎದುರಾದ ಅಮ್ಮನಿಗೆ ಹೇಳಿದ "ನನ್ನ ಬ್ರೇಕ್‌ಫಾಸ್ಟ್ ಆಯಿತು.." ಆಕೆ ಅವನನ್ನೇ ಹಿಂಬಾಲಿಸಿದರು. "ಸ್ವಲ್ಪ ನನ್ಮಾತು ಕೇಳು, ಒಂದಿಷ್ಟು ಮಾತಾಡೋದಿದೆ. ಹಟದಿಂದ ಕುಟುಂಬದ ನೆಮ್ದಿ ಕೆಡುತ್ತೆ."

ತಾಯಿಯ ಮಾತಿಗೆ ನಿಂತು ಹಿಂದಿರುಗಿದ. "ಈಗ ಹೇಳೋಕೆ ಸಾಧ್ಯನಾ? ನಾನು ತುಂಬ ಗಟ್ಟಿ." ಎಂದ. ಆಕೆ ಮಗನ ನೋಟವನ್ನೆದುರಿಸಲಾರದೆ ಹೋದರು. "ನಿತೀಶ್‌ನ ದತ್ತು ತಗೊಂಡ್ಬಿಡು. ಕೈ ಹಿಡ್ದ ಹೆಣ್ಣು ಕಣ್ಣೀರು ಹಾಕ್ಬಾರ್ದು" ಆಕೆಯ ಸ್ವರ ಮೆತ್ತಗಾಯಿತು.

"ನಾನು ತಂದೆಗೋಸ್ಕರ ಪ್ರತಿಜ್ಞೆ ಮಾಡೋ ಭೀಷ್ಮನ ಸ್ಥಾನದಲ್ಲಿದ್ರೂ ಮಾಡ್ಲಾರೆ. ನಾನು ಆ ಸ್ಥಿತಿಯಲ್ಲಿ ಇಲ್ಲ. ನಿತೀಶ್‌ನ ನಾನು ದತ್ತು ತಗೋಳ್ಳೋಲ್ಲ, ನಂಗೂ ನ್ಯಾಯ, ಅನ್ಯಾಯದ ಪರಿವೆ ಇದೆ. ಕೆಲವೊಮ್ಮೆ ಬೇರೆಯವ್ರಿಗೆ, ಬೇರೆಯ ಮಕ್ಕಳಿಗೆ ಮೋಸ ಮಾಡಿದ್ರು ತಮ್ಮವ್ರು, ತಮ್ಮ ಮಕ್ಳು ಸ್ಥಿತಿ ಬಂದಾಗ ಹಿಂದೆಗೆಯುತ್ತಾರೆ. ಆ ಕೆಲ್ಸ ಜಗನ್ನಾಥ್... ಮಾಡ್ಲೀ..." ಮೆಟ್ಟಲುಗಳನ್ನೇರಿ ತನ್ನ ಕೋಣೆಗೆ ಹೋಗಿಬಿಟ್ಟ.

ವಾರ್ಡ್‌ರೋಬ್‌ನಿಂದ ಸೀರೆಗಳನ್ನು ತೆಗೆಯುತ್ತಿದ್ದ ಪಾರಿಜಾತನ ಪರಿಹಾಸ್ಯ ಮಾಡಿದ. "ಅವ್ರುಗಳ ಜೊತೆ ನಿನ್ನ ಟಿಕೆಟ್ ಕೂಡ ಬುಕ್ ಆಗಿದ್ಯಾ?" ಅವಳ ಕೈಯಲ್ಲಿದ್ದ ಸೀರೆ ಕೆಳಗೆ ಬಿತ್ತು.

ಬ್ರೀಫ್‌ಕೇಸ್ ತೆಗೆದು ನೋಡುತ್ತಿದ್ದವನು "ಯಾವ ತೀರ್ಮಾನಕ್ಕೆ... ಬಂದೆ?" ಎಂದ. ವಾರ್ಡ್‌ರೋಬ್‌ನಲ್ಲಿದ್ದ ಸೀರೆಗಳನ್ನೆಲ್ಲ ತೆಗೆದು ಎಸೆದಳು. "ನಾನು ಒಪ್ಪೋಲ್ಲ, ಯಾರ್ದೋ ಮಗೂನ ತಂದಿಟ್ಕೋಬೇಕಾ! ನಂಗೇನು ಬಂದಿದೆ... ಗ್ರಹಚಾರ. ನಾನು ಮುಟ್ಟೋದು ಕೂಡ ಇಲ್ಲ" ಒದರಾಡಿದಳು.

ಹೋಗಿ ಭುಜದ ಮೇಲೆ ಕೈಯಿಟ್ಟ "ಮೆತ್ತಗೆ ಮಾತಾಡು, ನಿನ್ನ ಕಾಳಿಕಾವತಾರ... ನಂಗೆ ಇಷ್ಟವಾಗೋಲ್ಲ. ಹಡೆಯೋದನ್ನು ವಿಧಿ ಕಿತ್ಕೊಂಡಿರಬಹ್ದು, ಸಾಕೋದ್ನಲ್ಲ, ದೇವಕಿ ಹೆತ್ತರೂ ಮಗುವಿನ ಮಮತೆಯ ಪೂರ್ಣ ಲಾಲನೆ ಪಡೆದ ಯಶೋದೆ ಧನ್ಯಳಾದಳು. ಕಾವೇರಿ ನಮ್ಮ ಮನೆಯ ಮಗುವಾಗ್ಲಿ" ಓಲೈಸಲು ನೋಡಿದ.

"ನೋ... ನೋ... ನಂಗೆ ಬೇಡ" ಗೋಳೊ ಎಂದು ಅತ್ತಳು.

ಚೇತನ ಅನಾಥಾಲಯಕ್ಕೆ ಫೋನ್ ಮಾಡಿದ.

ಇದು ಇಷ್ಟಕ್ಕೆ ಮುಗಿಯಲಿಲ್ಲ. ತಾಯಿಯ ಕಣ್ಣೀರು. "ನಿಮ್ತಂದೆ ಮಾತು ಕೊಟ್ಟಿದ್ದಾರೆ. ಸಮಸ್ಯೆಯಾಗಿ ನಮ್ಮನ್ನು ಕಾಡ್ತಾ ಇದೆ. ನಾಮಾಕಾವಸ್ಥೆ ದತ್ತು ತಗೋ" ಪಟ್ಟು ಹಿಡಿದುಬಿಟ್ಟರು.

ಹೇಗೆ ಸಾಧ್ಯ? ಸ್ವಂತ ಮಗುವಿನ ಕನಸು ನಿಜವಾಗುವ ಹಂತದಲ್ಲಿ–ಇಲ್ಲಿ ಇಂಥ ಒತ್ತಾಯ.

ಬಹಳ ಉಪಾಯವಾಗಿ ಪರಿಹರಿಸಿಕೊಳ್ಳಬೇಕಿತ್ತು.

ವಾಸು, ಹರಿಣಿನ ಹತ್ತಿರ ಕೂಡಿಸಿಕೊಂಡ. "ಈಗ್ಹೇಳಿ ಏನು ವಿಷ್ಯ?" ನೇರವಾಗಿ ಕೇಳಿದ. "ನಿತೀಶ್‌ನ ಕೇಳಿದ್ರು-ನಿಮ್ತಂದೆ ದತ್ತು ತಗೊಳೋಕೆ ಸಿದ್ಧವಾಗಿದ್ದಾರೆ." "ಆದರೆ... ನಂಗೆ ಸಮ್ಮತವಿಲ್ಲ." ನೋಟವೆತ್ತಿ ತಂದೆಯ ಕಡೆ ಹರಿಸಿದ. ಇವನ ನೋಟವನ್ನು ಅವರ ನೋಟ ಸಂಧಿಸಲಿಲ್ಲ.

"ನೀವು, ನಿತೀಶ್‌ನ ದತ್ತು ತಗೋಬೇಕು" ಎಂದ ವಾಸು. "ಪಾರಿಜಾತಗಾಗಿ... ಅವಳಿಗೂ ಒಂದು ಮಗು ಬೇಕು" ಒತ್ತಾಯವಿತ್ತು ಅವನ ದನಿಯಲ್ಲಿ.

ಹರಿಣಿಯತ್ತ ತಿರುಗಿದ. ಅವಳು ಬಿಕ್ಕುತ್ತಿದ್ದಳು. ಹೆತ್ತ ಒಡಲು. "ಪಾರಿಜಾತ ಸ್ವತಂತ್ರವಾಗಿಯೇ ದತ್ತು ತಗೋಬಹ್ದು. ನನ್ನ ವಿರೋಧವಿಲ್ಲ. ನಾನಂತು.... ತಗೋಳೋಲ್ಲ" ಅವನ ನಿಲುವಿನಲ್ಲಿ ಯಾವುದೇ ಬದಲಾವಣೆ ಇಲ್ಲ.

ವಾಸು ಮತ್ತೆ ಮಾತಾಡದಂತೆ ವಿವರಿಸಿದ. "ನಿತೀಶ್ ಭವಿಷ್ಯದ ಬಗ್ಗೆ ನಿಂಗೆ ಚಿಂತೆ ಬೇಡ. ಈ ಮನೆ, ಅಪ್ಪನ ಬ್ಯಾಂಕ್ ಬ್ಯಾಲೆನ್ಸ್, ಪಾರಿಜಾತಳ ಸಮಸ್ತ ಐಶ್ವರ್ಯವು ಅವನಿಗೆ ಸೇರುತ್ತೆ. ಇಲ್ಲಿನ ವ್ಯಕ್ತಿಗಳ ಮೇಲಿನ ಹಕ್ಕನ್ನು ಬಿಟ್ಟು ನನ್ನದಾಗಿ ಇಲ್ಲೇನೂ ಇಲ್ಲ. ಬೇಕಾದ್ರೆ ಡೀಟೈಲ್ಸ್ ಕಲೆಕ್ಟ್ ಮಾಡಿಕೊಳ್ಳಿ" ಅಂದು ಸಹಿ ಹಾಕಿಕೊಟ್ಟ ಪೇಪರ್‌ಗಳು ಅಣಕಿಸಿದಂತಾಯಿತು.

ಅದನ್ನು ಪಾರಿಜಾತ ತಂಗಿ, ವಾಸುಗೆ ಹೇಳಿಯೂ ಇದ್ದಳು.

ಶಂಕರ್ ಕಣ್ಣುಗಳಲ್ಲಿನ ದೃಢತೆಯನ್ನು ನೋಡಿಯೇ ಇನ್ನು ಎಳೆದಾಡುವುದು ವಾಸುವಿಗೂ ಸರಿದೋರಲಿಲ್ಲ. ಒಬ್ಬನ ಜವಾಬ್ದಾರಿ ಕಳೆದುಕೊಳ್ಳುವುದು ಸರಿಯೆನಿಸಿತು.

"ಒಪ್ಪಿಗೇನಾ..." ಸೀರಿಯಸ್ಸಾಗಿ ಕೇಳಿದ.

"ಒಪ್ಗೆ..." ಎಂದ ಕೂಡಲೇ ಶಂಕರ್ ಮೇಲೆದ್ದ "ನಿತೀಶ್ ಮಾತ್ರ ಈ ಮನೆಯ ಮಗುವಾಗುತ್ತೆ ವಿನಹಃ ನೀವುಗಳೆಲ್ಲ ಅಲ್ಲ. ನಿಶ್ಚಿಂತೆಯಿಂದ ಅವನನ್ನು ಪಾರಿಜಾತ ವಶಕ್ಕೆ ಒಪ್ಪಿಸಿ ಹೋಗಿ. ದತ್ತು ದಿನದ ನಿಶ್ಚಯವಾದ್ಮೇಲೆ... ಬಂದು ಮುಗಿಸಿಕೊಟ್ಟು ಹೋಗಿ." ಶಂಕರ್ ಹೊರಗೆ ನಡೆದುಬಿಟ್ಟ.

ದೊಡ್ಡ ಸಮಸ್ಯೆ ಪರಿಹಾರವಾದಂತಿತ್ತು. ಅಂದು ಪೇಪರ್‌ಗಳ ಮೇಲೆ ಅವನ ಸಹಿ ಪಡೆದಾಗಲೇ ನಂಬಿಕೆಯ ವೃಕ್ಷಕ್ಕೆ ಬಲವಾದ ಪೆಟ್ಟು ಬಿದ್ದಿತ್ತು.

* * * *

ಭವಾನಿಯೊಡನೆ ಬಂದ ಸದಾನಂದ್ ನರ್ಸಿಂಗ್ ಹೋಂಗೆ ಕರೆದೊಯ್ದ. "ಡೋಂಟ್ ವರೀ, ಷಿ ಈಜ್ ಆಲ್ ರೈಟ್, ನಾರ್ಮಲ್ ಡೆಲಿವರಿ ಆಗುತ್ತೆ" ಒಂದು ಡೇಟನ್ನು ಸೂಚಿಸಿದರು.

ಆದರೂ ಅವನ ವ್ಯಾಕುಲವೇನು ಕಡಿಮೆಯಾಗಲಿಲ್ಲ.

"ಹೊಸ ಜಾಬ್. ನಾನು ಇರೋಕ್ಕಾಗೋಲ್ಲ. ಶಂಕರ್ ಹೇಳಿದ ಮಾತು ಕೇಳೋಲ್ಲ. ಹೇಗೆ... ಹೇಗೆ..." ಕೈ ಕೈ ಹಿಸುಕಿಕೊಂಡ.

"ಯಾಕಣ್ಣ ಇಷ್ಟೊಂದು ಪೇಚಾಡಿಕೊಳ್ತಿ! ಹೇಗೂ ಡಾಕ್ಟ್ರು ಡೇಟ್ ಕೊಟ್ಟಿದ್ದಾರಲ್ಲ, ಅದ್ಕೆ ಎರಡು ದಿನ ಮೊದ್ಲು ನೀನು, ಅತ್ಗೇ ಬಂದರೆ... ಸಾಕು" ಎಂದರೂ ಅತ್ತುಬಿಟ್ಟಳು.

ಸರಳ ಹೊರಡುವ ಮುನ್ನವೇ ಸೂಚಿಸಿದ್ದಳು. "ಈಗ ಯಾರಾದ್ರೂ ತವರು ಮನೆಯವರು ಅನ್ನಿಸಿಕೊಂಡವ್ರು ಭವಾನಿಯ ಜೊತೆ ಇರ್ಬೇಕು. ನಾನು ಹೆರಿಗೆ ಆಗೋವರ್ಗೂ ಅಲ್ಲೇ ಇರ್ತೀನಿ" ಆಗ ಸದಾನಂದ್ ತಳ್ಳಿಹಾಕಿದ್ದ.

"ಬೇಡ ಸರಳ, ತಿಂಗಳಾನುಗಟ್ಲೆ ಅಲ್ಲಿ ಉಳಿಯೋದು ಯಾವ ರೀತಿಯಿಂದ್ಲೂ ಸರಿಯಲ್ಲ. ಶಂಕರ್ ಪೂರ್ಣ ಗಮನ ಭವಾನಿಯತ್ತಲೇ ಇರುತ್ತೆ. ಸಮಸ್ಯೆಗಳನ್ನು ಬಹಳ ಧೈರ್ಯವಾಗಿ ಫೇಸ್ ಮಾಡಬಲ್ಲ. ಪಾರಿಜಾತ ತಂಗಿ ಮಗೂನ ದತ್ತು ತಗೊಳ್ಳೋ ಸುದ್ದಿ ಕಿವಿಗೆ ಬಿತ್ತು" ಎಂದವನು ಮಾತಾಡದಂತೆ ಹೆಂಡತಿಯ ಬಾಯಿ ಮುಚ್ಚಿದ್ದ.

"ಈ ಸ್ಥಿತಿಯಲ್ಲಿ ಅಳ್ಬಾರ್ದು. ಬರೀ ಅಳೋ ಮಗನೇ ಹುಟ್ತಾನೆ. ದಿನ ಒಂದ್ಸಲ ಫೋನ್ ಮಾಡ್ತೀನಿ. ಆ ಡೇಟ್‌ಗೆ ನಾಲ್ಕು ದಿನ ಮೊದಲೇ ನಾನು, ಸರಳ ಬರ್ತೀವಿ" ಸಂತೈಸಿದ.

ಭವಾನಿ, ಶಂಕರ್ ಹೋಗಿಯೇ ಫ್ಲೈಟ್ ಹತ್ತಿಸಿ ಬಂದರು, ಅವಳ ಕಣ್ಣಂಚಿನಲ್ಲಿ ಮೂಡಿದ ಕಂಬನಿಯನ್ನು ತೊಡೆದ.

"ಅಳ್ಬಾರ್ದು, ನೀನು ಅತ್ತರೆ ನನ್ಮೇಲೆ ನಂಗೆ ಕಾನ್ಫಿಡೆನ್ಸ್ ಹೋಗ್ಬಿಡುತ್ತೆ" ಛೇಡಿಸಿಯೇ ಬಳಸಿ ಕರೆತಂದ ಕಾರಿನ ಬಳಿಗೆ.

ಈಗ ಹೆಚ್ಚಿನ ವೇಳೆಯನ್ನು ಶಂಕರ್ ಪುಷ್ಪಕ್‌ನಲ್ಲಿಯೇ ಕಳೆಯುತ್ತಿದ್ದ. ಅದೇ ಆಫೀಸ್ ಆಗಿತ್ತು. ಹಾಗೆಂದು ಮನೆಯನ್ನೇನು ಅಲಕ್ಷಿಸಿರಲಿಲ್ಲ.

ಮಲ್ಟೀ ಸ್ಟಾರ್ ಕನ್‌ಸ್ಟ್ರಕ್ಷನ್ ಬಳಿಗೆ ಹೋಗಿದ್ದವನು ನೇರವಾಗಿ ಮನೆಗೆ ಬಂದ. ಜಗನ್ನಾಥರ ಕ್ಲಬ್‌ನ ವೇಳೆ. ದಾಕ್ಷಾಯಿಣಿ ಮಹಿಳಾ ಸಂಘದ ವಾರ್ಷಿಕೋತ್ಸವಕ್ಕೆ ಹೋಗಿದ್ದರು. ಮುಖ ಗಡಿಗೆ ಗಾತ್ರ ಮಾಡಿಕೊಂಡು ಮನೆಯಲ್ಲಿ ಉಳಿದವಳು ಪಾರಿಜಾತ ಮಾತ್ರ. ಇಡೀ ಕೋಣೆಯಲ್ಲಿ ಹರಡಿಕೊಂಡಿದ್ದ ಆಟದ ಸಾಮಾನುಗಳನ್ನ ನಡವೆ ನಿತೀಶ್.

"ಯಾಕೆ ಒಂದು ತರಹ ಇದ್ದೀಯಾ?" ಭುಜದ ಮೇಲೆ ಕೈಯಿಟ್ಟು ಪ್ರಶ್ನಿಸಿದ. ನಿತೀಶ್ ಆಳು, ಕಾಡಿಸುವಿಕೆ ಜಾಸ್ತಿಯಾಗಿತ್ತು. ಅದನ್ನ ಬಾಯಿಬಿಟ್ಟು ಹೇಳಲಿಲ್ಲ. "ಬೋರ್..." ಎಂದಳು. ಬಳಸಿ ಹತ್ತಿರಕ್ಕೆಳೆದುಕೊಂಡ. "ಹೊರ್ಗಡೆ ಹೋಗೋಣ, ಬೇಗ ನಿತೀಶ್‌ಗೆ ಡ್ರೆಸ್ ಮಾಡು" ರಮಿಸಿದ.

ಅವಳು ಡ್ರೆಸ್ ಮಾಡಿಕೊಂಡು ಬಂದು ಅವನ ಮುಂದೆ ನಿಂತಳು "ಹೋಗೋಣ..." ಅವಳ ಅಕ್ಕಪಕ್ಕ ಕಣ್ಣಾಡಿಸಿದ. "ನಿತೀಶ್... ಎಲ್ಲಿ?" ಅವನು ಬೇಡವೆನ್ನುವಂತೆ ಕಣ್ಣಿನಲ್ಲಿಯೇ ಹೇಳಿದಳು.

ನೇರವಾಗಿ ಅವಳನ್ನೇ ನೋಡಿದ. "ಅಪ್ಪು ನಿನಗೆ ಚೆನ್ನಾಗಿ ಒಗ್ಗಿಕೊಳ್ಳಬೇಕು." ಅವಳು ತಲೆ ಅಡ್ಡಡ್ಡ ಆಡಿಸಿದಳು. ಅಲ್ಲಿಗೆ ಬಿಟ್ಟ ಆ ವಿಷಯ.

ಕಾರು ಹತ್ತುವ ವೇಳೆಗೆ ಅಳುತ್ತ ಓಡಿ ಬಂದ ನಿತೀಶ್ ತಾನು ಬರುವುದಾಗಿ ಹಟ ಮಾಡತೊಡಗಿದ. ಅಸ್ತವ್ಯಸ್ತವಾದ ಬಟ್ಟೆಗಳು, ಕೆದರಿದ ತಲೆಗೂದಲು.

ಡೋರ್ ತೆಗೆದು ಅವಳನ್ನು ಇಳಿಯುವಂತೆ ಸನ್ನೆ ಮಾಡಿದ. "ಅವನನ್ನ ಸಮಾಧಾನ ಮಾಡು. ಇದೇನು ಹನಿಮೂನ್ ಕಾಲವಲ್ಲ. ಡ್ರೆಸ್ ಮಾಡಿ ಕರ್ಕೊಂಡ್ಬಾ" ಅವಳು ಇಳಿಯಲಿಲ್ಲ.

ನಿತೀಶ್ ಎಷ್ಟು ರಮಿಸಿದರೂ ಕೇಳಲಿಲ್ಲ. ಕಾರಿಗೆ ಕೈಯಿಂದ ಬಡಿಯತೊಡಗಿದ. ಶಂಕರ್ ಅವನನ್ನೆತ್ತಿಕೊಂಡು ಒಳಗೆಹೋದ.

ತಿಂದ ಚಾಕಲೇಟನ್ನು ಮೂತಿ, ಬಟ್ಟೆಗಳಿಗೆಲ್ಲ ಮೆತ್ತಿಕೊಂಡಿದ್ದ. ಅವನನ್ನ ಇಳಿಸಿ ಆರಾಮಾಗಿ ಕೂತ. ಅವನ ಅಳು ಜೋರಾಯಿತು.

ಅವನಿಗೆಂದೇ ಹೊಸದಾಗಿ ನೇಮಿತವಾದ ಹೆಣ್ಣಾಳು ಬಂದವಳು ಅವನನ್ನು ನೋಡಿ ನಿಂತಳು. ಕಣ್ಣಲ್ಲಿಯೇ ಹೋಗುವಂತೆ ಹೇಳಿದ.

ದಢಾರನೆ ಬಂದ ಪಾರಿಜಾತ ಮುಖದ ಬಣ್ಣವೇ ಬದಲಾಯಿತು. ಅವನ ಕಣ್ಣುಗಳಲ್ಲಿನ ಕಿಡಿ ಇತ್ತು.

"ಇದು ಮಗುನ ನೋಡಿಕೊಳ್ಳೋ ರೀತೀನಾ? ಅಮ್ಮ ಅನ್ನಿಸಿಕೊಳ್ಳೋದು ಅಷ್ಟೊಂದು ಸುಲಭವಲ್ಲ. ತಾಳ್ಮೆ ಬೇಕಾಗುತ್ತೆ, ಅವನನ್ನು ಸಮಾಧಾನ ಮಾಡು."

ಬಿಸ್ಕತ್ತು ಪೊಟ್ಟಣ, ಚಾಕಲೇಟು ಡಬ್ಬ ತಂದು ನಿತೀಶ್ ಮುಂದೆ ಹಾಕಿಹೋದಳು. ಶಂಕರ್ ತಾನೇ ಎದ್ದುಹೋಗಿ ಅವನ ಮುಖ ತೊಳೆಸಿ ಬಟ್ಟೆ ಬದಲಾಯಿಸಿದ, ಭಾರವಾಗಿದ್ದ ನಿತೀಶ್ ಇಂದು ಸ್ವಲ್ಪ ಹಗುರವಾಗಿ ಕಂಡ.

"ನಿತೀಶ್ ತೂಕ ಕಮ್ಮಿಯಾಗಿದೆ, ಗಮನಿಸಿದ್ಯಾ?" ಜೋರಾಗಿಯೇ ಪ್ರಶ್ನಿಸಿದ. "ಅವನಿಗೆ ಏನೂ ಆಗಿಲ್ಲ, ಮೂರೊತ್ತು ತಿಂತಾನೆ..." ಅವನನ್ನು ಸಾಕುವಂಥ ತಾಳ್ಮೆ ಅವಳಿಗಿಲ್ಲವೆನಿಸಿತು.

ಆಯಾನ ಕರೆದು ಕೇಳಿದ ಮೇಲೆಯೇ ವಿಷಯ ತಿಳಿದಿದ್ದು. ಎರಡು ದಿನದಿಂದ ಭೇದಿ.

"ಅಪ್ಪಿಗೆ ಭೇದಿಯಂತೆ. ಡಾಕ್ಟು ಷಾಪ್‌ಗೆ ಕರ್ಕೊಂಡ್ಹೋಗಿ... ಬಾ" ಅವಳ ತೊಡೆಯ ಮೇಲೆ ಕೂಡಿಸಿ ಹೊರಗೆ ಬಂದ.

ಎದುರಾದ ಜಗನ್ನಾಥ್ ಕಡೆ ನೋಡಿದ. "ಸ್ವಲ್ಪ ನಿಮ್ಮ ಕ್ಲಬ್‌ನ ಚಟುವಟಿಕೆ ನಿಲ್ಲಿಸಿ ನಿತೀಶ್‌ನ ಗಮನಿಸ್ಬಾರ್ದಾ ನನ್ನನ್ನು ಹೀಗೆಯೇ ಬೆಳೆಸಿದಿರಾ?" ಎನ್ನುವ ಪ್ರಶ್ನೆ ಅವನ ಕಣ್ಣುಗಳಲ್ಲಿ ಇದ್ದುದನ್ನು ಗುರ್ತಿಸಿದರು.

ಮಾತಾಡಲು ಸ್ವರವೇಳಲಿಲ್ಲ. ಮೌನವಹಿಸಿದರು. ಇಪ್ಪತ್ತು ವರ್ಷಗಳಲ್ಲಿ ಕ್ಲಬ್‌ಗೆ ಹೋಗದ ದಿನಗಳು ಕಡಿಮೆ. ಅವರ ಬದುಕಿನಲ್ಲಿ ಕಾರ್ಡ್ಸ್ ಒಂದು ದೊಡ್ಡ

ಹವ್ಯಾಸವಾಗಿತ್ತು. ಮಕ್ಕಳು, ಮರಿಗಳ ತಂಟೆ ತಕರಾರುಗಳಿಲ್ಲದೇ ಆರಾಮಾಗಿ ಕಳೆದುಬಿಟ್ಟಿದ್ದರು.

ಪುಟ್ಟ ಎಳೆಯ ಟಿಸಿಲೊಂದು ಒಡೆದು ಬೆಳವಣಿಗೆಯ ಹಂತ ಹಂತದಲ್ಲಿ ಲೀನವಾಗಿ ಒಗ್ಗಿಕೊಂಡು ಬಿಡುತ್ತಿದ್ದರೇನೋ! ಇಲ್ಲಿ ತನ್ನದೆನ್ನುವ ಆಕರ್ಷಣೆ ಕೂಡ ಇಲ್ಲ.

ಜೀಪು ಪುಷ್ಪಕ್ ಅತ್ತ ಹೊರಳಿತು. ಪೂರ್ತಿ ಏಳು ತಿಂಗಳು ತುಂಬಿದ ಭವಾನಿ ಹೂಬಿಡಲು ಸಮೃದ್ಧಗೊಂಡ ಗೊಂಚಲಿನಂತೆ ಕಾಣುತ್ತಿದ್ದಳು.

"ನಿಮ್ಮ ಕೆಲ್ಸಗಳ್ನ ಕಮ್ಮಿ ಮಾಡಿಕೊಂಡು, ಸಂಜೆ ಆರಾಮಾಗಿ ಅವ್ರನ್ನು ಹೊರ್ಗೆ ಕರ್ಕೊಂಡ್ಹೋಗಿ. ಈಗ ಸಂತೋಷವಾಗಿರ್ಲಿ" ಡಾಕ್ಟರ್ ಸಜೆಷನ್. ಅಚ್ಚುಕಟ್ಟಾಗಿ ಪಾಲಿಸುತ್ತಿದ್ದ. ಅದು ಅವನಿಗೆ ಇಷ್ಟವಾದ ಕೆಲಸವು ಕೂಡ.

ಮುಂದಿನ ಗಾರ್ಡನ್‌ನಲ್ಲಿ ಅಡ್ಡಾಡುತ್ತ ಮಾಲಿಗೆ ಏನೋ ಸಲಹೆ ಕೊಡುತ್ತಿದ್ದ ಭವಾನಿ ಗೇಟಿನತ್ತ ತಿರುಗಿದಳು. ತುಂಬಿಕೊಂಡ ಮುಖದಲ್ಲಿ ಬೆಳದಿಂಗಳನ್ನೇ ಕಂಡಂತಾಯಿತು ಅವನಿಗೆ.

ಕಾರನ್ನು ಅವಳ ಪಕ್ಕದಲ್ಲಿಯೇ ನಿಲ್ಲಿಸಿ ಸೈಡ್ ಡೋರ್ ತೆಗೆದ. "ಕಮಾನ್... ಒಂದಿಷ್ಟು ಷಾಪಿಂಗ್..." ಅವಳ ಮುಖದಲ್ಲಿ ಲಜ್ಜೆ ಅರಳಿತು. "ಕ್ವಿಕ್..." ಅವಸರಿಸಿದ.

ಹತ್ತಿ ಕೂತವಳು ಅವನಿಗೆ ಹೇಳಿದಳು. "ಬೇಡಪ್ಪ, ನಂಗೆ ಅಲ್ಲೆಲ್ಲ ಓಡಾಡೋಕೆ ನಾಚ್ಕೆ ಆಗುತ್ತೆ. ನಂಗೇನು... ಬೇಡ" ಅವಳ ಮಾತಿನತ್ತ ಗಮನ ಕೊಡದೇ ಕಾರನ್ನು ಹಿಂದಕ್ಕೆ ತಿರುಗಿಸಿದ.

ಫಿಲಂ, ಷಾಪಿಂಗ್ ಅವಳಿಗೆ ಇಷ್ಟವಿಲ್ಲದ ವಿಷಯಗಳು. ಏಕಾಂತವಾದ ವನಪ್ರದೇಶ, ಸುಂದರ ಸಂಜೆಗಳು ಅವಳಿಗೆ ಇಷ್ಟ.

ಕಾರಿನ ಚಕ್ರಗಳು ಉರುಳಿದ್ದು ಕೂಡ ಊರಿನ ಆಚೆಗೆ. ಒಂದು ಮರದ ಕೆಳಗೆ ಕಾರನ್ನು ನಿಲ್ಲಿಸಿ ಇಳಿದು ಕೈ ನೀಡಿದ.

"ಜನರ ಮಧ್ಯೆ ನಿನಗೆ ನಾಚಿಕೇನಾ?" ಛೇಡಿಸಿದ. ತೋಳಿಡಿದು ಅವನೆದೆಗೆ ಒರಗಿಬಿಟ್ಟಳು. "ಕಷ್ಟವಾಗುತ್ತೆ..." ಅವಳ ಕೂದಲಲ್ಲಿ ಅತ್ಯಂತ ಪ್ರೀತಿ, ಅಭಿಮಾನದಿಂದ ಕೈಯಾಡಿಸಿದ. "ನಂಗೆ ಮಾತ್ರ ಖುಷಿ" ಬಾಯಿ ಮಾತಿಗಲ್ಲ ಅವನು ಅಂದಿದ್ದು.

ಸೃಷ್ಟಿ ರಹಸ್ಯದ ಬಗ್ಗೆ ಅವನಿಗೆ ಅತ್ಯಂತ ಕುತೂಹಲ, ಮಡದಿಯ ಗರ್ಭದಿಂದ ಅವನ ಮರುಹುಟ್ಟು. ಅವನ ಚಿಂತನೆ ಎತ್ತಲೆತ್ತಲೋ ಸಾಗುತ್ತಿತ್ತು.

ಬಳಸಿಯೇ ಅಷ್ಟು ದೂರ ಕರೆದೊಯ್ದ. ಗದ್ದೆಯ ಪೈರು ಹುಲುಸಾಗಿ ಬೆಳೆದಿತ್ತು. ಇಬ್ಬರೂ ಒಂದೆಡೆ ಕೂತರು. ಅವಳ ಅರ್ಧ ಶರೀರಕ್ಕೆ ತನ್ನ ತೋಳಿನಾಸರೆ ನೀಡಿದ.

"ಗರ್ಭಿಣಿಯರಿಗೆ ಬಯಕೆ, ಆಸೆಗಳು ಜಾಸ್ತಿ ಅಂತಾರೆ. ನೀನೇನು ಕೇಳಲೇ ಇಲ್ಲ" ಅವಳ ಮೃದುವಾದ ಕೈಯನ್ನು ತನ್ನ ಕೈಯೊಳಗೆ ತಗೊಂಡು ಪ್ರಶ್ನಿಸಿದ.

"ನಂಗೇನು ಅಂಥ ಆಸೆ ಇಲ್ಲ, ಒಂದೆ.... ಒಂದು ಆಸೆ" ಕೇಳಲೋ ಬೇಡಲೋ ಎನ್ನುವಂತಿತ್ತು. ನಾಲಿಗೆ ತುದಿಗೆ ಬಂದ ಭರವಸೆಯ ಮಾತನ್ನು ನುಂಗಿಕೊಂಡ. ಎಂದೂ ಅವನು ಪಾರಿಜಾತಗೆ ಅನ್ಯಾಯ ಮಾಡಲಾರ.

"ಅದೇನು... ಹೇಳು" ಕೆನ್ನೆ ಸವರಿದ.

"ಸಾವು ಅನ್ನೋದು ಬರೋದಾದ್ರೆ... ನೀವು ಹತ್ತಿರದಲ್ಲೇ... ಇರ್ಬೇಕು" ಅಂದುಬಿಟ್ಟಳು. ಅವಳ ಕಣ್ಣುಗಳು ತುಂಬಿದವು.

"ಛಿ, ಎಂಥ ಮಾತು! ನನ್ನ ಜೊತೆಯ ದಾಂಪತ್ಯ ಬದ್ಕು ಸಾವಿನತ್ತ ನೋಡುವಷ್ಟು ಕಷ್ಟವಾಗಿದೆಯೇ? ನನ್ನ ಮನಸ್ಸಿಗೆ ತುಂಬ ನೋವಾಗುತ್ತೆ, ಭವಾನಿ" ಅವನ ಕಂಠ ಭಾರವಾಯಿತು.

ಕಂಬನಿಯ ಬಿಂದುಗಳು ಅವನ ಶರಟನ್ನು ತೋಯಿಸಿತು. "ಇಲ್ಲ, ನಂಗೆ ನಿಮ್ಜೊತೆ ಸಾವಿರವರ್ಷ ಇರೋ ಆಸೆ. ನನ್ಜೊತೆ ಚೆಕ್ ಅಪ್‌ಗೆ ಬರ್ತಾ ಇದ್ದ ಇಂಜಿನಿಯರ್ ಹೆಂಡ್ತಿ ಡೆಲಿವರಿಯಲ್ಲಿ ತೀರಿ ಹೋದ್ರಂತೆ" ಬಿಕ್ಕಿದಳು.

ಅವನಿಗೂ ಕೆಲವು ಕ್ಷಣಗಳು ಮಾತನಾಡಲಾಗಲಿಲ್ಲ. ಇಂಥ ಆಘಾತ ಮಾತ್ರ ಅವನು ತಡೆಯಲಾರ.

"ಯಾರೋ ಸತ್ತರೂಂತ ಅದನ್ನೆ ನಮ್ಗೂ ಕಲ್ಪಿಸಿಕೊಳ್ಳಬಾರ್ದು. ಇಂಥ ಯೋಚ್ನೆಗಳು ಬೇಡ."

ಭವಾನಿ ಮನಸ್ಸು ಸಮಾಧಾನಗೊಂಡಿತೋ ಇಲ್ಲವೋ ಅವನೆದೆಯಲ್ಲಂತು ಭಯಂಕರ ಬಿರುಗಾಳಿ. ಬೆಚ್ಚಿ ಬೀಳುವಂತಾಗುತ್ತಿತ್ತು. ಒಂಟಿಯಾಗಿ ಅನುಭವಿಸಬೇಕಾದ ವೇದನೆ.

ಎಂಟು ತಿಂಗಳು ತುಂಬುವ ವೇಳೆಗೆ ತೀರಾ ಆಯಾಸಗೊಂಡವಳಂತೆ ಕಾಣಿಸುತ್ತಿದ್ದಳು ಭವಾನಿ. ಅವನೆದೆಯಲ್ಲಿ ಕರುಣೆ ಉಕ್ಕುಕ್ಕಿ ಹರಿಯುತ್ತಿತ್ತು.

"ನಿಮ್ಮ ಮಗ ಬಹಳ ಜೋರಾಗಿಯೇ ಬೆಳೆದಿದ್ದಾನೆ. ತುಂಬ ಹಿಂಸೆ ಕೊಡ್ತಾ ಇದ್ದಾನೆ" ಡಾಕ್ಟರ್ ಅವನನ್ನು ಹಾಸ್ಯ ಮಾಡಿದ್ದರು.

ಆಫೀಸ್‌ಗೆ ಬಂದಾಗ ಅವನಿಗಾಗಿಯೇ ಫೋನ್ ಕಾದಿತ್ತು.

"ಮಗು ಮೆಟ್ಟಿಲಿನಿಂದ ಉರುಳಿ ಬಿತ್ತಂತೆ. ಕೂಡ್ಲೇ... ತಿಳಿಸು... ಅಂದ್ರು ದೊಡ್ಡ ಯಜಮಾನ್ರು..." ಉಸುರಿದ.

ಮನೆಗೆ ಫೋನ್ ಮಾಡಿ ನರ್ಸಿಂಗ್ ಹೋಂಗೆ ಹೋಗಿರುವ ವಿಷಯ ತಿಳಿದು ಅಲ್ಲಿಗೆ ಧಾವಿಸಿದ. ಆತಂಕಕ್ಕಿಂತ ಹೆಚ್ಚಾಗಿ ಅವರ ಮುಖಗಳಲ್ಲಿ ಬೇಸರವೇ ಇತ್ತು.

"ತೀರಾ ತುಂಟ ಮಗು! ಅವನನ್ನ ಯಾರು ಸುಧಾರಿಸಿಯಾರು?" ಜಗನ್ನಾಥ್

ಅಂದರು. "ಅದು ಸಹಜ ತಾನೇ! ದೊಡ್ಡವ್ರು ನೋಡ್ಕೋಬೇಕು..." ಎಂದವನು ಡಾಕ್ಟರನ್ನು ವಿಚಾರಿಸಲು ಹೋದ.

ಹಣೆ, ಕೈ, ಕಾಲುಗಳಿಗೆ ಪಟ್ಟಿ ಇತ್ತು.

"ಒಂದು ಕೈ, ಒಂದು ಕಾಲು ಫ್ರ್ಯಾಕ್ಚರ್ ಆಗಿರ್ಬಹುದು. ಎಕ್ಸ್‌ರೆಯಲ್ಲಿ ಗೊತ್ತಾಗುತ್ತೆ" ಡಾಕ್ಟರ್ ಹೇಳಿದರು.

ಪಾರಿಜಾತ ಬಳಿಗೆ ಬಂದು ಹೇಳಿದ. "ನಿತೀಶ್ ಹತ್ತಿರಾನೇ ಇರು. ಅಮ್ಮ ಅಪ್ಪ ಮನೆಗೆ ಹೋಗ್ಲಿ..." ಅವಳು ಮುಖ ಕಿವುಚಿದಳು. "ನನ್ನಿಂದ ಆಗೋಲ್ಲ, ಸಿಸ್ಟರ್‌ನ ಗೊತ್ತುಮಾಡೋಕೆ ಹೇಳಿದ್ದಾರೆ, ಮಾವ."

ಶಂಕರ್ ಭಾರವಾದ ಉಸಿರೆಳೆದು ದಬ್ಬಿದ.

"ಆಯಾ, ಸಿಸ್ಟರ್ ಅಲ್ಲ ಈಗ ಅವನನ್ನ ನೋಡಿಕೋಬೇಕಾದವ್ರು... ನೀವುಗಳು. ಸುಮ್ನೇ ಇರು" ಹೇಳಿದ.

ಆದರೆ ಅವಳು ಒಪ್ಪಲಿಲ್ಲ. ಒಂಟಿಯಾಗಿಯೇ ಹೊರಟುಬಿಟ್ಟಳು. ಅವನೆದೆ ಕಲ್ಲಾಯಿತು. ಪಾರಿಜಾತನ ಆಕ್ಷೇಪಿಸಲಾರ. ಜಗತ್ತಿನ ಎಲ್ಲರ ಸ್ವಭಾವವು ಒಂದೇ ಆಗಿರಬೇಕೆಂದೇನು ಇಲ್ಲದಿದ್ದರೂ ಮಾನವೀಯ ಸಂಬಂಧಗಳಿಗೆ ಬೀಳುವ ಕೊಡಲಿಯೇಟುಗಳನ್ನು ಅವನು ಸಹಿಸದಾದ.

"ಅಮ್ಮ ನೀನು ಇರಮ್ಮ" ತಾಯಿಗೆ ಹೇಳಿದ.

"ನನ್ಕೈಯಲ್ಲಿ ಆಗೋಲ್ಲಪ್ಪ. ಒಂದಿಷ್ಟು ಎಕ್ಸೈಟ್ ಆದ್ರೂ... ಬಿ.ಪಿ. ಏರಿಬಿಡುತ್ತೆ. ವಾಸು, ಹರಿಣಿಗೆ ತಿಳ್ಸಿ ಬಿಡು. ನಿತೀಶ್‌ನ ಸುಧಾರಿಸುವುದು ಕೂಡ ಸುಲಭವಲ್ಲ" ಆಕೆ ಕೈ ತೊಳೆದುಕೊಂಡಂತೆ ನುಡಿದಾಗ, ಆರಾಮ ಜೀವನ ಅವರುಗಳನ್ನು ಸೋಮಾರಿಗಳನ್ನಾಗಿಸಿದೆ ಎಂದುಕೊಂಡ.

"ಅವ್ರಿಗೆ ತಿಳ್ಸಬೇಕಾದ ಅಗತ್ಯವಿಲ್ಲ. ದತ್ತು ವಿಷ್ಯ ಇತ್ಯರ್ಥವಾಗಿದೆಯಲ್ಲ. ನಿತೀಶ್‌ನ ಪೂರ್ಣ ಜವಾಬ್ದಾರಿ ನಿಮ್ಗೆ" ಸ್ಪಷ್ಟವಾಗಿಯೇ ಹೇಳಿದ.

ಆಕೆ ಕಾರಿಡಾರ್‌ನಲ್ಲಿ ನಿಂತು ಹೊರಗೆ ನೋಡುತ್ತಿದ್ದ ಗಂಡನ ಕಡೆ ನೋಡಿದರು. "ನಂಗೆ ಯಾವಾಗ್ಲೂ ಒಪ್ಗೆ ಇಲ್ಲ. ಪಾರಿಜಾತಗೆ ಮಕ್ಕಳನ್ನ ಸಾಕೋದು ಗೊತ್ತಿಲ್ಲ. ನಂಗೆ ಮರ್ತು ಹೋಗಿದೆ. ಅವರವ್ರು ಏನಾದ್ರೂ ಮಾಡಿಕೊಳ್ಳಿ" ಆಕೆ ಅಲ್ಲಿಂದ ಸರಿದುಬಿಟ್ಟರು.

ಶಂಕರ್ ಡಾಕ್ಟರ್ ಬಳಿ ಮಾತಾಡಿ ಪ್ರತ್ಯೇಕವಾಗಿ ಒಬ್ಬ ಸಿಸ್ಟರ್‌ನ ನೇಮಿಸಿ ಹೊರಗೆ ಬಂದ. ಇವರಿಗೆಲ್ಲ ಏನಾಗಿದೆ? ಸ್ವಲ್ಪ ಅಕ್ಕರಾಸ್ಥೆ ವಹಿಸಿದರೆ... ಇವರ ಮಗು ಆಗುವುದಿಲ್ಲವೇ?

ಮನೆಗೆ ಬರುವ ವೇಳೆಗೆ ಸಹನೆಯನ್ನು ಪೂರ್ತಿಯಾಗಿ ಕಳೆದುಕೊಂಡುಬಿಟ್ಟಿದ್ದ.

"ಪಾರಿಜಾತ, ಏನೇನು ಸರಿಯಿಲ್ಲ. ನಿತೀಶ್‌ಗೆ ಈ ಸಮಯದಲ್ಲಿ ಯಾರಾದ್ರೂ

ಹತ್ತಿರ ಇರ್ಬೇಕು. ಹರಿಣಿ ನಿನ್ನ ಹಾಗೇ ವರ್ತಿಸೋಕೆ... ಸಾಧ್ಯವಿತ್ತಾ? ಇನ್ಮೇಲೆ ನಿತೀಶ್ ನಿನ್ನ ಮಗು ತಾನೇ?" ತೋಳಿಡಿದು ಪ್ರಶ್ನಿಸಿದ.

"ನಂಗೆ ಯಾವ ಮಗೂನೂ ಬೇಡ. ನಂಗೆ ಅವನನ್ನು ಸುಧಾರಿಸೋಕೆ ಸಾಧ್ಯವಿಲ್ಲ" ಅತ್ತೇಬಿಟ್ಟಳು.

ಜೊತೆಯಲ್ಲಿ ಮಲಗಬೇಕೆಂದು ಹಟ ಮಾಡುತ್ತಿದ್ದ ನಿತೀಶ್ ಒಂದೆರಡು ಸಲ ಹಾಸಿಗೆ ಒದ್ದೆ ಮಾಡೋದರ ಜೊತೆಗೆ ಕೆಲವೊಮ್ಮೆ ಇಡೀ ರಾತ್ರಿ ಕಾಡಿಸಿಬಿಡುತ್ತಿದ್ದ. ಸಹಿಸಲಾರದಾಗಿದ್ದಳು.

"ನಾಚ್ಕೇ ಆಗ್ಬೇಕು..." ಛೀಮಾರಿ ಹಾಕಿ ಡಯಲ್ ತಿರುಗಿಸಿದ. "ಬೆಳಿಗ್ಗೆ ಹೊರಟು ಬನ್ನಿ" ವಾಸುಗೆ ಏನೂ ವಿಷಯ ತಿಳಿಸದೇ ಫೋನಿಟ್ಟ. "ನಾಳೆ ನಿನ್ತಂಗಿ ನಿತೀಶ್ ಹೇಗೆ ಬಿದ್ದ ಅಂತ ಕೇಳ್ತಾಳೆ. ಉತ್ತರ ಕೊಡು" ಕೋಣೆಯಿಂದ ಹೊರಗೆ ಹೋದ.

ಬಹಳ ಪಂಚಾಯಿತಿಗಳು ನಡೆದ ಮೇಲೆಯೇ ವಾಸು, ಹರಿಣಿ ನಿತೀಶ್‌ನ ಕರೆದೊಯ್ದಿದ್ದು. ಆದರೆ ಜಗನ್ನಾಥ್ ಸೋಲು ಒಪ್ಪಿಕೊಳ್ಳಲಿಲ್ಲ.

"ಅವ್ನು ಅಲ್ಲೇ ಬೆಳೆದ್ರೂ... ನಮ್ಮ ದತ್ತು ಮಗಾನೇ..." ಮುಂದಿನ ಮಾತುಗಳನ್ನು ಕೇಳಿಸಿಕೊಳ್ಳಲು ಶಂಕರ್ ಇಚ್ಛಿಸಲಿಲ್ಲ.

ಆಮೇಲೆ ಬಹಳ ನೊಂದು ಹೇಳಿದ್ದು ಅವನ ಕಿವಿಗೆ ಬೀಳಲಿಲ್ಲ. "ಆಗ ವಿರೋಧಿಸಿರಬಹುದ್ದು. ಈಗ ಇಷ್ಟೆಲ್ಲ ಪಂಚಾಯತಿ ಆಗ್ತಾ ಇದೆಯಲ್ಲ. ಈಗ್ಲಾದ್ರೂ... ಭವಾನಿ ಬಸುರಿ, ನಿಮ್ಗೆ ಮೊಮ್ಮಗು ಹುಟ್ಟುತ್ತೆ ಅಂತ ಒಂದೇ ಒಂದ್ಸಲ... ಹೇಳ್ಬಾರ್ದ" ಜಗನ್ನಾಥ್ ಸ್ವರ ಒದ್ದೆ ಆಯಿತು. ಹೇಗಾದರೂ ಅವನ ಬಾಯಿಂದಲೇ ಹೊರಡಿಸಬೇಕೆಂದು ಎಷ್ಟೋ ಪ್ರಯತ್ನಪಟ್ಟು ಅವರು ಸೋತುಹೋಗಿದ್ದರು.

ದಾಕ್ಷಾಯಿಣಿ ಅಳುವುದೊಂದೇ ಬಾಕಿ ಇತ್ತು.

"ಅಷ್ಟು ದೊಡ್ಡದಾಗಿ ಶ್ರೀಮಂತ ನಡೆದಿದೆ. ನನ್ನನಾದ್ರೂ ಕರೆಯಬಾರ್ದಿತ್ತಾ. ನಮ್ಮ ಶಂಕರ ಕೆಲವು ವಿಷ್ಯಗಳಲ್ಲಿ ಕಲ್ಲು" ಅವರಿಬ್ಬರ ನಡುವೆ ಹುದುಗಿ ಹೋದ ಮಾತುಕತೆ.

* * * *

ಬೆಳಿಗ್ಗೆ ಏಳುವಾಗಲೇ ಸಪ್ಪಗಿದ್ದಳು ಭವಾನಿ. ಶಂಕರ್ ಗಾಬರಿಯಾದ. "ಡಾಕ್ಟ್ರಿಗೆ... ಫೋನ್ ಮಾಡ್ಲಾ?" ಅವನ ಮಾತಿಗೆ ನಸುನಕ್ಕಳು. "ಡಾಕ್ಟ್ರು ನಗತಾರಷ್ಟೆ. ವಾರಕ್ಕೆರಡು ಸಲ ಅವ್ರು ಬರ್ತಾರೆ. ನೀವು ಪುರಸತ್ತು ಆದಾಗಲೆಲ್ಲ ಕರ್ಕೊಂಡ್ಹೋಗ್ತೀರ. ಇನ್ನು ಹತ್ತು ದಿನ ಯಾವ್ದೇ ತೊಂದರೆ ಇಲ್ಲಾಂತ ನೆನ್ನೆ ಸಂಜೇನೆ ಹೇಳಿದ್ದು. ಯಾಕೋ... ಸೋಮಾರಿತನ" ಅವನ ಪಕ್ಕದಲ್ಲಿ ಹಾಗೆಯೇ ಒರಗಿಕೊಂಡಳು.

ವಡಿವೇಲು ಹೆಂಡತಿ ಕಣ್ಣುರೆಪ್ಪೆ ಹಾಗೇ ಅವಳನ್ನು ನೋಡಿಕೊಳ್ಳುತ್ತಿದ್ದುದ್ದು ಮಾತ್ರವಲ್ಲ, ಮನಸ್ಸಿಗೆ ಬಂದಿದ್ದೆಲ್ಲ ಮಾಡಿ ತಂದಿಡುತ್ತಿದ್ದಳು.

ಕಣ್ಣು ಮುಚ್ಚಿದವಳ ಕೆನ್ನೆ ತಟ್ಟಿದ. ತೀರಾ ಆಯಾಸಗೊಂಡವಳಂತೆ ನಿದ್ದೆ ಹೋದಳು. ಸರಿಯಾಗಿ ಮಲಗಿಸಿ ಕಿಟಕಿಯ ಬಳಿಯಲ್ಲಿ ಹೋಗಿ ನಿಂತು ಮಲಗಿದ್ದ ಅವಳನ್ನೇ ನೋಡಿದ.

ತುಂಬಿದ ಬಸುರಿ. ಹೆಣ್ಣುತನದ ಪೂರ್ಣ ಛಾಯೆ ಅವಳ ಅಂಗಾಂಗಗಳಲ್ಲಿ ಅರಳಿತ್ತು. ಅವಳ ಬಳಿ ಬಂದ ಉಬ್ಬಿದ ಹೊಟ್ಟೆಯ ಮೇಲೆ ಅವನ ಕೈಯಾಡಿತು. ಅಲೌಕಿಕ ಆಕರ್ಷಣೆಯ ಅಭಿಮಾನ. ಮಗುವಿನ ರೂಪುರೇಷೆಗಳ ಕಲ್ಪನೆ ಇಲ್ಲದಿದ್ದರೂ ಪ್ರತಿಯೊಂದು ಎಳೆ ಮಗುವನ್ನ ಕಂಡಾಗಲೂ ತನ್ನದೇ ಮಗುವನ್ನು ಹುಡುಕುತ್ತಿದ್ದ.

ಅವನಲ್ಲಿ ಕೆಲಸ ಮಾಡುವ ಹೆಣ್ಣಾಳುಗಳ ಮಡಿಲು, ಕಂಕುಳಲ್ಲಿದ್ದ ಮಕ್ಕಳ ಕಡೆ ಅವನ ನೋಟ ಹೊರಳುತ್ತಿತ್ತು. ಎಂತಹುದೋ ತೃಪ್ತಭಾವ ಅವನಲ್ಲಿ.

ಆ ಗರ್ಭದ ಮೇಲೆ ಅವನ ಅಧಿಕಾರ, ತನ್ನ ಬೀಜಾಣುಗೆ ರಕ್ತಮಾಂಸಗಳನ್ನ ತುಂಬುವ ಮಡದಿಯ ಬಗೆಗೆ ವಿಶೇಷವಾದ ಅಕ್ಕರೆ. ಬಹಳ ಪ್ರೀತಿಯಿಂದ ಎಚ್ಚರವಾಗದಂತೆ ಮುಂಗೂದಲನ್ನ ಸರಿ ಮಾಡಿದ.

ಸದಾನಂದ ಹಿಂದಿನ ದಿನ "ಇನ್ನ ನಾಲ್ಕು ದಿನ ಬಿಟ್ಟು ನಾನು ಸರಳ ಬರ್ತಾ ಇದ್ದೀವಿ. ಭವಾನಿನ ಸರಿಯಾಗಿ ನೋಡ್ಕೋ" ಕಡೆಯ ಮಾತನ್ನು ಎಷ್ಟು ಸಲ ಹೇಳಿದನೋ ಅವನಿಗೆ ನೆನಪಿಲ್ಲ.

ಉಬ್ಬಿದ ಹೊಟ್ಟೆಯ ಮೇಲೆ ಕಿವಿಯಿಟ್ಟು ಆಲಿಸಿದ. ಅರ್ಥವಾಗದ ಮಮಕಾರ.

ಸದ್ದಾಗದಂತೆ ಬಾಗಿಲು ಮುಚ್ಚಿಕೊಂಡು ಹೊರಗೆ ಬಂದ. ಎದುರಾದ ವಡಿವೇಲು ಹೆಂಡತಿ "ಯಜಮಾನಿಯಮ್ಮ ನೆನ್ನೆನೇ ಸುಸ್ತಾಗಿದ್ದರು" ಆತಂಕವಿತ್ತು ಅವಳ ಕಣ್ಣುಗಳಲ್ಲಿ.

"ಏನಿಲ್ಲ, ಆರಾಮಾಗಿದ್ದಾರೆ, ಒಂದಿಷ್ಟು ನಿದ್ದೆ ಹತ್ತಿದೆ."

ಭಟ್ಟರು ಕೊಟ್ಟ ಕಾಫಿ ಕುಡಿಯುವ ವೇಳೆಗೆ ಫೋನ್ ಬಂತು. ದೀಪಕ್ ಪರಾಶರ "ನಿನ್ನ ಕಂಟ್ರಾಕ್ಟ್ ನಡೆಯುತ್ತಿದ್ದ ಕಡೆಯಲ್ಲೆಲ್ಲ ಹೋಗಿದ್ದೆ. ಆಸಾಮಿ ನಾಪತ್ತೆ. ಆಫೀಸ್‌ನಲ್ಲೂ ಇರ್ಲಿಲ್ಲ. ಮಡದಿಯ ಚಂದದ ಮುಖ ನೋಡ್ಕೊಂಡ್ ಕೂತುಬಿಟ್ಟಿದ್ದೀಯಾ" ಹಾಸ್ಯ ಮಾಡಿದ.

"ನೀನು ಇಂಥ ಗಳಿಗೆಗಳ್ನ ಮಿಸ್ ಮಾಡಿಕೊಂಡಿರಬಹುದು. ನಾನು ಮಾಡಿಕೊಳ್ಳೋಲ್ಲ. ಅಷ್ಟೆಲ್ಲ ಹುಡುಕಾಟ... ಯಾಕೆ?" ಎಂದ.

"ಡ್ಯಾಡಿ, ನಿನ್ಹತ್ರ ಮಾತಾಡ್ಬೇಕೂಂದ್ರು. ನಾವು ಹತ್ತಿರ ಸರಿದಷ್ಟು ನೀನು ದೂರ ಹೋಗ್ತೀಯ. ನಾವೇನು ಮಾಡಲಾರದಷ್ಟು ಬೆಳೆದಿದ್ದೀಯ" ಈ ಮಾತುಗಳು ಬೇರೆ. ಶಂಕರ್‌ಗೆ ರೇಗಬೇಕೆನಿಸಿತು. ಸೋದರ ಸಂಬಂಧಿ, ತನಗಿಂತ ಹಿರಿಯ.

"ಕಮ್ ಟು ದಿ ಪಾಯಿಂಟ್, ವಿಷ್ಯ ಏನೂಂತ ಮೊದ್ಲು ತಿಳಿಸು" ಮುಂದಿನ

ಪುರಾಣ ಬಿಚ್ಚದಂತೆ ನುಡಿದ. "ಏನಿಲ್ಲ, ಈಗ ನಾವೆಲ್ಲ ಬರ್ತಾ ಇದ್ದೀವಿ, ಪುಷ್ಪಕ್‌ಗೆ" ಫೋನಿಟ್ಟ ಸದ್ದು ಕೇಳಿಸಿತು.

ಅವರಲ್ಲಿಗೆ ಹೋಗಿ ತಂದೆಯನ್ನು ಅನುಮಾನಿಸಬಾರದೆಂದೇ ಮುಂಬಯಿಗೆ ಭವಾನಿಯ ಜೊತೆ ಹೋಗಿದ್ದ. ತೋಚದ ಕಾರಣ ಹೇಳಿ ಕ್ಷಮೆಯಾಚಿಸಿದ್ದ. ಈಗ ಬರುವ ಉದ್ದೇಶವೇನು?

ಬಾಗಿಲನ್ನ ತಳ್ಳಿಕೊಂಡು ಕೋಣೆಯೊಳಕ್ಕೆ ಬಂದ. ಎದ್ದು ಕೂತ ಭವಾನಿ ಸೋತಂತೆ ಕಂಡಳು. ಆಯಾಸವಿದ್ದರೂ ಚಟುವಟಿಕೆಯಿಂದ ಓಡಿಯಾಡುತ್ತಿದ್ದಳು.

"ನೀನು... ನಾರ್ಮಲ್ ಆಗಿಲ್ಲ" ಮಂಚದಿಂದ ಇಳಿಯಲು ಕೈಯಾಸರೆ ನೀಡಿದ. "ಏನಿಲ್ಲ, ಮೈ ಭಾರವಾದಷ್ಟು ಸೋಮಾರಿತನ. ನಿಮ್ಮ ತೊಡೆಯ ಮೇಲೆ ತಲೆ ಇಟ್ಟು ಮಲ್ಗಿಬಿಡೋಣಾಂತ ಅನ್ನಿಸುತ್ತೆ" ಎಂದು ಭವಾನಿ ನಕ್ಕರೂ ಅವನ ಮುಖದಲ್ಲಿ ನಗು ಮೂಡಲಿಲ್ಲ.

"ದೀಪಕ್, ಅಪ್ಪ ಅಮ್ಮ ಬರ್ತಾರಂತೆ. ಸ್ವಲ್ಪ ಸ್ನಾನ ಮುಗ್ಸಿಬಿಡು" ಎಂದವನು ಅವಳ ಕಣ್ಣಲ್ಲಿ ಕಣ್ಣಿಟ್ಟು "ನಾನು ಹೆಲ್ಪ್ ಮಾಡ್ತೀನಿ..." ಎಂದ. ಅವಳ ಕಣ್ಣಲ್ಲಿ ನಾಚಿಕೆ ಬೆರೆತ ಭಯ. "ಬೇಡ... ಬೇಡ..." ಎಂದಳು.

ಸದಾ ಮೊಗ್ಗಿನ ಹಾಗೆ ಭವಾನಿ ಅರಳಲು ಸೂರ್ಯನ ಪ್ರಕಾಶವೆ ಬೇಕು.

ಮಹೇಂದ್ರ್ ಪರಾಶರ, ಹೆಂಡತಿ, ಸೊಸೆ, ಮಗನ ಸಮೇತರಾಗಿ ಬಂದರು. ಐದು ತಟ್ಟೆಗಳಲ್ಲಿ ಹಣ್ಣು, ಹೂ, ಸಿಹಿ ತಿಂಡಿಗಳ ಜೊತೆ ದೊಡ್ಡ ಬಾರ್ಡರಿನ ಹಸಿರು ರೇಶಿಮೆಯ ಸೀರೆ.

ದೀಪಕ್‌ನ ತಾಯಿ ಕುಂಕುಮ ಹಚ್ಚಿ ಉಡಿ ತುಂಬಿದರು.

"ನೀನು ನಮ್ಗೆ ಸೊಸೆನೇ..." ಬಾಯಿ ತುಂಬ ಅಂದರು.

ಇದೆಲ್ಲ ಶಂಕರ್‌ಗೆ ಒಂದು ತರಹ ಮುಜುಗರವೆ. ದೊಡ್ಡಪ್ಪ ಅನ್ನಿಸಿಕೊಂಡ ಆ ವ್ಯಕ್ತಿ ಕೂಡ ಮಕ್ಕಳಾಗದ ಅವನ ಪುರುಷತ್ವವನ್ನೇ ಸಂದೇಹಿಸುವಂಥ ಅವಹೇಳನದ ಮಾತುಗಳನ್ನ ಹಿಂದೆ ಆಡಿಕೊಂಡಿದ್ದರು.

"ಕರೆದಾಗ... ಬರ್ಲಿಲ್ಲ!" ಆಕ್ಷೇಪಣೆ ಮಾಡಿದಾಗ ನಸುನಕ್ಕ. ಮತ್ತೆ ಅದಕ್ಕೆ ಉತ್ತರಿಸುವ ಅಗತ್ಯ ಶಂಕರ್‌ಗೆ ಕಾಣಲಿಲ್ಲ.

ಅವರುಗಳು ಹೊರಟಾದ ನಿಟ್ಟುಸಿರುಬಿಟ್ಟ. ಆಮೇಲೆ ಅವರುಗಳ ಪ್ರಸ್ತಾಪವನ್ನೆ ಎತ್ತಲಿಲ್ಲ. ಅರ್ಥ ಮಾಡಿಕೊಂಡಿದ್ದ ಭವಾನಿ ಅವನ ಮನಸ್ಸಿಗೆ ವಿರುದ್ಧವಾಗಿ ಕೆದಕುತ್ತಿರಲಿಲ್ಲ.

ಬಂದ ಭಟ್ಟರು ಸಂಕೋಚದ ಮುಖ ಮಾಡಿದರು. "ಕೇಶವನ ದೇವಸ್ಥಾನದಲ್ಲಿ ಅಭಿಷೇಕಕ್ಕೆ ಕೊಟ್ಟಿದ್ದೆ. ಅಮ್ಮಾವ್ರು, ನೀವು ಹೋಗ್ಬನ್ನಿ" ವಿನಯವಿತ್ತು ದನಿಯಲ್ಲಿ.

ಇಂದು ಹ್ಲೂಗುಟ್ಟಿದ. ಆಫೀಸ್‌ಗೆ ಫೋನ್ ಮಾಡಿ ಹೊರಗೆ ಬರುವ ವೇಳೆಗೆ ಸಿಂಹ ಬಂದ.

"ಎರ್ಡು ತಿಂಗ್ಳು ಬಿಟ್ಟು ಬಾ ಅಂದ್ರಿ. ಅರವತ್ತು ದಿನ ಮನೆಯಲ್ಲಿ ಕೂತು ಎಣಿಸ್ದೆ. ಈಗ್ಲಾದ್ರೂ... ಕೆಲ್ಸ ಕೊಡಿ" ದೈನ್ಯದಿಂದ ಬೇಡಿಕೊಂಡ.

"ಆಫೀಸ್ ಹತ್ರ ಹೋಗಿ ನಿನ್ನ ಮಾಮೂಲಿ ಕೆಲ್ಸ ನೋಡ್ಕೊ" ಇನ್ನೊಂದು ಮಾತಾಡದೇ ಕಳುಹಿಸಿಕೊಟ್ಟ.

'ಸಿಂಹನ ಕೆಲಸಕ್ಕೆ ತಗೋ' ಎನ್ನುವ ತಂದೆಯ ಮಾತಿಗೆ ಮಣಿಯದಿದ್ದರೂ ಅವನ ಶಿಕ್ಷೆಯ ನಂತರವೇ ಬರಮಾಡಿಕೊಂಡಿದ್ದ. ಅವನಿಗೆ ಅನುಮಾನವಿತ್ತು, ಮತ್ತೆ ಬರಲಾರನೆಂದು.

ದೇವಸ್ಥಾನದ ಮುಂದೆ ಕಾರಿನಲ್ಲಿ ಇಳಿದಾಗ, ಅವನದೇ ಇನ್ನೊಂದು ಕಾರು. ಇದು ಆ ಮನೆಗೆ ಮೀಸಲು. ಅವನೇನು ಸಂಕೋಚಿಸಲಿಲ್ಲ.

ತೋಳಿಡಿದೇ ಇಳಿಸಿಕೊಂಡ. ನೀಲವರ್ಣದ ರೇಶಿಮೆಯ ಸೀರೆಯಲ್ಲಿ ಅವಳ ತುಂಬು ಹೆಣ್ತನ ಪ್ರಕಾಶಿಸುವಂತಿತ್ತು.

ಓಡಿಬಂದ ಡ್ರೈವರ್ ವಿನಯದಿಂದ ಸೆಲ್ಯೂಟ್ ಹೊಡೆದ. ಅದನ್ನು ಸ್ವೀಕರಿಸಿದನೇ ವಿನಹಃ ಏನೂ ಪ್ರಶ್ನಿಸಲು ಹೋಗಲಿಲ್ಲ. ಅವನ ಹೇಳಿಕೆಯನ್ನು ಕೇಳಲಾರ ಕೂಡ.

ಅರ್ಚಕರು ಬಾಗಿಲಿಗೆ ಬಂದು ನಸುನಗೆ ಬೀರಿ ಬರಮಾಡಿಕೊಂಡರು. ಜಗನ್ನಾಥ್, ದಾಕ್ಷಾಯಿಣಿಯ ನೋಟಗಳು ಇತ್ತ ಹರಿಯಿತು. ಕನಿಷ್ಟ ಪರಿಚಯದ ನಗೆ ಕೂಡ ಬೀರಲಿಲ್ಲ ಶಂಕರ್.

ಅರ್ಚನೆ, ಪೂಜೆ, ಮಂಗಳಾರತಿ ಮುಗಿಯಿತು. ಕದ್ದು ಕದ್ದು ನೋಡುತ್ತಿದ್ದರು ಮಗ ಸೊಸೆಯನ್ನ. ಧನ್ಯತೆ ತುಂಬಿಕೊಂಡಿತು ಅವರ ಹೃದಯದಲ್ಲಿ ಕೂಡ.

ಮಡದಿಯ ಹಣೆಯ ಮೇಲೆ ಮೂಡಿದ ಬೆವರಿನ ಬಿಂದುಗಳನ್ನು ಶಂಕರ್ ಕರ್ಚೀಫ್‌ನಿಂದ ತಾನೆ ಒರೆಸಿದ. ಅವಳ ತುಟಿಯಂಚಿನಲ್ಲಿ ಆಯಾಸದ ನಗು.

ವಯಸ್ಸಾದ ಅರ್ಚಕರು ಪ್ರಸಾದ ಕೊಡಲು ಬಂದಾಗ ನಮಸ್ಕರಿಸಲು ಬಗ್ಗಿದಳು.

"ಪುತ್ರವತಿ ಭವ..." ಎಂಬ ಆಶೀರ್ವಾದದೊಂದಿಗೆ "ಬಗ್ಗಬೇಡ... ತಾಯಿ" ಎಂದು ಪ್ರಸಾದ ನೀಡಿದರು.

ಆ ಸಂದರ್ಭದಲ್ಲಿ ಅತ್ತೆ, ಮಾವರ ಆಶೀರ್ವಾದವು ಅವಳ ಪಾಲಿಗೆ ದೊರೆತಿರಬಹುದು.

ಹೊರಗಿನ ಆವರಣದಲ್ಲಿ ಬಂದು ಕೂತರು. ಜಗನ್ನಾಥ್, ದಾಕ್ಷಾಯಿಣಿ ಗರ್ಭಗುಡಿಯನ್ನು ಸುತ್ತಾಕಿದರು. ಮತ್ತೆ ಮತ್ತೆ ನೋಡಬೇಕೆಂಬ ತವಕ ಅವರಲ್ಲಿ.

ಶಂಕರ್‌ನ ಮುಂದೆಯೇ ಅವರು ಸರಿದುಹೋದರೂ ಅವನೇನು ಅತ್ತ ಗಮನ

ಕೊಡಲಿಲ್ಲ. ತನ್ಮಯತೆಯಿಂದ ಭವಾನಿಗೆ ಏನೋ ಹೇಳುತ್ತಿದ್ದ. ಕಂಡು ಕಾಣದಂತಿದ್ದ ಅವಳ ಕಣ್ಣಂಚಿನ ಕಂಬನಿಯ ಪರೆಯನ್ನು ಗುರ್ತಿಸಿದರೂ ಗುರ್ತಿಸದಂತಿದ್ದ.

ಕಾರಿನಲ್ಲಿ ಕೂತ ಮೇಲೆ ದಾಕ್ಷಾಯಿಣಿ ಕಣ್ಣೀರು ತೊಡೆದುಕೊಂಡರು. "ಅದೃಷ್ಟ ಲಭ್ಯವಿದ್ರೂ ದುರಾದೃಷ್ಟ ಬೆನ್ನಟ್ಟಿಕೊಂಡು ಬಂತು ಎನ್ನುವ ಸ್ಥಿತಿ ನಮ್ದು" ಗೊಣಗಿದರು.

ಜಗನ್ನಾಥ್ ಪ್ರತಿಕ್ರಿಯಿಸಲಿಲ್ಲ. ನೋವು, ಕೋಪ ಎಲ್ಲಾ ಇದ್ದರೂ ಮಗನನ್ನ ಅಪರಾಧಿ ಸ್ಥಾನದಲ್ಲಿ ನಿಲ್ಲಿಸಲು ಎಷ್ಟು ಹಿಂಜರಿಯುತ್ತಿದ್ದರೋ, ನಿರಪರಾಧಿಯೆಂದು ಒಪ್ಪಿಕೊಳ್ಳಲು ಕೂಡ ಅವರು ಸಿದ್ಧರಿಲ್ಲ. ಆದರೆ ಪಾರಿಜಾತ ವಿಷಯದಲ್ಲಿ ಅವನು ಮೊದಲಿನ ಶಂಕರ್. ಆದರೆ ಅವನ ವೇಳೆ ಹಂಚಿಹೋಗಿತ್ತು. ಒಂದು ಊಟ ಇಲ್ಲಾದರೆ, ಇನ್ನೊಂದು ಊಟ ಪುಷ್ಪಕ್‌ನಲ್ಲಿಯೇ.

ಭವಾನಿಯನ್ನು ಪುಷ್ಪಕ್‌ಗೆ ತಲುಪಿಸಿ ಮನೆಗೆ ಬಂದಾಗ ದಾಕ್ಷಾಯಿಣಿ ಜಗನ್ನಾಥ್ ಮಂಕಾಗಿ ಕೂತಿದ್ದರು.

"ಯಾಕೆ, ಒಂದು ತರಹ ಇದ್ದೀರಾ?" ಅಕ್ಕರೆಯಿಂದಲೇ ಪ್ರಶ್ನಿಸಿದ. "ಪಾರಿಜಾತ ಎಲ್ಲಿ ಹೋದ್ಲು?" ಅರಸಿಕೊಂಡು ಮೇಲಕ್ಕೆ ಹೋದ.

"ಭೇಷ್ ಮಗನೇ! ಅಬ್ಬಬ್ಬ.... ಭಯಂಕರ! ನಾನು ಅಂದೇ... ಚಾಚು ತಪ್ಪದೇ ನಡ್ಸಿಕೊಡ್ತಾ ಇದ್ದಾನೆ. ಮೊಮ್ಮಗು ಹುಟ್ಟಿದ್ರೂ... ಮುದ್ದಾಡೋ ಅವಕಾಶ ನಮ್ಮ ಪಾಲಿಗಿಲ್ಲ" ಜಗನ್ನಾಥ್ ದನಿಯಲ್ಲಿ ನೋವಿತ್ತು. ಮೆತ್ತಗಾಗಿಬಿಟ್ಟಿದ್ದರು.

ದಿನ ತುಂಬಿದ ಭವಾನಿಯನ್ನು ನೋಡಿದ ಮೇಲೆ ಅವರಲ್ಲಿ ಕರುಣೆಯುಂಟಾಗಿತ್ತು. ತಮ್ಮ ವಂಶದ ಕುಡಿಯನ್ನು ಹೊತ್ತ ಹೆಣ್ಣು, ಮಗನೆದೆಯ ಆಕಾಂಕ್ಷೆಯ ಪ್ರತಿರೂಪ ಅವಳ ಗರ್ಭ.

ಅವನೆದೆಯ ಮೇಲೆ ತಲೆ ಇಟ್ಟ ಪಾರಿಜಾತ "ಸಂಜೆ... ಫಿಲಂ... ಸಾರಿ... ಎಕ್ಸ್‌ಕ್ಯೂಸ್ ಮಿ... ಏನು ಬೇಡ" ಹೆಚ್ಚು ಅವನು ಪುಷ್ಪಕ್‌ನಲ್ಲಿಯೇ ಇರುತ್ತಿದ್ದರಿಂದ ಅವಳ ಬಗ್ಗೆ ಸಹಾನುಭೂತಿ. "ಪ್ಲೀಸ್... ಪ್ಲೀಸ್.." ಗೋಗೆರೆದಳು.

"ಓಕೇ..." ಭರವಸೆ ಇತ್ತ.

ಒಂದು ಸುತ್ತು ಎಲ್ಲೆಡೆ ಸುತ್ತಿ ಇನ್‌ಕಮ್ ಟ್ಯಾಕ್ಸ್ ಆಫೀಸಿಗೆ ಬಂದು ಪುಷ್ಪಕ್‌ಗೆ ಹಿಂದಿರುಗುವ ವೇಳೆಗೆ ಮೂರಾಗಿ ಹೋಗಿತ್ತು. ಭಟ್ಟರ ಬಲವಂತಕ್ಕೆ ಎರಡು ತುತ್ತು ಅನ್ನ ತಿಂದಿದ್ದಳು.

"ಯಾಕೋ, ಅಮ್ಮಾವ್ರು ತುಂಬ ಸಪ್ಪಗಿದ್ದಾರೆ" ಭಟ್ಟರು ವಿಷಯ ಮುಟ್ಟಿಸಿದರು. ಗಾಬರಿಯಿಂದ ಕೋಣೆಗೆ ಬಂದ. ಕಣ್ಮುಚ್ಚಿ ಮಲಗಿದ್ದಳು.

ದೇವಸ್ಥಾನಕ್ಕೆ ಹೋದಾಗ ಉಟ್ಟ ಸೀರೆಯನ್ನು ಕೂಡ ಬದಲಾಯಿಸಿರಲಿಲ್ಲ. ಮುಡಿಯಲ್ಲಿ ಮುಡಿದ ಮಲ್ಲಿಗೆ ಸ್ವಲ್ಪ ಬಾಡಿದ್ದರೂ ಸುವಾಸನೆ ಕಡಿಮೆಯಾಗಿರಲಿಲ್ಲ. ದುಂಡು ಕುಂಕುಮದ ಕೆಳಗೆ ಹಚ್ಚಿದ ದೇವರ ಪ್ರಸಾದದ ಕುಂಕುಮ.

ಪಕ್ಕದಲ್ಲಿ ಹೋಗಿ ಕೂತು ಮುಂಗುರುಳು ಸರಿಮಾಡಿದವನು "ಡಾಕ್ಟರ್‌ಗೆ.... ಫೋನ್ ಮಾಡ್ಲಾ?" ಎಂದ. ಪ್ರಯಾಸದಿಂದ ಎದ್ದು ಕೂತಳು. "ಅವ್ರು ನಗ್ತಾರೆ ಅಷ್ಟೆ. ಬರೀ ಆಯಾಸ ಅಷ್ಟೆ" ಅವನ ಭುಜದ ಮೇಲೆ ಗದ್ದವನೂರಿದಳು.

"ನಾನೇ ಬಡುಸ್ತೀನಿ, ಬರೀ ಮಲ್ಗೀ ಮಲ್ಗೀ ಸಾಕಾಗಿದೆ" ಅವನ ಜೊತೆ ಹೊರಗೆ ಎದ್ದು ಬಂದವಳು ತಾನೇ ಬಡಿಸಿದಳು, ಮ್ಲಾನವದನವನ್ನು ಗುರ್ತಿಸಿದ ಶಂಕರ್ ಎಂದ. "ಸದಾನಿಗೆ ಬರೋಕೆ ಫೋನ್ ಮಾಡ್ತೀನಿ." ಸರಿಯಾಗಿ ಊಟ ಮಾಡಲಾರದೆ ಮೇಲಕ್ಕೆದ್ದ.

ಇಬ್ಬರೂ ಕಾಂಪೌಂಡ್‌ನಲ್ಲಿ ಅಡ್ಡಾಡಿದರು. ಅವನು ಆಗಾಗ ವಾಚ್ ಕಡೆ ನೋಡುತ್ತಿದ್ದುದನ್ನು ಗಮನಿಸಿದಳು. 'ಎಲ್ಲೂ ಹೋಗ್ಬೇಡಿ' ಎಂದು ಹೇಳಬೇಕೆನಿಸಿತು. ಆದರೂ ಹೇಳಲಿಲ್ಲ.

ಡ್ರೆಸ್ ಮಾಡಿಕೊಂಡು ಬಂದ ಶಂಕರ್ "ಹತ್ತರೊಳಗೆ... ಬರ್ತೀನಿ, ಆರಾಮವಾಗಿ ರೆಸ್ಟ್ ತಗೋ." ಕೆನ್ನೆ ತಟ್ಟಿ ಒಲ್ಲದ ಮನಸ್ಸಿನಿಂದಲೇ ಜೀಪು ಹತ್ತಿದ.

ಅಲ್ಲಿನ ಕಾರು ಇಲ್ಲಿಗೆ ಬರದು, ಇಲ್ಲಿನ ಮಾರುತಿ ಅತ್ತ ಸುಳಿಯದು. ನಡುವೆ ಓಡಿಯಾಡುತ್ತಿದ್ದುದ್ದು ಜೀಪು ಮಾತ್ರ.

ಗೆಳತಿಯರೊಂದಿಗೆ ಆರಾಮವಾಗಿ ಹರಟುತ್ತಿದ್ದ ಪಾರಿಜಾತ ಇವನು ಬಂದ ಮೇಲೆಯೇ ಎದ್ದಿದ್ದು.

"ಹಲೋ... ಹಲೋ"ಗಳ ನಂತರ ಮಡದಿಯತ್ತ ತಿರುಗಿದ. "ಹೇಗೂ ಫ್ರೆಂಡ್ಸ್ ಬಂದಿದ್ದಾರೆ, ಆರಾಮವಾಗಿ ಮಾತಾಡು. ಇನ್ನೊಂದು ದಿನ ಮೂವೀ ನೋಡ್ಬಹ್ದು" ಹೇಳಿದ. ಅವನಿಗೆ ಇಂದು ಹೋಗಲು ಸುತಾರಾಂ ಇಷ್ಟವಿಲ್ಲ.

"ಇಲ್ಲ... ಇಲ್ಲ... ಸಿಂಹ ಟಿಕೆಟ್ ತಂದುಕೊಟ್ಟಿದ್ದಾರೆ. ನಾನು ಕ್ಲಬ್‌ನಲ್ಲಿ ಬೆಟ್ಸ್ ಕಟ್ಟಿದ್ದೀನಿ" ಫಿಲಂ ತಪ್ಪಿಸಿಕೊಳ್ಳಲು ಅವಳು ಸಿದ್ಧವಾಗಲಿಲ್ಲ.

"ಬೇಗ... ರೆಡಿಯಾಗಿ... ಬಾ" ಎಂದವನು ಲಾನ್ ಮೇಲಿನ ಛೇರ್ ಮೇಲೆ ಹೋಗಿ ಕೂತ. ಐದೂವರೆ ಆಗಿದ್ದರು ಬಿಸಿಲು ರಾಚುತ್ತಿತ್ತು. ಅವನಿಗೆ ಅದರ ಪರಿವೆ ಇಲ್ಲ.

"ಬಿಸ್ಲು, ಕುರ್ಚಿ ಈ ಕಡೆ ಹಾಕಿಕೊಡ್ಲಾ?" ಮಾಲಿ ಕೇಳಿದಾಗ, ಎಂದೂ ರೇಗದಿದ್ದವನು ರೇಗಿಬಿಟ್ಟ. "ಹೋಗಿ ನಿನ್ನ ಕೆಲ್ಸ ನೋಡು."

ಗೆಳತಿಯರನ್ನು ಬೀಳ್ಕೊಡಲು ಬಂದ ಪಾರಿಜಾತ ಕೈ ಬೀಸಿ ಹೋದಳು. ಹತ್ತು ನಿಮಿಷ ಕಳೆಯುವ ವೇಳೆಗೆ ಸಾಕು ಸಾಕಾಯಿತು. ಎದ್ದು ಅಡ್ಡಾಡಿದ. ವೇದನೆ, ಸಂವೇದನೆ ಹಂಚಿಕೊಳ್ಳಲಾರದ ಇದೆಂತಹ ಸಂಬಂಧ.... ಇಂದು ಅರಿವಾಗದಂತೆ ಭಾವೋದ್ವೇಗಕ್ಕೆ ಒಳಗಾದರೂ ನಿಯಂತ್ರಿಸಿಕೊಂಡ.

ಕ್ಷಣಗಳು ಕೂಡ ತೀರಾ ದೀರ್ಘವೆನಿಸಿತು. ಬಂದ ದಾಕ್ಷಾಯಿಣಿ ಮಗನನ್ನೇ ನೋಡಿದರು. ತುಂಬಿದ ಗರ್ಭಿಣಿ ಕಣ್ಣು ಮುಂದೆ ಸುಳಿದಳು.

"ಯಾಕೆ, ಒಂದು ತರಹ ಇದ್ದಿ?" ಕೇಳಿದರು.

ವಾಚ್ ಕಡೆ ನೋಡಿದ. "ಫಿಲಂಗೆ ಅಂತ ಹೊರಟವಳು ಎಷ್ಟು ಹೊತ್ತು ನಿನ್ನ ಸೊಸೆ ಅಲಂಕಾರ ಮಾಡ್ಕೋತಿದಾಳೇಂತ ಲೆಕ್ಕ ಹಾಕ್ತ ಇದ್ದೀನಿ. ಡಾಕ್ಟರ್‌ನ ಫೋನ್‌ನಲ್ಲಿ ವಿಚಾರಿಸ್ದೇ. ಅಪ್ಪನ ಬಿ.ಪಿ. ನಾರ್ಮಲ್‌ನಲ್ಲಿದೆಯೆಂದ್ರು. ಇದೇ ರೀತಿ ಮೈನ್‌ಟೈನ್ ಆಗ್ಬೇಕು" ಹೇಳಿದ.

ಆಕೆ ನೊಂದುಕೊಂಡರು. ಶಂಕರ್ ಕನ್‌ಸ್ಟ್ರಕ್ಷನ್ ಕಂಪನಿ ಪ್ರಾರಂಭಿಸಿದ ಮೇಲೆ ತನ್ನ ಬಗ್ಗೆ ಏನಾದರೂ ಹೇಳಿಕೊಳ್ಳುವುದನ್ನು ನಿಲ್ಲಿಸಿದ್ದ. ಜಗನ್ನಾಥ್ 'ಆ ಹೆಣ್ಣಿಗೂ ಈ ಮನೆಗೂ ಯಾವ್ದೇ ಸಂಬಂಧವಿಲ್ಲ. ಅದು ನಿನ್ನ ಮಗುವಾದ್ರೂ ನಾವು ಮೊಮ್ಮಗ ಅಂತ ಒಪ್ಪಿಕೊಳ್ಳೋಲ್ಲ' ಅಂದಮೇಲಂತು; ಅವನೆಷ್ಟೇ ಸಹಜವಾಗಿ ವರ್ತಿಸಿದರೂ ಅವನ ತಮ್ಮ ನಡುವೆ ದೊಡ್ಡ ಬಿರುಕಿದೆಯೆನಿಸಿತ್ತು ಅವರಿಗೆ.

ಶಂಕರ್ ಕನ್‌ಸ್ಟ್ರಕ್ಷನ್ ಕಾರ್ಡಿನಲ್ಲಿದ್ದ ರೆಸಿಡೆನ್ಸಿನ ಒಂದು ಫೋನ್ ನಂಬರ್ ಕೆಳಗೆ ರೆಡ್ ಇಂಕ್‌ನಲ್ಲಿ ಗೆರೆ ಎಳೆದಿದ್ದ.

"ಈ ನಂಬರ್‌ಗೆ ಫೋನ್ ಮಾಡೋದು ಬೇಡ. ಅಲ್ಲಿ ನಿಮ್ಮ ಮಗ ಸಿಕ್ಕೋಲ್ಲ. ಅಪ್ಪ, ಪಾರಿಜಾತಗೆ ಹೇಳ್ಬಿಡಮ್ಮ" ಎಂದಿದ್ದ.

ಅದು ಕೆಂಪು ಶಾಯಿಯ ಗೆರೆ ಲಕ್ಷ್ಮಣರೇಖೆ-ಯಾವುದೇ ಪರಿಸ್ಥಿತಿಯಲ್ಲಿ ದಾಟಕೂಡದು.

ಎರಡು ಮೂರು ಸಲ ಮಾತಾಡಲು ದಾಕ್ಷಾಯಿಣಿ ಪ್ರಯತ್ನಿಸಿದರೂ ಸ್ವರ ಹೊರಡಲಿಲ್ಲ.

ಅಷ್ಟರಲ್ಲಿ ಪಾರಿಜಾತ ಬಂದಳು. ಹೊಸ ಹೈಹೀಲ್ಡ್ ಜೋರಾಗಿಯೇ ಶಬ್ದ ಮಾಡುತ್ತಿತ್ತು. ಅವನೊಂದು ಮಾತು ಕೂಡ ಆಡದೇ ಜೀಪಿನತ್ತ ಹೊರಟ.

"ಕಾರಿನಲ್ಲಿ ಹೋಗೋಣ" ಅವಳ ಮಾತು ಕೇಳಿಸಿಕೊಳ್ಳದವನಂತೆ ಕೂತ.

"ಇನ್ನು ನಿಧಾನ ಮಾಡಿದ್ರೆ ಇಂಟರ್‌ವೆಲ್ ಹೊತ್ಗೆ ಹೋಗಬೇಕಾಗುತ್ತೆ. ಆಮೇಲೆ ಒಂದು ಸಾಂಗ್. ಎರಡು ಫೈಟ್ ಮಾತ್ರ ಇರುತ್ತೆ" ಸ್ವಲ್ಪ ಖಾರವಾಗಿಯೇ ಹೇಳಿದ.

ಮನದ ಉದ್ವೇಗ ಹತ್ತಿಕ್ಕಿ ರೊಮಾನ್ಸ್ ಮೂಡನ್ನು ನಟಿಸಿದ, ಅವನು ಕೆಲವು ಚಲನಚಿತ್ರಗಳನ್ನು ನೋಡುತ್ತಿದ್ದುದ್ದು ಪಾರಿಜಾತಳಿಗಾಗಿಯೇ.

ಇಂಟರ್‌ವೆಲ್‌ನಲ್ಲಿ ಇಬ್ಬರೂ ಹೊರಗೆ ಬಂದರು. ಅವಳಿಗೆ ಮಾತ್ರ ಐಸ್‌ಕ್ರೀಮ್ ಕೊಡಿಸಿದ. ಮತ್ತೆ ತಾನೊಂದು ಹಿಡಿದು ಬಂದ. ಮೆಟ್ಟಲಿನ ಮೇಲೆ ವಡಿವೇಲು ಕಾಣಿಸಿದಾಗ ಒಂದು ಗಳಿಗೆ ಅವನೆದೆಯ ಬಡಿತ ಸ್ತಬ್ಧವಾದಂತಾಯಿತು.

ಅವನತ್ತ ಹೊರಟವನು ಸೆಕೆಂಡ್‌ಗಳಲ್ಲಿಯೇ ವಾಪಸ್ ಬಂದ. ಇಂಟರ್‌ವಲ್ ಮುಗಿದಿತ್ತು. ಎಲ್ಲರು ಹೋಗುವವರೆಗೂ ಕಾದ.

ಆ ಮೇಲಿನ ಗಳಿಗೆಗಳು ಅತ್ಯಂತ ಭಯಂಕರವಾಗಿದ್ದವು. ಉಳಿದ ಪ್ರೇಕ್ಷಕರ ಮುಂದೆಯಾದರೂ ತನ್ನ ನೋವನ್ನು ಪ್ರಕಟಿಸಿಯಾನು, ಪಾರಿಜಾತಗೆ ಹೇಳಲಾರ.

ಏರ್ ಕಂಡೀಷನರ್ ಕೆಲಸ ಮಾಡುತ್ತಿದ್ದರೂ ಬೆವರುತ್ತಿದ್ದ. ಪದೇ ಪದೇ ಮುಖದ ಮೇಲಿನ ಬೆವರನ್ನು ತೊಡೆದು ಸಾಕಾಯಿತು.

ಪರದೆಯ ಮೇಲೆ ಎಂಡ್ ಬಿದ್ದಾಗ ಬಿಡುಗಡೆ ಸಿಕ್ಕಂತಾಯಿತು.

ಮನೆಯ ಮುಂದೆ ಜೀಪು ನಿಲ್ಲಿಸಿದ. "ಇಳೀ... ಪಾರಿಜಾತ... ಗುಡ್ ನೈಟ್" ಎಂದ.

ಅಂದರೆ ರಾತ್ರಿ ಬರಲಾರನೆಂದೇ ಅರ್ಥ. ಅಳು ಮುಖ ಮಾಡಿದಳು. ಅವನು ಗಮನಿಸುವ ಸ್ಥಿತಿಯಲ್ಲಿರಲಿಲ್ಲ.

ಹಿಂದೆ ಒಂದು ಪ್ರಶ್ನೆ ಎಸೆದಿದ್ದಳು. "ನಾನು ಇನ್ನೊಂದು ಗಂಡನ್ನು ಮದುವೆಯಾದ್ರೆ..." ಒಂದೆರಡು ಕ್ಷಣ ಯೋಚಿಸಿದ್ದ.

"ನನ್ನಲ್ಲಿ ಕೊರತೆ ಕಂಡು ಬಂದಾಗ ಹಾಗೆ ಮಾಡಬಹುದು. ನ್ಯಾಯದ ತಕ್ಕಡಿಯಲ್ಲಿ ಗಂಡು, ಹೆಣ್ಣು ಇಬ್ಬರೂ ಸಮ. ತಮಗೆ ತಾವು ಮೋಸ ಮಾಡಿಕೊಳ್ಳೋದು ಸರಿಯಲ್ಲ" ಅವನ ಮಾತುಗಳಲ್ಲಿ, ಉತ್ತರದಲ್ಲಿ ದಿಟ್ಟತನವಿತ್ತು.

ಜೀಪು ವೇಗವಾಗಿ ಹಾದುಹೋಯಿತು.

ನರ್ಸಿಂಗ್ ಹೋಂನ ಮುಂದುಗಡೆಯ ಕಾರಿಡಾರ್‌ನಲ್ಲಿ ಭಟ್ಟರು, ವಡಿವೇಲು, ಅವನ ಹೆಂಡತಿ ಎಲ್ಲಾ ಇದ್ದರು.

ಲೇಬರ್ ವಾರ್ಡ್‌ನಿಂದ ಹೊರಗೆ ಬಂದ ಡಾ|| ಸ್ವರ್ಣಲತ ಅವನನ್ನು ಒಳಗೆ ಕರೆದೊಯ್ದರು.

"ನಿಮ್ಮ ಮಗನಿಗೆ ಬಹಳ ಬೇಗ ಬರೋ ಆತುರ. ಹೊಟ್ಟೆಯಲ್ಲಿ ಮಜಬೂತಾಗಿ ಬೆಳೆದಿರೋದ್ರಿಂದ... ಸ್ವಲ್ಪ ಯೋಚಿಸಬೇಕು ಅಷ್ಟೆ." ಸರಳವಾಗಿ ನುಡಿದರು.

ಹಣೆಯ ಬೆವರೊತ್ತಿದ ಶಂಕರ್. ಒಳಗೆ ಕರೆದೊಯ್ದರು ಡಾಕ್ಟರ್. ನೋವಿನಿಂದ ತುಂಬಿದ ಮುಖ. ಅವನೆದೆಯ ಕರುಣೆಯಲ್ಲ ಒಮ್ಮೆಲೆ ಒಟ್ಟುಗೂಡಿತು.

ಶಂಕರ್‌ನ ಕೈಯನ್ನು ಭವಾನಿ ಭದ್ರವಾಗಿಡಿದುಕೊಂಡಳು. ಅರ್ಥ ಮಾಡಿಕೊಂಡ ಸಿಸ್ಟರ್ ಡಾಕ್ಟರ್‌ರೊಡನೆ ಹೊರಗೆ ಹೋದರು.

"ನಂಗ್ಯಾಕೋ ಭಯ ಆಗುತ್ತೆ!" ಅವಳ ಕಣ್ಣಲ್ಲಿ ಭಯದ ನೆರಳಾಡಿತು.

"ಛೆ, ಎಂಥ ಯೋಚನೆ. ಈ ಸ್ಥಿತಿ, ನೋವು ಎಲ್ಲಾ ಹೆಣ್ಣಿಗೆ ಸಹಜ. ನನ್ನಮ್ಮ ನಿನ್ನಮ್ಮ ಭಯಪಟ್ಟಿದ್ದರೆ ನಾವಿಬ್ರೂ ಭೂಮಿಗೆ ಬರುತ್ತಾ ಇರ್ಲಿಲ್ಲ" ಪ್ರಯಾಸದಿಂದ ನಗೆ ಬೀರಿದ.

"ಅಕಸ್ಮಾತ್, ನಾನು ಸತ್ತು ಮಗು ಉಳಿದ್ರೆ..." ಸುಂದರ ಪುಷ್ಪಕ್‌ನ ನೆನೆಸಿಕೊಂಡು ಕಣ್ಣೀರು ಮಿಡಿದಳು.

"ನಂಗೆ ಈ ತರಹ ಮಾತಾಡೋದು ಇಷ್ಟವಾಗೋಲ್ಲ, ಭವಾನಿ. ಹಾಗೊಮ್ಮೆ ನಡೆದರೂ ಮಗು ಶಂಕರ್, ಭವಾನಿಯ ಮಗುವೆ. ಅದು ಬೇರೊಂದು ಹೆಣ್ಣಿನ ಮಗು ಆಗೋಕೆ ಸಾಧ್ಯವಿಲ್ಲ. ಅದು ಪುಷ್ಪಕ್‌ನಲ್ಲಿಯೇ ಬೆಳೆಯುತ್ತೆ. ಅಲ್ಲಿನ ಒಡತಿಯ ಸ್ಥಾನ ಖಾಲಿಯೇ" ಉದ್ವಿಗ್ನನಾಗಿ ನುಡಿದು ಅವಳ ಕಣ್ಣೀರು ತೊಡೆದ.

ಅಷ್ಟರಲ್ಲಿ ನೋವು ಬಂದಿದ್ದರಿಂದ ಹಲ್ಕುಮ್ಮಿ ಕಚ್ಚಿ ನರಳಿದಳು. ಅಬ್ಬರಿಸಿಕೊಂಡು ಬಂದ ನೋವಿನ ಪ್ರಕೋಪಕ್ಕೆ ತತ್ತರಿಸಿದಳು.

ಡಾಕ್ಟರನ್ನು ಕರೆ ತಂದ. "ಅಮ್ಮ... ಅಮ್ಮ" ಎಂದು ನರಳುತ್ತಿದ್ದರೆ ನೋಡಲಸಾಧ್ಯವಾಗಿದ್ದರೂ ಅವಳ ಪಕ್ಕದಲ್ಲಿಯೇ ಉಳಿದ.

"ನಾನು ಇಲ್ಲೇ... ಇರ್ತೀನಿ" ಎಂದ.

ಡಾಕ್ಟರ್ ಸ್ವರ್ಣಲತ ನಸುನಕ್ಕರು. ಸುಖದ ಸಂವೇದನೆ ಪುರುಷನಿಗೆ, ಈ ವೇದನೆ ಸ್ತ್ರೀಗೆ. ಕಾಣದ ದೇವರ ಬಗ್ಗೆ ಕ್ಷಣಕಾಲ ಕೋಪಗೊಂಡರು.

"ಬೈ ಆಲ್ ಮೀನ್ಸ್... ಒಳ್ಳೆದು ಕೂಡ" ಆಕೆ ಕೈ ಸ್ವಚ್ಛ ಮಾಡಿಕೊಂಡು ಸಿದ್ಧರಾದರು.

ನೋವು ತೀವ್ರವಾಗಿ ಅವಳಿಗೆ ಮಂಪರು ಬಂದಂತಾಯಿತು. ಡಾಕ್ಟರ್ ಸಿರಿಂಜ್‌ಗೆ ಔಷಧಿ ತುಂಬಿದರು. ಅವರು ಎಷ್ಟೋ ಜನ ದಂಪತಿಗಳನ್ನ ಕಂಡಿದ್ದರು. ಇಷ್ಟೊಂದು ಅನ್ಯೋನ್ಯತೆ ಕಂಡಂತಿರಲಿಲ್ಲ.

ಇಂದು ತಾಯಿಯ ಸ್ಥಾನದಲ್ಲಿ ಶಂಕರ್ ಮಡದಿಯ ಬಳಿ ನಿಂತಿದ್ದ. ಡಿಸ್‌ಕಸ್ ಮಾಡುತ್ತಿದ್ದ. ಸೃಷ್ಟಿಯ ಬಗೆಗಿನ ಅವನ ಕುತೂಹಲ ಒಂದು ರೀತಿಯ ಸಂಶೋಧನೆಯೆನ್ನುವಂತೆ ಕಂಡಿತು.

ಹತ್ತು ನಿಮಿಷಗಳ ನಂತರ ನೋವು ಮರುಕಳಿಸಿದಾಗ ಡಾಕ್ಟರ್ ಮುಖದಲ್ಲಿ ಹರ್ಷ ಕಾಣಿಸಿಕೊಂಡಿತು. ಫಾರ್ಸೆಪ್ಸ್ ಹಾಕಬೇಕಾಗುತ್ತದೆಯೇನೋ ಎಂದು ಅನುಮಾನಿಸುತ್ತಿದ್ದರು.

ನೋವಿನ ಜೊತೆಗೆ ಭವಾನಿಗೆ ದುಃಖ ಉಮ್ಮಳಿಸಿ ಬಂತು. ವಿಪರೀತ ಸಂಕಟವನ್ನು ತುಟಿ ಕಚ್ಚಿ ಸಹಿಸಿದಳು. ತನ್ನ ಮಗು ಹೇಗಿರಬಹುದು? ಅದರ ಬಣ್ಣ, ಅಕ್ಕರೆ ತಿಳಿಯದಿದ್ದರೂ ಅಂತಃಪ್ರಜ್ಞೆಯಲ್ಲಿ ಒಂದು ಅಸ್ಪಷ್ಟ ರೂಪಿನ ಜೊತೆ ಅಪರಿಮಿತವಾದ ಪ್ರೀತಿ ಇತ್ತು.

ತುಟಿ ಕಚ್ಚಿದವಳು ಚೀರಿದಳು. "ಅಯ್ಯೊ... ಅಮ್ಮ...." ಅವಳ ಕೈ ಶಂಕರ್‌ನ ಕೈಯಲ್ಲಿತ್ತು. ಜಗತ್ತಿನ ನೋವೆಲ್ಲ ಅವಳ ನಾಭಿಯಿಂದ ಉದಯಿಸುವಂತೆ ಕಂಡಿತು.

ಒಂದು ಗಂಟೆಯ ನಿರಂತರ ನೋವಿನಾಟದ ನಂತರ ಮಗು ಹೊರಗೆ ಬಂತು. ಎಂಟೂವರೆ ಪೌಂಡ್‌ನಷ್ಟು ತೂಕದ ಮುದ್ದಾದ ಗಂಡು ಮಗು.

ಸೋತು ಕಣ್ಮುಚ್ಚಿದ ಮಡದಿಯ ಆರೈಕೆಯಲ್ಲಿ ತೊಡಗಿದ ಶಂಕರ್. ತೊಳೆದು ಮುತ್ತಿನಂಥ ಮಗುವನ್ನು ಅವನ ಮುಂದೆ ಹಿಡಿದಾಗ ತನ್ನ ಮರುಹುಟ್ಟು ಎನ್ನುವಂತೆ ಹರ್ಷಿಸಿದ.

"ಅಮ್ಮನಿಗೆ ಬಹಳ ಹಿಂಸೆ ಕೊಟ್ಟ ಪೋರ...." ಡಾಕ್ಟರ್ ಸ್ವರ್ಣಲತ ಕೈ ತೊಳೆದು ಬಂದು ಮಗುವನ್ನು ಮೆಚ್ಚಿಗೆಯಿಂದ ನೋಡಿದವರು "ನನ್ನ ನರ್ಸಿಂಗ್ ಹೋಂನಲ್ಲಿ ಎಷ್ಟೋ ಹೆರಿಗೆಗಳು ಆಗಿವೆ. ಆದರೆ ಲೇಬರ್‌ವಾರ್ಡ್‌ಗೆ ಬಂದು ಮಡದಿಯ ಬಳಿ ನಿಂತು ನೋವನ್ನ ಸಮಪಾಲಾಗಿ ಹಂಚಿಕೊಂಡವರು ನೀವೊಬ್ಬರೇ..." ಎಂದರು.

ಶಂಕರ್ ಆ ಮಾತುಗಳನ್ನು ಕೇಳುವ ಸ್ಥಿತಿಯಲ್ಲಿರಲಿಲ್ಲ.

"ಭವಾನಿ... ಹೇಗಿದ್ದಾಳೆ?" ಒಂದು ರೀತಿಯ ಆತಂಕ. ಡಾಕ್ಟರ್ ನಸುನಗೆ ಬೀರಿದರು. "ಷಿ ಈಸ್ ಆಲ್‌ರೈಟ್... ತುಂಬ ಸೋತಿದ್ದಾರೆ. ಸಂಜೆಯೊಳ್ಗೆ ವಾರ್ಡ್‌ಗೆ ತಂದು ಹಾಕ್ತಾರೆ..." ಡಾಕ್ಟರ್ ವಾಚ್‌ನತ್ತ ನೋಡಿದರು. ಏಳಕ್ಕೆ ಮೂರು ನಿಮಿಷವಿತ್ತು. ಮಗು ಹುಟ್ಟಿದ್ದು ಆರು ಗಂಟೆ ಹತ್ತು ನಿಮಿಷಕ್ಕೆ. ಸುಂದರ ಸುಪ್ರಭಾತದ ಕೊಡುಗೆಯಾಗಿ ಭೂಮಿಗೆ ಬಂದಿದ್ದ.

ವಿಷಯ ತಿಳಿದ ವಡಿವೇಲು, ಅವನ ಹೆಂಡತಿ, ಮಿಕ್ಕವರ ಮುಖಗಳು ಅರಳಿದವು.

ಜೀಪು ಹತ್ತಿ ಪುಷ್ಪಕ್‌ಗೆ ಬಂದ. ಗಾರ್ಡನ್‌ನಲ್ಲಿ ಪ್ರತಿಯೊಂದು ಗಿಡ, ಬಳ್ಳಿಯೂ ನಗುತ್ತಿರುವಂತೆ ಕಂಡಿತು. ಬದುಕಿನ ಹೊಂಗನಸು ಸುಪ್ರಭಾತದಲ್ಲಿ ನನಸಾಗಿತ್ತು.

ಸದಾನಂದ್‌ನ್ನ ಎಸ್‌ಟಿಡಿಯಲ್ಲಿ ಸಂಪರ್ಕಿಸಿದ. "ನೀನು ಬರೋವರ್ಗೂ ನಿನ್ನ ಅಳಿಯ ತಡೆಯಲು ಸಿದ್ಧವಿರಲಿಲ್ಲ. ಬೇಗ ಬಂದು ಅವ್ನ ಎಕ್ಸ್‌ಕ್ಯೂಜ್ ಕೇಳು" ಫೋನಿಟ್ಟ.

ನರ್ಸಿಂಗ್ ಹೋಂಗೆ ಹೋಗುವ ಮುನ್ನ ಮನೆಗೆ ಹೋದ. ಬ್ರೇಕ್‌ಫಾಸ್ಟ್ ಮುಗಿಸಿದ. ವಿಷಯ ಮುಟ್ಟಿತ್ತು. ಹೇಳಬಹುದೇನೋ... ಎಂದು ದಾಕ್ಷಾಯಿಣಿ, ಜಗನ್ನಾಥ್ ಕಾದರು. ಅವನು ಮಾಮೂಲಾಗಿ ಹೊರಟ.

"ಶಂಕರ್..." ದಾಕ್ಷಾಯಿಣಿ ಕೂಗಿದರು.

ಹಿಂದಕ್ಕೆ ಬಂದ. "ನಾಳೆ ಸತ್ಯನಾರಾಯಣ ಪೂಜೆಗೆ ಹೇಳಿದ್ವಿ" ಎಂದಾಗ ಅವನ ಕಣ್ಣುಗಳು ಕಿರಿದಾದವು. "ಮಾಡ್ಸಿ, ಏನಾದ್ರೂ ತೊಂದರೇನ?" ಕೇಳಿದ.

"ಮಗು ಹುಟ್ಟಿದ ಹನ್ನೊಂದು ದಿನ ಪುರುಡು. ಹನ್ನೊಂದು ದಿನದ ನಂತರ ಶುದ್ಧಿ ಮಾಡ್ಸಿ ನಂತರ ಪೂಜೆ ಮಾಡ್ಸಬೇಕು" ಇನ್ನಷ್ಟೂ ಸಮೀಪಕ್ಕೆ ಹೋದರು.

"ಈಗ ಅಂಥ ಸುದ್ದಿ ಏನಿದೆ?" ಪ್ರಶ್ನಿಸಿದ, ವ್ಯಂಗ್ಯವಿರಲಿಲ್ಲ. ಅತ್ಯಂತ

ಸಹಜವಾಗಿ ಕೇಳಿದ್ದ. "ಹೂ, ಹಣ್ಣು ಬೇಕಾದ್ರೆ... ಸಿಂಹನ್ನ ಕಳುಸ್ತೀನಿ ತರ್‍ಸಿಕೊಳ್ಳಿ, ಇನ್ನೇನಾದ್ರೂ ಬೇಕಾದ್ರೆ.... ಆಫೀಸ್‌ಗೆ ಫೋನ್ ಮಾಡಿ. ಮಧ್ಯಾಹ್ನ, ನಾನು ಊಟಕ್ಕೆ ಬರೋಲ್ಲ."

ಜೀಪು ಹತ್ತುತ್ತಿದ್ದ ಮಗನನ್ನೇ ನೋಡಿದರು. ತಮ್ಮ ಅವನ ತಪ್ಪುಗಳನ್ನು ಲೆಕ್ಕ ಹಾಕಿದರೂ ಈಗ ಇಷ್ಟು ಕಟುವಾಗಿ ಶಂಕರ್ ವರ್ತಿಸಬಾರದೆಂದುಕೊಂಡರು. ಆಸ್ಪತ್ರೆಯಿಂದ ವಿಷಯ ತರಿಸಿಕೊಂಡರು. ಸದಾನಂದ್ ಮಡದಿಯೊಂದಿಗೆ ಬಂದ ವಿಷಯವು ತಿಳಿಯಿತು.

ಜೀವ ತಡೆಯಲಾರದೆ ಜಗನ್ನಾಥ್ ಆಫೀಸಿಗೆ ಫೋನ್ ಮಾಡಿದರು. "ಸದಾನಂದ್ ತಂಗಿ ಡೆಲಿವರೀ ಆಯ್ತು?" ಹರಿದೆಸೆದ ಶ್ರೀಮಂತದ ಆಮಂತ್ರಣ ಪತ್ರಿಕೆ ಇನ್ನು ಕೈಯಲ್ಲಿಯೇ ಇರುವಂತೆ ಭಾಸವಾಯಿತು. "ಗೊತ್ತಿಲ್ಲ, ವಿಚಾರಿಸ್ತೀನಿ" ರಿಸೀವರ್ ಇಟ್ಟ ಶಂಕರ್.